Tủ Sách Bảo Anh Lạc 53

NGHI LỄ HÀNG NGÀY

Thích Nữ Giới Hương biên soạn

NXB Hồng Đức

HƯƠNG SEN PUBLISHER
Huong Sen Buddhist Temple
19865 Seaton Avenue,
Perris, CA 92570, USA
Tel: 951-657-7272, Cell: 951-616-8620
Email: huongsentemple@gmail.com,
thichnugioihuong@yahoo.com
Facebook:https://www.facebook.com/huongsentemple
Web: www.huongsentemple.com

TỔNG BIÊN TẬP: **Thích Nữ Giới Hương**
Sữa chữa nội dung: Tỳ-kheo-ni Viên Tiến
ISBN: 978-1-0880-1959-7

Nam Mô Bổn Sư Thích Ca Mâu Ni Phật

MỤC LỤC

LỜI GIỚI THIỆU

Từ lâu các kinh sách Phật Giáo Việt Nam bị ảnh hưởng bởi ngôn ngữ âm Hán Việt của Trung Quốc. Từ những thế kỷ 20 (năm 2000 trở đi) các kinh sách dần dần đã được chư tôn thiền đức Tăng Ni chuyển qua quốc ngữ tiếng Việt, để Phật tử dễ đọc, nhất là những vị chưa có kiến thức về âm Hán Việt.

Người biên soạn xuất gia tại Chùa Liên Hoa, Bình Thạnh, với Tôn Sư Hải Triều Âm, các kinh sách trong Chùa tụng bằng tiếng Việt do Tôn sư chuyển ngữ. Từ năm 2005 trở đi, người biên soạn định cư và hoằng pháp tại Hoa Kỳ. Nhiều Chùa ở Hoa Kỳ vẫn còn tụng kinh bằng âm Hán Việt và nhiều nơi phải tụng bằng tiếng Anh cho người bản địa và thế hệ con cháu thứ hai sanh tại Mỹ có thể tụng hiểu được. Phật tử Việt tụng kinh bằng tiếng Việt mà vẫn chưa hiểu được ý nghĩa ẩn sâu trong lời kinh và càng bối rối hơn khi tụng kinh bằng bằng âm Hán Việt. Đó là lý do thúc đẩy, chùa Hương Sen biên soạn một cuốn **"NGHI LỄ HÀNG NGÀY"** bằng tiếng Việt và tổng hợp gần 50 bài kinh:

Các bài kinh mà chư Ni và Phật tử thường tu tập tụng niệm hàng ngày để nhiếp thân khẩu ý, chánh niệm tỉnh giác, sám hối tội lỗi, thâm nhập lời Phật, khai mở Phật trí.

Các bài kinh tụng phổ biến cảm ân đức của Chư Phật và Bồ tát, sư trưởng, cha mẹ, đất nước, đàn na tín thí để phục vụ các ngày lễ Vía Phật giáo.

Các nghi thức phục vụ đại đồng chúng sanh như phóng sanh, hằng thuận (đám cưới), cầu an (cầu cho bịnh nhân), cầu siêu (cầu cho người chết), cúng linh, tang lễ, an táng, hỏa táng,vv... đáp ứng nhu cầu tâm linh tôn giáo cho quần chúng.

Tài liệu biên soạn dựa vào các nghi tụng của Chùa Dược Sư – Tịnh Độ Ni Viện Hải Triều Âm (*Tôn Sư Hải Triều Âm*), Chùa Phật Tổ (*Hòa Thượng Thích Thiện Thanh*), Làng Mai (*Sư Ông Nhất Hạnh*) và Chùa Giác Ngộ (*Thượng Tọa Thích Nhật Từ*), vv... Là hậu học, kiến thức và sự tu tập còn hạn hẹp, trong lúc biên soạn, sẽ có nhiều thiếu xót không thể tránh khỏi, kính mong Chư tôn thiền đức Tăng Ni và thiện hữu tri thức thương xót chỉ dạy để lần sau tái bản được hòan chỉnh hơn. Chúng con thành kính tri ân.

Nếu có chút công đức nào, xin nguyện hồi hướng cầu siêu cho hương linh thân phụ *Phạm Văn Danh (Pd Chánh Đức Minh*) và hương linh thân mẫu *Trần Thị Sáu (Pd Bổn Ấn)* cùng tất cả chúng sanh trong 10 phương thế giới sớm giải thoát giác ngộ, trở về Phật tâm vốn có.

Linh quang riêng chiếu, vượt khỏi căn trần
Thể bày chân thường, chẳng kẹt văn tự
Tâm tánh không nhiễm, vốn tự viên thành
Chỉ lìa vọng duyên, tức như như Phật.
(*Thiền sư Bá Trượng*)

Nam Mô A Di Đà Phật.

Nắng Xuân Tân Sửu, Phật lịch 2565
– Dương lịch năm 2021,
Thành tâm kính lạy,
Hậu học: ***Thích Nữ Giới Hương***

PHẦN I

CÁC KINH TỤNG HÀNG NGÀY

1

NGHI THỨC CÔNG PHU KHUYA

THẦN CHÚ THỦ LĂNG NGHIÊM

1. Cúng hương
2. Cầu nguyện
3. Khen ngợi Phật
4. Quán tưởng Phật
5. Đảnh lễ
6. Năm đệ Lăng Nghiêm
7. Đại Bi và Thập Chú
8. Bát Nhã Tâm Kinh
9. Hồi hướng công đức
10. Niệm Bổn Sư
11. Sám Quy Mạng
12. Tán lễ
13. Hồi hướng
14. Phục nguyện
15. Kính lễ bốn ân, ba cõi
16. Tam quy
17. Bài kệ Chư Thiên
18. Bài kệ Thiện Nữ thần chú

CÚNG HƯƠNG

(Quì ngay thẳng, cầm 3 cây hương dâng ngang trán, chỉ chủ lễ niệm)

Nguyện dâng hương mầu nầy
Cúng dường tất cả Phật
Tôn Pháp, chư Bồ Tát
Thinh Văn và Duyên Giác
Cùng các bậc Thánh Hiền
Duyên khởi đài sáng chói
Khắp xông mười phương cõi
Tỏa ngát các chúng sanh
Đều phát tâm Bồ Đề
Xa lìa các vọng nghiệp
Trọn nên Đạo Vô Thượng.
Nam Mô Hương Cúng Dường Bồ Tát Ma Ha Tát. (o) (1 xá)

CẦU NGUYỆN

Đệ tử chúng con nguyện thập phương thường trú Tam Bảo, Bổn Sư Thích Ca Mâu Ni Phật, Tiếp Dẫn Đạo Sư A Di Đà Phật, từ bi gia hộ chúng con, bồ đề tâm kiên cố, tự giác, giác tha, giác hạnh viên mãn, cùng pháp giới chúng sanh, một thời đồng chứng vô thượng Chánh Đẳng Chánh Giác. (o) (1 xá)

KHEN NGỢI PHẬT

(Đại chúng đứng lên và đánh khánh)

Đấng Pháp Vương vô thượng
Ba cõi chẳng ai bằng
Thầy dạy khắp trời, người
Cha lành chung bốn loài
Quy y tròn một niệm
Dứt sạch nghiệp ba kỳ
Xưng dương cùng tán thán
Ức kiếp không cùng tận. (o) (1 xá)

QUÁN TƯỞNG PHẬT

Phật, chúng sanh tánh thường rỗng lặng
Đạo cảm thông không thể nghĩ bàn
Lưới đế châu ví đạo tràng
Mười phương Phật hiện hào quang sáng ngời
Trước bảo tọa thân con ảnh hiện
Cúi đầu xin thệ nguyện quy y. (o)

ĐẢNH LỄ

(Đại chúng đồng tụng)

Chí tâm đảnh lễ:

Nam Mô tận hư không biến pháp giới quá, hiện, vị lai thập phương chư Phật, Tôn Pháp Hiền Thánh Tăng thường trụ Tam Bảo. (o) (1 lạy)

Chí tâm đảnh lễ:

Nam Mô Ta Bà Giáo Chủ Bổn Sư Thích Ca

Mâu Ni Phật, Đương Lai Hạ Sinh Di Lặc Tôn Phật, Đại Trí Văn Thù Sư Lợi Bồ Tát, Đại Hạnh Phổ Hiền Bồ Tát, Hộ Pháp Chư Tôn Bồ Tát, Linh Sơn Hội Thượng Phật Bồ Tát. (o) (1 lạy)

Chí tâm đảnh lễ:

Nam Mô Tây Phương Cực Lạc Thế Giới Đại Từ Đại Bi A Di Đà Phật, Đại Bi Quán Thế Âm Bồ Tát, Đại Thế Chí Bồ Tát, Đại Nguyện Địa Tạng Vương Bồ Tát, Thanh Tịnh Đại Hải Chúng Bồ Tát. (o) (1 lạy)

(Mời ngồi xuống và khai chuông mõ)

KINH LĂNG NGHIÊM

NAM MÔ LĂNG NGHIÊM HỘI THƯỢNG PHẬT BỒ TÁT (3 lần) (o)

Tâm Chánh Định như như bất động
Phật Ba Thân nhân thế khó tìm
Trăm ngàn muôn kiếp đảo điên
Vô minh dứt sạch, chứng liền Pháp Thân.
Nay con nguyền chứng ngôi Chánh Giác
Độ chúng sanh như cát Sông Hằng
Thân, tâm này nát như trần (bụi)
Hồng ân chư Phật, chút phần báo ơn. (o)

Cung thỉnh Thế Tôn lại chứng minh
Đời năm trược con xin vào trước
Một chúng sanh quả Phật chưa thành
Con nguyền không chứng Vô Sanh Niết Bàn.
Đại Hùng, Đại Lực, Đại Từ Bi

Giúp con dứt sạch sân, si, buồn, phiền
Để sớm được lên miền Thượng Giác
Ngồi Đạo Tràng bát ngát mười phương
Hư không có thể tiêu tan
Nguyện con kiên cố không hề lung lay. (o)
Nam Mô Thường Trụ Thập Phương Phật
Nam Mô Thường Trụ Thập Phương Pháp
Nam Mô Thường Trụ Thập Phương Tăng
Nam Mô Thích Ca Mâu Ni Phật
Nam Mô Phật Đảnh Thủ Lăng Nghiêm
Nam Mô Quán Thế Âm Bồ Tát
Nam Mô Kim Cang Tạng Bồ Tát. (o)

Lúc bấy giờ, từ nhục kế của Phật phóng ra hào quang trăm báu với hoa sen ngàn cánh. Trong mỗi hoa sen, có Hóa Phật ngồi, từ đảnh Hóa Phật phóng ra mười đạo hào quang trăm báu. Mỗi đạo hào quang hiện ra nhiều Thần Kim Cang Mật Tích, ông bưng núi, ông cầm xử vân vân, đứng khắp cõi hư không. Đại chúng trông thấy, vừa mừng vừa sợ, đều cầu Phật thương xót che chở, và một lòng lắng nghe Phật nói thần chú: (o)

ĐỆ NHẤT

Nam mô tát đa tha tô già đa da a ra ha để tam miệu tam bồ đà tỏa. Tát đát tha Phật đà câu tri sắc ni sam. Nam mô tát bà bột đà bột địa, tát đa bệ tệ. Nam mô tát đa nẩm tam miệu tam bồ đà cu tri nẩm. Ta xá ra bà ca tăng già nẩm. Nam mô lô kê a la hán đa nẩm. Nam mô tô lô đa ba na nẩm. Nam mô ta yết rị đà già di nẩm. Nam mô lô kê tam miệu già đa nẩm, tam miệu già ba ra để ba đa na nẩm. Nam mô đề bà ly sắt nỏa. Nam mô tất đà da tỳ địa da đà ra ly sắt nỏa. Xá ba noa yết ra ha ta ha ta ra ma tha nẩm.

Nam mô bạt ra ha ma ni. Nam mô nhơn đà ra da. Nam mô bà già bà đế, lô đà ra da, ô ma bát đế, ta hê dạ da. Nam mô bà già bà đế, na ra dả noa da, bàn giá ma ha tam mộ đà ra. Nam mô tất yết rị đa da. Nam mô bà già bà đế, ma ha ca ra da, địa rị bác lặc na già ra, tỳ đà ra ba noa ca ra da, a địa mục đế, thi ma xá na nê bà tất nê, ma đát rị già noa. Nam mô tất yết rị đa da. Nam mô bà già bà đế, đa tha già đa cu ra da. Nam mô bát đầu ma cu ra da. Nam mô bạt xà ra cu ra da. Nam mô ma ni cu ra da. Nam mô già xà cu ra gia. Nam mô bà già bà đế, đế rị trà du ra tây na, ba ra ha ra noa ra xà da, đa tha già đa da. Nam mô bà già bà đế, nam mô a di đa bà da, đa tha dà đa da, a ra ha đế, tam miệu tam bồ đà da. Nam mô bà già bà đế, a sô bệ da, đa tha già đa da, a ra ha đế, tam miệu tam bồ đà da. Nam mô bà già bà đế, bệ sa xà da, cu lô phệ trụ rị da, bát ra bà ra xà da, đa gia thà đa da. Nam mô bà già bà đế, tam bổ sư bí đa tát lân nại ra lặc xà da, đa tha già đa da, a ra ha đế, tam miệu tam bồ đà da. Nam mô bà già bà đế, xá kê dã mẫu na duệ, đa tha già đa da, a ra ha đế, tam miệu tam bồ đà da. Nam mô bà già bà đế, lặc đát na kê đô ra xà da, đa tha già đa da, a ra ha đế, tam miệu tam bồ đà da. Đế biều, nam mô tát yết rị đa, ế đàm bà già bà đa, tát đác tha già đô sắc ni sam, tát đác đa bác đác lam. Nam mô a bà ra thị đam, bác ra đế vương kỳ ra, tát

ra bà bộ đa yết ra ha, ni yết ra ha yết ca ra ha ni bạc ra bí địa da sất đà nễ, a ca ra mật rị trụ, bát rị đát ra da nảnh yết rị, tát ra bà bàn đà na mục xoa ni, tát ra bà đột sắc tra, đột tất phạp bát na nễ phạt ra ni, giả đô ra thất đế nẩm. Yết ra ha ta ha tát ra nhã xà, tỳ đa băng ta na yết rị, a sắc tra băng xá đế nẩm, na xoa sát đác ra nhã xà, ba ra tát đà na yết rị, a sắc tra nẩm, ma ha yết ra ha nhã xà, tỳ đa băng tát na yết rị, tát bà xá đô lô nễ bà ra nhã xà, hô lam đột tất phạp nan giá na xá ni, bí sa xá tất đác ra, a kiết ni ô đà ca ra nhã xà, a bát ra thị đa cu ra ma ha bác ra chiến trì, ma ha điệp đa, ma ha đế xà, ma ha thuế đa xà bà ra, ma ha bạt ra bàn đà ra bà tất nễ a rị da đa ra, tỳ rị cu tri, thệ bà tỳ xà da, bạc xà ra ma lễ đễ, tỳ xá lô đa, bột đà dõng ca, bạt xà ra chế hắt na a giá, ma ra chế bà bác ra chất đa, bạc xà ra thiện trì, tỳ xá ra giá, phiến đa xá bệ đề bà bổ thị đa, tô ma lô ba, ma ha thuế đa, a rị da đa ra, ma ha bà ra a bác ra, bạt xà ra thương yết ra chế bà, bạt xà ra cu ma rị, cu lam đà rị, bạt xà ra hắc tát đa giá, tỳ địa gia kiền giá na ma rị ca, khuất tô mẫu bà yết ra đa na, bệ lô giá na cu rị da, dạ ra thố sắt ni sam tỳ chiết lam bà ma ni giá, bạt xà ra ca na ca ba ra bà, lô xà na bạt xa ra đốn trỉ giá, thuế đa giá ca ma ra sát xa thi ba ra bà, ế đế di đế, mẫu đà ra yết noa, ta bệ ra sám, quật phạm đô, ấn thố na mạ mạ tỏa. (o)

ĐỆ NHỊ

Ô hồng, rị sắt yết noa, bác lặc xá tất đa, tát đa tha già đô sắc ni sam. Hổ hồng, đô lô ung chiêm

bà na. Hổ hồng, đô lô ung tất đam bà na. Hổ hồng, đô lô ung ba ra sắc địa da tam bác xá noa yết ra. Hổ hồng, đô lô ung, tát bà dược xoa, hắt ra sát ta, yết ra ha nhã xà, tỳ đằng băng tát na yết ra. Hổ hồng, đô lô ung, giả độ ra thi để nẫm, yết ra ha, ta ha tát ra nẫm, tỳ đằng băng tát na ra. Hổ hồng, độ lô ung, ra xoa, bà già phạm tát đát tha già đô sắc ni sam, ba ra điểm xà kiết rị, ma ha ta ha tát ra, bột thọ ta ha tát ra thất rị sa, cu tri ta ha tát nê đế lệ, a tệ đề thị bà rị đa, tra tra anh ca ma ha bạt xà lô đà ra, đế ri bồ bà na, man trà ra, ô hồng, ta tất đế bạc bà đô, mạ mạ ấn thố na mạ mạ tỏa. (o)

ĐỆ TAM

Ra xà bà dạ, chủ ra bạt dạ, a kỳ ni bà dạ, ô đà ca bà dạ, tỳ xa bà dạ, xá tát đa ra bà dạ, bà ra chước yết ra bà dạ, đột sắc xoa bà dạ, a xá nể bà dạ, a ca ra mật rị trụ bà dạ, đà ra ni bộ di kiếm ba già ba đà bà dạ, ô ra ca bà đa bà dạ, lặc xà đàng trà bà dạ, na già bà dạ, tỳ điều đát bà dạ, tô ba ra noa bà dạ, dược xoa yết ra ha, ra xoa tư yết ra ha, tất rị đa yết ra ha, tỳ xá giá yết ra ha, bộ đa yết ra ha, cưu bàn trà yết ra ha, bổ đơn na yết ra ha, tất kiền độ yết ra ha, a bá tất ma ra yết ra ha, ô đàn ma đà yết ra ha, xa dạ yết ra ha, hê rị bà đế yết ra ha, xã đa ha rị nẩm, yết bà ha rị nẩm, lộ địa ra ha rị nẩm, mang ta ha rị nẩm, mê đà ha rị nẩm, ma xà ha rị nẩm, xà đa ha rị nữ, thị tỷ đa ha rị nẩm, tỳ đa ha rị nẩm, bà đa ha rị nẩm, a du giá ha ri nữ, chất đa ha ri nữ, đế sam tát bệ sam, tát bà yết ra ha nẩm, tỳ đà dạ xà, sân đà dạ

di, ba rị bạt ra giả ca hất rị đởm, tỳ đà dạ xà, sân đà dạ di, kê ra dạ di, trà diễn ni hất rị đởm, ty đà dạ xà, sân đà dạ di, kê ra dạ di, ma ha bát du bác đát dạ, lô đà ra hất rị đởm, tỳ đà dạ xà, sân đà dạ di, kê ra dạ di, na ra dạ noa hất rị đởm, tỳ đà dạ xà, sân đà dạ di, kê ra dạ di, đát đỏa già lô trà tây hất rị đởm, tỳ đà dạ xà, sân đà dạ di, kê ra dạ di, ma ha ca ra ma đát rị già noa hất rị đởm, tỳ đà dạ xà, sân đà dạ di, kê ra dạ di, ca ba rị ca hất rị đởm, tỳ đà dạ xà, sân đà dạ di, kê ra dạ di, xà dạ yết ra, ma độ yết ra tát bà ra tha ta đạt na hất rị đởm, tỳ đà dạ xà, sân đà dạ di, kê ra dạ di, giả đốt ra bà kỳ nể hất rị đởm, tỳ đà dạ xà, sân đà dạ di, kê ra dạ di, tỳ rị dương hất rị tri, nan đà kê sa ra, dà noa bác đế, sách hê dạ hất rị đởm, tỳ đà dạ xà, sân đà dạ di, kê ra dạ di, na yết na xá ra bà noa hất rị đởm, tỳ đà dạ xà, sân đà dạ di, kê ra dạ di, a la hán hất rị đởm, tỳ đà dạ xà, sân đà dạ di, kê ra dạ di, tỳ đa ra già hất rị đởm, tỳ đà dạ xà, sân đà dạ di, kê ra dạ di, bạt xà ra ba nể, cu hê dạ cu hê dạ, ca địa bát đế hất rị đởm, tỳ đà dạ xà, sân đà dạ di, kê ra dạ di, ra thoa vỏng, bà dà phạm, ấn thố na mạ mạ tỏa. (o)

ĐỆ TỨ

Bà già phạm, tát đát đa bác đác ra, nam mô tý đô đế, a tất đa na ra lặc ca, ba ra bà tất phổ tra, tỳ ca tát đát đa bát đế rị, thập Phật ra thập Phật ra, đà ra đà ra, tần đà ra tần đà ra sân đà sân đà. Hổ hồng hổ hồng, phấn tra, phấn tra, phấn tra, phấn tra, phấn tra, ta ha, hê hê phấn, a mâu ca da phấn, a ba ra đề ha đa phấn, ba ra ba ra đà

phấn, a tố ra tỳ đà ra ba ca phấn, tát bà đề bệ tệ phấn, tát bà na già tệ phấn, tát bà dược xoa tệ phấn, tát bà kiền thát bà tệ phấn, tát bà bổ đơn na tệ phấn, ca tra bổ đơn na tệ phấn, tát bà đột lang chỉ đế tệ phấn, tát bà đột sáp tỷ lê hất sắc đế tệ phấn, tát bà thập bà lê tệ phấn, tát bà a bá tất ma lê tệ phấn, tát bà xá ra bà noa tệ phấn, tát bà địa đế kê tệ phấn, tát bà đát ma đà kê tệ phấn, tát bà tỳ đà da ra thệ giá lê tệ phấn, xà dạ yết ra ma độ yết ra, tát bà ra tha ta đà kê tệ phấn, tỳ địa dạ, giá lê tệ phấn, giả đô ra, phược kỳ nể tệ phấn, bạt xà ra cu ma rị, tỳ đà dạ ra thệ tệ phấn, ma ha ba ra đinh dương xoa tỳ rị tệ phấn, bạt xà ra thương yết ra dạ, ba ra trượng kỳ ra xà da phấn, ma ha ca ra da, ma ha mạt đát rị ca noa. Nam mô ta yết rị đa dạ phấn, tỷ sắc noa tỳ duệ phấn, bột ra ha mâu ni duệ phấn, a kỳ ni duệ phấn, ma ha yết rị duệ phấn, yết ra đàn trì duệ phấn, miệc đát rị duệ phấn, lao đát rị duệ phấn, giá văn trà duệ phấn, yết la ra đát rị duệ phấn, ca bác rị duệ phấn, a địa mục chất đa ca thi ma xá na bà tư nể duệ phấn, diễn kiết chất, tát đỏa bà tỏa, mạ mạ ấn thố na mạ mạ tỏa. (o)

ĐỆ NGŨ

Đột sắc tra chất đa, a mạt đát rị chất đa, ô xà ha ra, già bà ha ra, lô địa ra ha ra, ta bà ha ra, ma xà ha ra, xà đa ha ra, thị tỷ đa ha ra, bạc lược dạ ha ra, kiền đà ha ra, bố sử ba ha ra, phả ra ha ra, bà tỏa ha ra, bác ba chất đa, đột sắc ra chất đa, lao đà ra chất đa, dược xoa yết ra ha, ra sát ta yết ra ha, bế lệ đa yết ra ha, tỳ xá giá yết ra ha,

bộ đa yết ra ha, cưu bàn trà yết ra ha, tất kiền đà yết ra ha, ô đát ma đà yết ra ha, xa dạ yết ra ha, a bá tất ma ra yết ra ha, trạch khê trách trà kỳ ni yết ra ha, rị Phật đế yết ra ha, xà di ca yết ra ha, xá cu ni yết ra ha, lao đà ra nan địa ca yết ra ha, a lam bà yết ra ha, kiền độ ba ni yết ra ha. Thập phạt ra yên ca hê ca, tri đế dược ca, đát lệ đế dược ca, giả đột thác ca, ni đề thập phạt ra, tỷ sam ma thập phạt ra, bạc để ca, tỷ để ca, thất lệ sắt mật ca, ta nễ bác đế ra, tát bà thập phạt ra, thất lô kiết đế, mạt đà bệ đạt lô chế kiếm, a ỷ lô kiềm, mục khê lô kiềm, yết rị đột lô kiềm, yết ra ha yết lam, yết noa du lam, đản đa du lam, hất rị dạ du lam, mạt mạ du lam, bạt rị thất bà du lam, tỷ lật sắc tra du lam, ô đà ra du lam, yết tri du lam, bạt tất đế du lam, ô lô du lam, thường già du lam, hát tất đa du lam, bạt đà du lam, ta phòng án già bác ra trượng già du lam, bộ đa tỷ đa trà, trà kỳ ni thập bà ra, đà đột lô ca, kiến đốt lô kiết tri, bà lộ đa tỳ tát bác lô, ha lăng già, du sa đát ra, ta na yết ra, tỳ sa dụ ca, a kỳ ni ô đà ca, mạt ra bệ ra kiến đa ra, a ca ra mật rị đốt đát liểm bộ ca, địa lật lặc tra, tỷ rị sắc chất ca, tát bà na cu ra, tứ dẫn già tệ, yết ra rị dược xoa, đác ra sô, mạt ra thị, phệ đế sam ta bệ sam, tất đát đa, bác đát ra, ma ha bạc xà lô sắc ni sam, ma ha bác lặc trượng kỳ lam, dạ ba đột xà, xá dụ xà na, biện đát lệ noa, tỳ đà da bàn đàm ca lô di, đế thù bàn đàm ca lô di, bát ra kỳ đà bàn đàm ca lô di, đác điệt tha.

Án, a na lệ, tỳ xá đề, bệ ra bạc xà ra đà rị, bàn đà bàn đà nễ, bạt xà ra bàn ni phấn. Hổ hồng đô lô ung phấn, ta bà ha. (3 lần) (ooo)

CHÚ ĐẠI BI

NAM MÔ ĐẠI BI HỘI THƯỢNG PHẬT BỒ TÁT. (3 lần) (o)

Thiên Thủ Thiên Nhãn Vô Ngại Đại Bi Tâm Đà La Ni.

Nam mô hắc ra đát na đa ra dạ da. Nam mô a rị da, bà lô kiết đế thước bát ra da, bồ đề tát đỏa bà da, ma ha tát đỏa bà da, ma ha ca lô ni ca da. Án, tát bàn ra phạt duệ, số đát na đát tỏa.

Nam mô tất kiết lật đỏa y mông a rị da, bà lô kiết đế thất Phật ra lăng đà bà. Nam mô na ra cẩn trì, hê rị ma ha bàn đa sa mế, tát bà a tha đậu thâu băng, a thệ dựng, tát bà tát đa, na ma bà dà, ma phạt đạt đậu, đát điệt tha. Án a bà lô hê, lô ca đế, ca ra đế, di hê rị, ma ha bồ đề tát đỏa, tát bà tát bà, ma ra ma ra, ma hê ma hê rị đà dựng, cu lô cu lô kiết mông, độ lô độ lô phạt xà da đế, ma ha phạt xà da đế, đà ra đà ra, địa rị ni, thất Phật ra da, dá ra dá ra. Mạ mạ phạt ma ra, mục đế lệ, y hê di hê, thất na thất na, a ra sâm Phật ra xá lợi, phạt sa phạt sâm, Phật ra xá da, hô lô hô lô ma ra, hô lô hô lô hê rị, ta ra ta ra, tất rị tất rị, tô rô tô rô, bồ đề dạ bồ đề dạ, bồ đà dạ bồ đà dạ, di đế rị dạ, na ra cẩn trì, địa rị sắc ni na, ba dạ ma na, ta bà ha. Tất đà dạ, ta bà ha. Ma ha tất đà dạ, ta bà ha. Tất đà du nghệ, thất bàn ra dạ, ta bà ha. Na ra cẩn trì, ta bà ha. Ma ra na ra, ta bà ha. Tất ra tăng a mục khê da, ta bà ha. Ta bà ma ha a tất đà dạ, ta bà ha. Dả kiết ra a tất đà dạ, ta bà ha. Ba đà ma kiết tất đà dạ, ta bà ha. Na ra cẩn trì bàn đà ra dạ, ta bà ha. Ma bà lị thắng kiết ra

dạ, ta bà ha. Nam mô hắc ra đát na đa ra dạ da. Nam mô a rị da, bà lô kiết đế, thước bàn ra dạ, ta bà ha.

Án tất điện đô, mạn đa ra, bạt đà dạ, ta bà ha. (o)

THẬP CHÚ

1. CHÚ NHƯ Ý BẢO LUÂN VƯƠNG

Nam mô Phật Đà Da

Nam mô Đạt Ma Da

Nam mô Tăng Già Da.

Nam Mô Quán Tự Tại Bồ Tát Ma Ha Tát, cụ đại bi tâm giả, đát điệt tha. Án, chiết yết ra phạt đế, chấn đa mạt ni, ma ha bát đẳng mế, rô rô rô rô, để sắc tra, thước ra a yết rị, sa dạ hồng, phấn ta ha. Án, bát đạp ma, chấn đa mạt ni, thước ra hồng. Án, bát lặc đà, bát đẳng mế hồng. (o)

2. CHÚ TIÊU TAI KIẾT TƯỜNG

Nẳng mồ tam mãn đa, mẫu đà nẩm, a bác ra để, hạ đa xá, ta nẳng nẩm, đát điệt tha. Án, khê khê, khê hế, khê hế, hồng hồng nhập phạ ra, nhập phạ ra, bát ra nhập phạ ra, bát ra nhập phạ ra, để sắc sá, sắc tri rị, sắc tri rị, ta phấn tra, ta phấn tra, phiến để ca, thất rị duệ, ta phạ ha. (o)

3. CHÚ CÔNG ĐỨC BẢO SƠN

Nam mô Phật Đà Da,

Nam mô Đạt Ma Da,

Nam mô Tăng Già Da.

Án tất đế hộ rô rô, tất đô rô, chỉ rị ba, kiết rị bà, tất đạt rị, bố rô rị, ta phạ ha. (o)

4. CHÚ PHẬT MẪU CHUẨN ĐỀ

Khể thủ quy y tô tất đế, đầu diện đảnh lễ thất cu chi, ngã kim xưng tán Đại Chuẩn Đề, duy nguyện từ bi thùy gia hộ. Nam mô tát đa nẩm, tam miệu tam bồ đề, cu chi nẩm, đát điệt tha. Án chiết lệ chủ lệ, Chuẩn Đề, ta bà ha. (o)

5. CHÚ THÁNH VÔ LƯỢNG THỌ QUYẾT ĐỊNH QUANG MINH VƯƠNG

Án nại ma ba cát ngỏa đế, a ba ra mật đạp, a ưu rị a nạp, tô tất nể, thiệt chấp đạp, điệp tả ra tể dã, đát tháp cả đạt dã, a ra ha đế, tam dược tam bất đạt dã, đát nể dã tháp. Án tát rị ba, tang tư cát rị, bót rị thuật đạp, đạt ra mã đế, cả cả nại, tang mã ngột cả đế, ta ba ngỏa, tỷ thuật đế mã hát nại dã, bát rị ngỏa rị tá hát. (o)

6. CHÚ DƯỢC SƯ QUÁN ĐẢNH

Nam mô bạt dà phạt đế bệ sát xả lu lô thích lưu ly, bát lặc bà hát ra xà dã, đát tha yết đa da, a ra hát đế, tam miệu tam bột đà da, đát điệt tha. Án, bệ sát thệ, bệ sát thệ, bệ sát xã, tam một yết đế xóa ha. (o)

7. CHÚ QUÁN ÂM LINH CẢM

Án ma ni bát di hồng, ma hát nghê nha nạp, tích đô đặt ba đạt, tích đặt ta nạp, vi đạt rị cát,

tát nhi cáng nhi tháp, bốc rị tất tháp cát, nạp bổ ra nạp, nạp bốc rị, thưu thát ban nạp, nại ma lô kiết, thuyết ra da, tá ha. (o)

8. CHÚ THẤT PHẬT DIỆT TỘI

Ly bà ly bà đế, cầu ha cầu ha đế, đà ra ni đế, ni ha ra đế, tỳ lê nể đế, ma ha dà đế, chơn lăng càng đế, ta bà ha. (o)

9. CHÚ VÃNG SANH TỊNH ĐỘ

Nam mô a di đa bà dạ, đa tha dà đa dạ, đa địa dạ tha, a di rị đô, bà tỳ, a di rị đa, tất đam bà tỳ, a di rị đa, tỳ ca lan đế, a di rị đa, tỳ ca lan đa, dà dị nị, dà dà na, chỉ đa ca lệ, ta bà ha. (o)

10. CHÚ THIỆN THIÊN NỮ

Nam mô Phật Đà

Nam mô Đạt Ma

Nam mô Tăng Già

Nam mô thất ly, ma ha để tỷ da, đát nể dã tha, ba ly phú lầu na, giá ly tam mạn đà, đạt xá ni, ma ha tỳ ha ra dà đế, tam mạn đà, tỳ ni dà đế, ma ha ca rị dã, ba nể, ba ra, ba nể, tát rị phạt lạt tha, tam mạn đà, tu bác lê đế, phú lệ na, a rị na, đạt ma đế, ma ha tỳ cổ tất đế, ma ha Di Lặc đế, lâu phả tăng kỳ đế, hê đế tỷ, tăng kỳ hê đế, tam mạn đà, a tha a nậu, đà la ni. (ooo)

KINH BÁT NHÃ BA LA MẬT

Khi Ngài Quán Tự Tại Bồ Tát thực hành sâu xa pháp Bát Nhã Ba La Mật Đa, Ngài soi thấy năm uẩn đều không, qua hết thảy khổ ách.

"Này Xá Lợi Phất, sắc chẳng khác không, không chẳng khác sắc, sắc tức là không, không tức là sắc. Thọ, Tưởng, Hành, Thức cũng đều như thế".

"Này Xá Lợi Phất, 'tướng không của mọi pháp' không sanh, không diệt, không dơ, không sạch, không thêm, không bớt, nên trong 'chân không', không có sắc, không có thọ, tưởng, hành, thức, không có mắt, tai, mũi, lưỡi, thân, ý, không có sắc, thinh, hương, vị, xúc, pháp, không có nhãn giới, cho đến không có ý thức giới, không có vô minh, cũng không có cái hết vô minh, cho đến không có già chết, cũng không có cái hết già chết, không có khổ, tập, diệt, đạo, không có trí huệ, cũng không có chứng đắc.

Vì không có chỗ chứng đắc, nên Bồ Tát y theo Bát Nhã Ba La Mật Đa, tâm không ngăn ngại. Vì không ngăn ngại, nên không sợ hãi, xa hẳn điên đảo, mộng tưởng, đạt tới cứu cánh Niết Bàn.

Chư Phật trong ba đời cũng y theo Bát Nhã Ba La Mật Đa, được đạo quả vô thượng chánh đẳng chánh giác.

Nên biết Bát Nhã Ba La Mật Đa là Đại Thần Chú, là Đại Minh Chú, là Vô Thượng Chú, là Vô Đẳng Đẳng Chú, trừ được hết thảy khổ, chân thật không hư".

Vì vậy, liền nói Chú Bát Nhã Ba La Mật Đa:

"Yết đế, yết đế, ba la yết đế, ba la tăng yết đế, bồ đề tát bà ha". (3 lần) (o)

Ma ha Bát Nhã Ba la mật đa. (3 lần) (o)

HỒI HƯỚNG CÔNG ĐỨC

Đại chúng hiện tiền tâm thanh tịnh
Phúng tụng các Chú và Lăng Nghiêm
Hồi hướng công đức đến nhân, thiên
Có công gìn giữ tôn nghiêm Phật đường.
Xa lìa khổ: ba đường, tám nạn
Đền ơn sâu: thầy, tổ, vua, cha
Quốc gia thế giới an hòa
Can qua dứt sạch, cửa nhà yên vui. (o)
Đại chúng gắng tu cầu giải thoát
Chóng lên bờ Chánh Giác dễ dàng
Ba môn dứt hết tai nàn
Người tin theo Phật phước càng thâm sâu.
Có thể biết sát trần tâm niệm
Có thể uống nước cả đại dương
Hư không có thể đo lường
Công Đức chư Phật vô phương nghĩ bàn.
Trong vũ trụ không ai hơn Phật
Mười phương xa không thể sánh bằng
Thế gian con thấy hết rằng
Tất cả không có ai bằng Thế Tôn. (o)
Chúng con nguyền theo đấng Đạo Sư
Thầy dạy khắp trời, người
Cha lành chung bốn loại

Hiện trăm ngàn hóa thân.

Nam Mô Bổn Sư Thích Ca Mâu Ni Phật. (ooo)

(Đại chúng vừa kinh hành 1 vòng, vừa niệm "Nam Mô Bổn Sư Thích Ca Mâu Ni Phật". Khi đứng lại, niệm các danh hiệu Bồ Tát dưới đây)

Nam Mô Thích Ca Mâu Ni Phật. (3 lần) (o)

Nam Mô Đại Trí Văn Thù Sư Lợi Bồ Tát. (3 lần) (o)

Nam Mô Đại Hạnh Phổ Hiền Bồ Tát. (3 lần) (o)

Nam Mô Hộ Pháp Chư Tôn Bồ Tát. (3 lần) (o)

Nam Mô Đạo Tràng Hội Thượng Phật Bồ Tát. (3 lần) (ooo)

SÁM QUY MẠNG

(Đại chúng cùng quỳ)

Quy mạng mười phương vô Thượng Giác
Pháp mầu vi diệu đã tuyên dương
Thánh Tăng tứ quả tam thừa độ
Hiển hiện tay vàng nguyện xót thương.
Ngược dòng chơn tánh từ lâu
Chúng con trôi nổi trên đầu sông mê
Biết đâu là chốn đường về
Bập bềnh sóng nước không hề đoái lui.
Nguyên nhân hữu lậu gây rồi
Bao nhiêu nghiệp chướng lâu đời tạo ra
Biết đâu nẻo chánh đường tà
Oan khiên nghiệp chướng thật là nặng sâu. (o)

Nay con khẩn thiết cúi đầu
Phơi bày sám hối cần cầu hồng ân
Chí thành cầu đấng Năng Nhơn
Từ Bi cứu vớt trầm luân mọi loài
Nguyện cùng thiện hữu ra khơi
Cùng lên bờ giác lìa nơi não phiền
Kiếp này xin nguyện xây thêm
Cao tòa phước đức vững bền đạo tâm
Chờ mong đạo nghiệp vun trồng
Từ Bi cứu độ nở mầm tốt tươi
Kiếp sau xin được làm người
Sanh ra gặp Pháp sống đời chân tu. (o)
Dắt dìu nhờ bậc minh sư
Nương vào chánh tính, hạnh từ xuất gia
Lục căn tam nghiệp thuận hòa
Không vương tục lụy theo đà thế nhân
Một lòng tấn đạo nghiêm thân
Giữ gìn phạm hạnh nghiệp trần lánh xa
Oai nghi phong độ chói lòa
Lòng từ hộ mạng trước là vị sanh
Lại thêm đầy đủ duyên lành
Bao nhiêu tai nạn biến thành hư không
Bồ Đề nguyện kết một lòng
Đài sen Bát Nhã chơn không hiện tiền. (o)
Nhờ công tu tập tinh chuyên
Đại thừa liễu ngộ chứng truyền chơn tâm
Thoát ngoài kiếp ải trầm luân
Hoằng khai lục độ hạnh môn cứu người

Pháp tràng dựng khắp nơi nơi
Lưới nghi phá hết trong ngoài sạch không
Tà ma hàng phục đến cùng
Truyền đăng Phật Pháp nối dòng vô chung
Vâng làm Phật sự mười phương
Không vì lao nhọc nản đường tinh chuyên. (o)
Bao nhiêu diệu pháp thâm uyên
Thảy đều thông đạt siêu nhiên độ mình
Rồi đem khắp độ chúng sanh
Chứng nên Phật quả hòan thành Pháp thân
Tùy cơ ứng biến cõi trần
Phân thân vô số độ dần chúng sanh.
Nước từ rưới khắp nhân thiên
Mênh mông bể hận lời nguyền độ tha
Khắp hòa thế giới gần xa
Diễn dương diệu Pháp trước là hiện thân.
Những nơi khổ thú trầm luân
Hào quang chiếu diệu hiện thân tốt lành
Chỉ cần thấy dạng nghe danh
Muôn loài thoát khỏi ngục hình đớn đau.
Phát lời nguyện ước cao siêu. (o)
Muôn ngàn khổ địa thảy đều tiêu tan
Bao nhiêu nghiệp trái hàm oan
Bao nhiêu đau khổ trong hàng súc sinh
Bao nhiêu thần lực oai linh
Sương tan núi biếc bình minh rạng ngời
Thuốc thang cứu cấp cho đời
Áo cơm cứu giúp cho người bần dân

Bao nhiêu lợi ích hưng sùng
An vui thực hiện trong vòng trầm luân
Bao nhiêu quyến thuộc thân an
Cùng nguyền vượt biển trần gian nổi chìm. (o)
Xa lìa ái nhiễm liên miên
Đoạn trừ những nỗi phược triền chơn tâm
Vun trồng đạo nghiệp thiện nhân
Cùng bao loài khác phát tâm hướng về
Hư không dù có chuyển đi
Nguyện con muôn kiếp chẳng hề lung lay
Nguyện cầu vạn pháp xưa nay
Hòan thành trí nghiệp đến nơi Bồ Đề. (o)

TÁN LỄ

Xưng tán Đức Thế Tôn
Đấng vô thượng Năng Nhơn
Từng trải vô lượng kiếp
Tu nhân lành giải thoát
Từ Đẩu Xuất giáng thần. (o)
Giã từ ngôi quốc vương
Ngồi gốc Đại Bồ Đề
Phá hết chúng ma quân
Một sáng, sao Mai hiện
Chứng nên đạo Bồ Đề
Liền chuyển bánh xe Pháp
Độ muôn loài chúng sanh. (o)
Hàng tam Thừa quy ngưỡng
Đạo vô Sanh viên thành

Đại chúng đang quy ngưỡng
Đạo vô Sanh sẽ thành.
Bốn loài, chín cõi đồng về
Mười phương cõi Phật bốn bề trang nghiêm
Ba đường, tám nạn đảo điên
Nương vào biển tuệ vô biên sáng ngời. (o)

HỒI HƯỚNG

Công Phu công đức, hạnh nhiệm mầu
Thắng phước bao nhiêu con nguyện cầu
Tất cả chúng sanh trong pháp giới
Hướng về Phật Pháp tỏ đạo mầu.
Nguyện cho ba chướng tiêu tan
Phiền não dứt sạch, huệ căn sáng ngời
Cầu cho con được đời đời
Hành Bồ Tát Đạo cứu đời lầm than.
Nguyện sanh Tây Phương, cõi Lạc Bang
Cha mẹ, sen vàng chín phẩm sanh
Hoa nở, thấy Phật, quả viên thành
Các vị Bồ Tát bạn lành với ta.
Nguyện đem công đức lành
Đệ tử hướng tâm thành
Cầu cho khắp chúng sanh
Đều chứng thành Phật quả. (o)

Nam Mô A Di Đà Phật

PHỤC NGUYỆN

(Đại chúng cùng quỳ và chỉ chủ lễ phục nguyện)

Tam Bảo chứng minh oai thần hộ niệm, Bồ tát, Long thiên, Phạm vương Đế thích và bốn Thiên vương Thiên long bát bộ, Hộ pháp Thần vương tất cả thiện thần thùy từ ủng hộ.

Hôm nay chúng con là... (Tỳ Kheo Ni...., Sadi-ni...) **cùng với các Phật tử chùa Hương Sen, Perris, California, một dạ chí thành vân tập tại đại hùng bảo điện Hương Sen phúng tụng trì Thần Chú Thủ Lăng Nghiêm, xưng tán hồng danh cùng niệm Phật kinh hành công đức. Nguyện đem công đức này cầu cho Phật sự phát triển chùa Hương Sen thành chốn tùng lâm nghiêm tu, ngày một thành tựu, được sự ủng hộ gia trì của đàn việt tín tâm, chư thiên hộ pháp, bồ tát và mười phương chư Phật, để Phật nhật tăng huy, pháp luân thường chuyển, mưa thuận gió hòa, quốc thới dân an.**

Nguyện đem công đức này cầu an cho Phật tử... (tên, pháp danh, tuổi) **cùng với các vị gia chủ và các Phật tử hiện diện tại đây: tai qua nạn khỏi, tật bịnh tiêu trừ, nghiệp chướng tiêu tan, gia đạo bình an, thân tâm thường an lạc, quanh năm đều được vạn sự cát tường như ý. Nguyện cho các vị tâm Bồ đề kiên cố, chí tu học vững bền, tự giác, giác tha, giác hạnh viên mãn.**

Lại nguyện đem công đức này cầu siêu cho hương linh... (tên, pháp danh, hưởng thọ) **cùng cửu huyền thất tổ, nội ngoại hai bên, phụ mẫu**

quá vãng nhiều đời, nhiều kiếp của chúng con và tất cả các hương linh ký tự tại Chùa Hương Sen, anh hùng chiến sĩ, vì nước hy sinh, đồng bào tử nạn, mười hai loại cô hồn, chết sông, chết chợ, đầu đường, xó chợ, nay được an lành, nghe kinh kệ siêu thăng tịnh độ, vượt qua bể khổ, thoát khỏi Ta Bà, sen vàng chín phẩm nở hoa, pháp thân hiện Di Đà thọ ký.

Sau cùng, nguyện chúng con cùng tất cả chúng sanh đều sớm trọn thành Phật đạo.

Đại chúng đồng niệm: **Nam Mô A Di Đà Phật.** (o)

KÍNH LỄ

(Đại chúng đứng lên)

Bao nhiêu tất cả nhân sư tử
Mười phương ba đời cùng các cõi
Con đem thân miệng ý thanh tịnh
Lạy khắp tất cả không còn dư. (o)

Nhất tâm đảnh lễ, đệ tử chúng con đại vì bốn ân ba cõi chí thành đảnh lễ:

Nam Mô Quá Khứ Trang Nghiêm Kiếp Thiên Phật. (o) (1 lạy)

Nhất tâm đảnh lễ, đệ tử chúng con đại vì bốn ân ba cõi chí thành đảnh lễ:

Nam Mô Hiện Tại Hiền Kiếp Thiên Phật. (o) (1 lạy)

Nhất tâm đảnh lễ, đệ tử chúng con đại vì bốn ân ba cõi chí thành đảnh lễ:

Nam Mô Vị Lai Tinh Tú Kiếp Thiên Phật. (o) (1 lạy)

TAM QUY

Con nương theo Phật, cầu cho chúng sanh
Tin chắc Đạo cả, phát lòng vô thượng. (o) (1 lạy)

Con nương theo Pháp, cầu cho chúng sanh
Thấu rõ kinh tạng, trí huệ như biển. (o) (1 lạy)

Con nương theo Tăng, cầu cho chúng sanh
Kính tín hòa hợp, tất cả không ngại. (ooo) (1 lạy)

Nguyện đem công đức này
Hướng về khắp tất cả
Đệ tử và chúng sanh
Đều trọn thành Phật đạo. (ooo)

BÀI KỆ CHƯ THIÊN

Trời, A-tu-la, Dạ xoa thảy
Đến nghe pháp đó nên chí tâm
Ủng hộ Phật pháp khiến thường còn
Mỗi vị siêng tu lời Phật dạy.
Bao nhiêu người nghe đến chốn này
Hoặc trên đất liền hoặc hư không
Thường với người đời sanh lòng từ
Ngày đêm tự mình nương pháp ở.
Nguyện các thế giới thường an ổn
Phước trí vô biên lợi quần sanh
Bao nhiêu tội chướng thảy tiêu trừ

Xa lìa các khổ về viên tịch.
Hằng dùng giới hương xoa vóc sáng
Thường trì định phục để giúp thân
Hoa mầu bồ đề khắp trang nghiêm
Tùy theo chỗ ở thường an lạc. (o)
Nam mô Tam Châu Cảm Ứng
Hộ Pháp Vi Đà Tôn Thiên Bồ Tát Ma Ha Tát.
(3 lần) (o)

THIỆN NỮ THIÊN CHÚ

Nam mô Phật Đà
Nam mô Đạt Ma
Nam mô Tăng Già

Nam mô thất ly, ma ha để tỷ da, đát nể dã tha, ba ly phú lầu na, giá ly tam mạn đà, đạt xá ni, ma ha tỳ ha ra dà đế, tam mạn đà, tỳ ni dà đế, ma ha ca rị dã, ba nể, ba ra, ba nể, tát rị phạt lạt tha, tam mạn đà, tu bác lê đế, phú lệ na, a rị na, đạt ma đế, ma ha tỳ cổ tất đế, ma ha Di Lặc đế, lâu phả tăng kỳ đế, hê đế tỷ, tăng kỳ hê đế, tam mạn đà, a tha a nậu, đà la ni. (3 lần) (o)

Vi đà thiên tướng
Bồ tát hóa thân
Ủng hộ Phật Pháp thệ hoằng thâm
Đạo sự chứng ma quân
Công đức nan luân
Kỳ đạo thệ hoằng thâm.
Nam Mô Phổ Nhãn Bồ Tát Ma Ha Tát. (3 lần) (o)

2

NGHI THỨC CẦU AN

KINH PHỔ MÔN

1. Cúng hương
2. Tán thán Đức Quan Âm
3. Cầu nguyện
4. Khen ngợi Phật
5. Quán tưởng Phật
6. Đảnh lễ
7. Tán dương chi
8. Chú Đại Bi
9. Kệ khai kinh
10. Kinh Phổ Môn
11. Xưng tán Đức Quan Âm
12. Mười hai nguyện lớn
13. Bát Nhã Tâm Kinh
14. Niệm Phật
15. Sám Cầu An
16. Tiêu tai cát tường thần chú
17. Nguyện ngày đêm an lành
18. Hồi hướng
19. Phục nguyện
20. Kính lễ bốn ân, ba cõi
21. Tam quy
22. Bài kệ Chư Thiên

CÚNG HƯƠNG

(Quì ngay thẳng, cầm 3 cây hương dâng ngang trán, chỉ chủ lễ niệm)

Nguyện dâng hương mầu nầy
Cúng dường tất cả Phật
Tôn Pháp, chư Bồ Tát
Thinh Văn và Duyên Giác
Cùng các bậc Thánh Hiền
Duyên khởi đài sáng chói
Khắp xông mười phương cõi
Tỏa ngát các chúng sanh
Đều phát tâm Bồ Đề
Xa lìa các vọng nghiệp
Trọn nên Đạo Vô Thượng.
Nam Mô Hương Cúng Dường Bồ Tát Ma Ha Tát. (o) (1 xá)

TÁN THÁN ĐỨC PHẬT QUÁN THẾ ÂM

Đảnh lễ Quán Âm đại bi chủ,
Nguyện lực hồng thâm tướng hảo thân,
Nghìn tay trang nghiêm khắp hộ trì,
Nghìn mắt quang minh khắp quán chiếu.
Trong lời chân thật tuyên mật ngữ,
Trong tâm vô vi khởi bi tâm,
Sớm khiến mãn nguyện mọi hy cầu,
Vĩnh viễn diệt trừ bao tội nghiệp.
Long thiên thánh chúng đồng từ hộ,
Ngàn trăm tam muội đốn huân tu,

Thọ trì, thân chính quang minh tràng.
Thọ trì, tâm chính thần thông tạng.
Tẩy rửa trần lao nguyện như biển,
Siêu chứng Bồ- đề, phương tiện môn.
Con nay xưng tụng, nguyện quy y,
Tùy nguyện theo tâm ắt viên mãn.
Nam Mô Đại Bi Quan Thế Âm Bồ tát. (3 lần) (o)

CẦU NGUYỆN

Hôm nay, đệ tử chúng con cung đối trước tam bảo, nguyện trì tụng Phổ Môn Kinh Chú, xưng tán Hồng Danh, tu hành công đức, ngưỡng nguyện mười phương Tam Bảo, từ bi gia hộ .... (quý danh hay đệ tử chúng con), **phiền-não dứt sạch, nghiệp chướng tiêu trừ, thường được an lành, xa lìa khổ ách, cùng hết thảy chúng sanh, một thời đồng chứng Vô Thượng Chánh Đẳng Chánh Giác.** (o) (1 xá)

Nam Mô Đại Từ Đại Bi Tầm Thinh Cứu Khổ Cứu Nạn Quan Thế Âm Bồ Tát tác đại chứng minh. (3 lần) (o)

KHEN NGỢI PHẬT

Đấng Pháp Vương vô thượng
Ba cõi chẳng ai bằng
Thầy dạy khắp trời, người
Cha lành chung bốn loài
Quy y tròn một niệm

Dứt sạch nghiệp ba kỳ
Xưng dương cùng tán thán
Ức kiếp không cùng tận. (o) (1 xá)

QUÁN TƯỞNG PHẬT

Phật, chúng sanh tánh thường rỗng lặng
Đạo cảm thông không thể nghĩ bàn
Lưới đế châu ví đạo tràng
Mười phương Phật hiện hào quang sáng ngời
Trước bảo tọa thân con ảnh hiện
Cúi đầu xin thệ nguyện quy y. (o)

ĐẢNH LỄ

(Đại chúng đồng tụng)

Chí tâm đảnh lễ:

Nam Mô tận hư không biến pháp giới quá, hiện, vị lai thập phương chư Phật, Tôn Pháp Hiền Thánh Tăng thường trụ Tam Bảo. (o) (1 lạy)

Chí tâm đảnh lễ:

Nam Mô Ta Bà Giáo Chủ Bổn Sư Thích Ca Mâu Ni Phật, Đương Lai Hạ Sinh Di Lặc Tôn Phật, Đại Trí Văn Thù Sư Lợi Bồ Tát, Đại Hạnh Phổ Hiền Bồ Tát, Hộ Pháp Chư Tôn Bồ Tát, Linh Sơn Hội Thượng Phật Bồ Tát. (o) (1 lạy)

Chí tâm đảnh lễ:

Nam Mô Tây Phương Cực Lạc Thế Giới Đại Từ Đại Bi A Di Đà Phật, Đại Bi Quán Thế Âm Bồ Tát, Đại Thế Chí Bồ Tát, Đại Nguyện Địa Tạng

Vương Bồ Tát, Thanh Tịnh Đại Hải Chúng Bồ Tát. (o) (1 lạy)

TÁN DƯƠNG CHI

(Mời ngồi xuống và khai chuông mõ)

Cành dương nước tịnh nhiệm mầu
Rưới tắt muôn vàn cảnh khổ đau
Chư Thiên mát mẻ, tâm thanh tịnh
Nhân thế vui tươi, cảnh an nhàn
Cam lồ rưới khắp trần gian
Lửa sân dứt sạch, sen vàng nở hoa.

Nam Mô Thanh Lương Địa Bồ Tát Ma Ha Tát. (3 lần) (o)

CHÚ ĐẠI-BI

Nam Mô Đại Bi Hội Thượng Phật Bồ Tát. (3 lần) (o)

Thiên thủ thiên nhãn vô ngại đại-bi tâm đà-la-ni.

Nam Mô hắc ra đát na, đa ra dạ da. Nam Môa rị da, bà lô yết đế, thước bát ra da, Bồ-đề tát đỏa bà da, ma ha tát đỏa bà da, ma ha ca lô ni ca da, án, tát bàn ra phạt duệ số đát na đát tỏa.

Nam Mô tất kiết lật đỏa y mông a rị da, bà lô kiết đế thất Phật ra lăng đà bà.

Nam Mô na ra cẩn trì hê rị ma ha bàn đa sa mế, tát bà a tha đậu thâu bằng, a thệ dựng, tát bà tát đa, na ma bà già, ma phạt đạt đậu, đát điệt

tha. Án a bà lô hê, lô ca đế, ca ra đế, di hê rị, ma ha bồ-đề tát đỏa, tát bà tát bà, ma ra ma ra, ma hê ma hê, rị đà dựng, cu lô cu lô kiết mông, độ lô độ lô, phạt xà da đế, ma ha phạt xà da đế, đà ra đà ra, địa rị ni, thất Phật ra da, dá ra dá ra. Mạ mạ phạt ma ra, mục đế lệ, y hê y hê, thất na thất na a ra sâm Phật ra xá-lợi, phạt sa phạt sâm, Phật ra xá da, hô lô hô lô ma ra, hô lô hô lô hê rị, ta ra ta ra, tất rị tất rị, tô rô tô rô, bồ-đề dạ bồ-đề dạ, bồ-đà dạ, bồ-đà dạ, di đế rị dạ, na ra cẩn trì địa rị sắc ni na, ba dạ ma na ta bà ha. Tất đà dạ ta bà ha. Ma ha tất đà dạ ta bà ha. Tất đà du nghệ thất bàn ra dạ, ta bà ha. Na ra cẩn trì ta bà ha. Ma ra na ra ta bà ha. Tất ra tăng a mục khê da, ta bà ha. Ta bà ma ha, a tất đà dạ, ta bà ha. Giả kiết ra a tất đà dạ, ta bà ha. Ba đà ma yết tất đà dạ, ta bà ha. Na ra cẩn trì bàn đà ra dạ, ta bà ha. Ma bà lị thắng yết ra dạ, ta bà ha.

Nam Mô hắc ra đát na, đa ra dạ da. Nam Môa rị da, bà lô yết đế, thước bàng ra dạ, ta bà ha.

Án tất điện đô, mạn đa ra, bạt đà dạ, ta bà ha. (3 lần) (o)

Nam mô Thập phương Thường trú Tam Bảo. (3 lần) (o)

KỆ KHAI KINH

Thăm thẳm cao siêu Pháp nhiệm mầu
Trăm ngàn muôn kiếp khó tìm cầu,
Con nay nghe thấy chuyên trì niệm,
Nguyện tỏ Như Lai nghĩa nhiệm mầu.
Nam Mô Bổn Sư Thích Ca Mâu Ni Phật. (3

lần) (o)

Nam Mô Pháp Hoa Hội Thượng Phật Bồ Tát. (3 lần) (o)

PHẬT NÓI KINH PHÁP HOA PHẨM PHỔ MÔN THỨ HAI MƯƠI LĂM

Lúc bấy giờ, ngài Vô Tận Ý Bồ Tát liền từ chỗ ngồi đứng dậy trịch áo bày vai hữu, chấp tay hướng Phật mà bạch rằng: "Thế Tôn! Ngài Quán Thế Âm Bồ Tát do nhân duyên gì mà tên là Quán Thế Âm?". (o)

Phật bảo Ngài Vô-Tận-Ý Bồ-Tát! " Thiện nam tử! Nếu có vô lượng trăm nghìn muôn ức chúng sanh chịu các khổ não, nghe Quán-Thế-Âm Bồ-Tát này một lòng xưng danh. Quán-Thế-Âm Bồ-Tát tức thì xem xét tiếng tăm kia, đều được giải thoát. (o)

Nếu có người trì danh hiệu Quán-Thế-Âm Bồ Tát nầy, dầu vào trong lửa lớn, lửa chẳng cháy được, vì do sức uy thần của Bồ-Tát nầy được như vậy.

Nếu bị nước lớn làm trôi, xưng danh hiệu Bồ-Tát nầy liền được chỗ cạn.

Nếu có trăm nghìn muôn ức chúng sanh vì tìm vàng, bạc, lưu ly, mã não, san hô, hổ phách, trân châu, các thứ báu, vào trong biển lớn, giả sử gió lớn thổi ghe thuyền của kẻ kia trôi tấp nơi nước quỉ La-sát, trong ấy nếu có nhẫn đến một người xưng danh hiệu Quán-Thế-Âm Bồ-Tát, thì các người đó đều được thoát khỏi nạn quỉ La-sát.

Do nhân duyên đó mà tên là Quán-Thế-Âm.

Nếu lại có người sắp bị hại, xưng danh hiệu Quán-Thế-Âm Bồ-Tát, thì dao gậy của người cầm liền bị gãy từng khúc, người ấy liền được thoát khỏi.

Nếu Quỉ Dạ-xoa cùng La-sát đầy trong cõi tam thiên đại thiên muốn đến hại người, nghe người xưng danh hiệu Quán-Thế-Âm Bồ Tát, thì các quỉ dữ đó còn không có thể dùng mắt dữ mà nhìn người, huống lại làm hại được.

Dầu lại có người hoặc có tội, hoặc không tội, gông cùm xiềng xích trói buộc nơi thân, xưng danh hiệu Quán-Thế-Âm Bồ-Tát thảy đều đứt rã, liền được thoát khỏi.

Nếu kẻ oán tặc đầy trong cõi tam thiên đại thiên, có một vị thương chủ dắt các người buôn đem theo nhiều của báu, trải qua nơi đường hiểm trở, trong đó có một người xướng rằng: "Các Thiện-nam-tử! Chớ nên sợ sệt, các ông nên phải một lòng xưng danh hiệu Quán-Thế-Âm Bồ tát, vị Bồ-Tát đó hay đem pháp vô úy thí cho chúng sanh, các ông nếu xưng danh hiệu thì sẽ được thoát khỏi oán tặc này".

Các người buôn nghe rồi, đều lên tiếng xưng rằng: "Nam mô Quán- Thế-Âm Bồ-Tát!" Vì xưng danh hiệu Bồ-Tát nên liền được thoát khỏi.

Vô Tận Ý! Quán-Thế-Âm Bồ-Tát có sức oai thần cao lớn như thế.

Nếu có chúng sanh nào nhiều lòng dâm dục, thường cung kính niệm Quán-Thế-Âm Bồ Tát, liền được ly dục.

Nếu người nhiều giận hờn, thường cung kính niệm Quán-Thế-Âm, liền được lìa lòng giận.

Nếu người nhiều ngu si, thường cung kính niệm Quán-Thế-Âm liền được lìa ngu si.

Vô-Tận-Ý! Quán-Thế-Âm Bồ-Tát có những sức oai thần lớn, nhiều lợi ích như thế, cho nên chúng sanh thường phải một lòng tưởng nhớ.

Nếu có người nữ, giả sử muốn cầu con trai, lễ lạy cúng dường Quán-Thế-Âm Bồ-Tát, liền sanh con trai, phước đức trí huệ; giả sử muốn cầu con gái, bèn sanh con gái có tướng xinh đẹp, trước đã trồng gốc phước đức, mọi người đều kính mến.

Vô-Tận-Ý! Quán-Thế-Âm Bồ-Tát có sức thần như thế.

Nếu có chúng sanh cung kính lễ lạy Quán-Thế-Âm Bồ-Tát, thì phước đức chẳng luống mất. Cho nên chúng sanh đều phải thọ trì danh hiệu Quán-Thế-Âm Bồ-Tát. (o)

Vô-Tận-Ý! Nếu có người thọ trì danh tự của sáu mươi hai ức hằng hà sa Bồ-Tát lại trọn đời cúng dường đồ ăn uống, y phục, giường nằm, thuốc thang. Ý ông nghĩ sao? Công đức của người thiện-nam-tử, thiện-nữ-nhân đó có nhiều chăng?

Vô-Tận-Ý thưa: “Bạch Thế Tôn! Rất nhiều”. Phật nói: “Nếu lại có người thọ trì danh hiệu Quán-Thế-Âm Bồ-Tát, nhẫn đến một thời lễ lạy cúng dường, thì phước của hai người đó bằng nhau không khác, trong trăm nghìn muôn ức kiếp không thể cùng tận. (o)

Vô-Tận-Ý! Thọ trì danh hiệu Quán-Thế-Âm Bồ-Tát được vô lượng vô biên phước đức lợi ích

như thế".

Ngài Vô-Tận-Ý Bồ-Tát bạch Phật rằng: " Thế Tôn! Quán-Thế-Âm Bồ-Tát dạo đi trong cõi Ta bà như thế nào? Sức phương tiện việc đó thế nào?" (o)

Phật bảo Vô-Tận-Ý Bồ-Tát: "Thiện nam tử! Nếu có chúng sanh trong quốc độ nào đáng dùng thân Phật được độ thoát, thời Quán-Thế-Âm Bồ-Tát liền hiện thân Phật mà vì đó nói pháp. (o)

Người đáng dùng thân Duyên giác được độ thoát, liền hiện thân Duyên giác mà vì đó nói pháp.

Người đáng dùng thân Thanh văn được độ thoát, liền hiện thân Thanh văn mà vì đó nói pháp.

Người đáng dùng thân Phạm- vương được độ thoát, liền hiện thân Phạm vương mà vì đó nói pháp.

Người đáng dùng thân Đế-Thích được độ thoát, liền hiện thân Đế-Thích mà vì đó nói pháp.

Người đáng dùng thân Tự Tại Thiên được độ thoát, liền hiện thân Tự-Tại-Thiên mà vì đó nói pháp.

Người đáng dùng thân Đại Tự Tại Thiên được độ thoát, liền hiện thân Đại Tự Tại Thiên mà vì đó nói pháp.

Người đáng dùng thân Thiên-đại-tướng-quân được độ thoát, liền hiện thân Thiên-đại-tướng-quân mà vì đó nói pháp.

Người đáng dùng thân Tỳ-sa-môn được độ thoát, liền hiện thân Tỳ-sa-môn mà vì đó nói pháp.

Người đáng dùng thân Tiểu vương được độ

thoát, liền hiện thân Tiểu vương mà vì đó nói pháp.

Người đáng dùng thân Trưởng giả được độ thoát, liền hiện thân Trưởng giả mà vì đó nói pháp.

Người đáng dùng thân Cư sĩ được độ thoát, liền hiện thân Cư sĩ mà vì đó nói Pháp.

Người đáng dùng thân Tể-quan được độ thoát, liền hiện thân Tể-quan mà vì đó nói pháp.

Người đáng dùng thân Bà-la-môn được độ thoát, liền hiện thân Bà-la-môn mà vì đó nói pháp.

Người đáng dùng thân Tỳ-kheo, Tỳ-kheo-ni, Ưu-bà-tắc, Ưu-bà-di được độ thoát, liền hiện thân Tỳ-kheo, Tỳ-kheo-ni, Ưu-bà-tắc, Ưu-bà-di mà vì đó nói pháp. (o)

Người đáng dùng thân phụ nữ của Trưởng-giả, Cư-sĩ, Tể-quan, Bà-la-môn được độ thoát, liền hiện thân phụ nữ mà vì đó nói pháp.

Người đáng dùng thân đồng-nam, đồng-nữ được độ thoát, liền hiện thân đồng-nam, đồng-nữ mà vì đó nói pháp. (o)

Người đáng dùng thân Trời, Rồng, Dạ-xoa, Càn-thát-bà, A-tu-la, Ca-lâu-la, Khẩn-na-la, Ma-hầu-la-già, nhơn cùng phi nhơn được độ thoát, liền đều hiện ra mà vì đó nói pháp.

Người đáng dùng thân Chấp Kim-Cang thần được độ thoát, liền hiện Chấp-Kim-Cang thần mà vì đó nói pháp.

Vô-Tận-Ý! Quán-Thế-Âm Bồ Tát đó thành tựu công đức như thế, dùng các thân hình, dạo đi trong các cõi nước để độ thoát chúng sanh, cho nên các ông phải một lòng cúng dường Quán-Thế-Âm Bồ-Tát.

Quán-Thế-Âm đại Bồ Tát đó ở trong chỗ nạn gấp sợ sệt hay ban sự vô-úy, cho nên cõi Ta-bà nầy đều gọi Ngài là vị Thí-vô-úy".

Vô-Tận-Ý Bồ-Tát bạch Phật: "Thế Tôn! Con nay phải cúng dường Quán-Thế-Âm Bồ Tát". Liền mở chuỗi ngọc bằng các châu báu nơi cổ giá trị trăm nghìn lạng vàng, đem trao cho Ngài Quán-Thế-Âm mà nói rằng:" Xin Ngài nhận chuỗi trân bảo pháp thí nầy". (o)

Khi ấy Quán-Thế-Âm Bồ-Tát chẳng chịu nhận chuỗi. Ngài Vô-Tận-Ý lại thưa cùng Quán-Thế-Âm Bồ-Tát rằng: "Xin Ngài vì thương chúng tôi mà nhận chuỗi ngọc nầy".

Bấy giờ Phật bảo Quán-Thế-Âm Bồ Tát: "Ông nên thương Vô-Tận-Ý Bồ-Tát nầy và hàng tứ chúng cùng Trời, Rồng, Dạ-xoa, Càn-thát-bà, A-tu-la, Ca-lâu-la, Khẩn-na-la, Ma-hầu-la-già, nhơn và phi nhơn v.v… mà nhận chuỗi ngọc đó. (o)

Tức thời Quán-Thế-Âm Bồ-Tát thương hàng tứ chúng và trời, rồng, nhơn và phi nhơn v.v… mà nhận chuỗi ngọc đó chia làm hai phần: Một phần dâng đức Thích-Ca Mâu Ni Phật, một phần dâng tháp của Phật Đa-Bảo.

Vô-Tận-Ý! Quán-Thế-Âm Bồ-Tát có sức thần tự tại như thế, dạo đi nơi cõi Ta bà.

Lúc đó Ngài Vô-Tận-Ý Bồ-Tát nói kệ hỏi Phật rằng: (o)

Thế-Tôn đủ tướng tốt!
Con nay lại hỏi kia
Phật tử nhân duyên gì?
Tên là Quán-Thế-Âm?

Đấng đầy đủ tướng tốt
Kệ đáp Vô-Tận-Ý:
Ông nghe hạnh Quán-Âm
Khéo ứng các nơi chỗ
Thệ rộng sâu như biển
Nhiều kiếp chẳng nghĩ bàn
Hầu nhiều nghìn đức Phật
Phát nguyện thanh tịnh lớn.
Ta vì ông lược nói
Nghe tên cùng thấy thân
Tâm niệm chẳng luống qua
Hay diệt khổ các cõi. (o)
Giả sử sanh lòng hại
Xô rớt hầm lửa lớn
Do sức niệm Quán-Âm
Hầm lửa biến thành ao.
Hoặc trôi dạt biển lớn
Các nạn quỉ, cá, rồng
Do sức niệm Quán-Âm
Sóng mòi chẳng chìm được. (o)
Hoặc ở chót Tu di
Bị người xô rớt xuống
Do sức niệm Quán-Âm
Như mặt nhật treo không
Hoặc bị người dữ rượt
Rớt xuống núi Kim-Cang
Do sức niệm Quán-Âm
Chẳng tổn đến mảy lông.

Hoặc gặp oán tặc vây
Đều cầm dao làm hại
Do sức niệm Quán-Âm
Đều liền sanh lòng lành.
Hoặc bị khổ nạn Vua
Khi hành hình sắp chết
Do sức niệm Quán-Âm
Dao liền gãy từng đoạn. (o)
Hoặc tù cấm xiềng xích
Tay chân bị gông cùm
Do sức niệm Quán-Âm
Tháo rã được giải thoát
Nguyền rủa, các thuốc độc
Muốn hại đến thân đó
Do sức niệm Quán-Âm
Trở hại nơi bổn nhân. (o)
Hoặc gặp La-sát-dữ
Rồng độc các loài quỉ
Do sức niệm Quán-Âm
Liền đều không dám hại.
Hoặc thú dữ vây quanh
Nanh vuốt nhọn đáng sợ
Do sức niệm Quán-Âm
Vội vàng bỏ chạy thẳng.
Rắn độc cùng bò cạp
Hơi độc khói lửa đốt
Do sức niệm Quán-Âm
Theo tiếng tự bỏ đi.

**Mây sấm nổ sét đánh
Tuôn giá, xối mưa lớn
Do sức niệm Quán-Âm
Liền được tiêu tan cả.
Chúng sanh bị khổ ách
Vô lượng khổ bức thân
Quán-Âm sức trí diệu
Hay cứu khổ thế gian
Đầy đủ sức thần thông
Rộng tu trí phương tiện
Các cõi nước mười phương
Không cõi nào chẳng hiện.
Các loài trong đường dữ:
Địa-ngục, quỉ, súc-sanh,
Sanh, già, bệnh, chết khổ
Lần đều khiến dứt hết.
Chơn-quán thanh-tịnh-quán
Trí-huệ-quán rộng lớn
Bi-quán và từ-quán,
Thường nguyện thường chiêm ngưỡng
Sáng thanh tịnh không nhơ
Tuệ nhật phá các tối
Hay phục tai khói lửa
Khắp soi sáng thế gian.
Lòng bi răn như sấm
Ý tứ diệu dường mây
Xối mưa pháp cam lồ
Dứt trừ lửa phiền não**

Cãi kiện qua chỗ quan
Trong quân trận sợ sệt
Do sức niệm Quán-Âm
Cừu oán đều lui tan.
Diệu-Âm, Quán-Thế-Âm
Phạm-Âm, Hải-Triều-Âm
Tiếng hơn thế gian kia,
Cho nên thường phải niệm.
Niệm niệm chớ sanh nghi
Nơi khổ não nạn chết
Hay vì làm nương cậy.
Đủ tất cả công đức
Mắt lành trông chúng sanh
Biển phước lớn không lường
Cho nên phải đảnh lễ.

Bấy giờ, ngài Trì-Địa Bồ-Tát liền từ chỗ ngồi đứng dậy đến trước Phật bạch rằng: "Thế Tôn! Nếu có chúng sanh nào nghe phẩm Quán-Thế-Âm Bồ Tát Đạo-Nghiệp Tự-Tại, Phổ-Môn Thị-Hiện sức thần thông nầy, thì phải biết công đức người đó chẳng ít". (o)

Lúc Phật nói phẩm Phổ-Môn nầy, trong chúng có tám muôn bốn nghìn chúng sanh đều phát tâm vô-đẳng-đẳng, vô thượng chánh-đẳng chánh-giác. (o)

PHẬT NÓI KINH DIỆU PHÁP LIÊN HOA PHẨM PHỔ MÔN

CHƠN NGÔN VIẾT

Án, đa rị đa rị, đốt đa rị, đốt đốt đa rị, ta bà ha. (3 lần)

LỤC TỰ ĐẠI MINH CHƠN NGÔN:

Án, ma ni bát di hồng. (7 lần)

XƯNG TÁN ĐỨC QUÁN ÂM

Phổ Môn thị hiện
Cứu khổ nhân sinh,
Thuyền từ lướt sóng,
Bốn biển điêu linh
Trùng dương vọng tiếng hồn kinh,
Quán Âm ứng hiện, chúng sinh thoát nàn.

Nam Mô Thánh Quan Tự Tại Bồ Tát Ma Ha Tát. (3 lần) (o)

MƯỜI HAI NGUYỆN LỚN

1. **Nam Mô hiệu Viên-Thông, danh Tự Tại, Quan-Âm Như Lai quảng-phát hoằng thệ nguyện.** (o) (1 lạy)
2. **Nam Mô nhứt niệm tâm vô quái ngại, Quan-Âm Như Lai thường cư Nam Hải**

nguyện. (o) (1 lạy)

3. **Nam Mô trú Ta-Bà U-Minh giới Quan Âm Như-Lai tầm thanh cứu khổ Nguyện.** (o) (1 lạy)
4. **Nam Mô hàng tà ma, trừ yêu quái Quan Âm Như-Lai năng trừ nguy hiểm nguyện.** (o) (1 lạy)
5. **Nam Môt hanh tịnh bình thùy dương liễu, Quan Âm Như-Lai cam-lộ sái tâm nguyện.** (o) (1 lạy)
6. **Nam Mô Đại-Từ bi năng hỉ xả, Quan Âm Như-Lai thường hành bình đẳng nguyện.** (o) (1 lạy)
7. **Nam Mô trú dạ tuần vô tổn hoại, Quan Âm Như-Lai thệ diệt tam đồ nguyện.** (o) (1 lạy)
8. **Nam Mô vọng Nam nham cầu lễ bái, Quan Âm Như-Lai, già tỏa giải thoát nguyện.** (o) (1 lạy)
9. **Nam Mô tạo pháp-thuyền du khổ hải, Quan Âm Như-Lai độ tận chúng sanh nguyện.** (o) (1 lạy)
10. **Nam Mô tiền tràng phan, hậu bảo cái, Quan Âm Như-Lai tiếp dẫn Tây Phương nguyện.** (o) (1 lạy)
11. **Nam Mô Vô Lượng Thọ Phật cảnh giới, Quan Âm Như-Lai Di Đà thọ ký nguyện.** (o) (1 lạy)
12. **Nam Mô đoan nghiêm thân vô tỉ trại, Quan Âm Như-Lai quả tu thập nhị nguyện.** (o) (1 lạy)

KINH BÁT NHÃ BA LA MẬT

Khi Ngài Quán Tự Tại Bồ Tát thực hành sâu xa pháp Bát Nhã Ba La Mật Đa, Ngài soi thấy năm uẩn đều không, qua hết thảy khổ ách.

"Này Xá Lợi Phất, sắc chẳng khác không, không chẳng khác sắc, sắc tức là không, không tức là sắc. Thọ, Tưởng, Hành, Thức cũng đều như thế".

"Này Xá Lợi Phất, 'tướng không của mọi pháp' không sanh, không diệt, không dơ, không sạch, không thêm, không bớt, nên trong 'chân không', không có sắc, không có thọ, tưởng, hành, thức, không có mắt, tai, mũi, lưỡi, thân, ý, không có sắc, thinh, hương, vị, xúc, pháp, không có nhãn giới, cho đến không có ý thức giới, không có vô minh, cũng không có cái hết vô minh, cho đến không có già chết, cũng không có cái hết già chết, không có khổ, tập, diệt, đạo, không có trí huệ, cũng không có chứng đắc.

Vì không có chỗ chứng đắc, nên Bồ Tát y theo Bát Nhã Ba La Mật Đa, tâm không ngăn ngại. Vì không ngăn ngại, nên không sợ hãi, xa hẳn điên đảo, mộng tưởng, đạt tới cứu cánh Niết Bàn.

Chư Phật trong ba đời cũng y theo Bát Nhã Ba La Mật Đa, được đạo quả vô thượng chánh đẳng chánh giác.

Nên biết Bát Nhã Ba La Mật Đa là Đại Thần Chú, là Đại Minh Chú, là Vô Thượng Chú, là Vô Đẳng Đẳng Chú, trừ được hết thảy khổ, chân thật không hư".

Vì vậy, liền nói Chú Bát Nhã Ba La Mật Đa:

"Yết đế, yết đế, ba la yết đế, ba la tăng yết đế, bồ đề tát bà ha". (3 lần) (o)

VÃNG SANH QUYẾT ĐỊNH CHÂN NGÔN

Nam-mô a di đa bà dạ
Đa tha dà đa dạ
Đa địa dạ tha.
A di rị đô bà tỳ
A di rị đa tất đam bà tỳ
A di rị đa tì ca lan đế
A di rị đa, tì ca lan đa
Dà di nị dà dà na
Chỉ đa ca lệ ta bà ha. (3 lần) (o)

NIỆM PHẬT

A Di Đà Phật thân sắc vàng
Tướng tốt quang minh tự trang nghiêm
Năm Tu Di uyển chuyển bạch hào
Bốn biển lớn trong ngần mắt biếc
Trong hào quang hóa vô số Phật
Vô số Bồ tát hiện ở trong
Bốn mươi tám nguyện độ chúng sanh
Chín phẩm sen vàng lên giải thoát
Quy mạng lễ A Di Đà Phật
Ở phương Tây thế giới an lành
Con nay xin phát nguyện vãng sanh
Cúi xin Đức Từ Bi tiếp độ.

Nam-mô Tây-phương Cực-lạc thế-giới, đại-từ đại-bi, A-Di-Đà Phật.

Nam-mô A-Di-Đà Phật. (3 lần) (o)

Nam-mô Đại-bi Quán-Thế-Âm Bồ-tát. (3 lần) (o)

Nam-mô Đại-Thế-Chí Bồ-tát. (3 lần) (o)

Nam-mô Địa-Tạng Vương Bồ-tát. (3 lần) (o)

Nam-mô Thanh-tịnh Đại-Hải chúng Bồ-tát. (3 lần) (ooo)

SÁM CẦU AN

Con quỳ lạy Phật chứng minh
Hai hàng Phật tử tụng kinh cầu nguyền
Cầu cho tín chủ hiện tiền
Nội gia quyến thuộc bình yên điều hòa.
Thọ trường hưởng phước nhàn ca
Phổ Môn kinh tụng trong nhà thảnh thơi
Quán Âm phò hộ vui chơi
Mười hai câu niệm độ đời nên danh.
Thiện nam tín nữ lòng thành
Ăn chay niệm Phật làm lành vái van
Quán Âm xem xét thế gian
Rước người chìm nổi mười phương phiêu trầm (o)
Mau mau niệm Phật Quán Âm
Tai qua nạn khỏi định tâm sáng lòa
Đương cơn lửa cháy đốt ta
Niệm danh Bồ Tát hóa ra sen vàng
Gió đông đi biển chìm thuyền

Niệm danh Bồ Tát sóng tan hết liền.
Tà ma quỉ báo khùng điên
Niệm danh Bồ Tát mạnh liền khôn ngoan.
Vào rừng cọp rắn nghinh ngang
Niệm danh Bồ Tát nó càng chạy xa.
Tội tù ngục tối khảo tra
Quán Âm tưởng niệm thả ra nhẹ nhàng.
Bị trù bị ếm mê man
Quán Âm niệm niệm vái van tịnh bình
Quán Âm thọ ký làm tin
Tùy duyên thuyết Pháp độ mình hết mê.
Nương theo Bồ Tát trở về
Thấy mình ngồi gốc Bồ Đề giống in
Tay cầm bầu nước tịnh bình
Tay cầm nhành liễu quang minh thân vàng
Cam lồ rưới khắp thế gian
Tốt tươi mát mẻ mười phương thanh nhàn
Quán Âm cứu hết tai nàn
Độ đời an lạc mười phương thái bình
Quán Âm Bồ Tát chứng minh độ đời. (o)

TIÊU TAI CÁT TƯỜNG THẦN CHÚ

Nẳng mồ tam mãn đa, mẫu đà nẩm. Á bát ra để, hạ đa xá ta nẳng nẩm. Đát điệt tha. Án, khê khê, khê hế, khê hế, hồng hồng, nhập phạ ra, nhập phạ ra, bát ra nhập phạ ra, bát ra nhập phạ ra, để sắc sá, để sắc sá, sắc trí rị, sắc trí rị, ta phấn tra, ta phấn tra, phiến để ca thất rị duệ, ta

phạ ha. (3 lần)

NGUYỆN AN LÀNH

Nguyện ngày an lành, đêm an lành,
Đêm ngày sáu thời đều an lành,
Tất cả các thời đều an lành,
Xin đấng Từ Bi thường gia hộ.
Nguyện ngày an lành, đêm an lành,
Đêm ngày sáu thời đều an lành,
Tất cả các thời đều an lành,
Xin nguyện Tam Bảo thường gia hộ.
Nguyện ngày an lành, đêm an lành,
Đêm ngày sáu thời đều an lành,
Tất cả các thời đều an lành,
Xin nguyện Hộ Pháp thường ủng hộ.

HỒI HƯỚNG

Cầu an công đức, hạnh nhiệm mầu
Thắng phước bao nhiêu con nguyện cầu
Tất cả chúng sanh trong pháp giới
Hướng về Phật Pháp tỏ đạo mầu.
Nguyện cho ba chướng tiêu tan
Phiền não dứt sạch, huệ căn sang ngời
Cầu cho con được đời đời
Hành Bồ Tát Đạo, cứu đời lầm than.
Nguyện sanh Tây Phương, cõi Lạc Bang
Cha mẹ, sen vàng chín phẩm sanh

Hoa nở, thấy Phật, quả viên thành
Các vị Bồ Tát bạn lành với ta. (o)

PHỤC NGUYỆN

Nam Mô Nhĩ Căn Viên Thông Đại Bi Quan Thế Âm Bồ Tát tác đại chứng minh.

Nam Mô thị hiện ba mươi hai ứng thân, mười bốn công đức vô úy, bốn vô tác diệu đức, thuyết pháp độ sanh, lâm nạn xưng danh, tầm thanh cứu khổ cứu nạn Quan Âm Thế Âm Bồ Tát.

Nam Mô Tam bảo chứng minh, oai thần hộ niệm, hôm nay chúng con là... (Tỳ Kheo Ni...., Sadini...) **cùng với các Phật tử chùa Hương Sen, Perris, California, một dạ chí thành vân tập tại đại hùng bảo điện Hương Sen phúng tụng kinh Phẩm Phổ Môn, Kinh Diệu Pháp Liên Hoa, xưng tán hồng danh cùng niệm Phật kinh hành công đức.**

Nguyện đem công đức này cầu cho Phật sự phát triển chùa Hương Sen, Perris, Califronia, thành chốn tùng lâm nghiêm tu, ngày một thành tựu, được sự ủng hộ gia trì của đàn việt tín tâm, chư thiên hộ pháp, bồ tát và mười phương chư Phật, để Phật nhật tăng huy, pháp luân thường chuyển, mưa thuận gió hòa, quốc thới dân an.

Nguyện đem công đức này cầu an cho Phật tử... (tên, pháp danh, tuổi) **cùng với các vị gia chủ và các Phật tử hiện diện tại đây: tai qua nạn khỏi, tật bịnh tiêu trừ, nghiệp chướng tiêu tan, gia đạo bình an, thân tâm thường an lạc, quanh năm đều được vạn sự cát tường như ý. Nguyện cho các vị**

tâm Bồ đề kiên cố, chí tu học vững bền, tự giác, giác tha, giác hạnh viên mãn.

Lại nguyện đem công đức này cầu siêu cho hương linh... (tên, pháp danh, hưởng thọ) **cùng cửu huyền thất tổ, nội ngoại hai bên, phụ mẫu quá vãng nhiều đời, nhiều kiếp của chúng con và tất cả các hương linh ký tự tại Chùa Hương Sen, anh hùng chiến sĩ, vì nước hy sinh, đồng bào tử nạn, mười hai loại cô hồn, chết sông, chết chợ, đầu đường, xó chợ, nay được an lành, nghe kinh kệ siêu thăng tịnh độ, vượt qua bể khổ, thoát khỏi Ta Bà, sen vàng chín phẩm nở hoa, pháp thân hiện Di Đà thọ ký.**

Sau cùng, nguyện chúng con cùng tất cả chúng sanh đều sớm trọn thành Phật đạo.

Đại chúng đồng niệm: **Nam Mô A Di Đà Phật.** (o)

KÍNH LỄ

(Đại chúng đứng lên)

Bao nhiêu tất cả nhân sư tử
Mười phương ba đời cùng các cõi
Con đem thân miệng ý thanh tịnh
Lạy khắp tất cả không còn dư. (o)

Nhất tâm đảnh lễ, đệ tử chúng con đại vì bốn ân ba cõi chí thành đảnh lễ:

Nam Mô Quá Khứ Trang Nghiêm Kiếp Thiên Phật. (o) (1 lạy)

Nhất tâm đảnh lễ, đệ tử chúng con đại vì bốn ân ba cõi chí thành đảnh lễ:

Nam Mô Hiện Tại Hiền Kiếp Thiên Phật. (o) (1 lạy)

Nhất tâm đảnh lễ, đệ tử chúng con đại vì bốn ân ba cõi chí thành đảnh lễ:

Nam Mô Vị Lai Tinh Tú Kiếp Thiên Phật. (o) (1 lạy)

TAM QUY

Con nương theo Phật, cầu cho chúng sanh
Tin chắc Đạo cả, phát lòng vô thượng. (o) (1 lạy)
Con nương theo Pháp, cầu cho chúng sanh
Thấu rõ kinh tạng, trí huệ như biển. (o) (1 lạy)

Con nương theo Tăng, cầu cho chúng sanh
Kính tín hòa hợp, tất cả không ngại. (ooo) (1 lạy)

Nguyện đem công đức này
Hướng về khắp tất cả
Đệ tử và chúng sanh
Đều trọn thành Phật đạo. (ooo)

BÀI KỆ CHƯ THIÊN

Trời, A-tu-la, Dạ xoa thảy
Đến nghe pháp đó nên chí tâm
Ủng hộ Phật pháp khiến thường còn
Mỗi vị siêng tu lời Phật dạy.
Bao nhiêu người nghe đến chốn này
Hoặc trên đất liền hoặc hư không

Thường với người đời sanh lòng từ
Ngày đêm tự mình nương pháp ở.
Nguyện các thế giới thường an ổn
Phước trí vô biên lợi quần sanh
Bao nhiêu tội chướng thảy tiêu trừ
Xa lìa các khổ về viên tịch.
Hằng dùng giới hương xoa vóc sáng
Thường trì định phục để giúp thân
Hoa mầu bồ đề khắp trang nghiêm
Tùy theo chỗ ở thường an lạc. (o)
Nam mô Tam Châu Cảm Ứng
Hộ Pháp Vi Đà Tôn Thiên Bồ Tát Ma Ha Tát.
(3 lần) (o)

3

NGHI THỨC CÚNG NGỌ

1. Cúng hương
2. Cầu nguyện
3. Khen ngợi Phật
4. Quán tưởng Phật
5. Đảnh lễ
6. Tán dương chi
7. Bát Nhã Tâm Kinh
8. Kệ Khen Phật
9. Nghi Cúng Dường
10. Niệm Phật
11. Sám Mười Nguyện Phổ Hiền Hạnh
12. Hồi hướng
13. Phục nguyện
14. Kính lễ bốn ân, ba cõi
15. Tam quy
16. Bài kệ Chư Thiên

CÚNG HƯƠNG

(Quì ngay thẳng, cầm 3 cây hương dâng ngang trán, chỉ chủ lễ niệm)

Nguyện dâng hương mầu nầy
Cúng dường tất cả Phật
Tôn Pháp, chư Bồ Tát
Thinh Văn và Duyên Giác
Cùng các bậc Thánh Hiền
Duyên khởi đài sáng chói
Khắp xông mười phương cõi
Tỏa ngát các chúng sanh
Đều phát tâm Bồ Đề
Xa lìa các vọng nghiệp
Trọn nên Đạo Vô Thượng.

Nam Mô Hương Cúng Dường Bồ Tát Ma Ha Tát. (o) (1 xá)

CẦU NGUYỆN

Hôm nay, đệ tử chúng con cung đối trước tam bảo, vâng lời dạy của Đức Bổn Sư Thích Ca Mâu Ni Phật, một dạ chí thành, thiết lễ Cúng Ngọ, xưng tán Hồng Danh, tu hành công đức, ngưỡng nguyện mười phương Tam Bảo, từ bi gia hộ …. (quý danh hay đệ tử chúng con), **phiền-não dứt sạch, nghiệp chướng tiêu trừ, thường được an lành, xa lìa khổ ách, cùng hết thảy chúng sanh, một thời đồng chứng Vô Thượng Chánh Đẳng Chánh Giác.** (o)

Nam Mô Tiêu Tai Giáng Kiết Tường Bồ Tát Ma Ha Tát tác đại chứng minh. (o) (1 xá)

KHEN NGỢI PHẬT

Đấng Pháp Vương vô thượng
Ba cõi chẳng ai bằng
Thầy dạy khắp trời, người
Cha lành chung bốn loài
Quy y tròn một niệm
Dứt sạch nghiệp ba kỳ
Xưng dương cùng tán thán
Ức kiếp không cùng tận. (o) (1 xá)

QUÁN TƯỞNG PHẬT

Phật, chúng sanh tánh thường rỗng lặng
Đạo cảm thông không thể nghĩ bàn
Lưới đế châu ví đạo tràng
Mười phương Phật hiện hào quang sáng ngời
Trước bảo tọa thân con ảnh hiện
Cúi đầu xin thệ nguyện quy y. (o)

ĐẢNH LỄ

(Đại chúng đồng tụng)

Chí tâm đảnh lễ:

Nam Mô tận hư không biến pháp giới quá, hiện, vị lai thập phương chư Phật, Tôn Pháp Hiền Thánh Tăng thường trụ Tam Bảo. (o) (1 lạy)

Chí tâm đảnh lễ:

Nam Mô Ta Bà Giáo Chủ Bổn Sư Thích Ca Mâu Ni Phật, Đương Lai Hạ Sinh Di Lặc Tôn

Phật, Đại Trí Văn Thù Sư Lợi Bồ Tát, Đại Hạnh Phổ Hiền Bồ Tát, Hộ Pháp Chư Tôn Bồ Tát, Linh Sơn Hội Thượng Phật Bồ Tát. (o) (1 lạy)

Chí tâm đảnh lễ:

Nam Mô Tây Phương Cực Lạc Thế Giới Đại Từ Đại Bi A Di Đà Phật, Đại Bi Quán Thế Âm Bồ Tát, Đại Thế Chí Bồ Tát, Đại Nguyện Địa Tạng Vương Bồ Tát, Thanh Tịnh Đại Hải Chúng Bồ Tát. (o) (1 lạy)

TÁN DƯƠNG CHI

(Mời ngồi xuống và khai chuông mõ)

Cành dương nước tịnh nhiệm mầu
Rưới tắt muôn vàn cảnh khổ đau
Chư Thiên mát mẻ, tâm thanh tịnh
Nhân thế vui tươi, cảnh an nhàn
Cam lồ rưới khắp trần gian
Lửa sân dứt sạch, sen vàng nở hoa.

Nam Mô Thanh Lương Địa Bồ Tát Ma Ha Tát. (3 lần) (o)

TÂM KINH BÁT NHÃ BA LA MẬT

Nam Mô Bát Nhã Hội Thượng Phật Bồ Tát (3 lần) (o)

Khi Ngài Quán Tự Tại Bồ Tát thực hành sâu xa pháp Bát Nhã Ba La Mật Đa, Ngài soi thấy năm uẩn đều không, qua hết thảy khổ ách.

“Này Xá Lợi Phất, sắc chẳng khác không,

không chẳng khác sắc, sắc tức là không, không tức là sắc. Thọ, Tưởng, Hành, Thức cũng đều như thế".

"Này Xá Lợi Phất, 'tướng không của mọi pháp' không sanh, không diệt, không dơ, không sạch, không thêm, không bớt, nên trong 'chân không', không có sắc, không có thọ, tưởng, hành, thức, không có mắt, tai, mũi, lưỡi, thân, ý, không có sắc, thinh, hương, vị, xúc, pháp, không có nhãn giới, cho đến không có ý thức giới, không có vô minh, cũng không có cái hết vô minh, cho đến không có già chết, cũng không có cái hết già chết, không có khổ, tập, diệt, đạo, không có trí huệ, cũng không có chứng đắc.

Vì không có chỗ chứng đắc, nên Bồ Tát y theo Bát Nhã Ba La Mật Đa, tâm không ngăn ngại. Vì không ngăn ngại, nên không sợ hãi, xa hẳn điên đảo, mộng tưởng, đạt tới cứu cánh Niết Bàn.

Chư Phật trong ba đời cũng y theo Bát Nhã Ba La Mật Đa, được đạo quả vô thượng chánh đẳng chánh giác.

Nên biết Bát Nhã Ba La Mật Đa là Đại Thần Chú, là Đại Minh Chú, là Vô Thượng Chú, là Vô Đẳng Đẳng Chú, trừ được hết thảy khổ, chân thật không hư".

Vì vậy, liền nói Chú Bát Nhã Ba La Mật Đa:

"Yết đế, yết đế, ba la yết đế, ba la tăng yết đế, bồ đề tát bà ha". (3 lần) (o)

KỆ KHEN PHẬT

Trên trời dưới đất không bằng Phật
Thế giới đông tây không thể sánh
Nhân vật xưa nay con biết rõ
Tất cả không ai bằng Thế Tôn.
Nam Mô Bổn Sư Thích Ca Mâu Ni Phật. (3 lần) (o)

CÚNG DƯỜNG:

- Nam Mô Thường Trụ Thập Phương Phật
- Nam Mô Thường Trụ Thập Phương Pháp
- Nam Mô Thường Trụ Thập Phương Tăng
- Nam Mô Bổn Sư Thích Ca Mâu Ni Phật
- Nam Mô Cực Lạc Thế Giới A Di Đà Phật
- Nam Mô Đương Lai Hạ Sinh Di Lặc Tôn Phật
- Nam Mô Dược Sư Lưu Ly Quang Vương Phật
- Nam Mô Đại Trí Văn Thù Sư Lợi Bồ Tát
- Nam Mô Đại Hạnh Phổ Hiền Bồ Tát
- Nam Mô Đại Bi Quán Thế Âm Bồ Tát
- Nam Mô Đại Thế Chí Bồ Tát
- Nam Mô Địa Tạng Vương Bồ Tát
- Nam Mô Hộ Pháp Chư Tôn Bồ Tát
- Nam Mô Già Lam Thánh Chúng Bồ Tát
- Nam Mô Giám Trai Sứ Giả Bồ Tát
- Nam Mô Lịch Đại Tổ Sư Bồ Tát
- Nam Mô Đạo Tràng Hội Thượng Phật Bồ Tát. (o)

CHƠN NGÔN BIẾN THỰC

Nam mô tát phạ đát tha nga đa phạ rô chỉ đế. Án, tam bạt ra, tam bạt ra hồng. (3 lần) (o)

CHƠN NGÔN BIẾN THỦY

Nam mô tô rô bà da, đát tha nga đa da, đát điệt tha.

Án, Tô rô tô rô, bát ra tô rô, bát ra tô rô, ta bà ha. (3 lần) (o)

Sắc hương vị cơm này
Trên cúng dường chư Phật
Đến các bậc hiền thánh
Rồi các giới lục đạo.
Cúng dường không phân biệt
Tất cả đều no đủ
Xin nguyện cho thí chủ
Vượt qua bờ bên kia
Ba đức và sáu vị
Cúng dường Phật và Tăng
Mọi loài trong pháp giới
Cũng thành tâm cúng dường. (o)
Án, nga nga nẳng tam bà phạ phiệt nhật ra hồng. (ba lần) (o)

TÁN PHỔ CÚNG DƯỜNG

Thành tâm hiến cúng toàn cam lộ
Như núi Tu Di chẳng ít hơn

Sắc hương mỹ vị đầy hư không
Xin hãy xót thương mà thọ nhận.
Vừa cúng Phật xong
Nguyện cho chúng sanh
Thực hiện đầy đủ
Sự nghiệp giác ngộ. (ooo)
Nam mô Phổ Cúng Dường Bồ Tát Ma ha tát.
(ba lần) (o)

NIỆM PHẬT

A Di Đà Phật thân sắc vàng
Tướng tốt quang minh tự trang nghiêm
Năm Tu Di uyển chuyển bạch hào
Bốn biển lớn trong ngần mắt biếc
Trong hào quang hóa vô số Phật
Vô số Bồ tát hiện ở trong
Bốn mươi tám nguyện độ chúng sanh
Chín phẩm sen vàng lên giải thoát
Quy mạng lễ A Di Đà Phật
Ở phương Tây thế giới an lành
Con nay xin phát nguyện vãng sanh
Cúi xin Đức Từ Bi tiếp độ.
Nam-mô Tây-phương Cực-lạc thế-giới,
đại-từ đại-bi, A-Di-Đà Phật.
Nam-mô A-Di-Đà Phật. (3 lần) (o)
Nam-mô Đại-bi Quán-Thế-Âm Bồ-tát. (3 lần) (o)
Nam-mô Đại-Thế-Chí Bồ-tát. (3 lần) (o)
Nam-mô Địa-Tạng Vương Bồ-tát. (3 lần) (o)

Nam-mô Thanh-tịnh Đại-Hải chúng Bồ-tát. (3 lần) (ooo)

SÁM MƯỜI NGUYỆN PHỔ HIỀN

Một là kính lễ chư Phật
Hai là xưng tán Như Lai
Ba là quảng tu cúng dường
Bốn là sám hối nghiệp chướng
Năm là tùy hỷ công đức
Sáu là thỉnh chuyển Pháp luân
Bảy là thỉnh Phật trụ thế
Tám là thường học theo Phật
Chín là hằng thuận chúng sinh
Mười là hồi hướng khắp cả.

HỒI HƯỚNG

Cúng ngọ công đức, hạnh nhiệm mầu
Thắng phước bao nhiêu con nguyện cầu
Tất cả chúng sanh trong pháp giới
Hướng về Phật Pháp tỏ đạo mầu.
Nguyện cho ba chướng tiêu tan
Phiền não dứt sạch, huệ căn sang ngời
Cầu cho con được đời đời
Hành Bồ Tát Đạo, cứu đời lầm than.
Nguyện sanh Tây Phương, cõi Lạc Bang
Cha mẹ, sen vàng chín phẩm sanh
Hoa nở, thấy Phật, quả viên thành

Các vị Bồ Tát bạn lành với ta. (o)

PHỤC NGUYỆN

Tam Bảo chứng minh oai thần hộ niệm, Bồ tát, Long thiên, Phạm vương Đế thích và bốn Thiên vương Thiên long bát bộ, Hộ pháp Thần vương tất cả thiện thần thùy từ ủng hộ.

Hôm nay chúng con là... (Tỳ Kheo Ni...., Sadi-ni...) **cùng với các Phật tử chùa Hương Sen, Perris, California, một dạ chí thành vân tập tại đại hùng bảo điện Hương Sen phúng tụng kinh.....** (Cúng Ngọ, Di Đà...), **xưng tán hồng danh cùng niệm Phật kinh hành công đức.**

Nguyện đem công đức này cầu cho Phật sự phát triển chùa Hương Sen, Perris, Califronia, thành chốn tùng lâm nghiêm tu, ngày một thành tựu, được sự ủng hộ gia trì của đàn việt tín tâm, chư thiên hộ pháp, bồ tát và mười phương chư Phật, để Phật nhật tăng huy, pháp luân thường chuyển, mưa thuận gió hòa, quốc thới dân an.

Nguyện đem công đức này cầu an cho Phật tử... (tên, pháp danh, tuổi) **cùng với các vị gia chủ và các Phật tử hiện diện tại đây: tai qua nạn khỏi, tật bịnh tiêu trừ, nghiệp chướng tiêu tan, gia đạo bình an, thân tâm thường an lạc, quanh năm đều được vạn sự cát tường như ý. Nguyện cho các vị tâm Bồ đề kiên cố, chí tu học vững bền, tự giác, giác tha, giác hạnh viên mãn.**

Lại nguyện đem công đức này cầu siêu cho hương linh... (tên, pháp danh, hưởng thọ) **cùng**

cửu huyền thất tổ, nội ngoại hai bên, phụ mẫu quá vãng nhiều đời, nhiều kiếp của chúng con và tất cả các hương linh ký tự tại Chùa Hương Sen, anh hùng chiến sĩ, vì nước hy sinh, đồng bào tử nạn, mười hai loại cô hồn, chết sông, chết chợ, đầu đường, xó chợ, nay được an lành, nghe kinh kệ siêu thăng tịnh độ, vượt qua bể khổ, thoát khỏi Ta Bà, sen vàng chín phẩm nở hoa, pháp thân hiện Di Đà thọ ký.

Sau cùng, nguyện chúng con cùng tất cả chúng sanh đều sớm trọn thành Phật đạo.

Đại chúng đồng niệm: **Nam Mô A Di Đà Phật.** (o)

KÍNH LỄ

(Đại chúng đứng lên)

Bao nhiêu tất cả nhân sư tử
Mười phương ba đời cùng các cõi
Con đem thân miệng ý thanh tịnh
Lạy khắp tất cả không còn dư. (o)

Nhất tâm đảnh lễ, đệ tử chúng con đại vì bốn ân ba cõi chí thành đảnh lễ:

Nam Mô Quá Khứ Trang Nghiêm Kiếp Thiên Phật. (o) (1 lạy)

Nhất tâm đảnh lễ, đệ tử chúng con đại vì bốn ân ba cõi chí thành đảnh lễ:

Nam Mô Hiện Tại Hiền Kiếp Thiên Phật. (o) (1 lạy)

Nhất tâm đảnh lễ, đệ tử chúng con đại vì bốn ân ba cõi chí thành đảnh lễ:

Nam Mô Vị Lai Tinh Tú Kiếp Thiên Phật. (o) (1 lạy)

TAM QUY

Con nương theo Phật, cầu cho chúng sanh
Tin chắc Đạo cả, phát lòng vô thượng. (o) (1 lạy)

Con nương theo Pháp, cầu cho chúng sanh
Thấu rõ kinh tạng, trí huệ như biển. (o) (1 lạy)

Con nương theo Tăng, cầu cho chúng sanh
Kính tín hòa hợp, tất cả không ngại. (ooo) (1 lạy)

Nguyện đem công đức này
Hướng về khắp tất cả
Đệ tử và chúng sanh
Đều trọn thành Phật đạo. (ooo)

BÀI KỆ CHƯ THIÊN

Trời, A-tu-la, Dạ xoa thảy
Đến nghe pháp đó nên chí tâm
Ủng hộ Phật pháp khiến thường còn
Mỗi vị siêng tu lời Phật dạy.
Bao nhiêu người nghe đến chốn này
Hoặc trên đất liền hoặc hư không
Thường với người đời sanh lòng từ
Ngày đêm tự mình nương pháp ở.

Nguyện các thế giới thường an ổn
Phước trí vô biên lợi quần sanh
Bao nhiêu tội chướng thảy tiêu trừ
Xa lìa các khổ về viên tịch.
Hằng dùng giới hương xoa vóc sáng
Thường trì định phục để giúp thân
Hoa mầu bồ đề khắp trang nghiêm
Tùy theo chỗ ở thường an lạc. (o)
Nam mô Tam Châu Cảm Ứng
Hộ Pháp Vi Đà Tôn Thiên Bồ Tát Ma Ha Tát. (3 lần) (o)

4

NGHI THỨC CÚNG TRAI ĐƯỜNG

1. Nghi cúng dường
2. Năm pháp quán
3. Khai kinh kệ
4. Kinh Sám Hối Sáu Căn (Từ Bi, Sáu Pháp Hòa Hợp và Tám Điều Giác Ngộ của Bậc Đại Nhân)
5. Kiết trai
6. Phục nguyện
7. Kinh Quán Chiếu Vô Thường
8. Niệm Phật
9. Hồi hướng
10. Kính lễ bốn ân, ba cõi
11. Tam quy
12. Bài kệ Chư Thiên

CÚNG DƯỜNG

(Ba hồi chuông... để muỗng vô chén cơm, đưa chén cơm ngang trán và thỉnh nâng bát cúng dường)

Cúng dường thanh tịnh Pháp thân Tỳ Lô Giá Na Phật

Viên mãn báo thân Lô Xá Na Phật

Thiên bá ức hóa thân Thích Ca Mâu Ni Phật

Đương lai hạ sanh Di Lặc Tôn Phật

Cực Lạc Thế Giới A Di Đà Phật

Thập phương Tam thế nhất thiết Chư Phật

Đại Trí Văn Thù Sư Lợi Bồ Tát

Đại Hạnh Phổ Hiền Bồ Tát

Đại Bi Quan Thế Âm Bồ Tát

Ma Ha Bát Nhã Ba La Mật. (o)

Thức ăn tinh khiết, cúng dường Chư Phật, Chư Hiền Thánh Tăng, pháp giới hữu tình, thầy đều cúng dường. Khi đang dùng cơm,cầu cho chúng sanh, hành "Thiền duyệt thực" đầy đủ an vui. (o)

(để chén chung trong lòng bàn tay trái, tay phải gắp 7 hạt cơm để vào chung, chú nguyện)

XUẤT SANH

Pháp lực khó nghĩ bàn
Từ bi không chướng ngại
Cơm ít quá thành nhiều
Thí khắp mười phương cõi. (o) (1 xá)

TỐNG THỰC

(Thị giả đem chén cơm ra ngoài tụng)

Đại Bàng chim cánh vàng
Mẹ con quỷ La sát
Chúng khoáng dã quỷ thần
Cam lồ đều no đủ.
Án Mục Đế Tóa Ha. (3 lần) (o)
Này các chúng quỷ thần
Tôi nay khắp cúng dường
Thức Ăn biến mười phương
Tất cả quỷ thần hưởng.
Án Mục Lực Lăng tóa ha. (3 lần) (o)
Án nga nga nẵng tam bà pha phạt nhựt la hồng. (3 lần) (o)

BIẾN THỰC CHÂN NGÔN

Nam mô tát phạ đát tha, nga đa phạ lô chỉ đế, án tam bạt ra, tam bạt ra hồng. (3 lần) (o)

BIẾN THỦY CHÂN NGÔN

Nam Mô tô rô bà da, đát tha nga đa da, đát diệt tha. Án tô rô tô rô, bát ra tô rô, bát ra tô rô, ta bà ha. (3 lần) (o)

PHỔ CÚNG DƯỜNG CHƠN NGÔN

Án nga nga nẵng tam bà phạ phiệt nhật ra hồng. (3 lần) (o)

Chủ lễ xướng:

Phật dạy chúng tăng
Giữ tròn năm quán
Khi ăn tâm loạn
Tín thí khó tiêu
Đại chúng thảy đều
Nhất tâm niệm Phật. (o)

Đại chúng đồng niệm:

Nam Mô A Di Đà Phật. (o)
Án Tam Bạt Ra Dà Da. (7 lần) (o)
(Tay bưng bát giơ ngang trán, niệm)

Tay bưng chén cơm- Cầu cho chúng sanh- Trọn nên pháp khí- Thọ Thiên Nhơn cúng.

Án chỉ rị chỉ rị phạ nhựt ra hồng phấn tra. (3 lần) (o)

(để chén xuống, ăn 3 muỗng cơm lạt và niệm)

1. **Muỗng thứ nhất: Nguyện dứt tất cả điều ác.**
2. **Muỗng thứ hai: Nguyện làm tất cả điều lành.**
3. **Muỗng thứ ba: Nguyện độ tất cả chúng sanh.** (o)

NĂM PHÁP QUÁN

Một là: Xét công nhiều ít, xét chỗ người đem đến.

Hai là: Xét đức hạnh mình tròn hay khuyết để ứng cúng.

Ba là: Phòng tâm lìa lỗi tham, sân, si là gốc.

Bốn là: Món ăn chính là thuốc hay chữa bịnh hình khô sắc héo.

Năm là: Vì thành đạo nghiệp mới thọ cơm này. (o)

KHAI KINH KỆ

Thăm thẳm cao siêu Pháp nhiệm mầu
Trăm ngàn muôn kiếp khó tìm cầu,
Con nay nghe thấy chuyên trì niệm,
Nguyện tỏ Như Lai nghĩa nhiệm mầu.

Nam Mô Bổn Sư Thích Ca Mâu Ni Phật. (3 lần) (o)

(Ni chúng tụng một trong 4 kinh tuần tự (ở trang kế bên): Sám Hối Sáu Căn, Kinh Từ Bi, Kinh Sáu Pháp Hòa Hợp và Kinh Tám Điều Giác Ngộ của Bậc Đại Nhân)

KIẾT TRAI

Cúi đầu quy y Tô Tất Đế, Đầu mặt đảnh lễ thất câu chi, Con nay xưng tán Đại Chuẩn Đề, Duy nguyện từ bi thùy gia hộ. Nam mô tát đa nẫm, tam miệu tam bồ đề, câu chi nẫm, đát diệt tha. Án chiết lệ chủ lệ chuẩn đề , ta bà ha. (3 lần) (o)

Người phát tâm cúng dường
Lợi ích không thể lường
Nay vui mừng bố thí
Sau, của báu vô phương.

Dùng cơm đã xong
Cầu cho chúng sanh
Trọn nhờ Pháp Phật
Thể nhập chân như. (o)

PHỤC NGUYỆN

Thân mặc áo nhớ nỗi vất vã của người thợ dệt,

Ngày ăn cơm nhớ nỗi khổ của kẻ nông phu.

Phổ nguyện: Đàn na tín cúng, tăng trưởng phước điền, pháp giới chúng sanh, trọn thành Phật đạo. (o)

Đại chúng đồng tụng: **Nam Mô A Di Đà Phật.** (o)

Bồ đề diệu pháp biến trang nghiêm
Tùy theo chỗ ở thường an lạc.
Nam Mô Tăng Châu Cảm Ứng Hộ Pháp Vi Đà Tôn Thiên Bồ Tát. (3 lần) (o)

KINH QUÁN CHIẾU VÔ THƯỜNG

Ngày nay đã qua, đời sống ngắn lại
Hãy nhìn cho kỹ, ta đã làm gì?
Đại chúng hãy cùng tinh tấn, thực tập hết lòng
Sống cho sâu sắc và thảnh thơi.
Hãy nhớ vô thường
Đừng để tháng ngày trôi qua oan uổng.

Đừng tìm về quá khứ, đừng tưởng tới tương lai

Quá khứ đã không còn, tương lai thì chưa tới.
Hãy quán chiếu sự sống, trong giờ phút hiện tại
Kẻ thức giả an trú, vững chãi và thảnh thơi.
Phải tinh tiến hôm nay, kẻo ngày mai không kịp
Cái chết đến bất ngờ, không thể nào mặc cả.
Người nào biết an trú, đêm ngày trong chánh niệm
Đó là Đệ tử Phật.

NIỆM PHẬT

(*Nếu đi kinh hành thì tất cả đứng ngay ngắn, đối diện nhau, chấp tay đồng niệm*)

A Di Đà Phật thân sắc vàng
Tướng tốt rực rỡ, hào quang sáng ngời.
Mày trắng tỏa, Tu Di uyển chuyển
Mắt trong ngần, bốn biển long lanh.
Ánh hào quang, hóa vô số Phật
Vô số Bồ tát hiện ở trong.
Bốn mươi tám nguyện độ chúng sanh
Chín phẩm sen vàng lên giải thoát.
Qui mạng lễ A Di Đà Phật
Ở phương tây thế giới an lành.
Con nay xin phát nguyện vãng sanh
Cúi xin Đức Từ Bi nhiếp thọ. (o)
Nam mô Tây Phương Cực Lạc Thế Giới Đại Từ Đại Bi A Di Đà Phật
Nam mô A Di Đà Phật...

5

KINH SÁM HỐI SÁU CĂN

(Tụng ở trai đường trước khi dùng cơm trưa)

Vầng ô vừa hé sáng, mặt đất rạng dần dần
Mắt lóa bao màu sắc, tâm vương mọi cảnh trần
Đừng tham ôm thân xác, hãy sớm cất đầu lên
Sáu niệm luôn luôn nhớ, mong cầu hợp nẻo chân.
Kính tâu đại giác mười phương
Hùng sư tam thế, từ sáu căn ngộ được tánh linh
Nhiếp chín loài về sen chín phẩm
Giờ này vầng hồng chiếu đỉnh.
Trời quang nắng sáng
Nhưng mặt trời lên cao để rồi lặn
Con người có thịnh, ắt có suy
Hình thể chẳng lâu bền.
Sang giàu đâu còn mãi
Ngày nay chẳng tạo nhân lành
Mai sau đi về đường khổ
Cầu khai tâm Phật, bừng sáng chiếu soi
Vô minh tan hết.
Chúng con từ vô thỉ kiếp đến nay
Quên mất bản tâm, không biết đường chánh
Rơi ba đường khổ, bởi sáu căn sai
Không sám lỗi trước, khó tránh hối sau. (o)

1. NGHIỆP CĂN MẮT LÀ:

Nhân ác xem kỹ, nghiệp thiện coi khinh
Lầm nhận hoa giả, quên ngắm trăng thật
Yêu ghét nổi dậy, đẹp xấu tranh giành
Chợt mắt dối sanh, mờ đường chánh kiến.
Trắng qua xanh lại, tía phải vàng sai
Nhìn lệch các thứ, nào khác kẻ mù
Gặp người sắc đẹp, liếc trộm nhìn ngang
Loà mắt chưa sanh, bản lai diện mục.
Thấy ai giàu có, giương mắt mãi nhìn
Gặp kẻ bần cùng, lờ đi chẳng đoái
Người dưng chết chóc, nước mắt ráo khô
Thân quyến qua đời, đầm đìa lệ máu.
Hoặc đến Tam Bảo, hoặc vào chùa chiền
Gần tượng thấy kinh, mắt không thèm ngó
Phòng Tăng điện Phật, gặp gỡ gái trai
Mắt liếc mày đưa, đam mê sắc dục.
Không ngại Hộ Pháp, chẳng sợ Long Thần;
Trố mắt ham vui, đầu chưa từng cúi
Những tội như thế, vô lượng vô biên
Đều từ mắt sanh, phải sa địa ngục
Trải hằng sa kiếp, mới được làm người
Dù được làm người, lại bị mù chột. (o)

2. NGHIỆP CĂN TAI LÀ:

Ghét nghe chánh pháp, thích lắng lời tà
Mê mất gốc chơn, đuổi theo ngoại vọng
Sáo đàn inh ỏi, bảo khúc Long ngâm

Văng vẳng mõ chuông, coi như ếch nhái.
Câu ví bài vè, bỗng nhiên để dạ
Lời kinh câu kệ, không chút lắng tai
Thoảng nghe khen hảo, khấp khởi mong cầu
Biết rõ lời lành, đâu từng ưng nhận.
Vài ba bạn rượu, năm bảy khách chơi
Tán ngắn bàn dài, châu đầu nghe thích
Hoặc gặp thầy bạn, dạy bảo đinh ninh
Những điều hiếu trung, che tai bỏ mặc.
Hoặc nghe tiếng xuyến, bỗng nảy lòng dâm
Nghe nửa câu kinh, liền như tai ngựa
Những tội như thế, vô lượng vô biên
Đầy ắp bụi trần, kể sao cho xiết
Sau khi mạng chung, rơi ba đường ác
Hết nghiệp thọ sanh, lại làm người điếc. (o)

3. NGHIỆP CĂN MŨI LÀ:

Thường tham mùi lạ, trăm thứ ngạt ngào
Chẳng thích chân hương, năm phần thanh tịnh
Lan xông sạ ướp, chỉ thích tìm tòi
Giới định hương huân, chưa từng để mũi.
Trầm đàn thiêu đốt, đặt trước Phật đài
Nghển cổ hít hơi, trộm hương phẩy khói
Theo dõi hương trần, Long Thần chẳng nể
Chỉ thích mùi xằng, trọn không chán mỏi.
Mặt đào má hạnh, lôi kéo chẳng lìa
Cây giác hoa tâm, xoay đi không đoái
Hoặc ra phố chợ, hoặc vào bếp sau

Thấy bẩn thèm ăn, ưa nhơ kiếm nuốt
Chẳng ngại tanh hôi, không kiêng hành tỏi
Mê mãi không thôi, như lợn nằm ổ.
Hoặc chảy nước mũi, hoặc hỉ đàm vàng
Bôi cột quẹt thềm, làm nhơ đất sạch
Hoặc say nằm ngủ, điện Phật phòng Tăng
Hai mũi thở hơi, xông kinh nhơ tượng.
Ngửi sen thành trộm, nghe mùi thành dâm
Không biết không hay, đều do nghiệp mũi
Những tội như thế, vô lượng vô biên
Sau khi mạng chung, đoạ ba đường khổ
Trải nghìn muôn kiếp, mới được làm người
Dù được làm người, quả báo bệnh mũi. (o)

4. NGHIỆP CĂN LƯỠI LÀ:

Tham đủ mọi mùi, thích xét ngon dở
Nếm hết các thứ, biết rõ béo gầy
Sát hại sinh vật, nuôi dưỡng thân mình
Quay rán cá chim, nấu hầm cầm thú.
Thịt tanh béo miệng, hành tỏi ruột xông
Ăn rồi đòi nữa, nào thấy no lâu
Hoặc đến đàn chay, cầu Thần lễ Phật
Cố cam bụng đói, đợi lúc việc xong.
Sáng sớm ăn chay, cơm ít nước nhiều
Giống hệt người đau, gắng nuốt thuốc, cháo
Mắt đầy mỡ thịt, cười nói hân hoan
Rượu chuốc cơm mời, nóng thay nguội đổi.
Bày tiệc đãi khách, cưới gả cho con

Giết hại chúng sanh, vì ba tấc lưỡi
Nói dối bày điều, thêu dệt bịa thêm
Hai lưỡi bỗng sanh, ác khẩu dấy khởi.
Chửi mắng Tam Bảo, nguyền rủa mẹ cha
Khinh khi Hiền thánh, lừa dối mọi người
Chê bai người khác, che giấu lỗi mình
Bàn luận cổ kim, khen chê này nọ.
Khoe khoang giàu có, lăng nhục người nghèo
Xua đuổi Tăng-Ni, chửi mắng tôi tớ
Lời dèm thuốc độc, nói khéo tiếng đàn
Tô vẽ điều sai, nói không thành có
Oán hờn nóng lạnh, phỉ nhổ non sông
Tán dóc Tăng phòng, ba hoa Phật điện.
Những tội như thế, vô lượng vô biên
Ví như cát bụi, đếm không thể cùng
Sau khi mạng chung, vào ngục Bạt thiệt
Cày sắt kéo dài, nước đồng rót mãi
Quả báo hết rồi, muôn kiếp mới sanh
Dù được làm người lại bị câm bặt. (o)

5. NGHIỆP CĂN THÂN LÀ:

Tinh cha huyết mẹ, chung hợp nên hình
Năm tạng trăm hài, cùng nhau kết hợp
Chấp cho là thật, quên mất pháp thân
Sinh dâm, sát, trộm bèn thành ba nghiệp.

a. Nghiệp sát sinh là:

Luôn làm bạo ngược, chẳng khởi nhân từ

Giết hại bốn loài, đâu biết một thể
Lầm hại cố giết, tự làm dạy người
Hoặc tìm thầy bùa, đem về ếm đối.
Hoặc làm thuốc độc, để hại sinh linh
Chỉ cốt hại người, không hề thương vật
Hoặc đốt núi rừng, lấp cạn khe suối
Buông chài bủa lưới, xuýt chó thả chim
Thấy nghe tuỳ hỷ, niệm dấy tưởng làm
Cử động vận hành, đều là tội lỗi. (o)

b. Nghiệp trộm cắp là:
Thấy tài bảo người, thầm khởi tâm tà
Phá khoá cạy then, sờ bao mò túi
Thấy của thường trụ, lòng dấy khởi tham
Trộm của nhà chùa, không sợ Thần giận
Không những vàng ngọc, mới mắc tội to
Ngọn cỏ cây kim, đều thành nghiệp trộm. (o)

c. Nghiệp tà dâm là:
Lòng mê nhan sắc, mắt đắm phấn son
Chẳng đoái liêm trinh, riêng sanh lòng dục
Hoặc nơi đất Phật, chánh điện phòng Tăng
Cư sĩ gái trai, đụng chạm đùa giỡn.
Tung hoa ném quả, đạp cẳng kề vai
Khoét ngạch trèo tường, đều là dâm nghiệp
Những tội như thế, vô lượng vô biên
Đến lúc mạng chung, đều vào địa ngục
Gái nằm giường sắt, trai ôm cột đồng

Muôn kiếp tái sanh, lại chịu tội báo. (o)

6. NGHIỆP CĂN Ý LÀ:

Nghĩ vơ nghĩ vẩn, không lúc nào dừng
Mắc mứu tình trần, kẹt tâm chấp tướng
Như tằm kéo kén, càng buộc càng bền
Như bướm lao đèn, tự thiêu tự đốt
Hôn mê chẳng tỉnh, điên đảo dối sanh
Não loạn tâm thần, đều do ba độc. (o)

a. Tội keo tham là:
Âm mưu ghen ghét, keo cú vét vơ
Mười vốn ngàn lời, còn cho chưa đủ
Của chứa tợ sông, lòng như hũ chảy
Rót vào lại hết, nên nói chưa đầy.
Tiền mục lúa hư, không cứu đói rét
Lụa là chất đống, nào có giúp ai
Được người mấy trăm, chưa cho là nhiều
Mất mình một đồng, tưởng như hao lớn.
Trên từ châu báu, dưới đến tơ gai
Kho đụn chất đầy, chưa từng bố thí
Bao nhiêu sự việc, ngày tính đêm lo
Khổ tứ lao thần, đều từ tham nghiệp. (o)

b. Tội nóng giận là:
Do tham làm gốc, lửa giận tự thiêu
Quắc mắt quát to, tiêu tan hòa khí
Không riêng người tục, cả đến thầy tu

Kinh luận tranh giành, cùng nhau công kích.
Chê cả sư trưởng, nhiếc đến mẹ cha
Cỏ nhẫn héo vàng, lửa độc rực cháy
Buông lời hại vật, cất tiếng hại người
Không nhớ từ bi, chẳng theo luật cấm
Bàn thiền tợ Thánh, trước cảnh như ngu
Dầu ở cửa Không, chưa thành vô ngã
Như cây sinh lửa, lửa cháy đốt cây
Những tội trên đây, đều do nghiệp giận. (o)

c. Tội ngu si là:
Căn tánh đần độn, ý thức tối tăm
Chẳng hiểu tôn ti, không phân thiện ác
Chặt cây hại mạng, giết gấu gãy tay
Mắng Phật chuốc ương, phun Trời ướt mặt.
Quên ơn quên đức, bội nghĩa bội nhân
Không tỉnh không xét, đều do si nghiệp
Những tội như thế, rất nặng rất sâu
Đến lúc mạng chung, rơi vào địa ngục.
Trải ngàn muôn kiếp, mới được thọ sanh
Dù được thọ sanh, lại mắc ngu báo
Nếu không sám hối, đâu được tiêu trừ
Nay trước Phật đài, thảy đều sám hối. (o)
Nam mô Cầu Sám Hối Bồ-tát Ma-ha-tát. (3 lần) (o)

(Phật Hoàng Trần Nhân Tông –Trúc Lâm Sơ Tổ)

6

KINH TỪ BI (METTA SUTTA)

(Tụng trước khi kiết trai quả đường)

Người hằng mong thanh tịnh:
Nên thể hiện pháp lành
Có khả năng, chất phác
Hiền hòa, không kiêu mạn.

Sống dễ dàng, tri túc
Thanh đạm không rộn ràng
Lục căn luôn trong sáng
Trí tuệ càng hiển minh
Chuyên cần, không quyến niệm
hông làm điều ác nhỏ
Mà bậc trí hiền chê. (o)

Nguyện thái bình an lạc
Nguyện tất cả sinh linh
Tràn đầy muôn hạnh phúc
Chúng sinh dù yếu mạnh
Lớn nhỏ hoặc trung bình
Thấp cao không đồng đẳng.

Hết thảy chúng hữu tình
Lòng từ không phân biệt
Hữu hình hoặc vô hình

Đã sinh hoặc chưa sinh
Gần xa không kể xiết
Nguyện tất cả sinh linh
Tràn đầy muôn hạnh phúc. (o)

Đừng lừa đảo lẫn nhau
Chớ bất mãn điều gì
Đừng mong ai đau khổ
Vì tâm niệm sân si
Hoặc vì nuôi oán tưởng.

Hãy mở rộng tình thương
Hy sinh như từ mẫu
Suốt đời lo che chở
Đứa con một của mình
Hãy phát tâm vô lượng
Đến tất cả sinh linh. (o)

Từ Bi gieo cùng khắp
Cả thế gian khổ ải
Trên dưới và quanh mình
Không hẹp hòi oan trái
Không hờn giận căm thù.

Khi đi, đứng, ngồi, nằm
Bao giờ còn thức tỉnh
Giữ niệm từ bi nầy
Thân tâm thường thanh tịnh

Phạm hạnh chính là đây.

Ai xả ly kiến thủ
Có giới hạnh nghiêm trì
Đạt Chánh trí viên mãn
Không ái nhiễm dục trần
Thoát ly đường sinh tử. (o)

7

KINH SÁU PHÁP HÒA HỢP

(*Tụng trước khi kiết trai quả đường*)

THÂN HÒA cùng ở một nơi
Đồng lo một việc, chung vui chung sầu
Những ngày sống ở bên nhau
Đừng mong chia rẽ, đừng sầu tấc gan. (o)

MIỆNG HÒA lời nói diệu dàng
Ôn tồn chân thật, lại càng quý hơn
Khuyên ai chớ nói xa gần
Những lời khiêu khích, gợi phần hơn thua. (o)

LỜI NÓI không mất tiền mua
Lựa lời mà nói, cho vừa lòng nhau
Ý hòa vui đẹp biết bao
Bể đông tát cạn, lời nào có sai. (o)

Cuộc đời sở dĩ chông gai
Bởi không đồng ý, bởi lời hòai nghi
LỢI HÒA thì phải phân chia
Dù quý hay tiện, đồng thời quân phân. (o)

Chữ lợi làm mất nghĩa nhân
Là người con Phật, lòng hằng nhớ ghi
GIỚI HÒA đồng phải tu trì

Giữ gìn chặt chẽ, khắc ghi trong lòng. (o)

Những khi nhàn rỗi thong dong
KIẾN HÒA đồng giải, tỏ cùng nhau hay
Những gì học hỏi lâu nay
Đem ra bàn bạc, để thay chuyện trò. (o)

Những gì đẹp đẽ hay ho
Đừng nên giấu giếm, phải cho nhau tường
Kỉnh hòa sáu pháp rõ ràng
Người làm gương sang, là hàng xuất gia
Hằng ngày đọc tụng thiết tha
Gắng ghi trong dạ, để mà tu thân! (o)

8

KINH TÁM ĐIỀU GIÁC NGỘ CỦA CÁC BẬC ĐẠI NHÂN

(Tụng trước khi kiết trai quả đường)

Là đệ tử Phật thường phải hết lòng
ngày đêm tụng niệm Bát Đại Nhân Giác. (o)

Một là giác ngộ, thế gian vô thường
Đất nước mong manh, tứ đại khổ không
ngũ ấm vô ngã, sinh diệt biến đổi
Hư ngụy không chủ, tâm là nguồn ác
thân là rừng tội, quán chiếu như thế, dần lìa
sinh tử. (o)

Hai là giác ngộ, đa dục là khổ
Sinh tử nhọc nhằn, đều do tham dục
thiểu dục vô vi, thân tâm tự tại. (o)

Ba là giác ngộ, lòng dục không cùng
Tìm kiếm chẳng ngừng, thêm lớn tội lỗi
Bồ Tát trái lại, thường niệm tri túc
Sống nghèo hành đạo
xem tuệ giác là, sự nghiệp duy nhất. (o)

Bốn là giác ngộ, vì tính lười biếng

Nên bị đọa lạc, phải tinh tiến tu
Phá giặc phiền não, hàng phục tứ ma
thoát ngục ấm giới. (o)

Năm là giác ngộ, chỉ vì si mê, nên có sinh tử
Bồ tát thường nhớ, học rộng nghe nhiều
nuôi dưỡng trí tuệ
Thành tựu biện tài, giáo hóa chúng sanh
khiến cho mọi người, được niềm vui lớn. (o)

Sáu là giác ngộ chỉ vì nghèo khổ mà kết nhiều oán
Tạo nhiều duyên ác, Bồ tát bố thí
không nệ oán thân
Xóa bỏ thù hận, không ghét kẻ ác. (o)

Bảy là giác ngộ, năm thứ dục lạc, gây thành tội nạn
Người đã xuất gia, tuy ở cõi tục, không nhiễm
thói đời
pháp khí chỉ là ba y một bát
chí nguyện xuất trần, giữ đạo thanh bạch
phạm hạnh cao vời
Đem lòng từ bi, đối với muôn loại. (o)

Tám là giác ngộ, ngọn lửa sinh tử
đang cháy hừng hực, thống khổ vô biên
phát tâm đại thừa, độ cho tất cả
nguyện thay chúng sanh
Chịu vô lượng khổ, khiến cho muôn loài

hòan toàn đạt tới, niềm vui to lớn. (o)

Tám điều nói trên, các bậc đại nhân
Phật và Bồ Tát, đã giác ngộ được
Các ngài tinh tấn, hành đạo theo đó
un đúc từ bi, phát triển trí tuệ
Cưỡi thuyền pháp thân, tới bến niết bàn
Sau khi trở về trong cõi sinh tử, các ngài sử dụng. (o)

Tám điều nói trên, để mà khai đạo
cho chúng sinh thấy, cái khổ sinh tử
tâm lìa ngũ dục, vào con đường thánh
Nếu đệ tử Phật, đọc tụng quán chiếu
tám điều nói trên, thì trong mỗi giây
diệt vô lượng tội, tiến về giác ngộ
mau thành chánh giác, vĩnh viễn xa lìa
cõi sinh tử khổ, và thường trú mãi, nơi cõi an lạc. (o)

(*Sư Ông Nhất Hạnh*)

9

NGHI THỨC CÔNG PHU CHIỀU

KINH A DI ĐÀ
& MÔNG SƠN THÍ THỰC

1. Cúng hương
2. Cầu nguyện
3. Khen ngợi Phật
4. Quán tưởng Phật
5. Đảnh lễ
6. Tán dương chi
7. Chú Đại Bi
8. Kệ khai kinh
9. Kinh A Di Đà
10. Ngợi khen công đức Phật A Di Đà
11. Nghi Mông Sơn Thí Thực
12. Bát Nhã Tâm Kinh
13. Niệm Phật
14. Sám hối cầu siêu
15. Tán lễ
16. Khuyến tu
17. Hồi hướng
18. Phục nguyện
19. Kính lễ bốn ân, ba cõi
20. Tam quy
21. Bài kệ Chư Thiên

CÚNG HƯƠNG

(Quì ngay thẳng, cầm 3 cây hương dâng ngang trán, chỉ chủ lễ niệm)

Nguyện dâng hương mầu nầy
Cúng dường tất cả Phật
Tôn Pháp, chư Bồ Tát
Thinh Văn và Duyên Giác
Cùng các bậc Thánh Hiền
Duyên khởi đài sáng chói
Khắp xông mười phương cõi
Tỏa ngát các chúng sanh
Đều phát tâm Bồ Đề
Xa lìa các vọng nghiệp
Trọn nên Đạo Vô Thượng.
Nam Mô Hương Cúng Dường Bồ Tát Ma Ha Tát. (o) (1 xá)

CẦU NGUYỆN CÚNG MÔNG SƠN

(Chủ lễ nguyện)

Hôm nay, đệ tử chúng con là ..., tại... cung đối trước tam bảo, nguyện trì tụng Kinh A Di Đà và Mông Sơn Thí Thực, xưng tán Hồng Danh, tu hành công đức.

Chúng con sắm sửa hương hoa phẩm vật, cúng thí Âm Hồn Các Đảng, vất vưởng thê lương, không nhà không cửa, không nơi nương tựa, đói khát thảm thương, hoặc nơi chiến trường hoang dã, ngã gục tan thây, hoặc nơi thâm sơn cùng cốc, rắn độc gấu beo, hoặc nơi sông sâu biển rộng, cá,

sấu vây quanh, xé nát thân ra, từng manh miếng nhỏ. Tất cả oan hồn yểu tử, nay mời về núp bóng Từ Quang, dự đàn thí thực, nương nhờ Phật lực, câu kinh, sớm được siêu sinh Tịnh Độ. Ngưỡng mong Phật đức cao dày, từ bi gia hộ. (o)

Nam Mô U Minh Giáo Chủ, Cứu Khổ Bổn Tôn, Cứu Bạt Minh Đồ, Đại Nguyện Địa Tạng Vương Bồ Tát tác đại chứng minh. (o) (1 xá)

KHEN NGỢI PHẬT

Đấng Pháp Vương vô thượng
Ba cõi chẳng ai bằng
Thầy dạy khắp trời, người
Cha lành chung bốn loài
Quy y tròn một niệm
Dứt sạch nghiệp ba kỳ
Xưng dương cùng tán thán
Ức kiếp không cùng tận. (o) (1 xá)

QUÁN TƯỞNG PHẬT

Phật, chúng sanh tánh thường rỗng lặng
Đạo cảm thông không thể nghĩ bàn
Lưới đế châu ví đạo tràng
Mười phương Phật hiện hào quang sáng ngời
Trước bảo tọa thân con ảnh hiện
Cúi đầu xin thệ nguyện quy y. (o)

ĐẢNH LỄ

(Đại chúng đồng tụng)

Chí tâm đảnh lễ:

Nam Mô tận hư không biến pháp giới quá, hiện, vị lai thập phương chư Phật, Tôn Pháp Hiền Thánh Tăng thường trụ Tam Bảo. (o) (1 lạy)

Chí tâm đảnh lễ:

Nam Mô Ta Bà Giáo Chủ Bổn Sư Thích Ca Mâu Ni Phật, Đương Lai Hạ Sinh Di Lặc Tôn Phật, Đại Trí Văn Thù Sư Lợi Bồ Tát, Đại Hạnh Phổ Hiền Bồ Tát, Hộ Pháp Chư Tôn Bồ Tát, Linh Sơn Hội Thượng Phật Bồ Tát. (o) (1 lạy)

Chí tâm đảnh lễ:

Nam Mô Tây Phương Cực Lạc Thế Giới Đại Từ Đại Bi A Di Đà Phật, Đại Bi Quán Thế Âm Bồ Tát, Đại Thế Chí Bồ Tát, Đại Nguyện Địa Tạng Vương Bồ Tát, Thanh Tịnh Đại Hải Chúng Bồ Tát. (o) (1 lạy)

TÁN DƯƠNG CHI

(Mời ngồi xuống và khai chuông mõ)

Cành dương nước tịnh nhiệm mầu
Rưới tắt muôn vàn cảnh khổ đau
Chư Thiên mát mẻ, tâm thanh tịnh
Nhân thế vui tươi, cảnh an nhàn
Cam lồ rưới khắp trần gian
Lửa sân dứt sạch, sen vàng nở hoa.

Nam Mô Thanh Lương Địa Bồ Tát Ma Ha Tát. (3 lần) (o)

CHÚ ĐẠI-BI

Nam Mô Đại Bi Hội Thượng Phật Bồ Tát. (3 lần) (o)

Thiên thủ thiên nhãn vô ngại đại-bi tâm đà-la-ni.

Nam Mô hắc ra đát na, đa ra dạ da. Nam Mô a rị da, bà lô yết đế, thước bát ra da, Bồ-đề tát đỏa bà da, ma ha tát đỏa bà da, ma ha ca lô ni ca da, án, tát bàn ra phạt duệ số đát na đát tỏa.

Nam Mô tất kiết lật đỏa y mông a rị da, bà lô kiết đế thất Phật ra lăng đà bà.

Nam Mô na ra cẩn trì hê rị ma ha bàn đa sa mế, tát bà a tha đậu thâu bằng, a thệ dựng, tát bà tát đa, na ma bà già, ma phạt đạt đậu, đát điệt tha. Án a bà lô hê, lô ca đế, ca ra đế, di hê rị, ma ha bồ-đề tát đỏa, tát bà tát bà, ma ra ma ra, ma hê ma hê, rị đà dựng, cu lô cu lô kiết mông, độ lô độ lô, phạt xà da đế, ma ha phạt xà da đế, đà ra đà ra, địa rị ni, thất Phật ra da, dá ra dá ra. Mạ mạ phạt ma ra, mục đế lệ, y hê y hê, thất na thất na a ra sâm Phật ra xá-lợi, phạt sa phạt sâm, Phật ra xá da, hô lô hô lô ma ra, hô lô hô lô hê rị, ta ra ta ra, tất rị tất rị, tô rô tô rô, bồ-đề dạ bồ-đề dạ, bồ-đà dạ, bồ-đà dạ, di đế rị dạ, na ra cẩn trì địa rị sắc ni na, ba dạ ma na ta bà ha. Tất đà dạ ta bà ha. Ma ha tất đà dạ ta bà ha. Tất đà du nghệ thất bàn ra dạ, ta bà ha. Na ra cẩn trì ta bà ha. Ma ra na ra ta bà ha. Tất ra tăng a mục khê da, ta bà ha. Ta bà ma ha, a tất đà dạ, ta bà ha. Giả kiết ra a tất đà dạ, ta bà ha. Ba đà ma yết tất đà dạ, ta bà ha. Na ra cẩn trì bàn đà ra dạ, ta bà

ha. Ma bà lị thắng yết ra dạ, ta bà ha.

Nam Mô hắc ra đát na, đa ra dạ da. Nam Mô a rị da, bà lô yết đế, thước bàng ra dạ, ta bà ha.

Án tất điện đô, mạn đa ra, bạt đà dạ, ta bà ha. (3 lần) (o)

Nam mô Thập phương Thường trú Tam Bảo. (3 lần) (o)

KỆ KHAI KINH

Thăm thẳm cao siêu Pháp nhiệm mầu
Trăm ngàn muôn kiếp khó tìm cầu,
Con nay nghe thấy chuyên trì niệm,
Nguyện tỏ Như Lai nghĩa nhiệm mầu.

Nam Mô Bổn Sư Thích Ca Mâu Ni Phật. (3 lần) (o)

Nam Mô Liên Trì Hải Hội Phật Bồ Tát. (3 lần) (o)

PHẬT NÓI KINH A DI ĐÀ KỲ VIÊN ĐẠI HỘI

Ta nghe như vầy: Một thuở nọ Đức Phật ở nơi vườn Kỳ Thọ, cấp Cô Độc nước Xá-Vệ, cùng với một nghìn hai trăm năm mươi vị đại Tỳ kheo câu hội: đều là bậc A La Hán mọi người đều quen biết, như là:

Trưởng lão Xá-Lợi-Phất, Đại Mục-Kiền-Liên, Đại Ca-Diếp, Ma-Ha Ca-Chiên-Diên, Ma-Ha Câu-Hy-La, Ly-Bà-Đa, Châu-Lợi-Bàn-Đà-Già, Na-Đà, A-Nan-Đà, La-Hầu-La, Kiều-Phạm-Ba-

Đề, Tân Đầu-Lư-Phả-La-Đọa, Ca-Lưu-Đà-Di, Ma-Ha Kiếp Tân Na, Bạc-Câu-La, A-Nâu-Lầu-Đà, những vị đại đệ tử như thế.

Và hàng Đại Bồ Tát, Văn-Thù-Sư-Lợi: Pháp-Vương-Tử, A-Dật-Đa Bồ Tát, Càn-Đà-Ha-Đề Bồ Tát, Thường-Tinh-Tấn Bồ tát. cùng với các vị Đại Bồ tát như thế và với vô lượng chư Thiên như ông Thích-Đề-Hòan-Nhơn..v..v.. đại chúng cùng đến dự hội. (o)

Y BÁO CHÁNH BÁO

Bấy giờ đức Phật bảo ngài Trưởng lão Xá-Lợi-Phất rằng: "Từ đây qua phương Tây quá mười muôn ức cõi Phật, có thế giới tên là Cực Lạc, trong thế giới đó có đức Phật hiệu là A Di Đà hiện nay đương nói pháp. (o)

Y BÁO TRANG NGHIÊM

Xá Lợi Phất! Cõi đó vì sao tên là Cực lạc?

Vì chúng sanh trong cõi đó không có bị những sự khổ, chỉ hưởng những điều vui, nên nước đó tên là Cực Lạc.

Xá Lợi Phất! Lại trong cõi Cực Lạc có bảy từng bao lơn, bảy từng mành lưới, bẩy từng hàng cây, đều bằng bốn chất báu bao bọc giáp vòng, vì thế nên nước đó tên là Cực Lạc.

Xá Lợi Phất! Lại trong cõi Cực Lạc có ao bằng bẩy chất báu, trong ao đầy dẫy nước đủ tám công đức, đáy ao thuần dùng cát vàng trải làm đất.

Vàng bạc, lưu ly, pha lê hiệp thành những thềm, đường ở bốn bên ao; trên thềm đường có lầu gác cũng đều nghiêm sức bằng vàng, bạc, lưu ly, pha lê, xa cừ, xích châu, mã não.

Trong ao có hoa sen lớn như bánh xe: hoa sắc xanh thời ánh sáng xanh, sắc vàng thời ánh sáng vàng, sắc đỏ thời ánh sáng đỏ, sắc trắng thời ánh sánh trắng, mầu nhiệm thơm tho trong sạch. (o)

Xá Lợi Phất! Cõi nước Cực Lạc thành tựu công đức trang nghiêm dường ấy.

Xá Lợi Phất! Lại trong cõi nước của đức Phật đó, thường trổi nhạc trời, đất bằng vàng ròng, ngày đêm sáu thời rưới hoa trời mạn đà la.

Chúng sanh trong cõi đó thường vào lúc sáng sớm, đều lấy đãy hoa đựng những hoa tốt đem cúng dường mười muôn ức đức Phật ở phương khác, đến giờ ăn liền trở về bổn quốc ăn cơm xong đi kinh hành. (o)

Xá Lợi Phất! Cõi nước Cực Lạc thành tựu công đức trang nghiêm dường ấy.

Lại nữa, Xá-Lợi-Phất! Cõi đó thường có những giống chim mầu sắc xinh đẹp lạ thường, nào chim Bạch hạt, Khổng-tước, Anh-võ, Xá-lợi, Ca-lăng-tần-già, Cộng-mạng; những giống chim đó ngày đêm sáu thời kêu tiếng hòa nhã.

Tiếng chim đó diễn nói những pháp như ngũ căn, ngũ lực, thất bồ đề phần, bát thánh đạo phần..v..v.. Chúng sanh trong cõi đó nghe tiếng chim xong thảy đều niệm Phật, niệm Pháp, niệm Tăng! (o)

Xá-Lợi-Phất! Ôngchớ cho rằng những giống chim đó thiệt là do tội báo sanh ra. Vì sao?

Vì cõi của đức Phật đó không có ba đường dữ. Xá-Lợi-Phất! Cõi của đức Phật đó tên đường dữ còn không có huống gì lại có sự thật. Những giống chim đó là do đức Phật A Di Đà muốn làm cho tiếng pháp được tuyên lưu mà biến hóa làm ra đấy thôi.

Xá-Lợi-Phất! Trong cõi nước của đức Phật đó, gió nhẹ thổi động các hàng cây báu và động mành lưới báu, làm vang ra tiếng vi diệu, thí dụ như trăm nghìn thứ nhạc đồng một lúc hòa chung.

Người nào nghe tiếng đó tự nhiên đều sanh lòng niệm Phật, niệm Pháp, niệm Tăng.

Xá-Lợi-Phất! Cõi nước của đức Phật đó thành tựu công đức trang nghiêm dường ấy. (o)

CHÁNH BÁO VÔ LƯỢNG THÙ THẮNG

Xá-Lợi-Phất! Nơi ý ông nghĩ sao? Đức Phật đó vì sao hiệu là A Di Đà?

Xá-Lợi-Phất! Đức Phật đó, hào quang sáng chói vô lượng, soi suốt các cõi nước trong mười phương không bị chướng ngại vì thế nên hiệu là A Di Đà.

Xá-Lợi-Phất! Đức Phật đó và nhân dân của Ngài sống lâu vô lượng vô biên a tăng kỳ kiếp, nên hiệu là A Di Đà.

Xá-Lợi-Phất! Đức Phật A Di Đà thành Phật nhẫn lại đến nay, đã được mười kiếp.

Xá-Lợi-Phất! Lại đức Phật đó có vô lượng vô biên Thanh Văn đệ tử đều là bực A La Hán, chẳng phải tính đếm mà có thể biết được, hàng Bồ tát chúng cũng đông như thế.

Xá-Lợi-Phất! Cõi nước của đức Phật đó thành tựu công đức trang nghiêm dường ấy.

Xá-Lợi-Phất! Lại trong cõi cực lạc, những chúng sanh vãng sanh vào đó đều là bực bất thối chuyển.

Trong đó có rất nhiều vị bực nhất sanh bổ xứ, số đó rất đông, chẳng phải tính đếm mà biết được, chỉ có thể dùng số vô lượng vô biên a-tăng-kỳ để nói thôi!

Xá-Lợi-Phất! Chúng sanh nào nghe những điều trên đây, nên phải phát nguyện cầu sanh về nước đó.

Vì sao? Vì đặng cùng với các bậc Thượng thiện nhơn như thế câu hội một chỗ. (o)

NHƠN HẠNH VÃNG SANH

Xá-Lợi-Phất! Chẳng có thể dùng chút ít thiện căn phước đức nhơn duyên mà được sanh về cõi đó.

Xá-Lợi-Phất! Nếu có thiện nam tử, thiện nữ nhân nào nghe nói đức Phật A Di Đà, rồi chấp trì danh hiệu của đức Phật đó, hoặc trong một ngày, hoặc hai ngày, hoặc ba ngày, hoặc bốn ngày, hoặc năm ngày, hoặc sáu ngày, hoặc bẩy ngày, một lòng không tạp loạn.

Thời người đó đến lúc lâm chung đức Phật

A Di Đà cùng hàng Thánh Chúng hiện thân ở trước người đó.

Người đó lúc chết tâm thần không điên đảo, liền được vãng sanh về cõi nước Cực Lạc của đức Phật A Di Đà.

Xá-Lợi-Phất! Ta thấy có sự lợi ích ấy nên nói những lời như thế.

Nếu có chúng sinh nào, nghe những lời trên đó, nên phải phát nguyện sanh về cõi nước Cực Lạc. (o)

SÁU PHƯƠNG PHẬT ĐỒNG KHUYÊN TIN

Xá-Lợi-Phất! Như Ta hôm nay ngợi khen công đức lợi ích chẳng thể nghĩ bàn của đức Phật A Di Đà, phương Đông cũng có đức A-Súc-Bệ-Phật, Tu-Di-Tướng Phật, Đại-Tu-Di Phật, Tu-Di-Quang Phật, Diệu-Aâm Phật; Hằng hà sa số những đức Phật như thế đều ở tại nước mình, hiện ra tướng lưỡi rộng dài trùm khắp cõi tam thiên đại thiên mà nói lời thành thật rằng: "Chúng sanh các ngươi phải nên tin kinh: Xưng Tán Bất Khả Tư Nghị Công Đức Nhất Thiết Chư Phật Sở Hộ Niệm Này". (o)

Xá-Lợi-Phất! Thế giới phương Nam, có đức Nhật- Nguyệt-Đăng Phật, Danh-Văn-Quang Phật, Đại-Diệm-Kiên Phật, Tu Di-Đăng Phật, Vô-Lượng-Tinh-Tấn Phật. Hằng hà sa số những đức Phật như thế, đều tại nước mình, hiện ra tướng lưỡi rộng dài trùm khắp cõi tam thiên đại thiên mà nói lời thành thật rằng: "Chúng sanh

các ngươi phải nên tin kinh: Xưng Tán Bất Khả Tư Nghị Công Đức Nhất Thiết Chư Phật Sở Hộ Niệm Này". (o)

Xá-Lợi-Phất! Thế giới phương Tây, có đức Vô Lượng-Thọ Phật, Vô-Lượng-Tướng Phật, Vô-Lượng-Tràng Phật, Đại Quang Phật, Đại-Minh Phật, Bửu-Tướng Phật, Tịnh-Quang Phật. Hằng hà sa số những đức Phật như thế, đều tại nước mình, hiện ra tướng lưỡi rộng dài trùm khắp cõi tam thiên đại thiên mà nói lời thành thật rằng: "Chúng sanh các ngươi phải nên tin kinh: Xưng Tán Bất Khả Tư Nghị Công Đức Nhất Thiết Chư Phật Sở Hộ Niệm Này".(o)

Xá-Lợi-Phất! Thế giới phương Bắc, có đức Diệm-Kiên-Phật, Tối-Thắng-Aâm Phật, Nan-Trở Phật, Nhựt-Sanh Phật, Võng-Minh Phật. Hằng hà sa số những đức Phật như thế, đều tại nước mình, hiện ra tướng lưỡi rộng dài trùm khắp cõi tam thiên đại thiên mà nói lời thành thật rằng: "Chúng sanh các ngươi phải nên tin kinh: Xưng Tán Bất Khả Tư Nghị Công Đức Nhất Thiết Chư Phật Sở Hộ Niệm Này". (o)

Xá-Lợi-Phất! Thế giới phương dưới, có đức Sư-Tử Phật, Danh-Văn Phật, Danh-Quang Phật, Đạt-Mạ Phật, Pháp-Tràng Phật, Trì-Pháp Phật. Hằng hà sa số những đức Phật như thế, đều tại nước mình, hiện ra tướng lưỡi rộng dài trùm khắp cõi tam thiên đại thiên mà nói lời thành thật rằng: "Chúng sanh các ngươi phải nên tin kinh: Xưng Tán Bất Khả Tư Nghị Công Đức Nhất Thiết Chư Phật Sở Hộ Niệm Này". (o)

Xá-Lợi-Phất! Thế giới phương trên, có đức Phạm-Aâm Phật, Tú-Vương Phật, Hương-Thượng Phật, Hương-Quang Phật, Đại-Diệm-Kiên Phật, Tạp-Sắc Bửu-Hoa-Nghiêm-Thân Phật, Ta La-Thọ-Vương Phật, Bửu-Hoa Đức Phật, Kiến-Nhất-Thiết-Nghĩa Phật, Như-Tu-Di-Sơn Phật. Hằng hà sa số những đức Phật như thế, đều tại nước mình, hiện ra tướng lưỡi rộng dài trùm khắp cõi tam thiên đại thiên mà nói lời thành thật rằng: "Chúng sanh các ngươi phải nên tin kinh: Xưng Tán Bất Khả Tư Nghị Công Đức Nhất Thiết Chư Phật Sở Hộ Niệm Này". (o)

Xá-Lợi-Phất! Nơi ý của ông nghĩ thế nào, vì sao tên là kinh: Nhứt-Thiết Chư Phật Sở Hộ Niệm?

Xá-Lợi-Phất! Vì nếu có thiện nam tử, thiện nữ nhân nào nghe kinh này mà thọ trì đó, và nghe danh hiệu của đức Phật, thời những thiện nam tử cùng thiện nữ nhân ấy đều được tất cả các đức Phật hộ niệm, đều được không thối chuyển nơi đạo Vô thượng chánh đẳng chánh giác. (o)

Xá-Lợi-Phất! Cho nên các ông đều phải tin nhận lời của Ta và của các đức Phật nói.

Xá-Lợi-Phất! Nếu có người đã phát nguyện, hiện nay phát nguyện, sẽ phát nguyện muốn sanh về cõi nước của đức Phật A Di Đà, thời những người ấy đều đặng không thối chuyển nơi đạo Vô Thượng Chánh Đẳng Chánh Giác; nơi cõi nước kia, hoặc đã sanh về rồi, hoặc hiện nay sanh về, hoặc sẽ sanh về.

Xá-Lợi-Phất! Cho nên các thiện nam tử thiện

nữ nhân nếu người nào có lòng tin thời phải nên phát nguyện sanh về cõi nước kia. (o)

THUYẾT KINH BẤT KHÓ

Xá-Lợi-Phất! Như ta hôm nay ngợi khen công đức chẳng thể nghĩ bàn của các đức Phật, các đức Phật đó cũng ngợi khen công đức chẳng thể nghĩ bàn của Ta mà nói lời nầy: "Đức Thích Ca Mâu Ni Phật hay làm được việc rất khó khăn hi hữu, có thể ở trong cõi Ta Bà đời ác năm món trược: kiếp trược, kiến trược, phiền não trược, chúng sanh trược, mạng trược trung, mà Ngài chứng được ngôi Vô Thượng Chánh Đẳng Chánh Giác, Ngài vì các chúng sanh nói kinh pháp mà tất cả thế gian khó tin này".(o)

Xá-Lợi-Phất! Phải biết rằng Ta ở trong đời ác ngũ trược thật hành việc khó này: đặng thành bậc Vô Thượng Chánh Giác và vì tất cả thế gian nói kinh pháp khó tin này, đó là rất khó!

Đức Phật nói kinh này rồi, ngài Xá-Lợi-Phất cùng các vị Tỳ kheo, tất cả trong đời: Trời, Người, A-Tu-La, v..v.. nghe lời của đức Phật dạy, đều vui mừng tin nhận đảnh lễ mà lui ra. (o)

NGỢI KHEN CÔNG ĐỨC PHẬT A DI ĐÀ

Giáo chủ cõi Tây Phương
Đức Phật A Di Đà
Phát bốn mươi tám nguyện
Hướng dẫn đường chúng sanh,

Đài sen rực rỡ sẵn sàng
Quan Âm, Thế Chí hai hàng tiếp nghinh.
Nam Mô Tịnh Độ Phẩm Bồ Tát Ma Ha Tát.
(3 lần) (o)

ÁN THỈNH CÔ HỒN

Hỡi Cô Hồn trước sau tề tựu
Nghe lời khuyên để sửa lỗi mình
Quán Âm, Địa Tạng oai linh
Thích Ca Phật Tổ, câu kinh giải nàn.
Hỡi uổng tử hồn oan phưởng phất
Noi tâm lành của Phật làm gương
Ta bà cực khổ trăm đường
Mau tu thì được Phật thương độ trì. (o)

Hỡi hương hồn chết chìm đáy biển
Và bao người ngộ độc bỏ thân
Nghe chuông thức tỉnh dần dần
Đừng ham danh lợi phù trần nhiễu nhương.

Hỡi Cô Hồn chết thiêu chết chém.
Hổ giảo thân bị yểm bị trù
Lắng nghe kinh kệ sớm tu
Khỏi vòng xích sắt tội tù nghiệp oan.

Hỡi hồn thác trong cơn binh lửa
Chết phong ba, chết giữa núi non
Khi nghe chuông giục boong boong

Hương thơm tỏa khắp, hồn còn nghe kinh.

Hỡi hồn ở đầu gành cuối bãi
Nương gió mây, phảng phất lời xưa
Hồn ơi, hồn hỡi tránh chừa
Những người gian ác dối lừa Phật tiên.

Các hồn bị gấu, beo, rắn cắn
Cùng những hồn số vắn vô danh
Hãy nghe Kinh Kệ ăn năn lỗi mình
Rồi đây hồn sẽ vô ngần thảnh thơi.

Hỡi những hồn vì lời dèm xiểm
Đã hủy mình chết lụn căm gan
Sớm nghe Kinh Kệ, lời vàng
Phật liền dẫn lối chỉ đàng hồn tu.

Xin hồn tỉnh hướng về Phật Tổ
Ngài từ bi cứu độ vong linh
Bao hồn sinh tử tử sinh
Hôm nay hồn được nghe Kinh Pháp mầu. (o)

NGHI THỨC MÔNG SƠN THÍ THỰC

Nam Mô Diệm-Nhiên Vương Bồ Tát Ma Ha Tát. (3 lần) (o)

Lửa đói đốt thành sắt chảy
Cô Hồn đói khát than van
Muốn sanh về chốn Lạc Bang

Hoa Nghiêm phúng tụng vài hàng như sau:
"Nếu muốn biết rõ:
Ba đời chư Phật
Quán "Pháp Giới Tánh"
Đều do tâm tạo."

CHÚ PHÁ ĐỊA NGỤC

Án dà ra đế da ta bà ha. (3 lần) (o)

CHÚ THỈNH CÔ HỒN

Nam mô bộ bộ đế rị dà rị đa rị đát đa nga đa da. (3 lần) (o)

CHÚ GIẢI OAN KIẾT

Án tam đà ra dà đà ta bà ha. (3 lần) (o)

Nam mô Đại Phương Quảng Phật Hoa Nghiêm Kinh. (3 lần) (o)

(Tụng 7 câu dưới đây, tụng 3 lần, 1 tiếng chuông)

Nam mô thường trụ thập phương Phật,
Nam mô thường trụ thập phương Pháp,
Nam mô thường trụ thập phương Tăng,
Nam mô Bổn Sư Thích Ca Mâu Ni Phật,
Nam mô Đại Bi Quán Thế âm Bồ Tát,
Nam mô Minh Dương Cứu Khổ Địa Tạng Vương Bồ Tát,
Nam mô khải giáo A Nan Đà Tôn Giả. (3 lần) (o)

Quy y Phật, quy y Pháp, quy y Tăng.

Quy y Phật đấng phước trí vẹn toàn

Quy y Pháp Đạo thoát ly tham dục

Quy y Tăng bậc tu hành cao tột.

Quy y Phật rồi, quy y Pháp rồi, quy y Tăng rồi. (3 lần) (o)

1. PHẬT TỬ đã tạo các nghiệp ác, đều bởi vô thỉ tham sân, si, từ thân, miệng, ý phát sinh ra, tất cả Phật tử đều sám hối.

2. HỮU TÌNH đã tạo các nghiệp ác, đều bởi vô thỉ tham sân, si, từ thân, miệng, ý phát sinh ra, tất cả hữu tình đều sám hối.

3. CÔ HỒN đã tạo các nghiệp ác, đều bởi vô thỉ tham sân, si, từ thân, miệng, ý phát sinh ra, tất cả cô hồn đều sám hối.

Chúng sanh không số lượng, thệ nguyện đều độ hết

Phiền não không cùng tận, thệ nguyện đều dứt sạch

Pháp môn không kể xiết, thệ nguyện đều tu học

Phật Đạo không gì hơn, thệ nguyện trọn viên thành. (3 lần) (o)

CHÚ DIỆT ĐỊNH NGHIỆP

Án bát ra mạt lân đà nảnh ta bà ha. (3 lần) (o)

CHÚ DIỆT NGHIỆP CHƯỚNG

Án a lổ lặc kế ta bà ha. (3 lần) (o)

CHÚ KHAI YẾT HẦU

Án bộ bộ đế rị dà rị đa rị đát đa nga đa da. (3 lần) (o)

CHÚ TAM MUỘI DA GIỚI

Án tam muội da tát đoa phạm. (3 lần) (o)

CHÚ BIẾN THỰC

Nam mô tát phạ đát tha,
nga đa phạ lồ chỉ đế,
án tam bạt ra,
tam bạt ra hồng. (3 lần) (o)

CHÚ CAM LỒ THỦY

Nam mô tô rô bà da,
đát tha nga đa da,
đát điệt tha, án tô rô tô rô,
bát ra tô rô, bát ra tô rô,
ta bà ha. (3 lần) (o)

CHÚ NHỨT TỰ THỦY LUÂN

Án noan noan noan noan noan. (3 lần) (o)

CHÚ NHŨ HẢI

Nam mô tam mãn đa mẫu đà nẩm án noan. (3 lần) (o)

(Tụng 7 câu dưới đây, tụng 3 lần, 1 tiếng chuông)

Nam mô Đa Bảo Như Lai
Nam mô Bảo Thắng Như Lai
Nam mô Diệu Sắc Thân Như Lai
Nam mô Quảng Bát Thân Như Lai
Nam mô Ly Bố Úy Như Lai
Nam mô Cam Lồ Vương Như Lai
Nam Mô A Di Đà Như Lai. (3 lần) (o)

1. Oai linh thần chú phi thường,
(thực phẩm) biến thành Tịnh Pháp Thực,
cúng thí vô số chúng PHẬT TỬ,
cầu cho no ấm, hết xan tham,
thoát khỏi U minh về cõi Tịnh,
quy y Tam Bảo rõ Đạo mầu,
rốt ráo trọn nên bậc Vô Thượng,
công đức không lường ở vị lai,
tất cả Phật tử Đồng Pháp Thực. (o)

2. Oai linh thần chú phi thường,
(Thế Pháp) biến thành Pháp Thí Thực,
cúng thí vô số loài HỮU TÌNH,
cầu cho no ấm, hết xan tham,
thoát khỏi U minh về cõi Tịnh,
quy y Tam Bảo rõ Đạo mầu,

rốt ráo trọn nên bậc Vô Thượng,
công đức không lường ở vị lai,
tất cả hữu tình Đồng Pháp Thực. (o)

3. Oai linh thần chú phi thường,
(nước mát) biến thành nước cam lồ,
cúng thí vô số chúng CÔ HỒN,
cầu cho no ấm, hết xan tham,
thoát khỏi U minh về cõi Tịnh,
quy y Tam Bảo rõ Đạo mầu,
rốt ráo trọn nên bậc Vô Thượng,
công đức không lường ở vị lai,
tất cả cô hồn Đồng Pháp Thực. (o)
(Ra bàn cúng thí, cầm khánh và tụng tiếp)

1. Tất cả chúng PHẬT TỬ
Tôi nay nguyện cúng dường
Cơm này biến khắp mười phương
Các hàng Phật tử miên trường ấm no.
Nguyện đem công đức này
Hướng về khắp tất cả
Tôi và các Phật tử
Đều trọn thành Phật Đạo. (o)

2. Tất cả chúng HỮU TÌNH
Tôi nay nguyện cúng dường
Cơm này biến khắp mười phương
Hữu tình các loại miên trường ấm no.

Nguyện đem công đức này
Hướng về khắp tất cả
Tôi và các hữu tình
Đều trọn thành Phật Đạo. (o)

3. Tất cả chúng CÔ HỒN
Tôi nay nguyện cúng dường
Cơm này biến khắp mười phương
Cô hồn các loại miên trường ấm no.
Nguyện đem công đức này
Hướng về khắp tất cả
Tôi và các cô hồn
Đều trọn thành Phật Đạo. (o)

CHÚ THÍ VÔ GIÁ THỰC

Án mục lực lăng ta bà ha. (3 lần) (o)

CHÚ PHỔ CÚNG DƯỜNG

Án nga nga nẳng tam bà,
phạ phiệt nhựt ra hồng. (3 lần) (o)
(Trở về bàn Phật)

KINH BÁT NHÃ BA LA MẬT

Khi Ngài Quán Tự Tại Bồ Tát thực hành sâu xa pháp Bát Nhã Ba La Mật Đa, Ngài soi thấy năm uẩn đều không, qua hết thảy khổ ách.

"Này Xá Lợi Phất, sắc chẳng khác không,

không chẳng khác sắc, sắc tức là không, không tức là sắc. Thọ, Tưởng, Hành, Thức cũng đều như thế".

"Này Xá Lợi Phất, 'tướng không của mọi pháp' không sanh, không diệt, không dơ, không sạch, không thêm, không bớt, nên trong 'chân không', không có sắc, không có thọ, tưởng, hành, thức, không có mắt, tai, mũi, lưỡi, thân, ý, không có sắc, thinh, hương, vị, xúc, pháp, không có nhãn giới, cho đến không có ý thức giới, không có vô minh, cũng không có cái hết vô minh, cho đến không có già chết, cũng không có cái hết già chết, không có khổ, tập, diệt, đạo, không có trí huệ, cũng không có chứng đắc.

Vì không có chỗ chứng đắc, nên Bồ Tát y theo Bát Nhã Ba La Mật Đa, tâm không ngăn ngại. Vì không ngăn ngại, nên không sợ hãi, xa hẳn điên đảo, mộng tưởng, đạt tới cứu cánh Niết Bàn.

Chư Phật trong ba đời cũng y theo Bát Nhã Ba La Mật Đa, được đạo quả vô thượng chánh đẳng chánh giác.

Nên biết Bát Nhã Ba La Mật Đa là Đại Thần Chú, là Đại Minh Chú, là Vô Thượng Chú, là Vô Đẳng Đẳng Chú, trừ được hết thảy khổ, chân thật không hư".

Vì vậy, liền nói Chú Bát Nhã Ba La Mật Đa:

"Yết đế, yết đế, ba la yết đế, ba la tăng yết đế, bồ đề tát bà ha". (3 lần) (o)

CHÚ VÃNG SANH QUYẾT ĐỊNH CHÂN NGÔN

Nam mô a di đa bà dạ,
đa tha dà đa dạ,
đa địa dạ tha,
a di rị đô bà tì,
a di rị đa tất đam bà tì,
a di rị đa tì ca lăn đế,
a di rị đa tì ca lăn đa,
dà di nị dà dà na,
chỉ đa ca lệ ta bà ha. (3 lần) (o)

NIỆM PHẬT

A Di Đà Phật thân sắc vàng
Tướng tốt quang minh tự trang nghiêm
Năm Tu Di uyển chuyển bạch hào
Bốn biển lớn trong ngần mắt biếc
Trong hào quang hóa vô số Phật
Vô số Bồ tát hiện ở trong
Bốn mươi tám nguyện độ chúng sanh
Chín phẩm sen vàng lên giải thoát
Quy mạng lễ A Di Đà Phật
Ở phương Tây thế giới an lành
Con nay xin phát nguyện vãng sanh
Cúi xin Đức Từ Bi tiếp độ.
Nam Mô Tây-phương Cực-lạc thế-giới,
đại-từ đại-bi, A-Di-Đà Phật.

Nam Mô A-Di-Đà Phật. (3 lần) (o)
Nam Mô Đại-bi Quán-Thế-Âm Bồ-tát. (3 lần) (o)
Nam Mô Đại-Thế-Chí Bồ-tát. (3 lần) (o)
Nam Mô Địa-Tạng Vương Bồ-tát. (3 lần) (o)
Nam Mô Thanh-tịnh Đại-Hải chúng Bồ-tát. (3 lần) (ooo)

SÁM CẦU SIÊU

**Trên bảo tọa khói hương nghi ngút
Tấm lòng thành chí thiết từ đây
Mây lành năm sắc phủ vây
Chở che nhân loại lắm thay oan hồn.
Vẫn biết chữ "tử qui sanh ký"
Người trần ai ai dễ sống lâu
Nhân vì nghĩa nặng ân sâu
Thương tình đồng loại với nhau một giòng
Sanh bất hạnh nhằm đời mạt Pháp
Chịu trăm bề khốn khổ xiết bao
Sống thời vất vả lao đao
Chết không toàn thể thây giao tử thần.
Nay chúng con hết lòng cầu khẩn
Xin Phật từ cứu độ vong linh
Ngưỡng nhờ chư Phật cao minh
Xót thương nhân loại phù sinh vô thường.
Hễ có sinh là có bi thương
Kiếp luân hồi lắm nẻo tai ương
Hữu hình hữu hoại, vô thường
Có không không có là phường phù du.**

Dầu tài sắc trăm năm cũng thế
Kiếp phù sinh há dễ sống lâu
Oan hồn trôi nổi đâu đâu
Ráng nghe kinh kệ ngõ hầu siêu thăng.
Xin kíp đến qui y Tam Bảo
Nước nhành dương rửa sạch lòng trần
Gội nhuần Phật Đức thâm ân
Bao nhiêu tội chướng cũng lần tiêu tan.
Nay hết lúc hồn vương ảo ảnh
Kíp trở về thắng cảnh Tây Phương
Oan hồn nương khói hương thơm
Tiêu diêu Cực Lạc sớm hôm an nhàn. (o)

TÁN LỄ

Tán lễ Tây Phương
Cực Lạc thanh lương
Sen vàng chín phẩm ngát hương
Cây báu bảy hàng
Nhạc trời reo vang
A Di Đà Phật
Phóng ánh hào quang
Hóa Đạo chúng sanh vô lượng
Đến bờ giải thoát yên vui
Hiện tiền đệ tử xưng dương
Cầu sanh An Dưỡng
Hiện tiền đại chúng tán dương
Đồng sanh An Dưỡng. (o)

KHUYẾN TU

(Chỉ chủ lễ xướng)

Ngày nay lại đã qua rồi
Mạng căn huyết mạch lần hồi khô khan
Dường như cá cạn ở ao
Khổ thêm nào có chút nào vui đâu
Cần tu cứu lửa cháy đầu
Đừng cho sái buổi như chầu đế vương
Biết thân mỏng mảnh không thường
Sớm còn tối mất lo phương cứu mình. (o)

HỒI HƯỚNG

(Đại chúng đồng tụng)

Cúng thí công đức, hạnh nhiệm mầu
Thắng phước bao nhiêu con nguyện cầu
Tất cả chúng sanh trong pháp giới
Hướng về Phật Pháp tỏ đạo mầu.
Nguyện cho ba chướng tiêu tan
Phiền não dứt sạch, huệ căn sang ngời
Cầu cho con được đời đời
Hành Bồ Tát Đạo, cứu đời lầm than.
Nguyện sanh Tây Phương, cõi Lạc Bang
Cha mẹ, sen vàng chín phẩm sanh
Hoa nở, thấy Phật, quả viên thành
Các vị Bồ Tát bạn lành với ta. (o)

PHỤC NGUYỆN

Tam Bảo chứng minh oai thần hộ niệm, Bồ tát, Long thiên, Phạm vương Đế thích và bốn Thiên vương Thiên long bát bộ, Hộ pháp Thần vương tất cả thiện thần thùy từ ủng hộ.

Hôm nay chúng con là... (Tỳ Kheo Ni...., Sa-dini...) **cùng với các Phật tử chùa Hương Sen, Perris, California, một dạ chí thành vân tập tại đại hùng bảo điện Hương Sen phúng tụng kinh A Di Đà cùng cúng Mông Sơn Thí Thực, xưng tán hồng danh cùng niệm Phật kinh hành công đức. Nguyện đem công đức này cầu cho Phật sự phát triển chùa Hương Sen thành chốn tùng lâm nghiêm tu, ngày một thành tựu, được sự ủng hộ gia trì của đàn việt tín tâm, chư thiên hộ pháp, bồ tát và mười phương chư Phật, để Phật nhật tăng huy, pháp luân thường chuyển, mưa thuận gió hòa, quốc thới dân an.**

Nguyện đem công đức này cầu cho Phật sự phát triển chùa Hương Sen, Perris, Califronia, thành chốn tùng lâm nghiêm tu, ngày một thành tựu, được sự ủng hộ gia trì của đàn việt tín tâm, chư thiên hộ pháp, bồ tát và mười phương chư Phật, để Phật nhật tăng huy, pháp luân thường chuyển, mưa thuận gió hòa, quốc thới dân an.

Nguyện đem công đức này cầu an cho Phật tử... (tên, pháp danh, tuổi) **cùng với các vị gia chủ và các Phật tử hiện diện tại đây: tai qua nạn khỏi, tật bịnh tiêu trừ, nghiệp chướng tiêu tan, gia đạo bình an, thân tâm thường an lạc, quanh năm đều được vạn sự cát tường như ý. Nguyện cho các vị**

tâm Bồ đề kiên cố, chí tu học vững bền, tự giác, giác tha, giác hạnh viên mãn.

Lại nguyện đem công đức này cầu siêu cho hương linh... (tên, pháp danh, hưởng thọ) **cùng cửu huyền thất tổ, nội ngoại hai bên, phụ mẫu quá vãng nhiều đời, nhiều kiếp của chúng con và tất cả các hương linh ký tự tại Chùa Hương Sen, anh hùng chiến sĩ, vì nước hy sinh, đồng bào tử nạn, mười hai loại cô hồn, chết sông, chết chợ, đầu đường, xó chợ, nay được an lành, nghe kinh kệ siêu thăng tịnh độ, vượt qua bể khổ, thoát khỏi Ta Bà, sen vàng chín phẩm nở hoa, pháp thân hiện Di Đà thọ ký.**

Sau cùng, nguyện chúng con cùng tất cả chúng sanh đều sớm trọn thành Phật đạo.

Đại chúng đồng niệm: **Nam Mô A Di Đà Phật.** (o)

KÍNH LỄ

(Đại chúng đứng lên)

Bao nhiêu tất cả nhân sư tử
Mười phương ba đời cùng các cõi
Con đem thân miệng ý thanh tịnh
Lạy khắp tất cả không còn dư. (o)

Nhất tâm đảnh lễ, đệ tử chúng con đại vì bốn ân ba cõi chí thành đảnh lễ:

Nam Mô Quá Khứ Trang Nghiêm Kiếp Thiên Phật. (o) (1 lạy)

Nhất tâm đảnh lễ, đệ tử chúng con đại vì bốn ân ba cõi chí thành đảnh lễ:

Nam Mô Hiện Tại Hiền Kiếp Thiên Phật. (o) (1 lạy)

Nhất tâm đảnh lễ, đệ tử chúng con đại vì bốn ân ba cõi chí thành đảnh lễ:

Nam Mô Vị Lai Tinh Tú Kiếp Thiên Phật. (o) (1 lạy)

TAM QUY

Con nương theo Phật, cầu cho chúng sanh
Tin chắc Đạo cả, phát lòng vô thượng. (o) (1 lạy)

Con nương theo Pháp, cầu cho chúng sanh
Thấu rõ kinh tạng, trí huệ như biển. (o) (1 lạy)

Con nương theo Tăng, cầu cho chúng sanh
Kính tín hòa hợp, tất cả không ngại. (ooo) (1 lạy)

Nguyện đem công đức này
Hướng về khắp tất cả
Đệ tử và chúng sanh
Đều trọn thành Phật đạo. (ooo)

BÀI KỆ CHƯ THIÊN

Trời, A-tu-la, Dạ xoa thảy
Đến nghe pháp đó nên chí tâm
Ủng hộ Phật pháp khiến thường còn
Mỗi vị siêng tu lời Phật dạy.

Bao nhiêu người nghe đến chốn này
Hoặc trên đất liền hoặc hư không
Thường với người đời sanh lòng từ
Ngày đêm tự mình nương pháp ở.
Nguyện các thế giới thường an ổn
Phước trí vô biên lợi quần sanh
Bao nhiêu tội chướng thảy tiêu trừ
Xa lìa các khổ về viên tịch.
Hằng dùng giới hương xoa vóc sáng
Thường trì định phục để giúp thân
Hoa mầu bồ đề khắp trang nghiêm
Tùy theo chỗ ở thường an lạc. (o)
Nam mô Tam Châu Cảm Ứng
Hộ Pháp Vi Đà Tôn Thiên Bồ Tát Ma Ha Tát.
(3 lần) (o)

10

NGHI THỨC KHÓA TỊNH ĐỘ

KINH A DI ĐÀ

1. Cúng hương
2. Cầu nguyện
3. Khen ngợi Phật
4. Quán tưởng Phật
5. Đảnh lễ
6. Tán thán Phật A Di Đà
7. Sám nguyện
8. Tán dương chi
9. Chú Đại Bi
10. Kệ khai kinh
11. Kinh A Di Đà
12. Ngợi khen công đức Phật A Di Đà
13. Mười hai nguyện An Dưỡng Quốc
14. Đại Thế Chí Bồ Tát niệm Phật viên thông
15. Bát Nhã Tâm Kinh
16. Niệm Phật
17. Mười hai lễ kính lạy Phật A Di Đà
18. Sám nguyện vãng sanh Tây Phương Cực Lạc
19. Văn phát nguyện
20. Hồi hướng
21. Phục nguyện
22. Kính lễ bốn ân, ba cõi
23. Tam quy
24. Bài kệ Chư Thiên

CÚNG HƯƠNG

(Quì ngay thẳng, cầm 3 cây hương dâng ngang trán, chỉ chủ lễ niệm)

Nguyện dâng hương mầu nầy
Cúng dường tất cả Phật
Tôn Pháp, chư Bồ Tát
Thinh Văn và Duyên Giác
Cùng các bậc Thánh Hiền
Duyên khởi đài sáng chói
Khắp xông mười phương cõi
Tỏa ngát các chúng sanh
Đều phát tâm Bồ Đề
Xa lìa các vọng nghiệp
Trọn nên Đạo Vô Thượng.
Nam Mô Hương Cúng Dường Bồ Tát. (o) (1 xá)

CẦU NGUYỆN TỊNH ĐỘ

Hôm nay, đệ tử chúng con... tại..., vâng lời Phật dạy, cung đối trước tam bảo, nguyện phúng tụng A Di Đà kinh chú, trì niệm sáu chữ hồng danh A Di Đà Phật.

Ngưỡng mong mười phương Tam Bảo, Bổn Sư Thích Ca Mâu Ni Phật, Tiếp dẫn Đạo sư A Di Đà Phật, Long Hoa Giáo Chủ Di Lặc Tôn Phật, Đại Bi Quán Thế Âm Bồ Tát, Đại Lực Đại Thế Chí Bồ Tát, Đại Nguyện Địa Tạng Vương Bồ Tát, chư tôn Bồ Tát, chư Hiền Thánh Tăng, từ bi gia hộ đệ tử chúng con phiền não dứt sạch, tội chướng tiêu trừ, thường được an lành, xa lìa

khổ ách, tâm bồ đề kiên cố, chí tu học vững bền, phước tuệ song tu, trang nghiêm Tịnh độ, mai hậu được Phật Di Đà thọ ký.

Nguyện cầu các chân linh, bốn loài, sáu cõi, sớm rõ đường lành, thoát vòng mê muội, ra khỏi u đồ, siêu sinh Lạc quốc. Âm, dương đều lợi, ba cõi cùng nhờ, pháp giới chúng sinh, cùng thành Phật đạo.

Nam mô Tây Phương Cực Lạc Thế Giới Đại Từ Đại Bi, Tiếp Dẫn Đạo Sư A Di Đà Phật tác đại chứng minh. (o) (1 xá)

KHEN NGỢI PHẬT

Đấng Pháp Vương vô thượng
Ba cõi chẳng ai bằng
Thầy dạy khắp trời, người
Cha lành chung bốn loài
Quy y tròn một niệm
Dứt sạch nghiệp ba kỳ
Xưng dương cùng tán thán
Ức kiếp không cùng tận. (o) (1 xá)

QUÁN TƯỞNG PHẬT

Phật, chúng sanh tánh thường rỗng lặng
Đạo cảm thông không thể nghĩ bàn
Lưới đế châu ví đạo tràng
Mười phương Phật hiện hào quang sáng ngời
Trước bảo tọa thân con ảnh hiện
Cúi đầu xin thệ nguyện quy y. (o)

ĐẢNH LỄ

(Đại chúng đồng tụng)

Chí tâm đảnh lễ:

Nam Mô tận hư không biến pháp giới quá, hiện, vị lai thập phương chư Phật, Tôn Pháp Hiền Thánh Tăng thường trụ Tam Bảo. (o) (1 lạy)

Chí tâm đảnh lễ:

Nam Mô Ta Bà Giáo Chủ Bổn Sư Thích Ca Mâu Ni Phật, Đương Lai Hạ Sinh Di Lặc Tôn Phật, Đại Trí Văn Thù Sư Lợi Bồ Tát, Đại Hạnh Phổ Hiền Bồ Tát, Hộ Pháp Chư Tôn Bồ Tát, Linh Sơn Hội Thượng Phật Bồ Tát. (o) (1 lạy)

Chí tâm đảnh lễ:

Nam Mô Tây Phương Cực Lạc Thế Giới Đại Từ Đại Bi A Di Đà Phật, Đại Bi Quán Thế Âm Bồ Tát, Đại Thế Chí Bồ Tát, Đại Nguyện Địa Tạng Vương Bồ Tát, Thanh Tịnh Đại Hải Chúng Bồ Tát. (o) (1 lạy)

TÁN THÁN PHẬT

Sắc thân Như Lai đẹp
Trong đời không ai bằng
Không sánh, chẳng nghĩ bàn
Nên nay con đảnh lễ.
Sắc thân Phật vô tận
Trí huệ Phật cũng thế,
Tất cả pháp thường trú
Cho nên con về nương.
Sức trí lớn nguyện lớn

Khắp độ chúng quần sanh,
Khiến bỏ thân nóng khổ
Sanh kia nước mát vui.
Con nay sạch ba nghiệp
Quy y và lễ tán
Nguyện cùng các chúng sanh
Đồng sanh nước An Lạc.
Án phạ nhựt ra vật. (3 lần) (o)

Chí tâm đảnh lễ:

Thường tịch quang tịnh độ
A Di Đà Như Lai
Pháp thân mầu thanh tịnh
Khắp pháp giới chư Phật. (o) (1 lạy)

Chí tâm đảnh lễ:

Thật báo trang nghiêm độ
A Di Đà Như Lai
Thân tướng hải vi trần
Khắp pháp giới chư Phật. (o) (1 lạy)

Chí tâm đảnh lễ:

Phương tiện thánh cư độ
A Di Đà Như Lai
Thân trang nghiêm giải thoát
Khắp pháp giới chư Phật. (o) (1 lạy)

Chí tâm đảnh lễ:

Cõi An Lạc phương Tây
A Di Đà Như Lai
Thân căn giới Đại Thừa
Khắp pháp giới chư Phật. (o) (1 lạy)

Chí tâm đảnh lễ:
Cõi An Lạc phương Tây
A Di Đà Như Lai
Thân hóa đến mười phương
Khắp pháp giới chư Phật. (o) (1 lạy)

Chí tâm đảnh lễ:
Cõi An Lạc phương Tây
Giáo hạnh lý ba kinh
Tột nói bày y chánh
Khắp pháp giới Tôn Pháp. (o) (1 lạy)

Chí tâm đảnh lễ:
Cõi An Lạc phương Tây
Quán Thế Âm Bồ Tát
Thân tử kim muôn ức
Khắp pháp giới Bồ Tát. (o) (1 lạy)

Chí tâm đảnh lễ:
Cõi An Lạc phương Tây
Đại Thế Chí Bồ tát
Thân trí sáng vô biên
Khắp pháp giới Bồ Tát. (o) (1 lạy)

Chí tâm đảnh lễ:

Cõi An Lạc phương Tây
Thanh tịnh đại hải chúng
Thân hai nghiêm: Phước, Trí
Khắp pháp giới Thánh Chúng. (o) (1 lạy)

SÁM NGUYỆN

(Đứng chắp tay, nguyện)

Con nay khắp vì bốn ơn ba cõi cùng chúng sanh trong pháp giới, đều nguyện dứt trừ ba chướng nên qui mạng sám hối.

(1 lạy, quỳ, chắp tay sám hối)

Chí tâm sám hối:

Đệ tử ... và chúng sanh trong pháp giới, từ đời vô thỉ nhẫn đến ngày nay, bị vô minh che đậy nên điên đảo mê lầm, lại do sáu căn ba nghiệp quen theo pháp chẳng lành, rộng phạm mười điều dữ cùng năm tội vô gián và tất cả các tội khác, nhiều vô lượng vô biên, nói không thể hết. Mười phương các đức Phật thường ở trong đời, tiếng pháp không dứt, hương mầu đầy lấp, pháp vị ngập tràn, phóng ánh sáng sạch trong, chiếu soi tất cả. Lý mầu thường trụ đầy dẫy hư không.

Con từ vô thỉ đến nay, sáu căn che mù, ba nghiệp tối tăm, chẳng thấy chẳng nghe, chẳng hay chẳng biết, vì nhơn duyên đó trôi mãi trong vòng sanh tử, trải qua các đường dữ, trăm nghìn muôn kiếp trọn không lúc nào ra khỏi. Kinh rằng: Đức Tỳ Lô Giá La thân khắp cả chỗ, chỗ của Phật ở gọi là Thường Tịch Quang, cho nên

phải biết cảø thảy các pháp đều là Phật pháp, mà con không rõ, lại theo giòng vô minh vì thế trong trí Bồ Đề mà thấy không thanh tịnh, trong cảnh giải thoát mà sanh ràng buộc. Nay mới tỏ ngộ, nay mới chừa bỏ, ăn năn phụng đối trước các đức Phật và A Di Đà Thế Tôn mà phát lồ sám hối, làm cho đệ tử cùng pháp giới chúng sanh, tất cả tội nặng do ba nghiệp sáu căn, gây tạo từ vô thỉ, hoặc hiện tại cùng vị lai, chính mình tự gây tạo hoặc biểu người, hay là thấy nghe người gây tạo mà vui theo, hoặc nhớ hoặc chẳng nhớ, hoặc biết hoặc chẳng biết, hoặc nghi hoặc chẳng nghi, hoặc che giấu hoặc chẳng che giấu, thảy đều được rốt ráo thanh tịnh.

Đệ tử sám hối rồi, sáu căn cùng ba nghiệp trong sạch, không lỗi lầm, căn lành tu tập cũng trọn thanh tịnh, thảy đều hồi hướng dùng trang nghiêm tịnh độ, khắp với chúng sinh, đồng sanh về nước An dưỡng.

Nguyện đức A Di Đà Phật thường đến hộ trì, làm cho căn lành của đệ tử hiện tiền tăng tấn, chẳng mất nhân duyên Tịnh độ, đến giờ lâm chung, thân an lành, niệm chánh vững vàng, xem nghe đều rõ ràng, tận mặt thấy đức A Di Đà cùng các Thánh Chúng, tay cầm đài hoa tiếp dẫn đệ tử, trong khoảnh sát na sanh ra trước Phật, đủ đạo hạnh Bồ Tát, rộng độ khắp chúng sanh đồng thành Phật đạo.

Đệ tử sám hối phát nguyện rồi quy mạng đảnh lễ: Nam mô Tây Phương Cực Lạc thế giới, đại từ đại bi, A Di Đà Như Lai, biến pháp giới Tam Bảo. (o) (1 lạy)

TÁN DƯƠNG CHI

(Mời ngồi xuống và khai chuông mõ)

Cành dương nước tịnh nhiệm mầu
Rưới tắt muôn vàn cảnh khổ đau
Chư Thiên mát mẻ, tâm thanh tịnh
Nhân thế vui tươi, cảnh an nhàn
Cam lồ rưới khắp trần gian
Lửa sân dứt sạch, sen vàng nở hoa.

Nam Mô Thanh Lương Địa Bồ Tát Ma Ha Tát. (3 lần) (o)

CHÚ ĐẠI-BI

Nam Mô Đại Bi Hội Thượng Phật Bồ Tát.
(3 lần) (o)

Thiên thủ thiên nhãn vô ngại đại-bi tâm đà-la-ni.

Nam-mô hắc ra đát na, đa ra dạ da. Nam-mô a rị da, bà lô yết đế, thước bát ra da, Bồ-đề tát đỏa bà da, ma ha tát đỏa bà da, ma ha ca lô ni ca da, án, tát bàn ra phạt duệ số đát na đát tỏa.

Nam-mô tất kiết lật đỏa y mông a rị da, bà lô kiết đế thất Phật ra lăng đà bà.

Nam-mô na ra cẩn trì hê rị ma ha bàn đa sa mế, tát bà a tha đậu thâu bằng, a thệ dựng, tát bà tát đa, na ma bà già, ma phạt đạt đậu, đát điệt tha. Án a bà lô hê, lô ca đế, ca ra đế, di hê rị, ma ha bồ-đề tát đỏa, tát bà tát bà, ma ra ma ra, ma hê ma hê, rị đà dựng, cu lô cu lô kiết mông, độ lô độ lô, phạt xà da đế, ma ha phạt xà da đế, đà ra đà ra, địa rị ni, thất Phật ra da, dá ra dá ra.

Mạ mạ phạt ma ra, mục đế lệ, y hê y hê, thất na thất na a ra sâm Phật ra xá-lợi, phạt sa phạt sâm, Phật ra xá da, hô lô hô lô ma ra, hô lô hô lô hê rị, ta ra ta ra, tất rị tất rị, tô rô tô rô, bồ-đề dạ bồ-đề dạ, bồ-đà dạ, bồ-đà dạ, di đế rị dạ, na ra cẩn trì địa rị sắc ni na, ba dạ ma na ta bà ha. Tất đà dạ ta bà ha. Ma ha tất đà dạ ta bà ha. Tất đà du nghệ thất bàn ra dạ, ta bà ha. Na ra cẩn trì ta bà ha. Ma ra na ra ta bà ha. Tất ra tăng a mục khê da, ta bà ha. Ta bà ma ha, a tất đà dạ, ta bà ha. Giả kiết ra a tất đà dạ, ta bà ha. Ba đà ma yết tất đà dạ, ta bà ha. Na ra cẩn trì bàn đà ra dạ, ta bà ha. Ma bà lị thắng yết ra dạ, ta bà ha.

Nam-mô hắc ra đát na, đa ra dạ da. Nam-mô a rị da, bà lô yết đế, thước bàng ra dạ, ta bà ha.

Án tất điện đô, mạn đa ra, bạt đà dạ, ta bà ha. (3 lần) (o)

Nam mô Thập phương Thường trú Tam Bảo. (3 lần) (o)

BÀI VĂN PHÁT NGUYỆN

Nam Mô Thập Phương Thường Trụ Tam Bảo. (3 lần) (o)

Lạy đấng tam giới tôn
Quy mạng mười phương Phật
Nay con phát nguyện lớn
Trì tụng Kinh A Di Đà
Trên đền bốn ơn nặng
Dưới cứu khổ tam đồ
Nếu có ai thấy nghe

Đều phát Bồ đề tâm
Khi mãn báo thân này
Sanh qua cõi Cực lạc.
Nam Mô Bổn Sư Thích Ca Mâu Ni Phật. (3 lần) (o)

KỆ KHAI KINH

Thăm thẳm cao siêu Pháp nhiệm mầu
Trăm ngàn muôn kiếp khó tìm cầu,
Con nay nghe thấy chuyên trì niệm,
Nguyện tỏ Như Lai nghĩa nhiệm mầu.
Nam Mô Bổn Sư Thích Ca Mâu Ni Phật. (3 lần) (o)

PHẬT NÓI KINH A DI ĐÀ

KỲ VIÊN ĐẠI HỘI

Ta nghe như vầy: Một thuở nọ Đức Phật ở nơi vườn Kỳ Thọ, cấp Cô Độc nước Xá-Vệ, cùng với một nghìn hai trăm năm mươi vị đại Tỳ kheo câu hội: đều là bậc A La Hán mọi người đều quen biết, như là:

Trưởng lão Xá-Lợi-Phất, Đại Mục-Kiền-Liên, Đại Ca-Diếp, Ma-Ha Ca-Chiên-Diên, Ma-Ha Câu-Hy-La, Ly-Bà-Đa, Châu-Lợi-Bàn-Đà-Già, Na-Đà, A-Nan-Đà, La-Hầu-La, Kiều-Phạm-Ba-Đề, Tân Đầu-Lư-Phả-La-Đọa, Ca-Lưu-Đà-Di, Ma-Ha Kiếp Tân Na, Bạc-Câu-La, A-Nâu-Lầu-Đà, những vị đại đệ tử như thế.

Và hàng Đại Bồ Tát, Văn-Thù-Sư-Lợi: Pháp-Vương-Tử, A-Dật-Đa Bồ Tát, Càn-Đà-Ha-Đề Bồ Tát, Thường-Tinh-Tấn Bồ tát. cùng với các vị Đại Bồ tát như thế và với vô lượng chư Thiên như ông Thích-Đề-Hòan-Nhơn .. v..v.. đại chúng cùng đến dự hội. (o)

Y BÁO CHÁNH BÁO

Bấy giờ đức Phật bảo ngài Trưởng lão Xá-Lợi-Phất rằng: "Từ đây qua phương Tây quá mười muôn ức cõi Phật, có thế giới tên là Cực Lạc, trong thế giới đó có đức Phật hiệu là A Di Đà hiện nay đương nói pháp. (o)

Y BÁO TRANG NGHIÊM

Xá Lợi Phất! Cõi đó vì sao tên là Cực lạc?

Vì chúng sanh trong cõi đó không có bị những sự khổ, chỉ hưởng những điều vui, nên nước đó tên là Cực Lạc.

Xá Lợi Phất! Lại trong cõi Cực Lạc có bảy từng bao lơn, bảy từng mành lưới, bẩy từng hàng cây, đều bằng bốn chất báu bao bọc giáp vòng, vì thế nên nước đó tên là Cực Lạc.

Xá Lợi Phất! Lại trong cõi Cực Lạc có ao bằng bẩy chất báu, trong ao đầy dẫy nước đủ tám công đức, đáy ao thuần dùng cát vàng trải làm đất.

Vàng bạc, lưu ly, pha lê hiệp thành những thềm, đường ở bốn bên ao; trên thềm đường có lầu gác cũng đều nghiêm sức bằng vàng, bạc, lưu ly, pha lê, xa cừ, xích châu, mã não.

Trong ao có hoa sen lớn như bánh xe: hoa sắc xanh thời ánh sáng xanh, sắc vàng thời ánh sáng vàng, sắc đỏ thời ánh sáng đỏ, sắc trắng thời ánh sánh trắng, mầu nhiệm thơm tho trong sạch. (o)

Xá Lợi Phất! Cõi nước Cực Lạc thành tựu công đức trang nghiêm dường ấy.

Xá Lợi Phất! Lại trong cõi nước của đức Phật đó, thường trỗi nhạc trời, đất bằng vàng ròng, ngày đêm sáu thời rưới hoa trời mạn đà la.

Chúng sanh trong cõi đó thường vào lúc sáng sớm, đều lấy đãy hoa đựng những hoa tốt đem cúng dường mười muôn ức đức Phật ở phương khác, đến giờ ăn liền trở về bổn quốc ăn cơm xong đi kinh hành.

Xá Lợi Phất! Cõi nước Cực Lạc thành tựu công đức trang nghiêm dường ấy.

Lại nữa, Xá-Lợi-Phất! Cõi đó thường có những giống chim mầu sắc xinh đẹp lạ thường, nào chim Bạch hạt, Khổng-tước, Anh-võ, Xá-lợi, Ca-lăng-tần-già, Cộng-mạng; những giống chim đó ngày đêm sáu thời kêu tiếng hòa nhã.

Tiếng chim đó diễn nói những pháp như ngũ căn, ngũ lực, thất bồ đề phần, bát thánh đạo phần ..v..v.. Chúng sanh trong cõi đó nghe tiếng chim xong thảy đều niệm Phật, niệm Pháp, niệm Tăng! (o)

Xá-Lợi-Phất! Ôngchớ cho rằng những giống chim đó thiệt là do tội báo sanh ra. Vì sao?

Vì cõi của đức Phật đó không có ba đường dữ. Xá-Lợi-Phất! Cõi của đức Phật đó tên đường dữ còn không có huống gì lại có sự thật. Những giống chim đó là do đức Phật A Di Đà muốn làm cho tiếng pháp được tuyên lưu mà biến hóa làm ra đấy thôi.

Xá-Lợi-Phất! Trong cõi nước của đức Phật đó, gió nhẹ thổi động các hàng cây báu và động mành lưới báu, làm vang ra tiếng vi diệu, thí dụ như trăm nghìn thứ nhạc đồng một lúc hòa chung.

Người nào nghe tiếng đó tự nhiên đều sanh lòng niệm Phật, niệm Pháp, niệm Tăng.

Xá-Lợi-Phất! Cõi nước của đức Phật đó thành tựu công đức trang nghiêm dường ấy. (o)

CHÁNH BÁO VÔ LƯỢNG THÙ THẮNG

Xá-Lợi-Phất! Nơi ý ông nghĩ sao? Đức Phật đó vì sao hiệu là A Di Đà?

Xá-Lợi-Phất! Đức Phật đó, hào quang sáng chói vô lượng, soi suốt các cõi nước trong mười phương không bị chướng ngại vì thế nên hiệu là A Di Đà.

Xá-Lợi-Phất! Đức Phật đó và nhân dân của Ngài sống lâu vô lượng vô biên a tăng kỳ kiếp, nên hiệu là A Di Đà.

Xá-Lợi-Phất! Đức Phật A Di Đà thành Phật nhẫn lại đến nay, đã được mười kiếp.

Xá-Lợi-Phất! Lại đức Phật đó có vô lượng vô biên Thanh Văn đệ tử đều là bực A La Hán, chẳng phải tính đếm mà có thể biết được, hàng Bồ tát chúng cũng đông như thế. (o)

Xá-Lợi-Phất! Cõi nước của đức Phật đó thành

tựu công đức trang nghiêm dường ấy.

Xá-Lợi-Phất! Lại trong cõi cực lạc, những chúng sanh vãng sanh vào đó đều là bực bất thối chuyển.

Trong đó có rất nhiều vị bực nhất sanh bổ xứ, số đó rất đông, chẳng phải tính đếm mà biết được, chỉ có thể dùng số vô lượng vô biên a-tăng-kỳ để nói thôi!

Xá-Lợi-Phất! Chúng sanh nào nghe những điều trên đây, nên phải phát nguyện cầu sanh về nước đó.

Vì sao? Vì đặng cùng với các bậc Thượng thiện nhơn như thế câu hội một chỗ. (o)

NHƠN HẠNH VÃNG SANH

Xá-Lợi-Phất! Chẳng có thể dùng chút ít thiện căn phước đức nhơn duyên mà được sanh về cõi đó.

Xá-Lợi-Phất! Nếu có thiện nam tử, thiện nữ nhân nào nghe nói đức Phật A Di Đà, rồi chấp trì danh hiệu của đức Phật đó, hoặc trong một ngày, hoặc hai ngày, hoặc ba ngày, hoặc bốn ngày, hoặc năm ngày, hoặc sáu ngày, hoặc bẩy ngày, một lòng không tạp loạn.

Thời người đó đến lúc lâm chung đức Phật A Di Đà cùng hàng Thánh Chúng hiện thân ở trước người đó.

Người đó lúc chết tâm thần không điên đảo, liền được vãng sanh về cõi nước Cực Lạc của đức Phật A Di Đà.

Xá-Lợi-Phất! Ta thấy có sự lợi ích ấy nên nói những lời như thế.

Nếu có chúng sinh nào, nghe những lời trên đó, nên phải phát nguyện sanh về cõi nước Cực Lạc. (o)

SÁU PHƯƠNG PHẬT ĐỒNG KHUYÊN TIN

Xá-Lợi-Phất! Như Ta hôm nay ngợi khen công đức lợi ích chẳng thể nghĩ bàn của đức Phật A Di Đà, phương Đông cũng có đức A-Súc-Bệ-Phật, Tu-Di-Tướng Phật, Đại-Tu-Di Phật, Tu-Di-Quang Phật, Diệu-Aâm Phật; Hằng hà sa số những đức Phật như thế đều ở tại nước mình, hiện ra tướng lưỡi rộng dài trùm khắp cõi tam thiên đại thiên mà nói lời thành thật rằng: "Chúng sanh các ngươi phải nên tin kinh: Xưng Tán Bất Khả Tư Nghị Công Đức Nhất Thiết Chư Phật Sở Hộ Niệm Này". (o)

Xá-Lợi-Phất! Thế giới phương Nam, có đức Nhật- Nguyệt-Đăng Phật, Danh-Văn-Quang Phật, Đại-Diệm-Kiên Phật, Tu Di-Đăng Phật, Vô-Lượng-Tinh-Tấn Phật. Hằng hà sa số những đức Phật như thế, đều tại nước mình, hiện ra tướng lưỡi rộng dài trùm khắp cõi tam thiên đại thiên mà nói lời thành thật rằng: "Chúng sanh các ngươi phải nên tin kinh: Xưng Tán Bất Khả Tư Nghị Công Đức Nhất Thiết Chư Phật Sở Hộ Niệm Này". (o)

Xá-Lợi-Phất! Thế giới phương Tây, có đức Vô Lượng-Thọ Phật, Vô-Lượng-Tướng Phật, Vô-Lượng-Tràng Phật, Đại Quang Phật, Đại-Minh

Phật, Bửu-Tướng Phật, Tịnh-Quang Phật. Hằng hà sa số những đức Phật như thế, đều tại nước mình, hiện ra tướng lưỡi rộng dài trùm khắp cõi tam thiên đại thiên mà nói lời thành thật rằng: "Chúng sanh các ngươi phải nên tin kinh: Xưng Tán Bất Khả Tư Nghị Công Đức Nhất Thiết Chư Phật Sở Hộ Niệm Này". (o)

Xá-Lợi-Phất! Thế giới phương Bắc, có đức Diệm-Kiên-Phật, Tối-Thắng-Aâm Phật, Nan-Trở Phật, Nhựt-Sanh Phật, Võng-Minh Phật. Hằng hà sa số những đức Phật như thế, đều tại nước mình, hiện ra tướng lưỡi rộng dài trùm khắp cõi tam thiên đại thiên mà nói lời thành thật rằng: "Chúng sanh các ngươi phải nên tin kinh: Xưng Tán Bất Khả Tư Nghị Công Đức Nhất Thiết Chư Phật Sở Hộ Niệm Này". (o)

Xá-Lợi-Phất! Thế giới phương dưới, có đức Sư-Tử Phật, Danh-Văn Phật, Danh-Quang Phật, Đạt-Mạ Phật, Pháp-Tràng Phật, Trì-Pháp Phật. Hằng hà sa số những đức Phật như thế, đều tại nước mình, hiện ra tướng lưỡi rộng dài trùm khắp cõi tam thiên đại thiên mà nói lời thành thật rằng: "Chúng sanh các ngươi phải nên tin kinh: Xưng Tán Bất Khả Tư Nghị Công Đức Nhất Thiết Chư Phật Sở Hộ Niệm Này". (o)

Xá-Lợi-Phất! Thế giới phương trên, có đức Phạm-Aâm Phật, Tú-Vương Phật, Hương-Thượng Phật, Hương-Quang Phật, Đại-Diệm-Kiên Phật, Tạp-Sắc Bửu-Hoa-Nghiêm-Thân Phật, Ta La-Thọ-Vương Phật, Bửu-Hoa Đức Phật, Kiến-Nhất-Thiết-Nghĩa Phật, Như-Tu-Di-Sơn Phật. Hằng hà sa số những đức Phật như thế, đều tại nước mình, hiện ra tướng lưỡi rộng dài trùm khắp cõi tam thiên đại thiên mà nói lời thành thật rằng: "Chúng sanh các ngươi phải nên tin kinh: Xưng Tán Bất Khả Tư Nghị Công Đức Nhất Thiết Chư Phật Sở Hộ Niệm Này". (o)

Xá-Lợi-Phất! Nơi ý của ông nghĩ thế nào, vì sao tên là kinh: Nhứt-Thiết Chư Phật Sở Hộ Niệm?

Xá-Lợi-Phất! Vì nếu có thiện nam tử, thiện nữ nhân nào nghe kinh này mà thọ trì đó, và nghe danh hiệu của đức Phật, thời những thiện nam tử cùng thiện nữ nhân ấy đều được tất cả các đức Phật hộ niệm, đều được không thối chuyển nơi đạo Vô thượng chánh đẳng chánh giác. (o)

Xá-Lợi-Phất! Cho nên các ông đều phải tin nhận lời của Ta và của các đức Phật nói.

Xá-Lợi-Phất! Nếu có người đã phát nguyện, hiện nay phát nguyện, sẽ phát nguyện muốn sanh về cõi nước của đức Phật A Di Đà, thời những người ấy đều đặng không thối chuyển nơi đạo Vô Thượng Chánh Đẳng Chánh Giác; nơi cõi nước kia, hoặc đã sanh về rồi, hoặc hiện nay sanh về, hoặc sẽ sanh về.

Xá-Lợi-Phất! Cho nên các thiện nam tử thiện nữ nhân nếu người nào có lòng tin thời phải nên phát nguyện sanh về cõi nước kia. (o)

THUYẾT KINH BẤT KHÓ

Xá-Lợi-Phất! Như ta hôm nay ngợi khen công đức chẳng thể nghĩ bàn của các đức Phật, các đức Phật đó cũng ngợi khen công đức chẳng thể nghĩ bàn của Ta mà nói lời nầy: "Đức Thích Ca Mâu Ni Phật hay làm được việc rất khó khăn hi hữu, có thể ở trong cõi Ta Bà đời ác năm món trược: kiếp trược, kiến trược, phiền não trược, chúng sanh trược, mạng trược trung, mà Ngài chứng được ngôi Vô Thượng Chánh Đẳng Chánh Giác, Ngài vì các chúng sanh nói kinh pháp mà tất cả thế gian khó tin này". (o)

Xá-Lợi-Phất! Phải biết rằng Ta ở trong đời ác ngũ trược thật hành việc khó này: đặng thành bậc Vô Thượng Chánh Giác và vì tất cả thế gian nói kinh pháp khó tin này, đó là rất khó!

Đức Phật nói kinh này rồi, ngài Xá-Lợi-Phất cùng các vị Tỳ kheo, tất cả trong đời: Trời, Người, A-Tu-La, v..v.. nghe lời của đức Phật dạy, đều vui mừng tin nhận đảnh lễ mà lui ra. (o)

NGỢI KHEN CÔNG ĐỨC PHẬT A DI ĐÀ

Giáo chủ cõi Tây Phương
Đức Phật A Di Đà
Phát bốn mươi tám nguyện
Hướng dẫn đường chúng sanh,
Đài sen rực rỡ sẵn sàng
Quan Âm, Thế Chí hai hàng tiếp nghinh.
Nam Mô Tịnh Độ phẩm Bồ Tát Ma Ha Tát.
(3 lần) (o)

12 NGUYỆN AN DƯỠNG QUỐC A DI ĐÀ

1. Nam Mô An Dưỡng Quốc Cực Lạc Giới

Di Đà Hải Hội, VÔ LƯỢNG QUANG Như Lai. (o) (1 lạy)

2. **Nam Mô An Dưỡng Quốc Cực Lạc Giới Di Đà Hải Hội, VÔ BIÊN QUANG Như Lai.** (o) (1 lạy)
3. **Nam Mô An Dưỡng Quốc Cực Lạc Giới Di Đà Hải Hội, VÔ NGẠI QUANG Như Lai.** (o) (1 lạy)
4. **Nam Mô An Dưỡng Quốc Cực Lạc Giới Di Đà Hải Hội, VÔ ĐỐI QUANG Như Lai.** (o) (1 lạy)
5. **Nam Mô An Dưỡng Quốc Cực Lạc Giới Di Đà Hải Hội, DIỆM VƯƠNG QUANG Như Lai.** (o) (1 lạy)
6. **Nam Mô An Dưỡng Quốc Cực Lạc Giới Di Đà Hải Hội, THANH TỊNH QUANG Như Lai.** (o) (1 lạy)
7. **Nam Mô An Dưỡng Quốc Cực Lạc Giới Di Đà Hải Hội, HOAN HỶ QUANG Như Lai.** (o) (1 lạy)
8. **Nam Mô An Dưỡng Quốc Cực Lạc Giới Di Đà Hải Hội, TRÍ HUỆ QUANG Như Lai.** (o) (1 lạy)
9. **Nam Mô An Dưỡng Quốc Cực Lạc Giới Di Đà Hải Hội, NAN TƯ QUANG Như Lai.** (o) (1 lạy)
10. **Nam Mô An Dưỡng Quốc Cực Lạc Giới Di Đà Hải Hội, BẤT ĐOẠN QUANG Như Lai.** (o) (1 lạy)
11. **Nam Mô An Dưỡng Quốc Cực Lạc Giới Di Đà Hải Hội, VÔ XỨNG QUANG Như Lai.**

(o) (1 lạy)

12. Nam Mô An Dưỡng Quốc Cực Lạc Giới Di Đà Hải Hội, SIÊU NHỰT NGUYỆT QUANG Như Lai. (o) (1 lạy)

KINH BÁT NHÃ BA LA MẬT

Khi Ngài Quán Tự Tại Bồ Tát thực hành sâu xa pháp Bát Nhã Ba La Mật Đa, Ngài soi thấy năm uẩn đều không, qua hết thảy khổ ách.

"Này Xá Lợi Phất, sắc chẳng khác không, không chẳng khác sắc, sắc tức là không, không tức là sắc. Thọ, Tưởng, Hành, Thức cũng đều như thế".

"Này Xá Lợi Phất, 'tướng không của mọi pháp' không sanh, không diệt, không dơ, không sạch, không thêm, không bớt, nên trong 'chân không', không có sắc, không có thọ, tưởng, hành, thức, không có mắt, tai, mũi, lưỡi, thân, ý, không có sắc, thinh, hương, vị, xúc, pháp, không có nhãn giới, cho đến không có ý thức giới, không có vô minh, cũng không có cái hết vô minh, cho đến không có già chết, cũng không có cái hết già chết, không có khổ, tập, diệt, đạo, không có trí huệ, cũng không có chứng đắc.

Vì không có chỗ chứng đắc, nên Bồ Tát y theo Bát Nhã Ba La Mật Đa, tâm không ngăn ngại. Vì không ngăn ngại, nên không sợ hãi, xa hẳn điên đảo, mộng tưởng, đạt tới cứu cánh Niết Bàn.

Chư Phật trong ba đời cũng y theo Bát Nhã Ba La Mật Đa, được đạo quả vô thượng chánh

đẳng chánh giác.

Nên biết Bát Nhã Ba La Mật Đa là Đại Thần Chú, là Đại Minh Chú, là Vô Thượng Chú, là Vô Đẳng Đẳng Chú, trừ được hết thảy khổ, chân thật không hư".

Vì vậy, liền nói Chú Bát Nhã Ba La Mật Đa:

"Yết đế, yết đế, ba la yết đế, ba la tăng yết đế, bồ đề tát bà ha". (3 lần) (o)

CHÚ VÃNG SANH QUYẾT ĐỊNH CHÂN NGÔN

Nam mô a di đa bà dạ,
đa tha dà đa dạ,
đa địa dạ tha,
a di rị đô bà tì,
a di rị đa tất đam bà tì,
a di rị đa tì ca lăn đế,
a di rị đa tì ca lăn đa,
dà di nị dà dà na,
chỉ đa ca lệ ta bà ha. (3 lần) (o)

ĐẠI THẾ CHÍ BỒ TÁT NIỆM PHẬT VIÊN THÔNG

(Kinh Lăng Nghiêm)

Đức đại Thế Chí Pháp Vương tử, có năm mươi hai vị Bồ tát đồng hàng với Ngài, liền từ tòa ngồi đứng dậy, lễ dưới chân Phật, mà bạch Phật rằng: Con nhớ về hà sa kiếp xưa kia, có đức Phật ra đời, hiệu là Vô Lượng Quang, trong một kiếp mười hai đức Như Lai nối tiếp nhau ra

đời. Đức Phật sau cùng hiệu là Siêu Nhật Nguyệt Quang, đức Phật kia dậy con pháp niệm Phật Tam Muội. (o)

Ví như có người: một người chuyên nhớ, một người chuyên quên. Hai người như thế, dù có gặp nhau, cũng như không gặp, hoặc có thấy nhau, cũng như không thấy. Hai người nhớ nhau, thời hai nhớ in sâu, cứ như thế mãi, từ kiếp này qua kiếp khác, như bóng in hình, chẳng xa trái nhau. (o)

Mười phương Như Lai thương nhớ chúng sinh, như mẹ nhớ con, nếu con trốn tránh, mẹ nhớ ích gì? Con dù nhớ mẹ, như khi mẹ nhớ con, mẹ con trải qua nhiều kiếp, chẳng xa trái nhau.

Nếu tâm chúng sinh, nhớ Phật niệm phật, đời này đời sau, quyết định thấy Phật, cách Phật chẳng xa, chẳng phải nhờ pháp phương tiện, mà tự mở ngộ tâm mình. Ví như người nhiễm mùi hương, mình có hơi hương, như thế gọi là Hương Quang Trang Nghiêm. Nhân địa con xưa, nhờ tâm niệm phật, được vào pháp Nhẫn Vô Sinh. Nay ở cõi này, tiếp người niệm Phật, về nơi cõi tịnh. Đức Phật hỏi pháp Viên thông, con không hề lựa chọn, mà chỉ thu nhiếp sáu căn, nối liền tịnh niệm, được vào nơi chính định, đó là bậc nhất. (ooo)

NIỆM PHẬT

A Di Đà Phật thân sắc vàng
Tướng tốt quang minh tự trang nghiêm
Năm Tu Di uyển chuyển bạch hào

Bốn biển lớn trong ngần mắt biếc
Trong hào quang hóa vô số Phật
Vô số Bồ tát hiện ở trong
Bốn mươi tám nguyện độ chúng sanh
Chín phẩm sen vàng lên giải thoát
Quy mạng lễ A Di Đà Phật
Ở phương Tây thế giới an lành
Con nay xin phát nguyện vãng sanh
Cúi xin Đức Từ Bi tiếp độ.

Nam-mô Tây-phương Cực-lạc thế-giới,
đại-từ đại-bi, A-Di-Đà Phật.

Nam-mô A-Di-Đà Phật. (3 lần) (o)
Nam-mô Đại-bi Quán-Thế-Âm Bồ-tát. (3 lần) (o)
Nam-mô Đại-Thế-Chí Bồ-tát. (3 lần) (o)
Nam-mô Địa-Tạng Vương Bồ-tát. (3 lần) (o)
Nam-mô Thanh-tịnh Đại-Hải chúng Bồ-tát. (3 lần) (ooo)

KÍNH LẠY PHẬT A DI ĐÀ

1. **Kính lạy Phật Di Đà**
Con nay xin phát nguyện
Thường xuyên đảnh lễ ngài
Cho đến lúc lâm chung
Thân thể không đau bệnh. (1 lạy) (o)

2. **Kính lạy Phật Di Đà**
Con nay xin phát nguyện
Thường xuyên đảnh lễ ngài

Cho đến lúc lâm chung
Tâm hồn không hôn mê. (1 lạy) (o)

3. **Kính lạy Phật Di Đà**
Con nay xin phát nguyện
Thường xuyên đảnh lễ ngài
Cho đến lúc lâm chung
Không tham đắm ngũ dục. (1 lạy) (o)

4. **Kính lạy Phật Di Đà**
Con nay xin phát nguyện
Thường xuyên đảnh lễ ngài
Cho đến lúc lâm chung
Tâm niệm Phật Di Đà. (1 lạy) (o)

5. **Kính lạy Phật Di Đà**
Con nay xin phát nguyện
Thường xuyên đảnh lễ ngài
Cho đến lúc lâm chung
Xả ly ta bà khổ. (1 lạy) (o)

6. **Kính lạy Phật Di Đà**
Con nay xin phát nguyện
Thường xuyên đảnh lễ ngài
Cho đến lúc lâm chung
Được vãng sanh tịnh độ. (1 lạy) (o)

7. **Kính lạy Phật Di Đà**
Con nay xin phát nguyện
Thường xuyên đảnh lễ ngài
Cho đến lúc lâm chung
Con thấy kim thân Phật. (1 lạy) (o)

8. **Kính lạy Phật Di Đà**
Con nay xin phát nguyện
Thường xuyên đảnh lễ ngày
Cho đến lúc lâm chung
P hật phóng quang nhiếp độ. (1 lạy) (o)

9. **Kính lạy Phật Di Đà**
Con nay xin phát nguyện
Thường xuyên đảnh lễ ngài
Cho đến lúc lâm chung
Liên hoa con hóa sanh. (1 lạy) (o)

10. **Kính lạy Phật Di đà**
Con nay xin phát nguyện
Thường xuyên đảnh lễ ngài
Khi vãng sanh tịnh độ
Hoa nở tâm khai ngộ. (1 lạy) (o)

11. **Kính lạy Phật Di Đà**
Con nay xin phát nguyện
Thường xuyên đảnh lễ ngài
Khi vãng sanh tịnh độ

Chứng ngộ pháp vô sanh. (1 lạy) (o)

12. Kính lạy Phật Di Đà
Con nay xin phát nguyện
Thường xuyên đảnh lễ ngày
Khi vãng sanh tịnh độ
Chóng viên thành toàn giác. (1 lạy) (o)

SÁM NGUYỆN VÃNG SANH TÂY PHƯƠNG CỰC LẠC

(Quỳ xuống sám hối)

Con nguyện lâm chung không chướng ngại
A Di Đà đến rước từ xa.
Quán Âm cam lồ rưới nơi đầu
Thế Chí kim đài trao đỡ gót.
Trong một sát na lìa ngũ trược,
Khoảng tay co duỗi đến liên trì.
Khi hoa sen nở thấy Từ Tôn
Nghe tiếng pháp sâu lòng sáng tỏ.
Nghe xong liền ngộ Vô Sanh Nhẫn,
Không rời An Dưỡng lại Ta Bà.
Khéo đem phương tiện lợi quần sanh
Hay lấy trần lao làm Phật sự,
Con nguyện như thế Phật chứng tri.
Kết cuộc về sau được thành tựu. (o)

VĂN PHÁT NGUYỆN

Cúi đầu hướng về nước An Lạc
Thầy dẫn đường tiếp dắt chúng sinh
Con nay phát nguyện, nguyện sinh sang
Xin đấng Từ Bi thương tiếp nhận.

Đệ tử chúng con... khắp vì bốn ân ba cõi pháp giới chúng sinh, cầu xin Phật, vì đạo Bồ đề nhất thừa Vô thượng, chuyên tâm trì niệm, muôn đức hồng danh, Phật A Di Đà, mong về cõi tịnh. Lại vì, phước mỏng nghiệp dầy, chướng nhiều tuệ ít, tâm nhơ dễ bén, Đức sạch khó thành. Nay đối trước Phật, năm vóc siêng năng, một lòng giải tỏ, đầu thành sám hối. Con và chúng sinh, nhiều kiếp tới nay, tâm sạch bị mê, tham, sân, si mãi. Ba nghiệp nhuốm nhơ, làm nên vô lượng vô biên tội ác, kết thành nghiệp oán, vô lượng vô biên, nguyện tiêu tan hết. Từ nay trở đi, lập thệ nguyện sâu, xa lìa pháp ác, thề chẳng lại làm siêng tu đạo thánh, thề chẳng biếng lui; thề thành Chính giác; thề độ chúng sinh. Đức Phật A Di Đà, dùng sức nguyện Từ Bi, nên chứng cho con; nên thương sót con; nên giúp đỡ con. (o)

Nguyện con trong khi thuyền quán, những lúc ngủ mơ, được thấy đức Phật A Di Đà, mình vàng đẹp đẽ, được qua cõi báu trang nghiêm của đức Phật A Di Đà, đầu được Phật A Di Đà gội nước cam lộ, mình chiếu hào quang, tay soa đầu con, áo choàng thân con, khiến con chướng xưa tự hết, căn lành lớn thêm, phiền não tan không, vô minh vụt tắt, Viên giác diệu tâm, bỗng nhiên mở ngộ, chân cảnh tịch quang, thường được hiện tiền. (o)

Đến khi sắp chết, thời dự biết trước, thân không hết thảy, bệnh khổ ách nạn, tâm không hết thảy, tham luyến mê nhầm, mọi căn thoải mái, chính niệm rõ ràng, thong thả bỏ báo thân, như lúc vào thiền định. Đức Phật A Di Đà, cùng Bồ tát Quán Âm, Thế Chí, các bậc thánh hiền, phóng hào quang tiếp dẫn, giơ tay dìu dắt, lầu gác tràng phan, hương lạ nhạc trời, cảnh thánh tây phương, rõ ràng trước mắt. Khiến các chúng sinh, được thấy được nghe, vui mừng cảm thán phát tâm Bồ đề. (o)

Con ngay khi đó, nương đài kim cương, tùy theo sau Phật, như khoảng phút giây, sinh sang Cực Lạc, trong đóa hoa sen, nơi ao thất bảo, hoa nở thấy Phật, thấy các Bồ tát, nghe giọng pháp mầu, trong khoảng phút giây, được vô sinh nhẫn, thừa sự chư Phật, thân nhờ thụ ký. Được thụ ký rồi, ba thân bốn trí, ngũ nhãn lục thông, vô lượng trăm nghìn, môn Đà La Ni. Hết thảy công đức, đều được thành tựu. Nhưng chẳng trái nơi An dưỡng, mà trở lại cõi Sa Bà, chia thân vô số, khắp cả mười phương, dùng sức thần tự tại, bất khả tư nghì, hết thảy phương tiện, độ thoát chúng sinh, đều lìa nhơ nhuốm, được lại tịnh tâm, đồng về phương tây, vào ngôi Bất thoái. (o)

Nguyện lớn như thế, thế giới không cùng tận, chúng sinh không cùng tận, nghiệp và phiền não hết thảy không cùng tận, thời nguyện của con cũng không cùng tận.

Nguyện nay lễ Phật, phát nguyện tu trì, công

đức hồi hướng hữu tình, bốn ân khắp trả, ba cõi giúp đều, pháp giới chúng sinh, đều lên ngôi Chính Giác. (o)

HỒI HƯỚNG

Khóa Tịnh độ công đức, hạnh nhiệm mầu
Thắng phước bao nhiêu con nguyện cầu
Tất cả chúng sanh trong pháp giới
Hướng về Phật Pháp tỏ đạo mầu.
Nguyện cho ba chướng tiêu tan
Phiền não dứt sạch, huệ căn sang ngời
Cầu cho con được đời đời
Hành Bồ Tát Đạo, cứu đời lầm than.
Nguyện sanh Tây Phương, cõi Lạc Bang
Cha mẹ, sen vàng chín phẩm sanh
Hoa nở, thấy Phật, quả viên thành
Các vị Bồ Tát bạn lành với ta. (o)

PHỤC NGUYỆN

Nam Mô Tây Phương Cực Lạc Thế Giới Đại Từ Đại Bi A Di Đà Phật.

Nam Mô Tam bảo chứng minh, oai thần hộ niệm, hôm nay chúng con là... (Tỳ Kheo Ni...., Sadini...) **cùng với các Phật tử chùa Hương Sen, Perris, California, một dạ chí thành vân tập tại đại hùng bảo điện Hương Sen phúng tụng kinh A Di Đà, xưng tán hồng danh cùng niệm Phật kinh hành công đức. Nguyện đem công đức trì**

chú, sám hối, tụng kinh, hồi hướng vãng sanh Tịnh độ.

Nguyện cho chúng con…
Nhất tâm hằng tỏ ngộ
Lục dục sớm tan không
Cõi nhân gian, sanh tử xa lìa
Nơi An Lạc hóa sanh tự tại
Ao thất bảo thảnh thơi tắm mát
Đài cửu liên nhẹ gót tiêu dao,
Quán Âm, Thế Chí kết đồng hàng,
Bồ-tát Thánh Tăng là bạn lữ.
Thần thức hằng vui nơi cõi tịnh,
Nghiệp duyên trần không vướng mảy may,
Trên đài sen chín phẩm nở hoa,
Chư Phật phóng hào quang thọ ký. (o)

Nguyện đem công đức này cầu cho Phật sự phát triển chùa Hương Sen, Perris, Califronia, thành chốn tùng lâm nghiêm tu, ngày một thành tựu, được sự ủng hộ gia trì của đàn việt tín tâm, chư thiên hộ pháp, bồ tát và mười phương chư Phật, để Phật nhật tăng huy, pháp luân thường chuyển, mưa thuận gió hòa, quốc thới dân an.

Nguyện đem công đức này cầu an cho Phật tử… (tên, pháp danh, tuổi) **cùng với các vị gia chủ và các Phật tử hiện diện tại đây: tai qua nạn khỏi, tật bịnh tiêu trừ, nghiệp chướng tiêu tan, gia đạo bình an, thân tâm thường an lạc, quanh năm đều được vạn sự cát tường như ý. Nguyện cho các vị tâm Bồ đề kiên cố, chí tu học vững bền, tự giác, giác tha, giác hạnh viên mãn.**

Lại nguyện đem công đức này cầu siêu cho hương linh... (tên, pháp danh, hưởng thọ) **cùng cửu huyền thất tổ, nội ngoại hai bên, phụ mẫu quá vãng nhiều đời, nhiều kiếp của chúng con và tất cả các hương linh ký tự tại Chùa Hương Sen, anh hùng chiến sĩ, vì nước hy sinh, đồng bào tử nạn, mười hai loại cô hồn, chết sông, chết chợ, đầu đường, xó chợ, nay được an lành, nghe kinh kệ siêu thăng tịnh độ, vượt qua bể khổ, thoát khỏi Ta Bà, sen vàng chín phẩm nở hoa, pháp thân hiện Di Đà thọ ký.**

Sau cùng, nguyện chúng con cùng tất cả chúng sanh đều sớm trọn thành Phật đạo.

Đại chúng đồng niệm: **Nam Mô A Di Đà Phật.** (o)

KÍNH LỄ

(Đại chúng đứng lên)

Bao nhiêu tất cả nhân sư tử
Mười phương ba đời cùng các cõi
Con đem thân miệng ý thanh tịnh
Lạy khắp tất cả không còn dư. (o)

Nhất tâm đảnh lễ, đệ tử chúng con đại vì bốn ân ba cõi chí thành đảnh lễ:

Nam Mô Quá Khứ Trang Nghiêm Kiếp Thiên Phật. (o) (1 lạy)

Nhất tâm đảnh lễ, đệ tử chúng con đại vì bốn ân ba cõi chí thành đảnh lễ:

Nam Mô Hiện Tại Hiền Kiếp Thiên Phật. (o) (1 lạy)

Nhất tâm đảnh lễ, đệ tử chúng con đại vì bốn ân ba cõi chí thành đảnh lễ:

Nam Mô Vị Lai Tinh Tú Kiếp Thiên Phật. (o) (1 lạy)

TAM QUY

Con nương theo Phật, cầu cho chúng sanh
Tin chắc Đạo cả, phát lòng vô thượng. (o) (1 lạy)

Con nương theo Pháp, cầu cho chúng sanh
Thấu rõ kinh tạng, trí huệ như biển. (o) (1 lạy)

Con nương theo Tăng, cầu cho chúng sanh
Kính tín hòa hợp, tất cả không ngại. (ooo) (1 lạy)

Nguyện đem công đức này
Hướng về khắp tất cả
Đệ tử và chúng sanh
Đều trọn thành Phật đạo. (ooo)

BÀI KỆ CHƯ THIÊN

Trời, A-tu-la, Dạ xoa thảy
Đến nghe pháp đó nên chí tâm
Ủng hộ Phật pháp khiến thường còn
Mỗi vị siêng tu lời Phật dạy.
Bao nhiêu người nghe đến chốn này
Hoặc trên đất liền hoặc hư không
Thường với người đời sanh lòng từ

Ngày đêm tự mình nương pháp ở.
Nguyện các thế giới thường an ổn
Phước trí vô biên lợi quần sanh
Bao nhiêu tội chướng thảy tiêu trừ
Xa lìa các khổ về viên tịch.
Hằng dùng giới hương xoa vóc sáng
Thường trì định phục để giúp thân
Hoa mầu bồ đề khắp trang nghiêm
Tùy theo chỗ ở thường an lạc. (o)
Nam mô Tam Châu Cảm Ứng
Hộ Pháp Vi Đà Tôn Thiên Bồ Tát Ma Ha Tát.
(3 lần) (o)

11

NGHI THỨC CẦU AN

KINH DƯỢC SƯ

1. Cúng hương
2. Cầu nguyện
3. Khen ngợi Phật
4. Quán tưởng Phật
5. Đảnh lễ Phật Dược Sư và Sám hối
6. Đảnh lễ
7. Tán dương chi
8. Chú Đại Bi
9. Kệ Khai kinh
10. Kinh Dược Sư
11. Chú Dược Sư Quán Đảnh
12. Bài tán Dược Sư
13. Bát Nhã Tâm Kinh
14. Niệm Phật
15. Sám Dược Sư
16. Sám hối cầu nguyện tật bịnh tiêu trừ
17. Hồi hướng
18. Phục nguyện
19. Kính lễ bốn ân, ba cõi
20. Tam quy
21. Bài kệ Chư Thiên

CÚNG HƯƠNG

(Quì ngay thẳng, cầm 3 cây hương dâng ngang trán, chỉ chủ lễ niệm)

Nguyện dâng hương mầu nầy
Cúng dường tất cả Phật
Tôn Pháp, chư Bồ Tát
Thinh Văn và Duyên Giác
Cùng các bậc Thánh Hiền
Duyên khởi đài sáng chói
Khắp xông mười phương cõi
Tỏa ngát các chúng sanh
Đều phát tâm Bồ Đề
Xa lìa các vọng nghiệp
Trọn nên Đạo Vô Thượng.
Nam Mô Hương Cúng Dường Bồ Tát Ma Ha Tát. (o) (1 xá)

CẦU NGUYỆN

Hôm nay, đệ tử chúng con một dạ chí thành, quỳ trước điện Phật, thiết lễ cầu an, trì chú Dược Sư, nguyện tiêu tai chướng, nguyện giáng kiết tường. Ngưỡng nguyện đức Phật Dược Sư Lưu Ly, Thất Bảo Như Lai, cùng mười hai vị đại tướng Dược Xoa, gia hộ chúng con (quý danh hay đệ tử chúng con) ....

Oan trái nhiều đời đều được tháo mở, oán thù bao kiếp thảy đều tiêu tan. Não phiền dứt sạch, xa lìa khổ ách, nghiệp chướng tiêu trừ, bốn mùa khoẻ mạnh, thân tâm an lạc, niềm tin vững

chắc, phước thọ tăng long, mọi việc hanh thông, gia đình hưng thịnh, quyến thuộc khương ninh, pháp giới chúng sinh, cùng lên bờ giác.

Nam Mô Đông Phương Giáo Chủ Mãn Nguyệt Từ Dung, Tịnh Lưu Ly Thế Giới, Tiêu Tai Diên Thọ Dược Sư Lưu Ly Quang Vương Phật tác đại chứng minh. (o) (1 xá)

KHEN NGỢI PHẬT

Đấng Pháp Vương vô thượng
Ba cõi chẳng ai bằng
Thầy dạy khắp trời, người
Cha lành chung bốn loài
Quy y tròn một niệm
Dứt sạch nghiệp ba kỳ
Xưng dương cùng tán thán
Ức kiếp không cùng tận. (o) (1 xá)

QUÁN TƯỞNG PHẬT

Phật, chúng sanh tánh thường rỗng lặng
Đạo cảm thông không thể nghĩ bàn
Lưới đế châu ví đạo tràng
Mười phương Phật hiện hào quang sáng ngời
Trước bảo tọa thân con ảnh hiện
Cúi đầu xin thệ nguyện quy y. (o)

ĐẢNH LỄ

(Đại chúng đồng tụng)

Chí tâm đảnh lễ:

Nam Mô tận hư không biến pháp giới quá, hiện, vị lai thập phương chư Phật, Tôn Pháp Hiền Thánh Tăng thường trụ Tam Bảo. (o) (1 lạy)

Chí tâm đảnh lễ:

Nam Mô Ta Bà Giáo Chủ Bổn Sư Thích Ca Mâu Ni Phật, Đương Lai Hạ Sinh Di Lặc Tôn Phật, Đại Trí Văn Thù Sư Lợi Bồ Tát, Đại Hạnh Phổ Hiền Bồ Tát, Hộ Pháp Chư Tôn Bồ Tát, Linh Sơn Hội Thượng Phật Bồ Tát. (o) (1 lạy)

Chí tâm đảnh lễ:

Nam Mô Tây Phương Cực Lạc Thế Giới Đại Từ Đại Bi A Di Đà Phật, Đại Bi Quán Thế Âm Bồ Tát, Đại Thế Chí Bồ Tát, Đại Nguyện Địa Tạng Vương Bồ Tát, Thanh Tịnh Đại Hải Chúng Bồ Tát. (o) (1 lạy)

CHÍ TÂM ĐẢNH LỄ

1. **Tối Thắng thế giới, Vận Ý Thông Chứng Như Lai.** (o) (1 lạy)
2. **Diệu Bảo thế giới, Quán Âm Tự Tại Như Lai.** (o) (1 lạy)
3. **Vô Ưu thế giới, Tối Thắng Cát Tường Như Lai.** (o) (1 lạy)
4. **Tịnh Trụ thế giới, Quảng Đạt Trí Biện Như Lai.** (o) (1 lạy)
5. **Pháp Hỷ thế giới, Pháp Hải Du Hí Như**

Lai. (o) (1 lạy)

6. **Viên Mãn thế giới, Kim Sắc Thành Tựu Như Lai.** (o) (1 lạy)
7. **Tịnh Lưu Ly thế giới, Kim Sắc Thành Tựu Như Lai.** (o) (1 lạy)
8. **Dược Sư Bổn Nguyện Công Đức Kinh.** (o) (1 lạy)
9. **Nhật Quang Biến Chiếu Bồ Tát.** (o) (1 lạy)
10. **Nguyệt Quang Biến Chiếu Bồ Tát.** (o) (1 lạy)
11. **Thanh Tịnh Đại Hải Chúng Bồ Tát.** (o) (1 lạy)
12. **Con nay khắp vì bốn ân ba cõi, chúng sanh khắp pháp giới, đều nguyện dứt trừ ba chướng nên quy mạng đảnh lễ sám hối** (1 lạy, quỳ chấp tay sám hối):

Con xưa đã tạo bao ác nghiệp
Đều do vô thủy tham sân si
Từ thân khẩu ý phát sinh ra
Hết thảy con nay nguyện sám hối.
Bao nhiêu nghiệp chướng sâu dường ấy
Nguyện đều tiêu diệt không còn dư,
Niệm niệm trí soi khắp pháp giới,
Rộng độ chúng sanh đều không thoái.

Sám hối phát nguyện rồi, chí tâm đảnh lễ:

Nam Mô Dược Sư Lưu Ly Quang Vương Phật biến pháp giới thường trụ Tam Bảo. (o) (1 lạy)

TÁN DƯƠNG CHI

(Mời ngồi xuống và khai chuông mõ)

Cành dương nước tịnh nhiệm mầu
Rưới tắt muôn vàn cảnh khổ đau
Chư Thiên mát mẻ, tâm thanh tịnh
Nhân thế vui tươi, cảnh an nhàn
Cam lồ rưới khắp trần gian
Lửa sân dứt sạch, sen vàng nở hoa.

Nam Mô Thanh Lương Địa Bồ Tát Ma Ha Tát. (3 lần) (o)

CHÚ ĐẠI-BI

Nam Mô Đại Bi Hội Thượng Phật Bồ Tát. (3 lần) (o)

Thiên thủ thiên nhãn vô ngại đại-bi tâm đà-la-ni.

Nam Mô hắc ra đát na, đa ra dạ da. Nam Mô a rị da, bà lô yết đế, thước bát ra da, Bồ-đề tát đỏa bà da, ma ha tát đỏa bà da, ma ha ca lô ni ca da, án, tát bàn ra phạt duệ số đát na đát tỏa.

Nam Mô tất kiết lật đỏa y mông a rị da, bà lô kiết đế thất Phật ra lăng đà bà.

Nam Mô na ra cẩn trì hê rị ma ha bàn đa sa mế, tát bà a tha đậu thâu bằng, a thệ dựng, tát bà tát đa, na ma bà già, ma phạt đạt đậu, đát điệt tha. Án a bà lô hê, lô ca đế, ca ra đế, di hê rị, ma ha bồ-đề tát đỏa, tát bà tát bà, ma ra ma ra, ma hê ma hê, rị đà dựng, cu lô cu lô kiết mông, độ lô độ lô, phạt xà da đế, ma ha phạt xà da đế, đà ra đà ra, địa rị ni, thất Phật ra da, dá ra dá ra.

Mạ mạ phạt ma ra, mục đế lệ, y hê y hê, thất na thất na a ra sâm Phật ra xá-lợi, phạt sa phạt sâm, Phật ra xá da, hô lô hô lô ma ra, hô lô hô lô hê rị, ta ra ta ra, tất rị tất rị, tô rô tô rô, bồ-đề dạ bồ-đề dạ, bồ-đà dạ, bồ-đà dạ, di đế rị dạ, na ra cẩn trì địa rị sắc ni na, ba dạ ma na ta bà ha. Tất đà dạ ta bà ha. Ma ha tất đà dạ ta bà ha. Tất đà du nghệ thất bàn ra dạ, ta bà ha. Na ra cẩn trì ta bà ha. Ma ra na ra ta bà ha. Tất ra tăng a mục khê da, ta bà ha. Ta bà ma ha, a tất đà dạ, ta bà ha. Giả kiết ra a tất đà dạ, ta bà ha. Ba đà ma yết tất đà dạ, ta bà ha. Na ra cẩn trì bàn đà ra dạ, ta bà ha. Ma bà lị thắng yết ra dạ, ta bà ha.

Nam Mô hắc ra đát na, đa ra dạ da. Nam Mô a rị da, bà lô yết đế, thước bàng ra dạ, ta bà ha.

Án tất điện đô, mạn đa ra, bạt đà dạ, ta bà ha. (3 lần) (o)

Nam mô Thập phương Thường trú Tam Bảo. (3 lần) (o)

KỆ KHAI KINH

Thăm thẳm cao siêu Pháp nhiệm mầu
Trăm ngàn muôn kiếp khó tìm cầu,
Con nay nghe thấy chuyên trì niệm,
Nguyện tỏ Như Lai nghĩa nhiệm mầu.

Nam Mô Bổn Sư Thích Ca Mâu Ni Phật. (3 lần) (o)

Nam Mô Dược Sư Lưu Ly Quang Hội Thượng Phật Bồ Tát. (3 lần) (o)

KINH NÓI VỀ BỔN NGUYỆN CÔNG ĐỨC CỦA ĐỨC PHẬT DƯỢC SƯ LƯU-LY QUANG NHƯ-LAI

Ta nghe như vầy: Một thuở nọ, đức Bạt Già Phạm đi châu du giao hóa các nước, đến thành Quảng Nghiêm, ở nghĩ dưới cây Nhạc-Âm, cùng với tám ngàn vị Đại-Bí-Sô, ba vạn sáu ngàn vị Đại Bồ Tát, các hàng Quốc Vương, đại thần, bà-la- môn, các hàng cư sĩ, thiên-long bát bộ cùng nhơn, phi nhơn, cả thảy đại-chúng nhiều vô lượng, đồng vây quanh Phật cung kính thỉnh Ngài thuyết-pháp.

Lúc bấy giờ, ông Mạn-Thù Thất-Lợi pháp-vương-tử nhờ oai thần của Phật, từ chỗ ngồi đứng dậy, vén y để bày vai bên hữu và gối bên mặt quỳ sát đất, khép-nép chắp tay hướng về phía Phật bạch rằng: “Bạch đức Thế-tôn cúi mong Ngài nói rõ những danh hiệu, những bổn nguyện rộng lớn cùng những công-đức thù-thắng của chư Phật để cho những người đang nghe pháp, nghiệp-chướng tiêu-trừ và để cho chúng hữu-tình ở đời tượng pháp được nhiều lợi-lạc về sau”.

Đức Thế-tôn khen ông Mạn-Thù Thất-Lợi đồng tử rằng: “Hay thay! Hay thay! Mạn-Thù Thất-Lợi! Ngươi lấy lòng đại-bi yêu cầu Ta nói những danh-hiệu và bổn-nguyện công-đức của chư Phật là vì muốn cho chúng hữu-tình khỏi bị nghiệp-chướng ràng buộc, lợi ích an vui, trong đời tượng pháp về sau. Nay ngươi nên lóng nghe và suy nghĩ kỹ, Ta sẽ vì ngươi mà nói”.

Ông Mạn-Thù Thất-Lợi bạch rằng: "Dạ, mong Thế-tôn nói, chúng con xin nghe".

Phật bảo ông Mạn-Thù Thất-Lợi: "Ở phương Đông, cách đây hơn mười căn-dà-sa cõi Phật có một thế-giới tên là Tịnh- Lưu-Ly. Đức giáo-chủ cõi ấy hiệu là Dược-Sư Lưu-Ly-Quang Như Lai Ứng Chánh Đẳng-Giác, Minh-hạnh Viên-mãn, Thiện-thệ, Thế-gian giải, Vô-thượng-sĩ, Điều-ngự trượng-phu, Thiên-nhơn-sư, Phật Bạt-Già-Phạm.

Này Mạn-Thù Thất-Lợi, đức Dược-Sư Lưu-Ly Quang Như- Lai, khi còn tu hạnh đạo Bồ-tát có phát mười hai nguyện lớn, khiến cho chúng hữu-tình cầu chi được nấy.

NGUYỆN THỨ NHẤT: Ta nguyện đời sau, khi chứng đặng đạo chánh-đẳng chánh-giác, thân ta có hào quang sáng-suốt, rực-rỡ, vô biên thế-giới, khiến cho tất cả chúng hữu-tình đều có đủ ba mươi hai tướng đại-trượng-phu, cùng tám chục món tùy hình trang-nghiêm như thân của Ta vậy.

NGUYỆN THỨ HAI: Ta nguyện đời sau, khi đặng đạo Bồ-đề, thân ta như ngọc lưu-ly, trong ngoài sáng-suốt, tinh-sạch hòan-toàn, không có chút nhơ bợn, ánh quang-minh chói-lọi khắp nơi, công-đức cao vòi-vọi và an-trú giữa từng lưới dệt bằng tia sáng, tỏ hơn vừng nhựt nguyệt. Chúng-sanh trong cõi u-minh đều nhờ ánh sáng ấy mà tâm-trí được mở-mang và tùy ý muốn đi đến chỗ nào để làm các sự nghiệp gì cũng đều được cả.

NGUYỆN THỨ BA: Ta nguyện đời sau, khi đặng đạo Bồ-đề, dùng trí-huệ phương tiện vô-lượng vô-biên độ cho chúng hữu- tình, khiến ai nấy đều có đủ vật dụng, chớ không cho ai phải chịu sự thiếu-thốn.

NGUYỆN THỨ TƯ: Ta nguyện đời sau, khi đặng đạo Bồ-đề, nếu có chúng hữu-tình tu theo tà đạo, thì ta khiến họ quay về an trụ trong đạo Bồ đề, hoặc có những người tu-hành theo hạnh Thinh-văn, Độc-giác, thì ta cũng lấy phép đại-thừa, mà dạy bảo cho họ.

NGUYỆN THỨ NĂM: Ta nguyện đời sau, khi đặng đạo Bồ-đề, nếu có chúng hữu-tình nhiều vô-lượng, vô-biên ở trong giáo pháp của ta mà tu-hành theo hạnh thanh-tịnh thì ta khiến cho tất cả đều giữ được giới-pháp hòan-toàn đầy đủ cả tam-tụ tịnh-giới. Giả-sử có người nào bị tội hủy-phạm giới-pháp mà khi đã nghe được danh-hiệu ta thì trở lại được thanh-tịnh, khỏi sa vào đường ác.

NGUYỆN THỨ SÁU: Ta nguyện đời sau, khi chứng được đạo Bồ-đề, nếu có chúng hữu-tình nào thân hình hèn hạ, các căn, không đủ, xấu xa, khờ khạo, tai điếc, mắt đui, nói năng ngọng liệu, tay chân tật nguyền, lát hủi, điên cuồng, chịu tất cả những bệnh khổ ấy mà khi đã nghe danh-hiệu ta thì liền được thân hình đoan chánh tâm-tánh khôn-ngoan, các căn đầy đủ, không còn những

bịnh khổ ấy nữa.

NGUYỆN THỨ BẢY: Ta nguyện đời sau, khi chứng được đạo Bồ-đề, nếu có chúng hữu-tình nào bị những chứng bịnh hiểm-nghèo không ai cứu chữa, không ai để nương nhờ, không gặp thầy, không gặp thuốc, không bà con, không nhà cửa, chịu nhiều nỗi nghèo hèn khốn khổ, mà hễ nghe danh-hiệu ta đã nghe lọt vào tai một lần thì tất cả bịnh-hoạn khổ-não đều tiêu-trừ, thân- tâm an-lạc, gia-quyến sum-vầy, của cải sung-túc, cho đến chứng được đạo quả vô thượng Bồ-đề.

NGUYỆN THỨ TÁM: Ta nguyện đời sau, khi chứng được đạo Bồ-đề, nếu có những phụ-nữ nào bị trăm điều hèn hạ khổ sở của thân gái làm cho buồn rầu, bực tức, sanh tâm nhàm chán, muốn bỏ thân ấy mà hễ nghe danh-hiệu ta rồi thì tất cả đều được chuyển thân gái thành thân trai, có đủ hình tướng trượng- phu, cho đến chứng được đạo quả vô-thượng Bồ-đề.

NGUYỆN THỨ CHÍN: Ta nguyện đời sau, khi chứng được đạo Bồ-đề, thì khiến cho những chúng hữu-tình ra khỏi vòng lưới ma- nghiệp, được giải-thoát tất cả sự ràng buộc của ngoại-đạo. Nếu có những kẻ sa vào rừng ác-kiến, ta nhiếp-dẫn họ trở về với chánh-kiến và dần-dần khiến họ tu-tập theo các hạnh Bồ-tát đặng mau chứng đạo chánh đẳng Bồ-đề.

NGUYỆN THỨ MƯỜI: Ta nguyện đời sau, khi chứng được đạo Bồ-đề, thì khiến cho chúng hữu tình nào mà pháp luật nhà Vua gia tội phải bị xiềng-xích, đánh đập, hoặc bị giam giữ trong chốn lao-tù, hoặc bị chém giết, hoặc bị nhiều tai nạn nhục-nhã, thân-tâm chịu những nỗi khổ, buồn-rầu, bức-rức, hễ nghe đến danh-hiệu ta thì nhờ sức oai-thần phước-đức của ta đều được giải thoát tất cả những nỗi ưu-khổ ấy.

NGUYỆN THỨ MƯỜI MỘT: Ta nguyện đời sau, khi chứng được đạo Bồ-đề, thì khiến cho chúng hữu-tình nào bị sự đói khát hòanh-hành, đến nỗi vì tạo miếng ăn phải tạo các nghiệp dữ, mà hễ nghe danh-hiệu ta rồi chuyên-niệm thọ trì thì trước hết ta dùng các món ăn uống ngon lạ ban-bố cho thân họ được no đủ và sau ta mới đem pháp-vị nhiệm-mầu kiến lập cho họ cái cảnh- giới an-lạc hòan-toàn.

NGUYỆN THỨ MƯỜI HAI: Ta nguyện đời sau, khi chứng được đạo Bồ-đề, thì khiến cho chúng hữu-tình nào nghèo đến nổi không có áo che thân bị muỗi mòng cắn đốt, nóng lạnh giải dầu, ngày đêm khổ bức, hễ nghe đến danh hiệu ta mà chuyên-niệm thọ trì thì ta khiến cho được như ý muốn: nào các thứ y-phục tốt đẹp, nào tất cả bảo-vật trang-nghiêm, nào tràng hoa, phấn sáp bát-ngát mùi thơm và trống nhạc cùng những điệu ca múa, tùy tâm muốn thưởng thức món nào cũng được thỏa-mãn cả.

Này Mạn-Thù Thất-Lợi, đó là mười hai lời nguyện nhiệm- mầu của đức Dược-Sư Lưu-Ly Quang Như-Lai Ứng Chánh-Đẳng-Giác phát ra trong khi tu-hạnh đạo Bồ-tát.

Lại nữa, Mạn-Thù Thất-Lợi, đức Dược Sư Lưu Ly Quang Như Lai kia khi còn tu-hành đạo Bồ-tát phát những lời nguyện rộng lớn và những công-đức trang-nghiêm ở cõi Ngài, dầu ta nói mãn một kiếp hay hơn một kiếp cũng không thể nào hết được. Nhưng Ta có thể nói ngay rằng cõi Phật kia một bề thanh-tịnh không có đàn-bà, cũng không có đường dữ và cả đến tiếng khổ cũng không.

Ở cõi ấy đất toàn bằng chất lưu-ly, đường đi có dây bằng vàng giăng làm ranh giới, còn thành-quách cung-điện, mái-hiên cửa sổ cho đến các lớp lưới bao phủ cũng toàn bằng đồ thất-bảo làm ra. Thật chẳng khác gì những công-đức trang-nghiêm ở cõi Tây-Phương Cực-Lạc vậy.

Cõi Phật ấy có hai vị đại Bồ-tát là Nhựt-Quang biến-chiếu và Nguyệt-Quang biến-chiếu, chính là hai bực thượng-thủ trong vô-lượng, vô số Bồ-tát và lại là những bậc sắp bổ xứ làm Phật. Hai vị này đều giữ gìn kho báu chánh pháp của Phật Dược Sư Lưu-Ly Quang Như-Lai.

Mạn-Thù Thất-Lợi, vì thế những kẻ thiện-nam tín-nữ nào có lòng tin vững chắc thì nên nguyện sanh về thế-giới của Ngài.

Lúc ấy đức Thế-tôn lại bảo ông Mạn-Thù Thất-Lợi đồng tử rằng: "Có những chúng-sanh không biết điều lành dữ, cứ ôm lòng bỏn-xẻn tham-lam, không biết bố thí mà cũng không biết quả báo của sự bố thí là gì, ngu-si vô-trí, thiếu hẳn đức tin, lại ham chứa chất của cải cho nhiều, đêm ngày bo-bo gìn giữ, thấy ai đến xin, lòng đã không muốn, nhưng nếu cực chẳng đã phải đưa của ra thì đau đớn mến tiếc, dường như lóc thịt cho người vậy. Lại có vô-lượng chúng hữu-tình tham-lẫn, chỉ lo tích trữ của cải cho nhiều mà tự mình không dám ăn-tiêu, còn nói chi đến sự đem của ấy thí cho cha mẹ, vợ con, tôi tớ và những kẻ nghèo hèn đến xin. Những kẽ tham lẫn ấy, khi chết bị đọa vào đường ngạ quỉ hay bàng-sanh. Mặc dầu ở trong ác-thú, nhưng nhờ đời trước, sống trong cõi nhơn-gian đã từng nghe qua danh-hiệu của đức Dược-Sư Lưu-Ly Quang Như-Lai mà nay lại còn nhớ niệm đến danh-hiệu Ngài thì liền từ cõi ấy thoát sanh trở lại làm người. Khi đã được làm người lại nhớ đến kiếp sống trong đường ngạ-quỉ súc-sanh, biết sợ sự đau khổ nên không ưa đắm mình trong dục-lạc mà còn muốn tự mình làm việc bố-thí, không tham tiếc món gì và lần lần có thể đem cả đầu, mắt, tay chân hay máu thịt của thân phần mình mà bố-thí cho những kẻ đến xin cũng được, huống chi của cải là những vật thừa.

Lại nữa, Mạn-Thù Thất-Lợi, trong chúng hữu-tình nếu có những người nào thọ các giới của Phật để tu học mà lại phá giới hoặc không có kẻ không phá giới mà lại phá phép tắc, hoặc có kẻ tuy chẳng phá giới và phép tắc mà lại hủy-hoại chánh-kiến, hoặc có kẻ tuy không hủy-hoại chánh-kiến mà lại bỏ sự đa-văn nên không hiểu được nghĩa-lý sâu-xa trong kinh Phật nói, hoặc có kẻ tuy đa-văn mà có thói tăng-thượng-mạn, do thói tăng-thượng-mạn ấy che lấp tâm tánh, cố chấp cho mình là phải, người khác là quấy, chê-bai chánh-pháp, kết đảng với ma. Những kẻ ngu-si ấy tự mình đã làm theo tà-kiến mà lại còn khiến cho vô số ức triệu chúng hữu-tình cũng bị sa vào hố nguy hiểm. Những chúng hữu-tình ấy bị trôi lăn trong các đường địa-ngục, ngạ-quỉ, bàng-sanh không khi nào cùng. Nhưng nếu nghe được danh-hiệu của đức Dược-Sư Lưu-Ly Quang Như-Lai thì họ liền bỏ những hạnh dữ tu theo các pháp lành, khỏi bị đọa vào vòng ác thú nữa. Giả-sử có người không thể bỏ những hạnh dữ và không tu theo những pháp lành mà phải bị đọa vào trong ác-thú thì cũng nhờ oai-lực bổn nguyện của đức Dược-Sư khiến cho họ, khi tạm nghe được danh hiệu Ngài, liền từ nơi ác thú mạng chung, trở sanh vào cõi người, được tinh-tấn tu-hành trong sự hiểu biết chơn-chánh khéo điều-hòa tâm-ý, bỏ tục xuất-gia tho-ï trì và tu-học theo giáo-pháp của Như-Lai, đã không hủy-phạm lại thêm chánh-kiến đa-văn, hiểu rõ nghĩa-lý sâu-xa lìa được thói tăng-thượng-mạn, không chê-bai chánh-pháp, không bè bạn với ma, dần-dần tu-hành theo hạnh Bồ-tát chóng được viên- mãn.

Lại nữa, Mạn-Thù Thất-Lợi, nếu chúng hữu tình có tánh tham lam tật đố, hay khen mình chê người thì sẽ bị đọa trong bai đường địa-ngục, ngạ-quỉ, súc-sanh, phải chịu nhiều sự đau đớn khổ sở, trải qua không biết mấy nghìn năm mới hết. Khi đã mãn sự đau khổ kia, liền từ nơi đó mạng chung sanh lại cõi người phải làm thân trâu, ngựa, lừa, lạc-đà, thường bị người hành-hạ, đánh đập và bị đói khát dày vò, lại phải đi dường xa chở nặng, cực nhọc muôn phần; còn như may đặng làm thân người thì lại bị sanh vào hạng hạ tiện phải làm tôi tớ cho kẻ khác, mãi bị họ sai sử không khi nào được chút thong thả tự do. Nếu những nhơn, vật ấy, đời trước khi còn trong nhơn đạo đã từng nghe danh-hiệu của đức Dược-Sư Lưu-Ly Quang Như-Lai thì do cái nhơn lành ấy, ngày nay nhớ lại, chí tâm qui-y Ngài, nhờ thần lực của Ngài gia-bị mà thoát khỏi mọi sự khổ não, các căn thông lợi, trí-huệ sáng suốt lại thêm đa văn, hằng cầu thắng-pháp, thường gặp bạn lành, đời đời dứt hẳn lưới ma, đập nát vỏ vô- minh, tát cạn sông phiền não, mà được giải-thoát khỏi nạn sanh, lão, bịnh, tử và những nỗi đau khổ lo buồn.

Lại nữa, Mạn Thù Thất Lợi, nếu chúng hữu-tình có tánh ưa sự ngang trái chia lìa, tranh đấu, kiện cáo lẫn nhau, làm não loạn cho mình và người, đem thân, khẩu, ý tạo thêm mãi những ác-nghiệp, xoay qua trở lại, thường làm những việc không nhiêu ích để mưu hại lẫn nhau, hoặc cáo triệu những thần ở núi, rừng, cây; mã, để hại người, hoặc giết chúng-sanh lấy huyết thịt cúng tế quỉ Dược-xoa và quỉ La-sát để cậy quỉ hại người, hoặc biên tên họ và làm hình tượng của người cừu oán rồi dùng phép chú thuật tà-ác mà trù ẻo cho chết, hoặc theo lối ếm đối và dùng những đồ độc, hoặc dùng chú-pháp hại mạng người. Nếu chúng hữu-tình bị những tai nạn ấy mà nghe danh-hiệu của đức Dược- Sư Lưu-Ly Quang Như-Lai thì các thứ tà-ác kia không thể hại được. Tất cả những kẻ ác-tâm kia đều trở lại khởi lòng từ làm việc lợi ích an-vui cho kẻ khác, không còn ý tổn-não vào tâm hiềm-giận, hai bên hòa hảo với nhau. Và đối với vật thọ dụng của ai thì người ấy tự vui mừng biết đủ, không xâm lấn của nhau mà lại còn giúp đỡ lẫn nhau nữa.

Lại nữa, Mạn-Thù Thất-Lợi, nếu trong hàng tứ-chúng: bí- sô, bí-sô-ni, ô-ba-sách-ca, ô-ba-tư-ca, và những kẻ thiện- nam, tín-nữ đều có thọ trì tám phần trai-giới, hoặc trong một năm, hoặc mỗi năm ba tháng, vưng giữ giới-pháp, làm nơi y chỉ tu học rồi đem căn lành này nguyện sanh về chỗ Phật Vô-lượng-thọ ở thế giới Cực-Lạc Tây-Phương đặng nghe chánh-pháp, nhưng nếu chưa quyết-định, mà nghe được danh hiệu đức Dược-Sư Lưu-Ly Quang Như-Lai, thì khi mạng chung sẽ có tám vị Đại Bồ-tát như: Văn-Thù Sư-Lợi Bồ-tát, Quán Thế AÂm Bồ-tát, Đắc Đại-Thế-Chí Bồ-tát, Vô-Tận-Ý Bồ-tát, Bảo-Đàn-Hoa Bồ-tát, Dược-Vương Bồ-tát, Dược-Thượng Bồ-tát, Di-Lặc Bồ-tát từ trên không-trung đi đến đưa đường chỉ lối cho thì liền được vãng-sanh trong những hoa báu đủ màu. Hoặc nếu có kẻ, nhơn nguyện-lực của đức Dược-Sư mà được thác sanh lên cõi Trời và mặc dầu sanh lên cõi Trời nhưng nhờ cái căn lành sẵn có ấy chưa hết thì không còn sanh lại những đường ác nữa. Khi tuổi thọ ở cõi Trời đã mãn, sanh lại trong cõi người thì, hoặc làm đến bậc Luân-vương, thống-nhiếp cả bốn châu thiên hạ, oai đức tự-tại, giáo-hóa cho vô-lượng trăm ngàn chúng hữu-tình theo con đường thập-thiện, hoặc sanh vào giòng Sát-đế-lyï, Bà-la-môn hay cư-sĩ đại-cô, của tiền dư-dật, kho đụn tràn đầy, tướng mạo đoan-trang, quyến thuộc sum vầy, lại được thông-minh trí-huệ, dõng-mãnh oai-hùng như người đại-lực-sĩ. Còn nếu có người phụ-nữ nào nghe đến danh-hiệu của đức Dược-Sư Lưu-Ly Quang Như-Lai mà hết lòng thọ-trì danh-hiệu ấy thì đời sau sẽ không làm thân gái nữa.

Này Mạn-Thù Thất-Lợi! Đức Dược-Sư Lưu-Ly Quang Như-Lai kia khi đã chứng được đạo Bồ-đề, do sức bổn-nguyện mà Ngài quan-sát biết chúng hữu-tình gặp phải các thứ bịnh khổ như da vàng, gầy ốm, cảm nhiệt, thương hàn, hoặc trúng phải những thứ ếm đối, đồ độc, hoặc bị hoạnh-tử, hoặc bị chết non. Muốn những chứng bệnh đau khổ ấy được tiêu-trừ và lòng mong cầu của chúng hữu-tình được mãn-nguyện, Ngài liền nhập định, kêu là định: "diệt trừ tất cả khổ não chúng sanh". Khi Ngài nhập định, từ trong nhục-kế phóng ra luồng ánh-sáng lớn, trong luồng ánh-sáng ấy nói chú đại đà-la-ni:

Nam Mô bạt già phạt đế, bệ sát xã, lu lô tịch lưu-ly, bác lặc bà, hát ra xà dả. Đát tha yết đa ra, a ra hắc đế. Tam miệu tam bột đà da, đát điệt tha. Án, bệ sát thệ, bệ sát thệ, bệ sát xã, tam một yết đế tóa ha.

Lúc ấy trong luồng ánh-sáng diễn chú này rồi, cả đại-địa rúng động, phóng ra ánh đại-quang-minh làm cho tất cả chúng-sanh dứt hết bịnh khổ, hưởng được an vui.

Này Mạn-Thù Thất-Lợi! Nếu thấy những người nào đang mắc bịnh khổ thì phải tắm gội cho sạch sẽ và vì họ nhứt tâm tụng chú này 108 biến, chú-nguyện trong đồ ăn, trong thuốc uống hay trong nước không vi-trùng mà cho họ uống thì những bịnh khổ ấy đều tiêu-diệt.

Nếu có ai mong cầu việc gì mà chí tâm tụng-niệm chú này thì đều được như ý muốn: đã không bịnh lại thêm sống lâu, sau khi mạng chung được sanh về thế giới Tịnh Lưu-Ly, không còn thối chuyển, rồi dần dần tu chứng đến đạo quả Bồ-đề.

Vậy nên, Mạn-Thù Thất-Lợi, nếu có những người nào hết lòng ân-cần tôn trọng, cung kính cúng dường đức Dược-Sư Lưu-Ly Quang Như-Lai thì phải thường trì-tụng chú này đừng lãng quên.

Lại nữa, nếu có những kẽ tịnh tín nam nữ nào được nghe rồi tụng-trì danh-hiệu đức Dược-Sư Lưu-Ly Quang Như-Lai, ưng chánh-đẳng giác, mỗi sớm mai, súc miệng, đánh răng, tắm rửa sạch-sẽ, xong lại thắp hương, rãi dầu thơm, các món kỹ nhạc để cúng-dường hình-tượng, còn đối với kinh-điển này thì tự mình hay dạy người khác chép ra, rồi giữ một lòng thọ-trì và suy-nghĩ nghĩa-lý; đối với vị pháp-sư giảng nói kinh pháp thì phải nên cúng-dường tất cả những vật cần dùng đừng để thiếu-thốn. Hễ hết lòng như vậy thì nhờ chư Phật hộ-niệm được mãn-nguyện mọi sự mong-cầu cho đến chứng đặng đạo quả bồ-đề nữa.

Lúc bấy giờ Mạn-Thù Thất-Lợi đồng-tử bạch Phật rằng: "Bạch đức Thế-Tôn, tôi thề qua thời kỳ tượng-pháp sẽ dùng đủ chước phương-tiện khiến cho những thiện-nam tín-nữ có lòng tin trong sạch được nghe danh hiệu của đức Dược-Sư Lưu-Ly Quang Như-Lai, cả đến trong giấc ngủ tôi cũng dùng danh-hiệu của đức Phật này, thức tỉnh nơi tai cho họ rõ biết.

Bạch đức Thế-Tôn, nếu ai thọ-trì đọc tụng kinh này, hoặc đem giảng nói, bày tỏ cho người khác, hoặc tự mình hay dạy người biên chép kinh này, hết lòng cung-kính tôn-trọng, dùng những bông thơm, dầu thơm, các thứ hương đốt, tràng hoa, anh-lạc, phướng lọng cùng âm-nhạc hát múa mà cúng-dường hoặc dùng hàng ngũ sắc làm đãy đựng kinh này, rồi quét dọn một nơi sạch-sẽ, thiết-lập một cái tòa cao mà để lên, thì lúc ấy có bốn vị thiên-vương quyến-thuộc và cùng vô-lượng trăm ngàn thiên-chúng ở các cõi Trời khác đều đến đó mà cúng-dường và thủ hộ.

Bạch đức Thế-Tôn, nếu kinh nầy lưu-hành đến chỗ nào có người thọ-trì và nghe được danh-hiệu của đức Dược-Sư Lưu-Ly Quang Như-Lai thì nhờ công-đức bổn-nguyện của Ngài mà chỗ ấy không bị nạn hoạnh-tử, cũng không bị những ác-quỉ, ác-thần đoạt lấy tinh-khí, và dầu có bị đoạt lấy đi nữa, cũng được hườn lại, thân tâm yên-ổn khỏe-mạnh như thường".

Phật bảo Mạn-Thù Thất-Lợi: Phải, phải, thiệt đúng như lời ngươi nói. Nầy Mạn-Thù Thất-Lợi! Nếu có những người tịnh-tín thiện-nam, tín-nữ nào muốn cúng dường đức Dược-Sư Lưu-Ly Quang Như-Lai thì trước phải tạo lập hình tượng Ngài, đem để trên tòa cao chưng dọn sạch sẽ các thứ rồi rải bông, đốt các thứ hương, dùng các thứ tràng phan trang-nghiêm chỗ thờ ấy trong bảy ngày bảy đêm, phải thọ tám phần trai-giới, ăn đồ thanh-trai, tắm gội và y-phục chỉnh-tề, giữ lòng thanh-tịnh, không giận dữ, không sát hại đối với tất cả loài hữu-tình phải khởi tâm bình-đẳng, đủ cả tâm từ, bi, hỉ, xả làm cho họ được lợi-ích an-vui đánh nhạc ca hát ngợi khen và do phía hữu đi nhiễu quanh tượng Phật, lại phải nghĩ nhớ công-đức bổn nguyện và đọc tụng kinh này, suy-nghiệm nghĩa-lý mà diễn nói khai-thị cho người khác biết. Làm như vậy thì mong cầu việc chi cũng đều được toại ý, như cầu sống lâu, được sống lâu, cần giàu sang, được giàu sang, cầu quan vị, được quan vị, cầu sanh con trai con gái thì sanh được con trai, con gái.

Lại nếu có người nào trong giấc ngủ thấy những điềm chiêm bao dữ, còn khi thức thấy những ác-tướng như chim đến đậu nơi vườn nhà, hoặc chỗ ở hiện ra trăm điều quái dị mà người ấy dùng những của báu cúng-dường đức Phật Dược-Sư Lưu-Ly Quang Như-Lai, thì những ác-mộng, ác-tướng và những điềm xấu ấy thảy đều ẩn hết, không còn phải lo sợ gì nữa.

Nếu gặp tai nạn nguy-hiểm như nạn nước, lửa, gươm, đao, thuốc độc và các cầm-thú dữ gây sự sợ hãi như: voi, sư-tử, cọp, sói, gấu, rắn độc, bò-cạp, rít, sên, lằn muỗi, mà hết lòng nhớ niệm và cung-kính cúng-dường đức Phật Dược-Sư thì được thoát khỏi những sự sợ hãi ấy; hoặc nếu bị nước khác xâm-lăng, nhiễu-hại, trộm-cướp rối loạn mà nhớ niệm và cung kính đức Phật Dược-Sư thì cũng được thoát khỏi những nạn ấy.

Lại nữa Mạn-Thù Thất-Lợi, nếu có thiện-tín nữ nào từ khi phát-tâm thọ giới cho đến ngày chết, không thờ những vị Trời nào, chỉ một lòng nương theo Phật, Pháp, Tăng, thọ-trì giới cấm, hoặc 5 giới, 10 giới, Bồ-tát 10 giới trọng, 48 giới khinh, Tỳ-kheo 250 giới, Tỳ-kheo-ni 348 giới nếu có ai hủy-phạm những giới pháp đã thọ sợ đọa vào ác-thú, hễ chuyên niệm và cung-kính cúng-dường đức Phật Dược-Sư thì quyết định không thọ-sanh trong ba đường ác. Lại nếu có người phụ-nữ nào đương lúc sanh-sản phải chịu cực khổ đau đớn mà xưng danh-hiệu, lễ bái và hết lòng cung-kính cúng-dường đức Phật Dược-Sư thì khỏi những sự đau khổ ấy mà sanh con ra cũng được vuông tròn, tướng-mạo đoan-trang, lợi-căn thông-minh, an-ổn ít bịnh hoạn, ai thấy cũng vui mừng và không bị quỉ cướp đoạt tinh khí.

Lúc ấy đức Thích-Ca cũng bảo ông A-Nan rằng: "Theo như Ta đã xưng dương những công-đức của Phật Dược-Sư Lưu-Ly Quang Như-Lai đó là công-hạnh rất sâu-xa của chư Phật, khó hiểu thấu được, vậy ngươi có tin chăng?". Ông A-Nan bạch Phật: "Bạch đức Thế-Tôn, đối với khế kinh của Như-Lai nói không bao giờ con sanh tâm nghi-hoặc. Tại sao? Vì những nghiệp thân, khẩu, ý của các đức Như-Lai đều thanh-tịnh. Bạch đức Thế-Tôn, mặt trời mặt trăng có thể rơi xuống, núi Diệu-cao có thể lay-động, nhưng những lời nói của chư Phật nói ra không bao giờ sai được. Bạch đức Thế-Tôn, nếu có những chúng-sanh nào tín căn không đầy đủ, nghe nói đến những công hạnh sâu-xa của chư Phật thì nghĩ rằng: "Làm sao chỉ niệm danh-hiệu của một đức Dược-Sư Lưu-Ly Quang Như-Lai mà được nhiều công-đức thắng lợi ngần ấy", vì sự không tin đó, trở sanh lòng hủy-báng nên họ phải mất nhiều điều lợi-ích, mãi ở trong cảnh đêm dài tăm tối và lại còn bị đọa-lạc trong các đường ác-thú, lưu-chuyển không cùng".

Phật lại bảo ông A-Nan: "Những chúng hữu-tình ấy nếu nghe danh-hiệu đức Dược-Sư Lưu-Ly Quang Như-Lai, chí-tâm thọ-trì, không sanh lòng nghi-hoặc mà đọa vào ác-thú thì thật vô lý vậy.

Này A-Nan, đó là công-hạnh rất sâu-nhiệm của chư Phật, khó tin, khó hiểu mà nay ngươi lãnh thọ được thì biết rằng đó là nhờ oai lực của Như-Lai vậy.

Này A-Nan, tất cả các hàng Thinh-văn, Độc-giác và các bậc Bồ-tát chưa lên đến bậc sơ-địa đều không thể tin hiểu đúng như thật, chỉ trừ những bậc "nhứt sanh sở hệ Bồ-tát" mới tin hiểu được mà thôi.

Này A-Nan, thân người khó đặng, nhưng hết lòng tin kính tôn trọng ngôi Tam-bảo còn khó hơn, huống chi nghe được danh-hiệu của đức Dược-Sư Lưu-Ly Quang Như-Lai lại còn khó hơn nữa.

Này A-Nan, đức Dược-Sư Lưu-Ly Quang Như-Lai tu không biết bao nhiêu hạnh Bồ-tát, dùng không biết bao nhiêu phương-tiện khéo-léo, phát không biết bao nhiêu nguyện rộng lớn, nếu ta nói ra trong một kiếp hay hơn một kiếp thì kiếp số có thể mau hết, chớ những hạnh-nguyện và những phương-tiện khéo-léo của đức Phật kia không khi nào nói cho hết được.

Lúc bấy giờ trong chúng-hội có một vị đại Bồ-tát tên là Cứu-thoát liền từ chỗ ngồi đứng dậy, vén y để bày vai bên hữu, gối bên mặt quì sát đất cúi mình chắp tay bạch Phật rằng: "Bạch Đại-đức Thế-Tôn, đến thời kỳ tượng-pháp có những chúng-sanh bị nhiều hoạn-nạn, khốn-khổ, tật bịnh luôn luôn, thân hình gầy ốm, ăn uống không được, môi cổ khô rang, mắt thấy đen tối, tướng chết hiện ra, cha mẹ, bà con, bè bạn quen biết vây quanh khóc lóc. Thân người bịnh vẫn còn nằm đó mà đã thấy sứ-giả đến dẫn thần thức đem lại trước mặt vua Diêm-Ma pháp-vương, rồi liền khi ấy vị thần Cu-sanh đem sổ ghi tội phước của người đó dưng lên vua Diêm-Ma.

Lúc ấy vua phán hỏi rồi kê tính những tội phước của người kia đã làm mà xử đoán. Nếu trong lúc đó, những bà con quen biết, vì người bịnh ấy, qui-y với đức Dược-Sư Lưu-Ly Quang Như-Lai và thỉnh chúng-tăng đọc tụng kinh nầy đốt đèn bảy từng, treo thần phang tục mạng năm sắc thì hoặc liền trong lúc ấy, hoặc trải qua bảy ngày, hai mươi mốt ngày, ba mươi lăm ngày, bốn mươi chín ngày, thần thức người kia được trở lại như vừa tỉnh giấc chiêm-bao, tự mình nhớ biết những nghiệp lành, nghiệp dữ và sự quả báo đã thọ. Bởi chính đã rõ thấy nghiệp-báo như vậy, nên dầu có gặp phải những tai nạn nguy-hiểm đến tánh-mạng cũng không dám tạo những nghiệp ác nữa. Vậy nên những tịnh-tính thiện-nam tín-nữ đều phải một lòng thọ-trì danh-hiệu và tùy sức mình cung-kính cúng-dường đức Dược-

Sư Lưu-Ly Quang Như-Lai".

Lúc bấy giờ ông A-Nan hỏi Cứu-Thoát Bồ-tát rằng: "Nầy thiện-nam tử, nên cung-kính cúng-dường đức Dược-Sư Lưu-Ly Quang Như-Lai như thế nào? Còn đèn và phang-tục mạng phải làm cách sao".

Cứu-Thoát Bồ-tát nói: "Thưa Đại-đức, nếu có người bịnh nào, muốn khỏi bịnh khổ thì quyến thuộc họ phải thọ-trì tám phần trai-giới trong bảy ngày, bảy đêm tùy theo sức mình sắm sửa đồ ăn uống và các thứ cần-dùng khác cúng-dường chư tăng ngày đêm sáu thời, lễ bái cúng dường đức Dược-Sư Lưu-Ly Quang Như-Lai, đọc tụng kinh nầy bốn mươi chín biến và thắp bốn mươi chín ngọn đèn, lại tạo bảy hình tượng đức Dược-Sư trước mỗi hình-tượng để bảy ngọn đèn, mỗi ngọn lớn như bánh xe, đốt luôn trong bốn mươi chín ngày đêm đừng cho tắt; còn cái thần phang thì làm bằng hàng ngũ sắc bề dài bốn mươi chín gang tay và phải phóng-sanh bốn mươi chín thứ loài vật thì người bịnh ấy qua khỏi ách-nạn, không còn bị hoạnh-tử và bị các loài quỉ nhiễu-hại.

Lại nữa, A-Nan nếu trong giòng sát-đế-lyï có những vị quốc-vương đã làm lễ quán-đảnh mà gặp lúc có nạn, nhân-dân bị bịnh dịch, bị nước khác xâm-lăng, bị nội-loạn, hay bị nạn tinh-tú biến ra nhiều điềm quái-dị nạn nhựt-thực, nguyệt-thực, mưa gió trái mùa, hay bị nạn quá thời tiết không mưa, thì lúc ấy các vị quốc-vương kia phải đem lòng từ-bi thương xót tất cả chúng hữu-tình, ân-xá cho tội-nhơn bị giam cầm, rồi y theo phép cúng dường đã nói trước mà cúng dường đức Dược-Sư Lưu-Ly Quang Như-Lai thì do căn lành nầy và nhờ sức bổn-nguyện của đức Dược-Sư khiến trong nước liền được an-ổn, mưa hòa gió thuận, lúa thóc được mùa, tất cả chúng hữu-tình đều vui-vẻ, không bịnh hoạn, không có thần Dược-Xoa bạo-ác, não hại lê dân. Tất cả ác-tướng ấy đều ẩn mất và các vị quốc-vương kia được sống lâu sức mạnh, không bịnh hoạn, mọi việc đều thêm lợi ích.

Nầy A-Nan, nếu các hoàng-hậu, hoàng-phi, công chúa, thái-tử, vương-tử, đại-thần phụ-tướng, thể-nữ trong cung, bá quan và thứ dân mà bị bịnh khổ cùng những ách-nạn khác thì cũng nên tạo lập thần phang năm sắc, chong đèn sáng luôn, phóng-sanh các loài vật, rải hoa đủ sắc, đốt các thứ danh-hương để cúng dường đức Phật Dược-Sư, sẽ được lành bịnh và thoát khỏi các tai nạn".

Lúc ấy ông A-Nan hỏi Cứu-Thoát Bồ-tát rằng: "Thiện-nam tử, tại sao cái mạng đã hết mà còn sống thêm được". Cứu-Thoát Bồ-tát nói: "Nầy Đại-đức, Đại-đức há không nghe Như-Lai nói có chín thứ hoạnh tử-hay sao? Vậy nên ta khuyên người làm phang và đèn tục-mạng, tu các phước-đức và nhờ có tu các phước đức ấy nên suốt đời không bị khổ sở hoạn-nạn".

Ông A-Nan hỏi: "Chín thứ hoạnh-tử là những thứ chi?". Cứu-Thoát Bồ-tát trả lời: "Một là nếu có chúng hữu-tình nào bị bịnh tuy nhẹ, nhưng không thầy, không thuốc, không người săn-sóc, hay giá có gặp thầy lại cho uống lầm thuốc, nên bịnh không đáng chết mà lại chết ngang. Lại đang lúc bịnh mà tin theo những thuyết họa phước vu-vơ của bọn tà-ma ngoại đạo, yêu nghiệt trong đời, sanh lòng rúng sợ không còn tư- chủ đối với sự chân-chánh, đi bói khoa để tìm hỏi mối họa rồi giết hại loài-vật để tấu với thần-minh, vái-van cùng vọng lượng để cầu xin ban phước, mong được sống lâu, nhưng rốt cuộc không thể nào được. Bởi si-mê lầm-lạc, tin theo tà-kiến điên-đảo nên bị hoạnh-tử, đọa vào địa ngục đời đời không ra khỏi. Hai là bị phép vua tru-lục, ba là sa-đắm sự chơi bời, săn bắn, đam mê tửu sắc, buông lung vô-độ, bị loài quỉ đoạt mất tinh-khí, bốn là bị chết thiêu; năm là bị chết đắm, sáu là bị các thú dữ ăn thịt; bảy là bị sa từ trên núi cao xuống; tám là bị đè chết vì thuốc độc, êm đối, rủa nộp, trù-ẻo và bị quỉ tửû-thi làm hại; chín là bị đói khát khốn-khổ mà chết.

Đó là chín thứ hoạnh-tử của Như-Lai nói. Còn những thứ hoạnh-tử khác nhiều vô-lượng không thể nói hết được.

Lại nữa, A-Nan, vua Diêm-Ma kia là chủ lãnh ghi chép sổ bộ, tên tuổi tội phước trong thế gian. Nếu có chúng hữu-tình nào ăn ở bất hiếu, ngũ-nghịch, hủy-nhục ngôi Tam-Bảo, phá hoại phép vua tôi, hũy-phạm điều cấm-giới thì vua Diêm-Ma pháp-vương tùy tội nặng nhẹ mà hành phạt. Vì thế ta khuyên chúng hữu-tình nên thắp đèn làm phang, phóng sanh, tu phước khiến khỏi được các khổ ách, khỏi gặp những tai-nạn.

Lúc bấy giờ, trong hàng Đại-chúng có mười hai vị Dược-Xoa đại-tướng đều ngồi trong hội, như:

Cung-Tì-La đại-tướng,
Phạt-Chiếc-La đại-tướng,
Mê-Súy-La đại-tướng.
An-Để-La đại-tướng,
Át-Nể-La đại-tướng,
San-Để-La đại-tướng,
Nhơn-Đạt-La đại-tướng,
Ba-Di-La đại-tướng,
Ma-Hổ-La đại-tướng,
Chơn-Đạt-La đại-tướng,
Chiêu-Đỗ-La đại-tướng,
Tỳ-Yết-La đại-tướng,

Mười hai vị đại-tướng nầy mỗi vị đều có bảy ngàn Dược-Xoa làm quyến-thuộc đồng cất tiếng bạch Phật rằng: "Bạch đức Thế-Tôn, hôm nay chúng tôi nhờ oai lực của Phật mà được nghe danh hiệu của đức Dược-Sư Lưu-Ly Quang Như-Lai, không còn tâm sợ-sệt trong các đường ác-thú nữa. Chúng tôi cùng nhau, đồng một lòng trọn đời qui-y Phật, Pháp, Tăng, thề sẽ gánh vác cho chúng hữu-tình, làm việc nghĩa lợi đưa đến sự nhiêu-ích an-vui. Tùy nơi nào hoặc làng xóm, thành, nước, hoặc trong rừng cây vắng vẻ, nếu có kinh này lưu-bố đến hay có người thọ trì danh hiệu đức Dược-Sư Lưu-Ly Quang Như-Lai và cung-kính cúng-dường Ngài, thì chúng tôi cùng quyến-thuộc đồng hộ-vệ người ấy thoát khỏi tất cả ách-nạn và khiến họ mong cầu việc chi cũng đều được thỏa-mãn. Nếu có ai bịnh-hoạn khổ ách, muốn cầu cho khỏi thì cũng nên đọc kinh nầy và lấy chỉ ngũ sắc gút danh-tự chúng tôi, khi đã được như lòng mong cầu thì mới mở gút ra".

Lúc ấy đức Phật Thích-Ca khen các vị Dược-Xoa đại tướng rằng: "Hay thay! Hay thay! Đại Dược-Xoa tướng, các ngươi nghĩ muốn báo đáp ân-đức của Phật Dược-Sư Lưu-Ly Quang Như-Lai nên mới phát-nguyện làm những việc lợi-ích an vui cho tất cả chúng hữu-tình như vậy".

Đồng thời, ông A-Nan lại bạch Phật rằng: "Bạch đức Thế-Tôn, pháp-môn nầy gọi là tên gì? Và chúng tôi phải phụng-trì bằng cách nào?".

Phật bảo A-Nan: "pháp-môn nầy gọi là Thuyết Dược-Sư Lưu-Ly Quang Như-Lai bổn nguyện công đức, cũng gọi là thuyết Thập-nhị thần-tướng nhiêu ích hữu-tình kiết-nguyện thần chú và cũng gọi là Bạt-trừ nhứt thế nghiệp chướng. Cứ nên đúng như vậy mà thọ trì".

Khi đức Bạt-Già-Phạm nói lời ấy rồi, các hàng Đại Bồ-tát, các Đại Thinh-Văn, cùng quốc-vương, Đại thần, Bà-la-môn, Cư-sĩ, Thiên, Long, Dược-Xoa, Kiền-Thát-Bà, A-Tố-Lạc, Yết-Lộ-Trà, Khẩn-Nại-Lạc, Mạc-Hô-Lạc-Dà, người cùng các loài quỉ thần, tất cả đại-chúng, đều hết sức vui mừng và đồng tin chịu vâng làm.

CHÚ DƯỢC SƯ QUÁN ĐẢNH

Nam mô bạc già phạt đế, bệ sát xã, lu rô tịch lưu ly, bát lặc bà, hắc ra xà dã, đát tha yết đa gia, a ra hắc đế, tam miệu tam bột đà da. Đát điệt tha: Án, bệ sát thệ, bệ sát thệ, bệ sát xã, tam một

yết đế tóa ha. (3 lần) (o)

Giải kiết, giải kiết, giải oan kiết,
Nghiệp chướng bao đời đều giải hết,
Rửa sạch lòng trần, phát-tâm thành kính
Đối trước Phật đài cầu xin giải kiết.
Dược-Sư Phật, Dược-Sư Phật.
Tiêu-tai diên thọ Dược-sư Phật
Tùy tâm mãn nguyện Dược-sư Phật. (3 lần) (o)

Nam Mô Tiêu Tai Diên Thọ Dược Sư Phật. (3 lần) (o)

BÀI TÁN DƯỢC XOA

Mười hai đại tướng Dược-Xoa
Giúp Phật tuyên dương, chỉ ngũ sắc gút tên kia
Tùy nguyện đều được viên thành.
Oan-nghiệp dứt sạch, phước thọ mãi khương-ninh. (ooo)

KINH BÁT NHÃ BA LA MẬT

Khi Ngài Quán Tự Tại Bồ Tát thực hành sâu xa pháp Bát Nhã Ba La Mật Đa, Ngài soi thấy năm uẩn đều không, qua hết thảy khổ ách.

"Này Xá Lợi Phất, sắc chẳng khác không, không chẳng khác sắc, sắc tức là không, không tức là sắc. Thọ, Tưởng, Hành, Thức cũng đều như thế".

"Này Xá Lợi Phất, 'tướng không của mọi pháp' không sanh, không diệt, không dơ, không

sạch, không thêm, không bớt, nên trong 'chân không', không có sắc, không có thọ, tưởng, hành, thức, không có mắt, tai, mũi, lưỡi, thân, ý, không có sắc, thinh, hương, vị, xúc, pháp, không có nhãn giới, cho đến không có ý thức giới, không có vô minh, cũng không có cái hết vô minh, cho đến không có già chết, cũng không có cái hết già chết, không có khổ, tập, diệt, đạo, không có trí huệ, cũng không có chứng đắc.

Vì không có chỗ chứng đắc, nên Bồ Tát y theo Bát Nhã Ba La Mật Đa, tâm không ngăn ngại. Vì không ngăn ngại, nên không sợ hãi, xa hẳn điên đảo, mộng tưởng, đạt tới cứu cánh Niết Bàn.

Chư Phật trong ba đời cũng y theo Bát Nhã Ba La Mật Đa, được đạo quả vô thượng chánh đẳng chánh giác.

Nên biết Bát Nhã Ba La Mật Đa là Đại Thần Chú, là Đại Minh Chú, là Vô Thượng Chú, là Vô Đẳng Đẳng Chú, trừ được hết thảy khổ, chân thật không hư".

Vì vậy, liền nói Chú Bát Nhã Ba La Mật Đa:

"Yết đế, yết đế, ba la yết đế, ba la tăng yết đế, bồ đề tát bà ha". (o)

VÃNG SANH QUYẾT ĐỊNH CHÂN NGÔN

Nam-mô a di đa bà dạ
Đa tha dà đa dạ
Đa địa dạ tha.
A di rị đô bà tỳ
A di rị đa tất đam bà tỳ

A di rị đa tì ca lan đế
A di rị đa, tì ca lan đa
Dà di nị dà dà na
Chỉ đa ca lệ ta bà ha. (3 lần) (o)

NIỆM PHẬT

A Di Đà Phật thân sắc vàng
Tướng tốt quang minh tự trang nghiêm
Năm Tu Di uyển chuyển bạch hào
Bốn biển lớn trong ngần mắt biếc
Trong hào quang hóa vô số Phật
Vô số Bồ tát hiện ở trong
Bốn mươi tám nguyện độ chúng sanh
Chín phẩm sen vàng lên giải thoát
Quy mạng lễ A Di Đà Phật
Ở phương Tây thế giới an lành
Con nay xin phát nguyện vãng sanh
Cúi xin Đức Từ Bi tiếp độ.
Nam Mô Tây-phương Cực-lạc thế-giới,
đại-từ đại-bi, A-Di-Đà Phật.
Nam Mô A-Di-Đà Phật. (3 lần) (o)

Nam Mô Dược Sư Lưu Ly Quang Vương Phật (3 lần) (o)

Nam Mô Đại-bi Quán-Thế-Âm Bồ-tát. (3 lần) (o)

Nam Mô Đại-Thế-Chí Bồ-tát. (3 lần) (o)

Nam Mô Địa-Tạng Vương Bồ-tát. (3 lần) (o)

Nam Mô Thanh-tịnh Đại-Hải chúng Bồ-tát. (3 lần) (ooo)

SÁM DƯỢC SƯ

Cúi đầu trước mười phương chư Phật
Chúng con nguyền chân thật kính tin
Phát lời thệ nguyện độ sinh
Y theo Giáo Pháp, Luật, Kinh chỉ bày:
Ngày nào cũng lắm thay công việc
Vì ngu mê mãi miết ân cần
Ngày đêm lo tảo bán tần
Trăm mưu ngà kế, vô ngần thảm thương.
Lạc một bước sa đường xuống hố
Bị vô minh lắm độ truân chuyên
Vào ra sáu cõi triền miên
Mang thân tứ đại thảm phiền biết bao!
Vậy nhân thế hãy mau xét kỹ
Kiếp phù sinh chớ nghĩ lẳng lơ
Khuyên đừng đem dạ tưởng mơ
Trăm năm cuộc thế như cờ bị vây.
Rút gươm huệ dứt dây tham ái
Kíp tìm thầy thọ phái quy y
Giữ gìn ngũ giới tam quy
Mở lòng từ mẫn, sân si quyết chừa.
Rèn lòng kinh kệ sớm trưa
Nguyện con ra khỏi nắng mưa cõi trần.
Ngưỡng cầu chư Phật thi ân
Đệ tử phát nguyện ân cần thiết tha:

MỘT là: Nguyện Đức Di Đà
Cầu xin bá tánh trẻ già khắp nơi

Làm lành lánh dữ kịp thời
Nhà nhà an lạc, nơi nơi thái hòa. (o)

HAI là: Nguyện Đức Thích Ca
Trở đời ly loạn hóa ra thái bình
Mở mang vận hội văn minh
Tâm thần tho thới, nhơn tình trung lương. (o)

BA là: Nguyện Chuẩn Đề Vương
Thần thông dẹp hết bốn phương chiến trường
Độ người ngỗ nghịch bạo cường
Bỏ tà quy chánh, theo đường thiện tâm. (o)

BỐN là: Nguyện Đức Quan Âm
Độ người thù oán cừu thâm thuận hòa
Giúp bao tai nạn xảy ra
Cùng người tật bệnh đều hòa an thuyên. (o)

NĂM là: Nguyện Đức Phổ Hiền
Độ người chân chánh, giữ quyền an dân
Bốn phương tương ái tương thân
Đồng tuân pháp nước, nhân dân kính nhường. (o)

SÁU là: Nguyện Địa Tạng Vương
Độ người siêu lạc bốn phương được về
Cùng là người chết thảm thê
Hồn linh độ hết đưa về Tây Phương. (o)

Kìa, Cực Lạc là nơi an dưỡng
Đất lưu ly vô lượng khiết tinh
Có ao Thất Bảo quang minh
Có Sen Chín Phẩm như hình bánh xe. (o)

Ao Thất Bảo ngỏa nguê đẹp đẻ
Nước Bát Công sạch sẽ tinh vi
Bảy hàng cây báu lưu ly
Lan can bảy lớp ma ni sáng ngời. (o)

Chim nói Pháp hôm mai êm dịu
Hoa trên không lểu nhểu cúng dường.
Bồ Đề nảy búp ngát hương
Cúi xin chư Phật, đoái thương cứu độ. (o)

SÁM HỐI CẦU NGUYỆN TẬT BỊNH TIÊU TRỪ

Cúi đầu lễ Phật Di Đà,
Dược Sư Hải Hội, cùng là Quan Âm.
Mở mang đức rộng chiếu làm,
Xót thương pháp giới lỗi lầm cứu con.
Thân tật bịnh mỏi mòn đau yếu,
Vì huyễn thân triền níu nghiệp trần.
Chí thành lậy Phật ân cần,
Cầu cho tật bịnh giảm lần hiểm nguy. (o)
Hoặc tội ác khinh khi Tam Bảo,
Miệng hung hăng chẳng kể thánh thần.

Tạo nhiều oan nghiệp xây vần,
Nhồi căn trả quả chịu phần ốm đau.
Lúc mê muội cầm dao mổ xẻ,
Chặt nấu bầm giết hại chúng sanh.
Món ăn vừa miệng ngon lành,
Ngày nay thọ bịnh tử sanh đáo đầu. (o)
Dẫy đầy oan nghiệt thẩm sâu,
Xét ra mới biết từ lâu lỗi lầm.
Kiếp tạo ác lung lăng không kể,
Nay ốm đau làm lễ khẩn cầu.
Cho hay nhân quả nhiệm mầu,
Giống chi hưởng mấy tránh đâu khỏi nàn.
Nay sám hối lập đàn cầu nguyện,
Đức Từ Bi linh hiển độ con. (o)
Nhẹ nhàng các nghiệp tiêu mòn,
Thân này đứt hết chẳng còn ốm đau.
Quả nhơn chẳng trước thời sau,
Gẫm cơn báo ứng chậm mau mấy hồi.
Nay con sám hối đã rồi,
Tu hành theo Phật đền bồi tội xưa.
Từ nay việc ác nguyện chừa,
Nguyện làm việc thiện ngăn ngừa vọng tâm. (o)
Bao nhiêu oan nghiệt lỗi lầm,
Con xin sám hối thân tâm đêm ngày.
Bịnh căn qua khỏi nạn tai,
Qui y Tam Bảo trì trai tu hành.
Nguyện về Tịnh Độ Lạc Thành,
Cầu cho thoát khỏi tử sanh luân hồi.

Cõi trần khổ não lắm thôi,
Quyết lòng niệm Phật về nơi sen vàng.
Nam mô Tịnh Độ Lạc Bang,
Dắt dìu đệ tử... Tây phương mau về. (o)

HỒI HƯỚNG

Cầu an công đức, hạnh nhiệm mầu
Thắng phước bao nhiêu con nguyện cầu
Tất cả chúng sanh trong pháp giới
Hướng về Phật Pháp tỏ đạo mầu.
Nguyện cho ba chướng tiêu tan
Phiền não dứt sạch, huệ căn sang ngời
Cầu cho con được đời đời
Hành Bồ Tát Đạo, cứu đời lầm than.
Nguyện sanh Tây Phương, cõi Lạc Bang
Cha mẹ, sen vàng chín phẩm sanh
Hoa nở, thấy Phật, quả viên thành
Các vị Bồ Tát bạn lành với ta. (o)

PHỤC NGUYỆN

Nam Mô Đông Phương Giáo Chủ Mãn Nguyệt Từ Dung, Tịnh Lưu Ly Thế Giới, Tiêu Tai Diên Thọ Dược Sư Lưu Ly Quang Vương tác đại chứng minh.

Nam Mô Tam bảo chứng minh, oai thần hộ niệm, hôm nay chúng con là... (Tỳ Kheo Ni...., Sadini...) cùng với các Phật tử chùa Hương Sen, Perris, California, một dạ chí thành vân tập tại

đại hùng bảo điện Hương Sen phúng tụng kinh Dược Sư, xưng tán hồng danh cùng niệm Phật kinh hành công đức.

Nguyện đem công đức này cầu cho Phật sự phát triển chùa Hương Sen, Perris, Califronia, thành chốn tùng lâm nghiêm tu, ngày một thành tựu, được sự ủng hộ gia trì của đàn việt tín tâm, chư thiên hộ pháp, bồ tát và mười phương chư Phật, để Phật nhật tăng huy, pháp luân thường chuyển, mưa thuận gió hòa, quốc thới dân an.

Nguyện đem công đức này cầu an cho Phật tử... (tên, pháp danh, tuổi) **cùng với các vị gia chủ và các Phật tử hiện diện tại đây: tai qua nạn khỏi, tật bịnh tiêu trừ, nghiệp chướng tiêu tan, gia đạo bình an, thân tâm thường an lạc, quanh năm đều được vạn sự cát tường như ý. Nguyện cho các vị tâm Bồ đề kiên cố, chí tu học vững bền, tự giác, giác tha, giác hạnh viên mãn.**

Lại nguyện đem công đức này cầu siêu cho hương linh... (tên, pháp danh, hưởng thọ) **cùng cửu huyền thất tổ, nội ngoại hai bên, phụ mẫu quá vãng nhiều đời, nhiều kiếp của chúng con và tất cả các hương linh ký tự tại Chùa Hương Sen, anh hùng chiến sĩ, vì nước hy sinh, đồng bào tử nạn, mười hai loại cô hồn, chết sông, chết chợ, đầu đường, xó chợ, nay được an lành, nghe kinh kệ siêu thăng tịnh độ, vượt qua bể khổ, thoát khỏi Ta Bà, sen vàng chín phẩm nở hoa, pháp thân hiện Di Đà thọ ký.**

Sau cùng, nguyện chúng con cùng tất cả chúng sanh đều sớm trọn thành Phật đạo.

Đại chúng đồng niệm: **Nam Mô A Di Đà Phật.** (o)

KÍNH LỄ

(Đại chúng đứng lên)

Bao nhiêu tất cả nhân sư tử
Mười phương ba đời cùng các cõi
Con đem thân miệng ý thanh tịnh
Lạy khắp tất cả không còn dư. (o)

Nhất tâm đảnh lễ, đệ tử chúng con đại vì bốn ân ba cõi chí thành đảnh lễ:

Nam Mô Quá Khứ Trang Nghiêm Kiếp Thiên Phật. (o) (1 lạy)

Nhất tâm đảnh lễ, đệ tử chúng con đại vì bốn ân ba cõi chí thành đảnh lễ:

Nam Mô Hiện Tại Hiền Kiếp Thiên Phật. (o) (1 lạy)

Nhất tâm đảnh lễ, đệ tử chúng con đại vì bốn ân ba cõi chí thành đảnh lễ:

Nam Mô Vị Lai Tinh Tú Kiếp Thiên Phật. (o) (1 lạy)

TAM QUY

Con nương theo Phật, cầu cho chúng sanh
Tin chắc Đạo cả, phát lòng vô thượng. (o) (1 lạy)

Con nương theo Pháp, cầu cho chúng sanh
Thấu rõ kinh tạng, trí huệ như biển. (o) (1 lạy)

Con nương theo Tăng, cầu cho chúng sanh
Kính tín hòa hợp, tất cả không ngại. (ooo) (1 lạy)

Nguyện đem công đức này
Hướng về khắp tất cả
Đệ tử và chúng sanh
Đều trọn thành Phật đạo. (ooo)

BÀI KỆ CHƯ THIÊN

Trời, A-tu-la, Dạ xoa thảy
Đến nghe pháp đó nên chí tâm
Ủng hộ Phật pháp khiến thường còn
Mỗi vị siêng tu lời Phật dạy.
Bao nhiêu người nghe đến chốn này
Hoặc trên đất liền hoặc hư không
Thường với người đời sanh lòng từ
Ngày đêm tự mình nương pháp ở.
Nguyện các thế giới thường an ổn
Phước trí vô biên lợi quần sanh
Bao nhiêu tội chướng thảy tiêu trừ
Xa lìa các khổ về viên tịch.
Hằng dùng giới hương xoa vóc sáng
Thường trì định phục để giúp thân
Hoa mầu bồ đề khắp trang nghiêm
Tùy theo chỗ ở thường an lạc. (o)
Nam mô Tam Châu Cảm Ứng
Hộ Pháp Vi Đà Tôn Thiên Bồ Tát Ma Ha Tát. (3 lần) (o)

12

NGHI THỨC SÁM HỐI HỒNG DANH

1. Cúng hương
2. Cầu nguyện
3. Khen ngợi Phật
4. Quán tưởng Phật
5. Đảnh lễ
6. Tán dương chi
7. Chú Đại Bi
8. Kệ Khai kinh
9. Kinh Hồng Danh Sám Hối
10. Bát Nhã Tâm Kinh
11. Niệm Phật Bổn Sư
12. Sám hối phát nguyện
13. Chú Thất Phật diệt chân ngôn
14. Hồi hướng
15. Phục nguyện
16. Kính lễ bốn ân, ba cõi
17. Tam quy
18. Bài kệ Chư Thiên

CÚNG HƯƠNG

(Quì ngay thẳng, cầm 3 cây hương dâng ngang trán, chỉ chủ lễ niệm)

Nguyện dâng hương mầu nầy

Cúng dường tất cả Phật
Tôn Pháp, chư Bồ Tát
Thinh Văn và Duyên Giác
Cùng các bậc Thánh Hiền
Duyên khởi đài sáng chói
Khắp xông mười phương cõi
Tỏa ngát các chúng sanh
Đều phát tâm Bồ Đề
Xa lìa các vọng nghiệp
Trọn nên Đạo Vô Thượng.
Nam Mô Hương Cúng Dường Bồ Tát Ma Ha Tát. (o) (1 xá)

CẦU NGUYỆN

Đệ tử chúng con nguyện ngôi Tam Bảo thường trú trong mười phương, Đức Bổn Sư Thích Ca Mâu Ni Phật, Đức Tiếp Dẫn Đạo Sư A Di Đà Phật, chứng minh cho chúng con.

Đệ tử chúng con lâu đời lâu kiếp, tâm tánh hôn mê, chẳng kể chánh tà, gây nhiều tội ác, tổn người hại vật, báng Phật, Pháp, Tăng. Hôm nay một dạ chí thành, nguyện xin sám hối, ngưỡng mong oai đức Từ Bi, dũ lòng lân mẫn, gia hộ cho chúng con, tội chướng tiêu trừ, căn lành thêm lớn, cùng pháp giới chúng sanh, tu đạo Bồ đề, trang nghiêm phước huệ, một thời đồng chứng Vô Thượng Chánh Đẳng Chánh Giác. (o)

Nam Mô thập phương chư Phật, Tôn Pháp Hiền Thánh Tăng thường trụ Tam Bảo tác đại

chứng minh. (o) (1 xá)

KHEN NGỢI PHẬT

Đấng Pháp Vương vô thượng
Ba cõi chẳng ai bằng
Thầy dạy khắp trời, người
Cha lành chung bốn loài
Quy y tròn một niệm
Dứt sạch nghiệp ba kỳ
Xưng dương cùng tán thán
Ức kiếp không cùng tận. (o) (1 xá)

QUÁN TƯỞNG PHẬT

Phật, chúng sanh tánh thường rỗng lặng
Đạo cảm thông không thể nghĩ bàn
Lưới đế châu ví đạo tràng
Mười phương Phật hiện hào quang sáng ngời
Trước bảo tọa thân con ảnh hiện
Cúi đầu xin thệ nguyện quy y. (o)

ĐẢNH LỄ

(Đại chúng đồng tụng)

Chí tâm đảnh lễ:

Nam Mô tận hư không biến pháp giới quá, hiện, vị lai thập phương chư Phật, Tôn Pháp Hiền Thánh Tăng thường trụ Tam Bảo. (o) (1 lạy)

Chí tâm đảnh lễ:

Nam Mô Ta Bà Giáo Chủ Bổn Sư Thích Ca Mâu Ni Phật, Đương Lai Hạ Sinh Di Lặc Tôn Phật, Đại Trí Văn Thù Sư Lợi Bồ Tát, Đại Hạnh Phổ Hiền Bồ Tát, Hộ Pháp Chư Tôn Bồ Tát, Linh Sơn Hội Thượng Phật Bồ Tát. (o) (1 lạy)

Chí tâm đảnh lễ:

Nam Mô Tây Phương Cực Lạc Thế Giới Đại Từ Đại Bi A Di Đà Phật, Đại Bi Quán Thế Âm Bồ Tát, Đại Thế Chí Bồ Tát, Đại Nguyện Địa Tạng Vương Bồ Tát, Thanh Tịnh Đại Hải Chúng Bồ Tát. (o) (1 lạy)

TÁN DƯƠNG CHI

(Mời ngồi xuống và khai chuông mõ)

Cành dương nước tịnh nhiệm mầu
Rưới tắt muôn vàn cảnh khổ đau
Chư Thiên mát mẻ, tâm thanh tịnh
Nhân thế vui tươi, cảnh an nhàn
Cam lồ rưới khắp trần gian
Lửa sân dứt sạch, sen vàng nở hoa.

Nam Mô Thanh Lương Địa Bồ Tát Ma Ha Tát. (3 lần) (o)

CHÚ ĐẠI-BI

Nam Mô Đại Bi Hội Thượng Phật Bồ Tát. (3 lần) (o)

Thiên thủ thiên nhãn vô ngại đại-bi tâm đà-la-ni.

Nam Mô hắc ra đát na, đa ra dạ da. Nam Mô a rị da, bà lô yết đế, thước bát ra da, Bồ-đề tát đỏa bà da, ma ha tát đỏa bà da, ma ha ca lô ni ca da, án, tát bàn ra phạt duệ số đát na đát tỏa.

Nam Mô tất kiết lật đỏa y mông a rị da, bà lô kiết đế thất Phật ra lăng đà bà.

Nam Mô na ra cẩn trì hê rị ma ha bàn đa sa mế, tát bà a tha đậu thâu bằng, a thệ dựng, tát bà tát đa, na ma bà già, ma phạt đạt đậu, đát điệt tha. Án a bà lô hê, lô ca đế, ca ra đế, di hê rị, ma ha bồ-đề tát đỏa, tát bà tát bà, ma ra ma ra, ma hê ma hê, rị đà dựng, cu lô cu lô kiết mông, độ lô độ lô, phạt xà da đế, ma ha phạt xà da đế, đà ra đà ra, địa rị ni, thất Phật ra da, dá ra dá ra. Mạ mạ phạt ma ra, mục đế lệ, y hê y hê, thất na thất na a ra sâm Phật ra xá-lợi, phạt sa phạt sâm, Phật ra xá da, hô lô hô lô ma ra, hô lô hô lô hê rị, ta ra ta ra, tất rị tất rị, tô rô tô rô, bồ-đề dạ bồ-đề dạ, bồ-đà dạ, bồ-đà dạ, di đế rị dạ, na ra cẩn trì địa rị sắc ni na, ba dạ ma na ta bà ha. Tất đà dạ ta bà ha. Ma ha tất đà dạ ta bà ha. Tất đà du nghệ thất bàn ra dạ, ta bà ha. Na ra cẩn trì ta bà ha. Ma ra na ra ta bà ha. Tất ra tăng a mục khê da, ta bà ha. Ta bà ma ha, a tất đà dạ, ta bà ha. Giả kiết ra a tất đà dạ, ta bà ha. Ba đà ma yết tất đà dạ, ta bà ha. Na ra cẩn trì bàn đà ra dạ, ta bà ha. Ma bà lị thắng yết ra dạ, ta bà ha.

Nam Mô hắc ra đát na, đa ra dạ da. Nam Mô a rị da, bà lô yết đế, thước bàng ra dạ, ta bà ha.

Án tất điện đô, mạn đa ra, bạt đà dạ, ta bà ha.
(3 lần) (o)

Nam mô Thập phương Thường trú Tam Bảo. (3 lần) (o)

KỆ KHAI KINH

Thăm thẳm cao siêu Pháp nhiệm mầu

Trăm ngàn muôn kiếp khó tìm cầu,

Con nay nghe thấy chuyên trì niệm,

Nguyện tỏ Như Lai nghĩa nhiệm mầu.

Nam Mô Bổn Sư Thích Ca Mâu Ni Phật. (3 lần) (o)

KINH HỒNG DANH

Nam Mô Hồng Danh Hội Thượng Phật Bồ Tát (3 lần) (o)

Đại Từ Đại Bi thương chúng sanh

Đại Hỉ Đại Xả cứu muôn loài

Thân vàng tướng tốt sáng ngời

Chúng con đảnh lễ Phật thời chứng minh. (o) (1 xá)

Nam mô quy y Kim Cang Thượng Sư, quy y Phật, quy y Pháp, quy y Tăng. Con nay phát tâm chẳng vì tự cầu phước báo nơi chốn Nhơn Thiên hay quả Thanh Văn, Duyên Giác, nhẫn đến quả vị Bồ Tát tối cao, con chỉ phát lòng bồ đề rộng lớn nguyện cho chúng sanh trong pháp giới cùng một lúc, đồng chứng ngôi Vô Thượng Chánh Đẳng Chánh Giác. (o)

Con xin quy y khắp mười phương cùng tận cõi hư không tất cả các Đức Phật

Con xin quy y khắp mười phương cùng tận cõi hư không tất cả Tôn Pháp

Con xin quy y khắp mười phương cùng tận cõi hư không tất cả Hiền Thánh Tăng.

Nam Mô Như Lai Ứng Cúng Chánh Biến Tri, Minh Hạnh Túc, thiện Thệ, Thế Gian Giải, Vô Thượng Sĩ, Điều Ngự, Trượng Phu, Thiên Nhơn Sư, Phật, Thế Tôn. (o)

1. **Nam Mô Phổ Quang Phật.** (o) (1 lạy)
2. **Nam Mô Phổ Minh Phật.** (o) (1 lạy)
3. **Nam Mô Phổ Tịnh Phật.** (o) (1 lạy)
4. **Nam Mô Đa Ma La Bạt Chiên Đàn Hương Phật.** (o) (1 lạy)
5. **Nam Mô Chiên Đàn Quang Phật.** (o) (1 lạy)
6. **Nam Mô Ma Ni Tràng Phật.** (o) (1 lạy)
7. **Nam Mô Hoan Hỷ Tạng Ma Ni Bảo Tích Phật.** (o) (1 lạy)
8. **Nam Mô Nhứt Thiết Thế Gian Nhạo Kiến Thượng Đại Tinh Tấn Phật.** (o) (1 lạy)
9. **Nam Mô Ma Ni Tràng Đăng Quang Phật.** (o) (1 lạy)
10. **Nam Mô Huệ Cự Chiếu Phật.** (o) (1 lạy)
11. **Nam Mô Hải Đức Quang Minh Phật.** (o) (1 lạy)
12. **Nam Mô Kim Cang Lao Cường Phổ Tán Kim Quang Phật.** (o) (1 lạy)
13. **Nam Mô Đại Cường Tinh Tấn Dỏng Mãnh Phật.** (o) (1 lạy)
14. **Nam Mô Đại Bi Quang Phật.** (o) (1 lạy)
15. **Nam Mô Từ Lực Vương Phật.** (o) (1 lạy)

16. **Nam Mô Từ Tạng Phật.** (o) (1 lạy)
17. **Nam Mô Chiên Đàng Khốt Trang Nghiêm Thắng Phật.** (o) (1 lạy)
18. **Nam Mô Hiền Thiện Thủ Phật.** (o) (1 lạy)
19. **Nam Mô Thiện Ý Phật.** (o) (1 lạy)
20. **Nam Mô Quảng Trang Nghiêm Vương Phật.** (o) (1 lạy)
21. **Nam Mô Kim Hoa Quang Phật.** (o) (1 lạy)
22. **Nam Mô Bảo Cái Chiếu Không Tự Tại Lực Vương Phật.** (o) (1 lạy)
23. **Nam Mô Hư Không Bảo Hoa Quang Phật.** (o) (1 lạy)
24. **Nam Mô Lưu Ly Trang Nghiêm Vương Phật.** (o) (1 lạy)
25. **Nam Mô Phổ Hiện Sắc Thân Quang Phật.** (o) (1 lạy)
26. **Nam Mô Bất Động Trí Quang Phật.** (o) (1 lạy)
27. **Nam Mô Hàng Phục Chúng Ma Vương Phật.** (o) (1 lạy)
28. **Nam Mô Tài Quang Minh Phật.** (o) (1 lạy)
29. **Nam Mô Trí Huệ Thắng Phật.** (o) (1 lạy)
30. **Nam Mô Di Lặc Tiên Quang Phật.** (o) (1 lạy)
31. **Nam Mô Thiện Tịch Nguyệt Âm Diệu Tôn Trí Vương Phật.** (o) (1 lạy)
32. **Nam Mô Thế Tịnh Quang Phật.** (o) (1 lạy)
33. **Nam Mô Long Chưởng Thượng Tôn Vương Phật.** (o) (1 lạy)
34. **Nam Mô Nhựt Nguyệt Quang Phật.** (o) (1 lạy)
35. **Nam Mô Nhựt Nguyệt Châu Quang Phật.**

(o) (1 lạy)

36.**Nam Mô Huệ Tràng Thắng Vương Phật.** (o) (1 lạy)

37.**Nam Mô Sư Tử Hẩu Tự Tại Lực Vương Phật.** (o) (1 lạy)

38.**Nam Mô Diệu Âm Thắng Phật.** (o) (1 lạy)

39.**Nam Mô Thường Quang Tràng Phật.** (o) (1 lạy)

40.**Nam Mô Quan Thế Đăng Phật.** (o) (1 lạy)

41.**Nam Mô Huệ Oai Đăng Vương Phật.** (o) (1 lạy)

42.**Nam Mô Pháp Thắng Vương Phật.** (o) (1 lạy)

43.**Nam Mô Tu Di Quang Phật.** (o) (1 lạy)

44.**Nam Mô Tu Ma Na Hoa Quang Phật.** (o) (1 lạy)

45.**Nam Mô Ưu Đàm Bát La Hoa Thù Thắng Vương Phật.** (o) (1 lạy)

46.**Nam Mô Đại Huệ Lực Vương Phật.** (o) (1 lạy)

47.**Nam Mô A Súc Tỳ Hoan Hỷ Quang Phật.** (o) (1 lạy)

48.**Nam Mô Vô Lượng Âm Thanh Vương Phật.** (o) (1 lạy)

49.**Nam Mô Tài Quang Phật.** (o) (1 lạy)

50.**Nam Mô Kim Hải Quang Phật.** (o) (1 lạy)

51.**Nam Mô Sơn Hải Huệ Tự Tại Thông Vương Phật.** (o) (1 lạy)

52.**Nam Mô Đại Thông Quang Phật.** (o) (1 lạy)

53.Nam Mô Nhứt Thiết Pháp Tràng Mãn Vương Phật. (o) (1 lạy)
54.Nam Mô Thích Ca Mâu Ni Phật. (o) (1 lạy)
55.Nam Mô Kim Cang Bất Hoại Phật. (o) (1 lạy)
56.Nam Mô Bảo Quang Phật. (o) (1 lạy)
57.Nam Mô Long Tôn Vương Phật. (o) (1 lạy)
58.Nam Mô Tinh Tấn Quân Phật. (o) (1 lạy)
59.Nam Mô Tinh Tấn Hỷ Phật. (o) (1 lạy)
60.Nam Mô Bảo Hoa Phật. (o) (1 lạy)
61.Nam Mô Bảo Nguyệt Quang Phật. (o) (1 lạy)
62.Nam Mô Hiện Vô Ngu Phật. (o) (1 lạy)
63.Nam Mô Bảo Nguyệt Phật. (o) (1 lạy)
64.Nam Mô Vô Cấu Phật. (o) (1 lạy)
65.Nam Mô Ly Cấu Phật. (o) (1 lạy)
66.Nam Mô Dõng Thí Phật. (o) (1 lạy)
67.Nam Mô Thanh Tịnh Phật. (o) (1 lạy)
68.Nam Mô Thanh Tịnh Thí Phật. (o) (1 lạy)
69.Nam Mô Ta Lưu Na Phật. (o) (1 lạy)
70.Nam Mô Thủy Thiên Phật. (o) (1 lạy)
71.Nam Mô Kiên Đức Phật. (o) (1 lạy)
72.Nam Mô Chiên Đàn Công Đức Phật. (o) (1 lạy)
73.Nam Mô Vô Lượng Cúc Quang Phật. (o) (1 lạy)
74.Nam Mô Quang Đức Phật. (o) (1 lạy)
75.Nam Mô Vô Ưu Đức Phật. (o) (1 lạy)
76.Nam Mô Na La Diên Phật. (o) (1 lạy)
77.Nam Mô Công Đức Hoa Phật. (o) (1 lạy)

78. **Nam Mô Liên Hoa Quang Du Hí Thần Thông Phật.** (o) (1 lạy)
79. **Nam Mô Tài Công Đức Phật.** (o) (1 lạy)
80. **Nam Mô Đức Niệm Phật.** (o) (1 lạy)
81. **Nam Mô Thiện Danh Xưng Công Đức Phật.** (o) (1 lạy)
82. **Nam Mô Hồng Diệm Đế Tràng Vương Phật.** (o) (1 lạy)
83. **Nam Mô Thiện Du Bộ Công Đức Phật.** (o) (1 lạy)
84. **Nam Mô Đấu Chiến Thắng Phật.** (o) (1 lạy)
85. **Nam Mô Thiện Du Bộ Phật.** (o) (1 lạy)
86. **Nam Mô Châu Tráp Trang Nghiêm Công Đức Phật.** (o) (1 lạy)
87. **Nam Mô Bảo Hoa Du Bộ Phật.** (o) (1 lạy)
88. **Nam Mô Bảo Liên Hoa Thiện Trụ Ta La Thọ Vương Phật.** (o) (1 lạy) (đồng xướng, đồng lạy)
89. **Nam Mô Pháp Giới Tạng Thân A Di Đà Phật.** (o) (1 lạy)

(đồng tụng)

Như vậy, tám mươi chín đức Phật ở khắp thế gian. Các đức Thế Tôn thường trú trong đời này. Các ngài sẽ thương nghĩ đến chúng con, hoặc đời này hay đời trước của chúng con, sự sanh tử từ vô thỉ đến nay, đã tạo các điều tội lỗi: hoặc tự làm, hoặc bảo người làm, hoặc thấy làm ác vui theo. Đối với của chùa tháp, của chúng tăng, hay của chúng tăng trong bốn phương, nếu mình lấy, hoặc bảo người khác lấy, hoặc thấy người trộm

lấy tùy hỷ. Về tội ngũ vô gián: hoặc mình làm, hoặc dạy người khác làm, hoặc thấy người làm vui lòng theo. Mười nghiệp bất thiện: hoặc mình tạo, hoặc bảo người khác tạo, hoặc thấy người tạo rồi mình ưa vui theo. Những tội chướng đã làm: hoặc có che dấu, hoặc không che dấu, phải đọa vào địa ngục, quỉ đói và súc sanh, cũng như các đường ác khác, chốn biên địa, giòng hà tiện, những kẻ miệt lệ xa. Các chỗ như thế, những tội chướng chúng con đã làm, hôm nay đều thành tâm cúi xin sám hối. (o)

Giờ đây, các đức Phật Thế Tôn, chứng biết cho chúng con, thương nghĩ đến chúng con. Trước chư Phật, Bồ tát, chúng con phải bộc bạch như vầy: hoặc đời này hay đời khác của chúng con từng làm các việc bố thí, hoặc giữ được giới thanh tịnh, nhẫn đến thí một vóc cơm cho các loài súc sanh. Hoặc tu tịnh hạnh, căn lành đã có, thành tựu chúng sanh, căn lành đã có, tu hạnh Bồ-đề, căn lành đã có, và trí Vô-thượng, căn lành đã có. Tất cả hợp lại, so sánh trù tính, thảy đều hồi hướng cho quả vị Vô Thượng, Chánh Đẳng, Chánh Giác. Như các đức Phật đời quá khứ, hiện tại và vị lai đã làm việc hồi hướng, chúng con cũng xin hồi hướng như thế. Các tội đều sám hối, các phước xin tùy hỷ, và nhờ công đức thỉnh Phật, nguyện thành trí Vô Thượng. Chư phật trong ba đời, rất hơn các chúng sanh, biển công đức không lường, con nay thành kính lạy. (o)

1. Mười phương thế giới có không

Ba đời vạn loại cầu mong đại hùng
Con nay ba nghiệp viên dung
Lễ khắp tất cả không trung một lòng. (o)

2. Phổ Hiền hạnh nguyện thần thông
Khiến cho đệ tử trong vòng Như Lai
Mỗi thân hiện khắp trần ai
Mỗi thân lễ lạy kim đài liên hoa. (o)

3. Ở trong cõi phật hằng sa
Đại hội Bồ tát một nhà độ sanh
Vô tận pháp giới tinh anh
Tinh sâu Phật Pháp thanh danh xuất trần. (o)

4. Mỗi người tiếng giọng có phần
Phát ra thánh thót tâm thần sáng trưng
Tương lai mỗi kiếp tôn xưng
Khen ngợi Phật đức các tầng rất sâu. (o)

5. Tràng hoa tươi tốt muôn màu
Âm nhạc, ca vịnh, lọng hầu, hương bay
Trang nghiêm thành kính xưa nay
Con đem dâng cúng đức thầy Như Lai. (o)

6. Hương y có một không hai
Đèn đuốc soi sáng trong ngoài đường đi
Cao như quả núi tu di
Thành tâm dâng cúng các vì Thế Tôn. (o)

7. Con nay mở rộng tâm hồn
Tin sâu Phập Pháp trường tồn từ lâu
Phổ Hiền nguyện lực rất sâu
Cúng dường cùng khắp nhiệm mầu Như Lai. (o)

8. Xưa con tạo các nghiệp sai
Đều do ba độc họa tai nối liền
Từ thân miệng ý triền miên
Giờ đây mới biết lòng chuyên sám trừ. (o)

9. Mười phương các loại đồng cư
Hữu học, vô học tâm tư nhị thừa
Như Lai, Bồ Tát xa xưa
Tùy hỷ công đức cho vừa lòng tin. (o)

10. Đèn tuệ thắp sáng cầu xin
Bồ đề thành tựu, đức tin bắt đầu
Chúng con kính thỉnh nguyện cầu
Chuyển xe diệu pháp, đạo mầu đã ban. (o)

11. Chư Phật muốn nhập Niết-Bàn
Con xin kính thỉnh vì hàng phàm ngu
Cữu trụ giáo hóa công phu
Chúng sanh lợi lạc đường tu chuyên cần. (o)

12. Cúng dường lễ tán ba phần
Thỉnh Phật trụ thế tâm chân độ đời

Tùy hỷ sám hối khắp nơi
Chúng sanh Phật đạo đồng thời in sâu. (o)

13. Xin đem công đức nhiệm mầu
Hướng về thượng giới minh châu hiện bày
Tánh tướng Tam Bảo từ rày
Dung thông hai đế chờ ngày thành công. (o)

14. Phước đức như nước biển đông
Con nay hồi hướng một lòng thanh cao
Thân khẩu ý nghiệp lao chao
Dứt trừ ngã pháp công lao đức thầy. (o)

15. Tất cả hoặc chướng từ nay
Xin đều tiêu diệt, xin thay phép mầu
Mỗi niệm trí tuệ làm đầu
Chúng sanh độ hết không cầu trả ơn. (o)

16. Hư không thế giới có sờn
Nghiệp và phiền não đều hườn hư không
Bổn pháp như thế dung thông
Nguyện nay hồi hướng cõi lòng như như. (o)

Nam Mô Đại Hạnh Phổ Hiền Bồ Tát Ma Ha Tát. (3 lần) (o)

KINH BÁT NHÃ BA LA MẬT

Khi Ngài Quán Tự Tại Bồ Tát thực hành sâu

xa pháp Bát Nhã Ba La Mật Đa, Ngài soi thấy năm uẩn đều không, qua hết thảy khổ ách.

"Này Xá Lợi Phất, sắc chẳng khác không, không chẳng khác sắc, sắc tức là không, không tức là sắc. Thọ, Tưởng, Hành, Thức cũng đều như thế".

"Này Xá Lợi Phất, 'tướng không của mọi pháp' không sanh, không diệt, không dơ, không sạch, không thêm, không bớt, nên trong 'chân không', không có sắc, không có thọ, tưởng, hành, thức, không có mắt, tai, mũi, lưỡi, thân, ý, không có sắc, thinh, hương, vị, xúc, pháp, không có nhãn giới, cho đến không có ý thức giới, không có vô minh, cũng không có cái hết vô minh, cho đến không có già chết, cũng không có cái hết già chết, không có khổ, tập, diệt, đạo, không có trí huệ, cũng không có chứng đắc.

Vì không có chỗ chứng đắc, nên Bồ Tát y theo Bát Nhã Ba La Mật Đa, tâm không ngăn ngại. Vì không ngăn ngại, nên không sợ hãi, xa hẳn điên đảo, mộng tưởng, đạt tới cứu cánh Niết Bàn.

Chư Phật trong ba đời cũng y theo Bát Nhã Ba La Mật Đa, được đạo quả vô thượng chánh đẳng chánh giác.

Nên biết Bát Nhã Ba La Mật Đa là Đại Thần Chú, là Đại Minh Chú, là Vô Thượng Chú, là Vô Đẳng Đẳng Chú, trừ được hết thảy khổ, chân thật không hư".

Vì vậy, liền nói Chú Bát Nhã Ba La Mật Đa:

"Yết đế, yết đế, ba la yết đế, ba la tăng yết đế, bồ đề tát bà ha". (3 lần) (o)

VÃNG SANH QUYẾT ĐỊNH CHÂN NGÔN

Nam-mô a di đa bà dạ
Đa tha dà đa dạ
Đa địa dạ tha.
A di rị đô bà tỳ
A di rị đa tất đam bà tỳ
A di rị đa tì ca lan đế
A di rị đa, tì ca lan đa
Dà di nị dà dà na
Chỉ đa ca lệ ta bà ha. (3 lần) (o)

NIỆM BỔN SƯ

Nam Mô Ta Bà Giáo Chủ Điều Ngự Bổn Sư Thích Ca Mâu Ni Phật

Nam Mô Thích Ca Mâu Ni Phật. (3 lần) (o)

Nam Mô Đại Trí Văn Thù Sư Lợi Bồ Tát. (3 lần) (o)

Nam Mô Đại Hạnh Phổ Hiền Bồ Tát. (3 lần) (o)

Nam Mô Hộ Pháp Chư Tôn Bồ Tát. (3 lần) (o)

Nam Mô Đạo Tràng Hội Thượng Phật Bồ Tát. (3 lần) (ooo)

SÁM HỐI PHÁT NGUYỆN

Đệ tử kính lạy
Đức Phật Thích Ca
Phật A Di Đà

Thập phương chư Phật
Vô lượng Phật Pháp
Cùng Thánh Hiền Tăng
Đệ tử lâu đời lâu kiếp
Nghiệp chướng nặng nề
Tham giận kiêu căng
Si mê lầm lạc
Ngày nay nhờ Phật
Biết sự lỗi lầm
Thành tâm sám hối. (o)
Thề tránh điều dữ
Nguyện làm việc lành
Ngửa trông ơn Phật
Từ bi gia hộ
Thân không tật bịnh
Tâm không phiền não
Hằng ngày an vui tu tập
Phép Phật nhiệm mầu
Để mau ra khỏi luân hồi
Minh tâm kiến tánh
Trí huệ sáng suốt
Thần thông tự tại
Đặng cứu độ các bậc tôn trưởng
Cha mẹ anh em
Thân bằng quyến thuộc
Cùng tất cả chúng sanh
Đồng thành Phật đạo. (o) (đồng xá)

SÁM HỐI

Đệ tử vốn tạo các vọng nghiệp
Đều do vô thỉ tham, sân, si
Từ thân, miệng, ý phát sanh ra
Đệ tử thảy đều xin sám hối. (o)
Nam Mô Cầu Sám Hối Bồ Tát Ma Ha Tát. (o) (3 lần)

CHÚ THẤT PHẬT DIỆT TỘI CHÂN NGÔN

Ly bà ly bà đế, Cầu ha cầu ha đế, Đà la ni đế. Ni ha ra đế, Tỳ lê nễ đế, Ma ha già đế, Chân lăn càn đế, Ta bà ha. (o) (3 lần)

HỒI HƯỚNG

Sám hối công đức, hạnh nhiệm mầu
Thắng phước bao nhiêu con nguyện cầu
Tất cả chúng sanh trong pháp giới
Hướng về Phật Pháp tỏ đạo mầu.
Nguyện cho ba chướng tiêu tan
Phiền não dứt sạch, huệ căn sang ngời
Cầu cho con được đời đời
Hành Bồ Tát Đạo, cứu đời lầm than.
Nguyện sanh Tây Phương, cõi Lạc Bang
Cha mẹ, sen vàng chín phẩm sanh
Hoa nở, thấy Phật, quả viên thành
Các vị Bồ Tát bạn lành với ta. (o)

PHỤC NGUYỆN

Chư Phật chứng minh

Vạn linh gia hộ.

Hôm nay chúng con là... (Tỳ Kheo Ni...., Sadini...) **cùng với các Phật tử chùa Hương Sen, Perris, California, một dạ chí thành vân tập tại đại hùng bảo điện Hương Sen phúng tụng lễ lạy sám hối hồng danh cùng niệm Phật kinh hành công đức, nguyện tiêu trừ các tội lỗi hoặc tiền khiên oan trái, hoặc nhiều kiếp oán thân, hoặc phạm giới cấm các điều, sát hại những mạng chúng sanh, thân ba nghiệp tội, miệng bốn nghiệp ác và ý ba nghiệp xấu, lầm tạo điều quấy, gây các tội lỗi.**

Ngưỡng mong oai thần chư Phật, từ lực Bồ tát, minh huân gia hộ chúng con: tội chướng tiêu trừ, căn lành thêm lớn, tiến tu đạo nghiệp, phước huệ trang nghiêm.

Nguyện đem công đức này cầu cho Phật sự phát triển chùa Hương Sen, Perris, Califronia, thành chốn tùng lâm nghiêm tu, ngày một thành tựu, được sự ủng hộ gia trì của đàn việt tín tâm, chư thiên hộ pháp, bồ tát và mười phương chư Phật, để Phật nhật tăng huy, pháp luân thường chuyển, mưa thuận gió hòa, quốc thới dân an.

Nguyện đem công đức này cầu an cho Phật tử... (tên, pháp danh, tuổi) **cùng với các vị gia chủ và các Phật tử hiện diện tại đây: tai qua nạn khỏi, tật bịnh tiêu trừ, nghiệp chướng tiêu tan, gia đạo bình an, thân tâm thường an lạc, quanh năm đều được vạn sự cát tường như ý. Nguyện cho các vị**

tâm Bồ đề kiên cố, chí tu học vững bền, tự giác, giác tha, giác hạnh viên mãn.

Lại nguyện đem công đức này cầu siêu cho hương linh... (tên, pháp danh, hưởng thọ) **cùng cửu huyền thất tổ, nội ngoại hai bên, phụ mẫu quá vãng nhiều đời, nhiều kiếp của chúng con và tất cả các hương linh ký tự tại Chùa Hương Sen, anh hùng chiến sĩ, vì nước hy sinh, đồng bào tử nạn, mười hai loại cô hồn, chết sông, chết chợ, đầu đường, xó chợ, nay được an lành, nghe kinh kệ siêu thăng tịnh độ, vượt qua bể khổ, thoát khỏi Ta Bà, sen vàng chín phẩm nở hoa, pháp thân hiện Di Đà thọ ký.**

Sau cùng, nguyện chúng con cùng tất cả chúng sanh đều sớm trọn thành Phật đạo.

Đại chúng đồng niệm: **Nam Mô A Di Đà Phật.** (o)

KÍNH LỄ

(Đại chúng đứng lên)

Bao nhiêu tất cả nhân sư tử
Mười phương ba đời cùng các cõi
Con đem thân miệng ý thanh tịnh
Lạy khắp tất cả không còn dư. (o)

Nhất tâm đảnh lễ, đệ tử chúng con đại vì bốn ân ba cõi chí thành đảnh lễ:

Nam Mô Quá Khứ Trang Nghiêm Kiếp Thiên Phật. (o) (1 lạy)

Nhất tâm đảnh lễ, đệ tử chúng con đại vì bốn ân ba cõi chí thành đảnh lễ:

Nam Mô Hiện Tại Hiền Kiếp Thiên Phật. (o) (1 lạy)

Nhất tâm đảnh lễ, đệ tử chúng con đại vì bốn ân ba cõi chí thành đảnh lễ:

Nam Mô Vị Lai Tinh Tú Kiếp Thiên Phật. (o) (1 lạy)

TAM QUY

Con nương theo Phật, cầu cho chúng sanh
Tin chắc Đạo cả, phát lòng vô thượng. (o) (1 lạy)

Con nương theo Pháp, cầu cho chúng sanh
Thấu rõ kinh tạng, trí huệ như biển. (o) (1 lạy)

Con nương theo Tăng, cầu cho chúng sanh
Kính tín hòa hợp, tất cả không ngại. (ooo) (1 lạy)

Nguyện đem công đức này
Hướng về khắp tất cả
Đệ tử và chúng sanh
Đều trọn thành Phật đạo. (ooo)

BÀI KỆ CHƯ THIÊN

Trời, A-tu-la, Dạ xoa thảy
Đến nghe pháp đó nên chí tâm
Ủng hộ Phật pháp khiến thường còn
Mỗi vị siêng tu lời Phật dạy.

Bao nhiêu người nghe đến chốn này
Hoặc trên đất liền hoặc hư không
Thường với người đời sanh lòng từ
Ngày đêm tự mình nương pháp ở.
Nguyện các thế giới thường an ổn
Phước trí vô biên lợi quần sanh
Bao nhiêu tội chướng thảy tiêu trừ
Xa lìa các khổ về viên tịch.
Hằng dùng giới hương xoa vóc sáng
Thường trì định phục để giúp thân
Hoa mầu bồ đề khắp trang nghiêm
Tùy theo chỗ ở thường an lạc. (o)
Nam mô Tam Châu Cảm Ứng
Hộ Pháp Vi Đà Tôn Thiên Bồ Tát Ma Ha Tát. (3 lần) (o)

PHẦN II

CÁC KINH TỤNG NHÂN DỊP LỄ VÍA

1

NGHI THỨC CÚNG GIAO THỪA & VÍA PHẬT DI LẶC

(MỒNG 1 TẾT)

1. Cúng hương
2. Cầu nguyện
3. Khen ngợi Phật
4. Quán tưởng Phật
5. Đảnh lễ
6. Tán dương chi
7. Chú Đại Bi
8. Kệ khai kinh
9. Kệ đón Giao thừa
10. Phật nói Kinh Di Lặc hạ sanh Thành Phật
11. Kinh Quán Di Lặc Bồ Tát Thượng Sanh Đâu Suất Thiên
12. Bát Nhã Tâm Kinh
13. Tiêu tai Cát tường thần chú
14. Thất Phật diệt tội chân ngôn
15. Niệm Phật
16. Sám Mười Nguyện Phổ Hiền
17. Hồi hướng
18. Ngồi thiền
19. Phục nguyện
20. Kính lễ bốn ân, ba cõi

21. Tam quy
22. Bài kệ Chư Thiên
23. Thiện Nữ thần chú

CÚNG HƯƠNG

(Thắp ba cây hương, quỳ ngay thẳng, cầm hương ngay trán niệm lớn bài cúng hương)

Nguyện dâng hương mầu nầy
Cúng dường tất cả Phật
Tôn Pháp, chư Bồ Tát
Thinh Văn và Duyên Giác
Cùng các bậc Thánh Hiền
Duyên khởi đài sáng chói
Khắp xông mười phương cõi
Tỏa ngát các chúng sanh
Đều phát tâm Bồ Đề
Xa lìa các vọng nghiệp
Trọn nên Đạo Vô Thượng.

Nam Mô Hương Cúng Dường Bồ Tát Ma Ha Tát. (o) (1 xá)

CẦU NGUYỆN

Hôm nay chúng con (chủ lễ) **là .... và các Phật tử Chùa Hương Sen, đạo tràng Perris, California, vân tập tại đại hùng bảo điện chùa Hương Sen, Perris, California, Hoa Kỳ, thiết lễ cúng Giao Thừa, Tết Nguyên Đán năm....** (âm lịch và dương lịch). **Chúng con kiền thành cung thỉnh mười phương Chư Phật, Thánh Hiền, Duyên Giác, Thanh Văn cùng liệt tổ, Thiện Thần Hộ Pháp với Long Thiên, thiêu thân Thánh tử đạo, dũ ánh uy quang giáng tọa tiền, lễ nhạc hương hoa in hiến cúng, nguyện cầu giáng phước lễ Minh niên.**

Nam Mô Long Hoa Giáo Chủ Đương Lai Hạ Sanh Di Lặc

Từ Thị Tôn Phật tác đại chứng minh. (3 lần) (o)

KHEN NGỢI PHẬT

Đấng Pháp Vương vô thượng
Ba cõi chẳng ai bằng
Thầy dạy khắp trời, người
Cha lành chung bốn loài
Quy y tròn một niệm
Dứt sạch nghiệp ba kỳ
Xưng dương cùng tán thán
Ức kiếp không cùng tận. (o) (1 xá)

QUÁN TƯỞNG PHẬT

Phật, chúng sanh tánh thường rỗng lặng
Đạo cảm thông không thể nghĩ bàn
Lưới đế châu ví đạo tràng
Mười phương Phật hiện hào quang sáng ngời
Trước bảo tọa thân con ảnh hiện
Cúi đầu xin thệ nguyện quy y. (o)

ĐẢNH LỄ

(Đại chúng đồng tụng)

Chí tâm đảnh lễ:

Nam Mô tận hư không biến pháp giới quá, hiện, vị lai thập phương chư Phật, Tôn Pháp Hiền Thánh Tăng thường trụ Tam Bảo. (o) (1 lạy)

Chí tâm đảnh lễ:

Nam Mô Ta Bà Giáo Chủ Bổn Sư Thích Ca Mâu Ni Phật, Đương Lai Hạ Sinh Di Lặc Tôn Phật, Đại Trí Văn Thù Sư Lợi Bồ Tát, Đại Hạnh Phổ Hiền Bồ Tát, Hộ Pháp Chư Tôn Bồ Tát, Linh Sơn Hội Thượng Phật Bồ Tát. (o) (1 lạy)

Chí tâm đảnh lễ:

Nam Mô Tây Phương Cực Lạc Thế Giới Đại Từ Đại Bi A Di Đà Phật, Đại Bi Quán Thế Âm Bồ Tát, Đại Thế Chí Bồ Tát, Đại Nguyện Địa Tạng Vương Bồ Tát, Thanh Tịnh Đại Hải Chúng Bồ Tát. (o) (1 lạy)

TÁN DƯƠNG CHI

(Mời ngồi xuống và khai chuông mõ)

Cành dương nước tịnh nhiệm mầu

Rưới tắt muôn vàn cảnh khổ đau

Chư Thiên mát mẻ, tâm thanh tịnh

Nhân thế vui tươi, cảnh an nhàn

Cam lồ rưới khắp trần gian

Lửa sân dứt sạch, sen vàng nở hoa.

Nam Mô Thanh Lương Địa Bồ Tát Ma Ha Tát. (3 lần) (o)

CHÚ ĐẠI-BI

Nam Mô Đại Bi Hội Thượng Phật Bồ Tát. (3 lần) (o)

Thiên thủ thiên nhãn vô ngại đại-bi tâm đà-la-ni.

Nam Mô hắc ra đát na, đa ra dạ da. Nam Môa rị da, bà lô yết đế, thước bát ra da, Bồ-đề tát đỏa bà da, ma ha tát đỏa bà da, ma ha ca lô ni ca da, án, tát bàn ra phạt duệ số đát na đát tỏa.

Nam Mô tất kiết lật đỏa y mông a rị da, bà lô kiết đế thất Phật ra lăng đà bà.

Nam Mô na ra cẩn trì hê rị ma ha bàn đa sa mế, tát bà a tha đậu thâu bằng, a thệ dựng, tát bà tát đa, na ma bà già, ma phạt đạt đậu, đát điệt tha. Án a bà lô hê, lô ca đế, ca ra đế, di hê rị, ma

ha bồ-đề tát đỏa, tát bà tát bà, ma ra ma ra, ma hê ma hê, rị đà dựng, cu lô cu lô kiết mông, độ lô độ lô, phạt xà da đế, ma ha phạt xà da đế, đà ra đà ra, địa rị ni, thất Phật ra da, dá ra dá ra. Mạ mạ phạt ma ra, mục đế lệ, y hê y hê, thất na thất na a ra sâm Phật ra xá-lợi, phạt sa phạt sâm, Phật ra xá da, hô lô hô lô ma ra, hô lô hô lô hê rị, ta ra ta ra, tất rị tất rị, tô rô tô rô, bồ-đề dạ bồ-đề dạ, bồ-đà dạ, bồ-đà dạ, di đế rị dạ, na ra cẩn trì địa rị sắc ni na, ba dạ ma na ta bà ha. Tất đà dạ ta bà ha. Ma ha tất đà dạ ta bà ha. Tất đà du nghệ thất bàn ra dạ, ta bà ha. Na ra cẩn trì ta bà ha. Ma ra na ra ta bà ha. Tất ra tăng a mục khê da, ta bà ha. Ta bà ma ha, a tất đà dạ, ta bà ha. Giả kiết ra a tất đà dạ, ta bà ha. Ba đà ma yết tất đà dạ, ta bà ha. Na ra cẩn trì bàn đà ra dạ, ta bà ha. Ma bà lị thắng yết ra dạ, ta bà ha.

Nam Mô hắc ra đát na, đa ra dạ da. Nam Môa rị da, bà lô yết đế, thước bàng ra dạ, ta bà ha.

Án tất điện đô, mạn đa ra, bạt đà dạ, ta bà ha. (3 lần) (o)

Nam mô Thập phương Thường trú Tam Bảo. (3 lần) (o)

KỆ KHAI KINH

Thăm thẳm cao siêu Pháp nhiệm mầu
Trăm ngàn muôn kiếp khó tìm cầu,
Con nay nghe thấy chuyên trì niệm,
Nguyện tỏ Như Lai nghĩa nhiệm mầu.

Nam Mô Bổn Sư Thích Ca Mâu Ni Phật. (3 lần) (o)

Nam Mô Long Hoa Giáo Chủ Di Lặc Tôn Phật. (3 lần) (o)

KỆ ĐÓN GIAO THỪA

Đêm nay ngày lành Nguyên Đán
Giờ này phút thiêng Giao Thừa
Tuân lệ cổ tục ngày xưa
Mở cửa nghinh xuân tiếp rước
Truyền thừa di phong thuở trước
Lên chùa lễ Phật dâng hương
Cầu minh niên vạn sự kiết tường
Nguyện xuân nhật tam nguyên như ý.
Nam Mô Long Hoa Giáo Chủ Đương Lai
Hạ Sanh Di Lặc Tôn Phật. (3 lần) (o)
Nhớ xưa có Đại Sĩ, Đức Di Lặc hóa sanh

Huyện Phụng Hóa, Châu Minh, thuộc đời Lương, Trung Quốc.

Tin vui của trời đất, ân huệ của nhơn sanh
Ngài có một thân hình, đầy từ bi hoan hỉ

Ngài có nhiều thần bí, rất khó nghĩ khôn lường

Và không ít dị thường, thật ngờ phàm ngại thánh.

Ngài có nhiều kỳ hạnh, nói năng không định lời
Xôn xao trong một thời, không ai biết sự thật
Có người bảo là Phật, có kẻ gọi là Thầy
Đi khất thực đó đây, ai cúng gì cũng lấy.
Bị vải treo đầu gậy, vật phẩm chứa không đầy
Có lúc thấy ở đây, có khi gặp nơi khác
Khuyên người chớ làm ác, dạy người nên làm lành
Không ai biết tánh danh, gọi Bố Đại Hòa Thượng.
Một hôm ngài dựng trượng, tại núi chùa Nhạc Lâm
Ngồi trên đá tịnh tâm, nói bài kệ vắn tắt:
"*Rằng Ta Chân Di Lặc, Phật thân ngàn muôn ức*
Thường hiện trước mọi người, mọi người tự không biết."
Nói xong ngài nhập diệt, diệt Đông lại sanh Tây
Ứng hóa khắp đó đây, vận thần thông diệu dụng.
Và trong một dịp khác, trước một số dân chúng
Ngài tuyên bố như vậy:
"*Ta có một vị Thầy (Phật)*
Mọi người đều không biết, không tô vẽ sơn thếp
Không chạm trổ điêu khắc, không một chút thể sắc
Không một chút cát bụi, sạch sẽ không lau chùi
Thợ vẽ, vẽ không thành, kẻ trộm lấy không được
Thể tánh vốn tự nhiên, tuy là có một thể, phân

thân ngàn muôn ức."

Ngài sử dụng thần lực, hóa hiện khắp nhân thiên

Dạy vẽ kẻ hữu duyên, dắt dìu người vô phúc

Xa lánh đời trần tục, đưa vào cõi thiên cung

Hẹn Long Hoa Tam Hội trùng phùng, nguyện Đâu Suất nhất sanh thân cận.

Giờ này mọi nhà kính cẩn, xưng dương tán lễ hồng danh.

Đêm nay trăm họ chí thành, trân trọng cúng dường vía Thánh

Trăm hoa hân hạnh, mừng hóa Phật giáng sanh.

Muôn vật vươn mình, đón xuân thiên khai thái.

***Đến đây tất cả chúng con*:**

Cúi đầu lễ bái, cầu gia đình hạnh phúc an khương.

Ngửa mặt dâng hương, nguyện đất nước hòa bình hưng thạnh.

Năm châu an định, bốn bể thanh bình, tình với vô tình, đồng thành Phật đạo.

Nam Mô Đương Lai Hạ Sinh Di Lặc Từ Thị Tôn Phật. (3 lần) (o)

PHẬT NÓI KINH DI LẶC HẠ SINH THÀNH PHẬT

(Hán dịch: Tam Tạng Pháp Sư Nghĩa Tịnh
Việt dịch: Thích Tâm Châu)

1. Chính tôi được nghe, vào một thời kia,

Thế tôn an trụ trên núi Linh Thứu, thuộc thành Vương Xá. Ngài và một số chúng Đại Bật Sô cùng ở nơi này.

2. Và, khi bấy giờ có bậc đại trí là Xá Lợi tử, là bậc pháp tướng, tối cao trong chúng vì thương thế gian, liền từ tòa ngồi, khoan thai đứng dậy, trễ áo vai hữu, gối hữu quỳ đất, chấp tay cung kính, bạch Thế Tôn rằng: "Kính bạch Thế Tôn Kính mong Thế Tôn, rũ lòng chấp thuận."

3. Đức Phật kiến bảo Xá Lợi Phất :" Tùy con muốn hỏi gì, Ta sẽ giãng giải."

4. Ngay lúc bấy giờ, tôn giả Xá Lợi Tử, thỉnh vấn Thế Tôn bằng lời kệ tụng:

"Như kinh đã nói, Đại Sư thụ ký vị Phật sau này là ngài Từ Thị. Kính mong Thế Tôn, trùng tụng kinh ấy, và phân biệt rõ uy đức thần thông của ngài Từ Thị. Chúng con muốn nghe về vấn đề ấy."

5. Đức Phật từ ái, bảo Xá Lợi Tử: "Con nên chí tâm, lắng nghe cho rõ, Ta sẽ vì đại chúng nói rộng về việc Thế Tôn Từ Thị, trong đời sau này." (o)

6. Với thế gian ấy, nước nơi biển cả, dần dần cạn đi, xuống đến hai nghìn ba trăm do tuần để lộ đất đai của Chuyển Luân Vương. Nam thiện bộ châu, đất đai ngang dọc, hàng vạn do tuần, và khắp mọi nơi đã có chúng sinh an trụ trong đó, đều được sung mãn. Đất nước giàu thịnh, không có hình phạt, không có tai ách. Nam nữ nơi đây, do thiện nghiệp sinh. Đất không có gai, thuần cỏ xanh mềm. Chân bước lên trên, như trên bông mịn. Đất nước tự nhiên mọc lên lúa hương, mùi

vị thơm ngon, thảy đều đầy đủ. Tự nhiên các cây, hóa ra y phục, đủ để trang nghiêm. Mỗi cây cao độ ba vạn câu xa, hoa quả đầy dẫy.

7. Người trong nước ấy sống tám vạn tuổi, không có tật khổ, không có phiền não, thường an vui. Đức tướng trang nghiêm, sắc lực viên mãn. Nhưng người ta lo chỉ về ba việc, là lo thức ăn, lo sự suy yếu, lo sự tiện lợi. Về phần nữ giới, mãi năm trăm tuổi, mới kết hôn nhân. Khi người nào đó, muốn di tiện lợi, đất tự nứt ra, tiện lợi vào đó, đất liền khép lại. Khi sắp mệnh chung, tự mình đi đến ngay nơi nghĩa trang thân hóa tại đó. Đô thàng Luân Vương là diệu Chàng tướng. Bề dọc đô thành mười hai do tuần. Bề rộng của nó là bảy do tuần. Dân cư trong thành, đều là những người đã trồng nhân tốt. Thành có thắng đức, ai ở đều vui. Lâu đài, các sở ngăn ngừa kẻ địch, tất cả xây nên, đều bằng thất bảo. Khóa cùng các cửa, cũng dát châu báu. Hòa rãnh quanh thành làm bằng ngọc quý. Hoa thơm lừng lẫy, chim đẹp liệng bay. Bảy hàng đa la trồng quang tất cả. Và, đều trang nghiêm bằng các châu báu. Trên mỗi cây ấy đều treo chuông khánh. Gió hiu hiu thổi vào các cây báu, diễn ra những tiếng, êm dịu nhiệm mầu, như tấu bát âm người nghe hoan hỷ. Nơi nào cũng có ao hồ đẹp mắt, trong đó đầy dẫy những hoa tạp sắc. Vườn, rừng thơm đẹp, thành quách trang nghiêm. (o)

8. Đất nước nầy có một vị thánh chủ tên là Hướng Khư, là Kim luân Vương, cai trị bốn châu, uy lực, giầu thịnh. Phúc nghiệp nhà vua, mạnh mẽ vô song. Lại còn cả bốn loại hùng binh. Mọi

thứ thành tựu, đều bằng thất bảo. Nhà vua còn có một nghìn người con. Bốn biển thanh bình, không có chiến tranh. Chính pháp dạy dân, khuyên đều bình đẳng. Đất nước còn có bốn kho tàng lớn. Trong mỗi kho tàng có trăm vạn ức những thứ trân bảo. Ở Yết Lăng Già , có một kho báu là Băng Kiệt La. Ở Mật Hy LA, có một kho báu là Bát Trục Ca. Ở nơi Kiền Đà, , có một kho báu Y La bát La. Ở Bà La Tư, có một kho báu tên là Hướng Khư. Bốn kho báu ấy, thuộc vua Hướng Khư. Do nương nhờ vào bao phúc nghiệp trước, cho nên ngày nay, quả báo thành tựu.

9. Nhà vua lại có phụ quốc đại thần, dòng Bà La Môn, tên là Thiện Tịnh. Quan làm Quốc Sư, là bậc đa văn, hiểu suốt "Tứ Minh" thông các tạp luận, ham nghe, ham học, khéo léo hành trì, lại khéo giáo hóa, và đến những môn huấn giải, thanh minh" đều nghiên cứu cả. Và bà Tịnh Diệu là vợ Thiện Tịnh, vóc dáng đoan nghiêm, ai trông thấy bà cũng đều hoan hỷ.

10. Nay đức Từ Thị, từ trời Đâu Suất mượn nơi Tịnh Diệu, mang bào thai người, cho thân sau cùng. Mang thai đại thánh, đầy đủ mười tháng. Một hôm tôn mẫu của đức Từ thị, thăm vườn Diệu Hoa. Khi đến vườn này, bà không ngồi, nằm, đứng vịn cây hoa, bỗng nhiên đản sinh ra đức Từ Thị. (o)

11. Khi Từ Thị sinh từ nơi nách phải thân mẫu Ngài, như ánh mặt trời, vượt khỏi mây mờ, phóng ra ánh sáng, chiếu khắp tất cả. Tuy mượn bào thai, nhưng không nhiễm xúc những cảnh trần tục. Như hoa sen thơm, từ nước mọc lên.

12. Khi ánh sáng chiếu tràn lan ba cõi, tất cả mọi nơi, nơi nào cũng đều kính ngưỡng ánh sáng của đức Từ Thị. Và trong khi sinh, Đế Thích Thiên Chủ, tự nâng Bồ tát và rất vui mừng, gặp Lưỡng Túc Tôn. Trong thời gian ấy, tự nhiên Bồ tát kinh hành bảy bước, trong mỗi bước đi, nở hoa sen báu.

13. Khi ấy Từ Thị quan sát mười phương tuyên cáo chư thiên và nhân chúng rằng; "Đây thân tối hậu, đạt tới vô sinh, chứng nhập Niết bàn".

14. Sau giờ phút ấy, rồng phun thanh thủy, tắm thân Đại Bi, chư thiên rải hoa, rợp khắp hư không, chư thiên cầm lọng, che Đại Từ Tôn. Ai ai cũng đều sinh tâm hy hữu, và đều thủ hộ thân của Bồ tát.

15. Vú nuôi nâng niu, ẵm thân Bồ Tát. Thấy thân hiện rõ 32 tướng tốt, đủ mọi ánh sáng. Bà liền trao Ngài cho thân mẫu Ngài. Người trong hoàng cung đem se đến rước. Xe này trạm trổ, trang nghiêm châu báu. Mẹ con lên xe chư thiên nâng đỡ. Nghìn thứ âm nhạc, trỗi khúc vui mừng, dẫn đạo về cung. (o)

16. Từ Thị vào thành, hoa trời tung rãi. Ngày Ngài đản sinh, thể nữ mang thai, thân được an ổn, đều sinh con trai, thông minh trí tuệ. Tôn phụ thiện tịnh nhìn dung nhan con trai đủ 32 tướng, tâm sinh hoan hỷ. Rồi ông xem tướng, biết con trai có hai tướng cao quý: nếu ở thế gian, làm chuyển luân vương, và nếu xuất gia, thành bậc Chính Giác.

17. Bồ Tát khôn lớn, thương xót chúng sinh.

Chúng sinh ở trong đau khổ, hiểm nạn, và bị luân hồi, không lúc ngừng nghỉ. Thân Ngài sắc vàng, sáng tõa rực rỡ. Âm thanh của Ngài, như tiếng phạm âm. Mắt Ngài ánh xanh, như hoa sen xanh. Chi thể của Ngài, tám mươi khủy tay. và tướng đoan nghiêm, như mặt trăng tròn.

18. Đối với Bồ tát, mọi nghề đều giỏi. Lại khéo dạy bảo những người theo học. Ngay đến trẻ nhỏ xin theo học Ngài, số người dến cả tám vạn bốn nghìn.

19. Vào thế gian ấy Luân Vương Hướng Khư dụng cờ bảy báu, cờ cao vào cỡ khoảng bảy mươi tầm, và rộng vào khoảng, độ sáu mươi tầm. Dựng cờ xong rồi, vua phát xả tâm, cho Bà La Môn, lập hội vô già, làm việc bố thí, một cách bình đẵng.

20. Trong thế gian nầy, các hàng Phạm Chí, có đến nghìn người, được cờ báu nầy, tích tắc hư bể. Bồ tát thấy thế, Ngài tự niệm rằng, sự việc thế tục, đều như thế cả. Đều bị sinh tử khổ đau ràng buộc. Do đó, Ngài liền nghĩ đến xuất ly. Mong đạo tịch diệt, bỏ tục xuất gia. Xuất gia chứng đạo, cứu vớt chúng sinh, ra khỏi luân hồi, sinh, già, bệnh, chết. (o)

21. Ngày đức Từ Tôn, hưng khởi đại nguyện, đã có số người tám vạn bốn ngàn, sinh tâm yếm ly, tu theo phạm hạnh. Đêm mới phát tâm, xả tục xuất gia, Ngài đã chứng được ngôi đẵng giác địa. Có cây Bồ đề, tên là Long Hoa, cao bốn do tuần, tươi tốt sum sê. Cành lá che rợp, tỏa ra bốn bên, sáu câu lô xá. Từ Thị đại bi, thành ngôi cháng giác, dưới gốc cây nầy.

22. Đối với loài người, Từ Thị đại bi là bậc tối thắng, Ngài đủ tám thứ âm thanh cõi Phạm. Thuyết pháp độ sinh, bỏ các phiền não. Khổ, nơi sinh khổ, tất cả trừ diệt. Tu tám chính đạo, lên bờ Niết Bàn. Ngài vì các hàng thanh tín nam nữ, nói bốn chân đế. Được nghe pháp rồi, dốc lòng vâng giữ.

23. Trong vườn Diệu Hoa, chúng họp đông đảo. Đầy đủ quyến thuộc, hàng trăn do tuần. Hướng Khư Luân Vương, nghe pháp thâm diệu, bỏ hết trần lao, tâm thích xuất gia. Không tiếc thứ gì, trong nơi hoàng cung. Chỉ dốc một lòng, mong cầu xuất ly. Và cả quần chúng, tám vạn bốn nghìn, cũng đều theo vua, xuất gia tu đạo. Lại cả trẻ nhỏ, dòng Bà la môn, số đông ắt có, tám vạn bốn nghìn, nghe vua bỏ tục, cũng cầu xuất gia. Cả quan Chủ Tạng, tên là Thiện Tài, và nghìn quyến thuộc, cũng cầu xuất gia. Nàng Tỳ Xá Khư, bảo nữ trong cung, cùng những tùy tùng, tám vạn bốn nghìn, đều cầu xuất gia. Cho đến con số, trên trăm nghìn người thiện nam, thiện nữ, nghe Phật nói pháp cũng cầu xuất gia. (o)

24. Ngài là một bực Thánh chủ từ bi, được người và trời, cung kính tôn trọng. Quán tất cả tâm chúng sinh rồi, tuyên diễn pháp yếu. Ngài bảo đại chúng, các vị nên biết, với lòng từ bi của Phật Thích Ca, đã dạy các vị, tu theo chính đạo, do đó các vị sinh trong pháp tôi. Với nhân duyên trước, hoặc dùng hương hoa, tràng phan lọng tán, trang nghiêm đẹp đẽ, cúng dường Mâu Ni, nên được sinh vào pháp hội của Tôi. Hoặc dùng các thứ uất kim trầm thủy, các loại đất bùn,

thơm tho sạch sẻ, dùng để xây cất và để tô trát, cúng dường vào ngôi tháp Phật Mâu Ni. Do nhân duyên ấy, sinh trong pháp Tôi. Quy y Phật , Pháp. Tăng, cung kính thân cận, tu mọi thiện hạnh, sẽ được sinh vào pháp hội của Tôi. Hoặc trong Phật pháp, thọ trì học xứ, khéo giữ không phạm, sẽ được sinh vào pháp hội của Tôi. Với tứ phương tăng, cúng áo, món ăn, cùng những thuốc tốt, sẽ được sinh vào pháp hội của Tôi. Trong bốn kỳ chay, hoặc tháng thần thông, thụ trì tám giới, sẽ được sinh vào pháp hội của Tôi. Hoặc dùng ba thông như thần cảnh ký và giới giáo thụ, giáo đạo Thanh Văn, diệt trừ phiền não, để được dự vào pháp hội Long Hoa. (o)

25. Hội đầu thuyết pháp, độ các Thanh Văn, khỏi phiền não chướng. Số người được độ, chín mươi sáu ức. Hội hai, thuyết pháp, độ các Thanh Văn, qua biển vô minh. Số người được đọ, chín mươi bốn ức. Hội ba, thuyết pháp, độ các Thanh Văn, điều phục thiện tâm. Số người được đọ, chín mươi hai ức.

26. Ba lần chuyển pháp, nhân thiên thuần tịnh, đem chúng đệ tử, vào thành khuất thực. Vào Diệu Trành thành, đường xá nghiêm sạch. Trời cúng dường Phật, rải hoa mạn đà, các thiên chúng khác: Tứ vương, Phạm vương, vv..., cúng dường hương hoa, quanh thân đại bi. Chư Thiên đức lớn, dâng y phục đẹp. Các vật cúng dường của các chư thiên, phất phới thành ấp, tràn ngập đường xá. Mục dích các vị, cung kính chiêm ngưỡng bậc đại y vương, ra đời hóa độ. Hương hoa diệu bảo khắp chốn, khắp nơi, ai bước chân

lên, như bước lên nệm bông đâu-la-miên. Tràng phan âm nhạc, la liệt bên đường.

27. Vua trời Đế Thích, cùng chúng nhân thiên, tán thán công đức, bậc đại Từ Tôn: Nhất tâm kính lễ bậc Thiên Thượng Tôn. Nhất tâm kính lễ bậc Sĩ Trung Thắng. Lành thay Thế Tôn, thương xót thế gian. Có uy đức lớn, làm cho chúng ma, quy tâm đỉnh lễ, tán ngưỡng Đạo Sư. Thiên chúng Phạm vương, quyến thuộc vây quanh, dùng tiếng Phạm Âm, xiển dương diệu pháp.

28. Trong thế giới này, nhiều A la hán, trừ bỏ lậu nghiệp, lìa hẳn phiền não. Nhân, Thiên, Long Thần, Càn Thát, Tu la, La sát, Dược Xoa, vv... hoan hỷ cúng dường.

29. Đại chúng khi ấy, dứt chướng, trừ hoặc, siêu việt sinh tử, tu hạnh thanh tịnh, đại chúng khi ấy, không ham của báu, vô ngã, ngã sở, tu hạnh thanh tịnh. Đại chúng khi ấy, xé lưới tham ái, tĩnh lự hòan toàn, tu hạnh thanh tịnh. Đại chúng khi ấy, xé lưới tham ái, tĩnh lự hòan toàn, tu hạnh thanh tịnh. (o)

30. Thế Tôn Từ Thị, thương xót hữu tình, thuyết pháp độ sinh, trong sáu vạn năm, hóa trăm vạn ức, qua biện phiền não.

31. Có duyên đều độ, rồi nhập Niết Bàn. Thế Tôn Từ Thị, sau nhập Niết Bàn, chính pháp còn lại được sáu vạn năm.

32. Ở trong pháp ta, thâm tâm tín thụ, trong ngày sau này, được gặp Từ Thị. Nếu người thông tuệ, nghe nói việc này, ai không vui mừng, mong gặp Từ Thị. Người cầu giải thoát, gặp hội Long

Hoa, cúng dường Tam bảo. Đừng nên phóng dật.

33. Bấy giờ Thế Tôn vì Xá Lợi Phất và cả đại chúng, nói và ghi nhận sự việc sau này của đức Từ Thị. Sau đó, lại bảo ngài Xá Lợi Tử, nếu có thiện nam và thiện nữ nào nghe được pháp này, thụ trì đọc tụng, và vì người khác, diễn nói chính pháp, như nói, tu hành, cúng dường hương hoa, viết chép kinh quyển. . ., thì những người ấy, về đời sau này, quyết định sẽ được gặp đức Từ Thị, và trong ba hội, nhờ ơn cứu độ.

34. Khi đức Thế Tôn nói bài tụng rồi, ngài Xá Lợi Phất và cả đại chúng, hoan hỷ tín thụ, đỉnh lễ vâng làm. (ooo)

PHẬT NÓI KINH QUÁN DI LẶC BỒ TÁT THƯỢNG SINH ĐÂU SUẤT THIÊN

(Hán dịch: Cư sĩ Cừ Kinh Thanh đời Tống.
Việt dịch: Thích Tâm Châu)

1. Chính tôi được nghe, vào một thời kia, đức Phật trụ tại vườn Cấp Cô Độc, rặng cây Kỳ Đà, thuộc nước Xá vệ.

2. Bấy giờ Thế Tôn cử động thân thể, phóng ra hào quang. Hào quang sắc vàng, quanh vườn Kỳ Đà. Quanh suốt bảy vòng, rồi chiếu vào nhà cư sĩ Tu Đạt ở. Hào quang chiếu này cũng bằng sắc vàng. Hào quang vàng này, như từng đám mây lan tỏa cùng khắp cả nước Xá Vệ. Lan tới chỗ nào, nơi ấy đều mưa.

3. Sau đó, Ngài lại hóa hoa sen vàng. Trong

mỗi hào quang hóa hoa sen vàng, trong đó có đến vô lượng trăm nghìn chư đại hóa Phật, và mỗi hóa Phật, đều xướng lên rằng: "Nay ở trong này có nghìn bồ tát, sẽ thành Phật đạo. Đầu tiên thành Phật, Ngài Câu Lưu Tôn. Và thời sau cùng, vị được thành Phật là ngài Lâu Chí".

4. Các vị hóa Phật, nói lời ấy rồi, tôn giả Kiều Trần Như, từ thiền định dậy, cùng với hai trăm năm mươi quyến thuộc cùng đến nơi Phật. Ngài Đại Ca Diếp cũng cùng hai trăm năm mươi quyến thuộc, cùng đến nơi Phật. Đại Mục Kiền Liên cũng cùng hai trăm năm mươi quyến thuộc, cùng đến nơi Phật. Tôn giả Xá Ly cũng cùng hai trăm năm mươi quyến thuộc, cùng đến nơi Phật. Tu Đạt trưởng giả cũng cùng ba nghìn vị Ưu bà Tắc, cùng đến nơi Phật. Tỳ Xá Khư Mẫu cũng cùng hai nghìn vị Ưu bà Di, cùng đến nơi Phật. Chúng đại Bồ tát gồm mười sáu vị như là Bồ tát Bạt Đà Bà La ..., cũng đến nơi Phật. Ngài pháp vương tử Văn Thù Sư Ly cũng cùng năm trăm vị Bồ tát khác cùng đến nơi Phật. Cả đến các vị Thiên, Long, Dạ Xoa, cùng Càn Thát Ba..., hết thảy đại chúng, thấy hào quang Phật, đều cùng vân tập đến nơi Phật trụ.

5. Bấy giờ Thế Tôn lại phóng thêm ra hàng nghìn hào quang tướng quảng trường thiệt. Trong mỗi hào quang, có nghìn màu sắc, có nhiều hóa Phật. Các hóa Phật ấy, tuy rằng khác miệng, nhưng đồng âm thanh, đều nói lên rằng: "Các đại Bồ tát đều thanh tịnh nầy, có Đà ra ni rất sâu vi diệu không thể nghĩ bàn như: đà ra ni mục khư, đà ra ni không tuệ, đà ra ni vô ngại tính, đà

ra ni đại giải thoát vô tướng". (o)

6. Khi ấy Thế Tôn dùng một âm thanh nói ra trăm ức môn đà ra ni. Lúc Thế Tôn nói đà ra ni song, ở trong pháp hội có một Bồ tát tên là Di Lặc, nghe lời Phật nói tức thời chứng được hàng trăm vạn ức môn đà ra ni, và ngay sau đó, Bồ tát Di Lặc, liền từ tòa ngồi, nghiêm chỉnh y phục, xoa tay. chắp tay, đứng ngay trước Phật.

7. Và, cùng khi ấy, tôn giả Ưu Bà Ly, từ tòa đứng dậy, đầu diện tác lễ, bạch đức Phật rằng: "Kính bạch Thế Tôn, xưa kia khi Thế Tôn nói trong kinh luật rằng, A Dật Đa sẽ được thành Phật, ở đời sau nầy. Nay con thấy rằng tôn giả A Dật Đa vẫn còn đầy đủ tấm thân phàm phu và chưa dứt hết được các lậu hoặc. Khi Di Lặc mất sẽ sinh nơi nào? Bản thân Di Lặc, con người hiện nay, tuy là xuất gia, không tu thiền định, không dứt phiền não. Thế Tôn thụ ký cho Di Lặc con không dám nghi. Nhưng, con muốn biết, khi ông mất rồi, sinh vào nước nào?

8. Thế Tôn liền bảo Ưu Bà Ly: "Con hãy nghe kỹ, nghe cho thật kỹ và khéo nhớ nghĩ, nay Như Lai đây, bậc Chánh biến tri, ở trong chúng này, nói về Di Lặc bậc đại bồ tát, thụ ký vô thượng chính đẳng chánh giác".

9. Sau mười hai năm, Di Lặc mệnh chung, quyết được sinh lên cõi trời Đâu Suất. Trên trời Đâu Suất có năm trăm ức các vị Thiên tử. Mỗi vị Thiên tử đều tu về pháp thí Ba la mật. Các vị Thiên tử vì sự cúng dường một vị Bồ tát "Nhất sinh bổ sứ" nhờ phúc lực ấy, xây cất cung

điện. Các vị trút bỏ cả các mũ báu chiên đàn ma ni, quỳ thẳng, chắp tay, phát lời nguyện rằng: "Ngày nay chúng con đem các bảo châu và mũ thiên quan, thực vô giá này, chỉ với mục đích cúng dường cho bậc "Đại tâm Chúng Sinh" Vì, rằng bậc này, không bao lâu nữa, ở trong đời sau, thành bậc vô thượng chính đẳng chính giác. Chúng con chỉ mong, trong đời sau này, chúng con sẽ được trang nghiêm quốc giới củ a đức Phật ấy, và được thụ ký. Nếu được như thế, mũ báu của chúng con, hóa thành dồ cúng". Rồi cứ như thế, các vị thiên tử lần lượt quỳ thẳng cũng lại phát nguyện, nguyện lớn như trên.

10. Khi các Thiên tử phát nguyện xong rồi, các mũ báu ấy hóa thành năm trăm vạn ức cung báu. Mỗi một cung báu có một trùng tường. Mỗi một trùng tường, xây bàng bảy báu. Và, mỗi thứ báu phóng ra hàng năm trăm ức ánh sáng. Trong mỗi ánh sáng, có năm trăm ức bông hoa sen lớn. Mỗi một hoa sen, lại biến hóa ra thành năm trăm ức hàng cây bảy báu. Mỗi một lá cây, lại có hàng năm trăm ức sắc báu. Mỗi một sắc báu, có năm trăm ức ánh sáng vàng ròng cõi Diêm phù đàn. Mỗi một ánh sáng như ánh vàng ròng cõi Diêm phù đàn, hiện năm trăm ức chư thiên bảo nữ. Mỗi nàng bảo nữ, đứng dưới cây báu, cầm hàng trăm ức vô số anh lạc. Và, trong khi ấy, tự nhiên trổi lên âm nhạc vi diệu. Trong âm nhạc ấy, diễn thuyết ra những pháp luân bất thoái. Các cây báu ấy, sinh ra các quả, màu như pha lê. Các ánh sáng ấy, chiếu theo chiều phải, uyển chuyển phát ra nhiều thứ âm thanh. Những âm thanh ấy, nói

ra những pháp đại từ, đại bi. (o)

11. Về mỗi trùng tường, cao độ vào khoảng, sáu hai do tuần. Tường dầy vào khoảng mười bốn do tuần. trong trùng tường ấy, có năm trăm ức các vị Long vương vây quanh gìn giữ. Mỗi vị Long vương, hóa hàng trăm ức hàng cây bảy báu, để trang nghiêm thêm các trùng tường ấy. Rồi tự nhiên có gió hiu hiu thổi động các câu ấy. Các cành cây ấy va chạm vào nhau, diễn ra những pháp: khổ, không, vô thường, vô ngã, và cả pháp ba la mật.

12. Trong cung điện này, có vị đại thần, danh hiệu gọi là Lao Độ Bạt Đề, liền từ tòa ngồi đứng dậy đỉnh lễ tất cả chư Phật ở khắp mười phương, vá phát ra lời thệ nguyện rộng lớn: "Nay tôi muốm xây ngôi thiện pháp đường, chí thành cúng dường Bồ tát Di Lặc. Nếu có phúc ấy, nơi trán của tôi, tự nhiên xuất ra nhiều thứ bảo châu, để tôi được làm theo như sở nguyện". Đại thần nguyện rồi, tự nhiên trên trán xuất ra trăm thứ bảo châu, lưu ly, và ngọc pha lê, tất cả màu sắc ấy như ngọc ma ni này, chiếu tõa hư không, liền hóa hiện ra bốn mươi chín trùng bảo cung ấy, được hợp thành lại, kể như vạn ức viên ngọc ma ni, màu sắc tía biếc, thấu suốt trong ngoài. Ánh ma ni nầy, chiếu tõa hư không, liền hóa hiện ra bốn mươi chín trùng bảo cung vi diệu. Mỗi hàng lan can cũa bảo cung ấy, được hợp thành lại, kể như vạn ức viên ngọc ma ni, ở dưới bảo sở của cõi Phạm thiên. Các lan can ấy, tự nhiên hóa sanh chín ức thiên tử, và năm trăm ức các nàng thiên nữ. Tay mỗi thiên nữ lại hóa sinh ra vô lượng ức

vạn hoa sen bảy báu. Trên mỗi hoa sen, có đến vô lượng số ức hòa quang. Trong hào quang ấy đủ các nhạc khí. Các nhạc khí ấy, không đánh tự kêu. Khi tiếng nhạc khí tự nhiên phóng ra, các nàng thiên nữ cũng cầm nhạc khí, ganh đua ca vũ. Những ca vũ ấy chỉ ca diễn nói về mười điều thiện, bốn nguyện rộng lớn. Chư Thiên nghe rồi, phát vô thượng tâm.

13. Trong các vườn hoa, có những mương nước, tạo bằng lưu ly, tám màu xen lẫn. Trong mỗi mương nước, được hợp thành bởi hàng năm trăm ức các thứ bảo châu. Trong mỗi mương nước, nước có tám vị, tám sắc đầy đủ. Khi nước phun ra, phun vòng hành cột, ra ngoài bốn cửa, lại hóa sinh ra bốn loại hoa quý. Nước trong hóa ra, như hoa báu tỏa. Trên mỗi bông hoa, hăm bốn thiên nữ, sắc thân vi diệu, như sự trang nghiêm, thân các Bồ tát. Trong tay thiên nữ, tự nhiên hóa sinh, hàng năm trăm ức các loại bảo khí. Trong mỗi bảo khí, tự nhiên cam lộ, tràn đầy trong ấy. Các nàng thiên nữ, vai tã mang đầy những vòng anh lạc, vai hữu lại mang vô lượng nhạc khí. Âm thanh nhạc khí, như mây trên không, từ hơi nước tụ. Âm thanh lưu lượng, chỉ tán thán về sáu ba la mật của các Bồ tát. Nếu ai sinh lên cõi trời Đâu Suất, tự nhiên cũng được các thiên nữ ấy, hầu hạ săn sóc. (o)

14. Có các tòa ngồi, hình sư tử lớn, tạo bằng bảy báu, cao bốn do tuần. Tòa sư tử ấy, được trang nghiêm bằng vàng Diêm phù đàn, và cùng rất nhiều các châu bảo khác. Bốn góc tòa nầy, trạm bốn hoa sen. Mỗi một hoa sen, được tạo ra

bằng hàng trăm thứ báu. Mỗi thứ báu ấy, luôn luôn phóng ra trăm ánh sáng. Trong ánh sáng ấy, rất là vi diệu, chúng biến hóa ra các tạp hoa khác, bằng các châu báu, hằng trăm ức bông, để trang nghiêm cho các cờ bảy báu.

15. Và, khi bấy giờ trăm nghìn Phạm vương mỗi vị đều mang một thứ diệu bảo cũa cõi Phạm thiên, làm thành chuông báu, treo trên ngọn cờ. Các Tiểu Phạm vương, cũng mang các thứ châu báu cõi mình, làm thành màn lưới, giăng phủ lên trên các lá cờ báu. Trăm nghìn quyến thuộc thiên tử, thiên nữ, cũng đem hoa báu, đặt trên các tòa và, các hoa ấy, tự nhiên hiện ra hàng năm trăm ức các nàng bảo nữ, tay cầm bạch phất, đứng hầu dưới cờ.

16. Nâng đỡ cung diện, bốn góc điện có bốn cây cột báu. Mỗi cột báu ấy, lại hóa hiện ra trăm nghìn lâu các, có hàng trăm nghìn các nàng thiên nữ, sắc đẹp vô cùng, tay cầm nhạc khí. Trong nhạc khí ấy, phát ra âm thanh, diễn nói các pháp: khổ, không, vô thường, vô ngã và cùng các ba la mật.

17. Như thế thiên cung, có trăm ức vô lượng bảo sắc. Cho đến hết thảy các nàng thiên nữ cũng bằng bảo sắc. Do đó, vô lượng chư thiên ở khắp mười phương. khi sắp mệnh chung, đều nguyện sinh lên cung trời Đâu Suất. (o)

18. Cung trời Đâu Suất, có năm đại thần: Đệ nhất đại thần tên là Bảo Chàng. Thân vị thần này biến ra bảy báu, trải khắp quanh tường ở trong cung điện. Mỗi thứ báu ấy, lại hóa ra thành rất nhiều nhạc khí, treo trong chỗ trống. Rồi nhạc

khí ấy, trổi lên tiếng nhạc. Những tiếng nhạc ấy, hợp ý chúng sinh. Đệ nhị đại thần, tên là Hoa Đức. Thân vị thần này, biến ra các hoa, rải khắp quanh tường ở trong cung điện. Các loại hoa ấy, biến thành lọng hoa. Mỗi một lọng hoa, có hàng trăm nghìn đủ loại tràng phan, đi trước dẫn đạo. Đệ tam đại thần, tên là Hương Âm. Trong lỗ chân lông của vị thần này, phóng ra các loại mùi hương chiên đàn, ngát thơm vi diệu. Các mùi hương này, tõa lên như mây, tạo thành trăm thứ màu sắc châu báu, bay vòng bảy lần trong cung điện này. Đệ tứ đại thần, tên là Hỷ Lạc. Thân vị thần này, phóng ra các ngọc như ý bảo châu. Mỗi một bảo châu, gắn trên tràng phan, tự nhiên nói ra: nguyện quy y Phật, nguyện quy y pháp, nguyện quy y Tăng. Lại cũng nói ra gìn giử năm giới, vô lượng thiện pháp, các Ba La Mật. Và, lời lợi ích, khuyên gắng hộ trợ về tâm bồ đề. Đệ ngũ đại thần, tên là Chính Âm Thanh. Thân vị thần nầy, các lỗ chân lông, phóng ra loại nước. Trên mỗi loại nước, có năm trăm ức các loại tạp hoa. Trên mỗi bông hoa, lại hóa hiện ra, hăm lăm ngọc nữ. Mỗi nàng ngọc nữ, nơi lỗ chơn lông, lại phóng âm thanh. Những âm thanh ấy, tiếng hay thanh thoát, hơn cả âm nhạc, trong cung hoàng hậu, của các Thiên Ma.

19. Sau khi diễn tả cảnh trời Đâu Suất, đức Phật liền bảo, tôn giả Ưu bà Ly: "Cõi Đâu Suất này, là nơi phúc đức, báo ứng thắng diệu của mười điều thiện. Nếu ta ở đời, khoảng nữa tiểu kiếp nói về trụ xứ của vị Bồ tát "Nhất Sinh Bổ Xứ", kết quả báo ứng của mười điều thiện cũng

không hết được. Nay vì các vị, Ta nói sơ lược như thế mà thôi.

20. Đức Phật lại bảo ngài Ưu Bà Ly: "Nếu các Tỳ Khưu hay đại chúng nào, không chán sinh tử, muốn sinh cõi trời, nhưng tâm ưu kính vô thượng bồ đề, và muốn được làm đệ tử Di Lặc, nên quán tưởng về cõi trời Đâu Suất. Nhưng khi quán tưởng, nên giữ năm giới, bát quan trai giới, thân tâm tinh tiến. Tuy chưa mong cầu dứt hết kết sử, nhưng cần phải tu, làm mười pháp lành. Mỗi sự suy nghĩ, về sự khoái lạc vô cùng vi diệu, cõi trời Đâu Suất, cần phải phát tâm. Quán tưởng như thế, gọi là chính quán. Nếu quán khác đi , đó là tà quán". (o)

21. Đức Phật dạy xong, tôn giả Ưu Bà Ly, từ tòa đứng dậy, nghiêm chỉnh y phục, đầu diện lễ Phật, và bạch Phật rằng: " Kính bạch Thế Tôn, trên trời Đâu Suất có những sự vui rất mực như thế, nay Di Lặc, vào thế gian nào, sẽ viên tịch tại Diêm phù đàn, và sẽ sinh lên cõi trời Đâu Suất?".

22. Đức Phật liền bảo tôn giả Ưu Bà Ly: "Di Lặc sinh trong dòng Ba bà Lợi thuộc dòng Bà la môn, thôn Kiếp ba lợi, nước Ba la Nại. Sau mười hai năm, vào ngày mười lăm tháng hai nông lịch, trở về nơi sinh, ngồi kiết già, như vào diệt định. Thân Di Lặc sắc vàng, màu sáng tía biếc. Và, ánh sáng ấy, chói lói như là ánh sáng của hàng trăm nghìn mặt trời. Cũng ánh sáng ấy, soi suốt lên đến cõi trời Đâu Suất. Xá lợi than Di Lặc như tượng vàng đúc, không lay, không động. Viên quang thân Di Lặc, hiện rõ chữ nghĩa của Thủ Lăng Nghiêm tam muội, bát nhã ba la mật đa".

23. Khi ấy mọi người cùng các thiên chúng dõi theo ánh sáng, tìm đến nơi này, xây cất bảo tháp, cúng dường xá lợi. Và, cùng khi ấy, trên trời Đâu Suất, Bồ tát Di Lặc tự hóa sinh, ngồi kiết già phu, trong hoa sen bàu, trên tòa sư tử, ở điện ma ni, trong đài thất bảo. Thân sắc vàng, như là vàng ròng ở Diêm phù đàn. Thân cao đến mười sáu do tuần. Đủ băm hai tướng, tám mươi vẻ đẹp. Nhục kế đầu, màu tóc xanh biếc như ngọc lưu ly. Cái mũ thiên quan được trang nghiêm bằng ngọc thích ca tỳ lăng già ma ni, trăm nghìn vạn ức ngọc yên thúc ca. Mũ thiên quan ấy, có nhiều màu sắc, trăm vạn ức sắc. Trong mỗi một sắc, có đến vô lượng trăm nghìn hóa Phật, các hóa Bồ tát, đứng bên thị giả. Các đại Bồ tát ở phương khác đến, hiện ra mười tám thần thông biến hóa, tùy ý tự tại. Tất cả đều hiện trong mũ thiên quan. Khoảng giữa chặn mày của bồ tát Di Lặc, có hào quang trắng, phóng ra hàng trăm ánh sáng châu báu. Ba mươi hai tướng, trong mỗi một tướng, có năm trăm ức màu sắc châu báu. Mỗi một vẻ đẹp cũng có đến cả hàng năm trăm ức màu sắc châu báu. Mỗi một tướng tốt, lại ánh hiện ra tám vạn bốn nghìn đám mây quang minh.

24. Bồ tát Di Lặc cùng các thiên tử, ngồi tòa hoa sen. Ngày đêm sáu thời thường nói diệu pháp. Nói những pháp hạnh về "Bất thoái chuyển". Trong một thời gian, bồ tát thành tựu cho hàng năm trăm ức các vị thiên tử, không thoái chuyển được đạo pháp vô thượng chính đẳng chính giác. Cứ thế ngày đêm, trên trời Đâu Suất, thường nói pháp ấy, để hóa độ cho các vị thiên tử. Vào khoảng năm mươi sáu ức vạn năm của cõi Diêm phù, bồ tát sẽ giáng sinh trở lại cõi này, như Ta đã nói ở trong quyển kinh Di Lặc Hạ Sinh".

25. Đức Phật lại bảo tôn giả Ưu Ba Ly: "Thế là nhân duyên Bồ tát Di Lặc mất ở Diêm phù, sinh lên Đâu Suất". (o)

26. "Sau Ta diệt độ, các đệ tử Ta, nếu ai siêng năng, tu các công đức, uy nghi không thiếu, quét tháp, lau đất, cúng dường các thứ hương thơm, hoa quý, tu các môn định, thâm nhập chính định, đọc tụng kinh sách, những người như thế, cần nên chí tâm. Tuy chưa dứt hết tất cả kết sử, cùng chưa chứng được sáu phép thần thông, nhưng cần hệ niệm. Niệm hình tượng Phật, xưng tán hồng danh của bồ tát Di Lặc. Những người như hế, chỉ trong một niệm, thụ tám trai giới, tu các tịnh nghiệp, phát thệ nguyện rộng, sau khi mệnh chung, ví như tráng sĩ co duỗi cánh tay, liền được sinh lên cung trời Đâu Suất, ngồi kiết già phu ở trên hoa sen, trăm nghìn thiên tử, tấu nhạc cõi trời, và rãi các hoa, trên đầu người ấy, như hoa mạn đà, hoa đại mạn đà, và khen ngợi rằng:" Lành thay, lành thay, này thiện nam tử, khi bồ tát ở cõi Nam Diên phù đề, tu nhiều phúc nghiệp, mới sinh lên đây. Nơi đây gọi là cõi trời Đâu Suất. Thiên chủ ngày nay là ngài Di Lặc. Các con nên quy y, xưng tán hồng danh và lám lễ Ngài. Lễ rồi nhìn kỹ tướng hào quang trắng ở giữa chặng mày, sẽ khỏi các tội sinh tử luân hồi, chín mươi ức kiếp".

27. "Và, ngay khi ấy, tùy theo duyên trước Bồ tát Di Lặc, liền nói diệu pháp. Nói các diệu pháp,

làm người ấy, giữ gìn vững vàng, không thoái chuyển được đạo tâm vô thượng.

28. Các chúng sinh ấy, sạch được các nghiệp, làm được sáu sự, quyết được sinh lên cõi trời Đâu Suất, gặp được Di Lặc, xuống cõi Diêm phù, cùng được nghe pháp trong hội thứ nhất. Trong đời vị lai, thuộc thời Hiền kiếp, gặp được tất cả chư Phật thuyết pháp. Trong kiếp Tinh tú, cũng lại gặp được chư Phật, Thế Tôn. Và, trước chư Phật, được thụ ký đạo vô thượng bồ đề".

29. Đức Phật lại bảo tôn giả Ưu Ba Ly: "Sau Ta diệt độ, các vị Tỳ khưu, các Tỳ khưu ni, cùng ưu bà tắc và Ưu bà di, thiên Long, Dạ xoa, Càn thát bà, A tu la, Ca lâu la, Khẩn na la, Ma hầu la già..., nghĩa là tất cả các đại chúng ấy, nếu ai được nghe hồng danh của Bồ tát Di Lặc Bồ tát. Nghe rồi hoan hỷ, cung kính, lễ bái, người ấy mệnh chung, chỉ trong giây lát, như khảy móng tay, liền được sinh lên cõi trời Đâu Suất, như trên không khác. Và, ngay cả đến chỉ nghe được tên Bồ tát Di Lặc, sau khi mệnh chung, không phải đọa vào những nơi hắc ám, biên địa, tà kiến và ác luật nghi. Thường được sinh vào gia đình chính kiến, họ hàng nề nếp, tin tưởng Tam bảo".

30. Đức Phật lại bảo Ưu Ba Ly: "Nếu thiện nam tử, thiện nữ nhân nào, phạm các giới cấm, tạo nhiều nghiệp ác, nghe được hồng danh Di Lặc Bồ tát, ngũ thể đầu địa, thành tâm sám hối, các nghiệp ác ấy, chóng được thanh tịnh. Trong đời vị lai, nếu chúng sinh nào nghe được hồng danh Bồ tát Di Lặc, tạo lập hình tượng, cúng dường hương hoa, y phục, phướn lọng chí thành lễ bái,

nhất tâm hệ niệm, đến khi sắp mất, sẽ được Bồ tát phóng hào quang trắng giữa chặng mày, cùng các thiên tử, rải hoa mạn đà, lại đón người ấy. Chỉ trong giây lát, người ấy liền sinh lên cõi Đâu Suất, gặp được Bồ tát, đầu diện kính lễ dưới chân Bồ tát. Và, khi người ấy chưa ngững đầu lên, đã được nghe pháp. Được nghe pháp rồi, với đạo vô thượng, không bị thoái chuyển. Trong đời vị lai, được gặp chư Phật. Chư Phật rất nhiều như cát sông Hằng". (o)

31. Đức Phật lại bảo Ưu Ba Ly: "Các con nên nghe kỹ! Trong đời sau nầy, Bồ tát Di Lặc, làm chổ quy y cho các chúng sinh. Nếu được quy y Bồ tát Di Lặc, người ấy nhất định, không bị thoái chuyển trong đạo vô thượng. Và, khi Bồ tát thành bậc Như Lai Ứng, Chính Biến Tri, người thực hành ấy, thấy hào quang Phật liền được thụ ký".

32. Đức Phật lại bảo tôn giả Ưu Ba Ly: "Sau khi diệt độ, trong hàng bốn chúng đệ tử của Ta, hay các bộ chúng Thiên, Long, quỷ thần ..., nếu ai muốn sinh lên trời Đâu Suất, cần nên quán tưởng, hệ niệm tư duy về trời Đâu Suất. Cần giữ giới cấm của Phật đã dạy. Kể từ một ngày cho đến bảy ngày, suy nghĩ niệm vững về mười điều lành, siêng năng thực hành mười thiện nghiệp đạo, đem công đức ấy, hồi hướng tất cả, mong được sinh lên cõi trời Đâu Suất, và được tới trước Bồ tát Di Lặc".

33. Nên quán như thế! Quán tưởng như thế, thấy được một người, một bông hoa sen trên cõi trời ấy; hoặc trong một niệm, xưng tán hồng danh Bồ tát Di Lặc, người ấy khỏi được tội lỗi

sinh tử nghìn hai trăm kiếp. Chỉ nghe danh hiệu Bồ tát Di Lặc, chắp tay cung kính, người ấy khỏi được tội lỗi sinh tử hàng năm mươi kiếp. Nếu ai kính lễ Bồ tát Di Lặc, khỏi tội sinh tử hàng trăm ức kiếp. Ví dù không muốn sinh lên Đâu Suất, trong đời vị lai, dưới cây Long Hoa sẽ cũng gặp được Bồ tát Di Lặc, phát tâm vô thượng".

34. Khi đức Thế Tôn nói lời ấy rồi, vô lượng đại chúng, từ tòa đứng dậy, lễ xuống chân Phật, và lễ dưới chân Bồ tát Di Lặc. Lễ rồi đi nhiễu, vòng quanh quanh đức Phật, Bồ tát Di Lặc hàng trăm nghìn vòng. Người chưa đắc đạo, phát lời nguyện rằng: "Tất cả chúng con thiên, nhân tám bộ ..., nay trước đức Phật, thành thực thệ nguyện, nguyện đời vị lai, mong mõi được gặp Bồ tát Di Lặc. Trong đời hiện tại, chúng con mong mỏi, xả báo thân này, đều được sinh lên cõi trời Đâu Suất".

35. Khi ấy Thế Tôn lại thụ ký rằng: "Tất cả các ông cùng những chúng sinh trong đời vị lai, tu phúc, trì giới, đều được tới trước Bồ tát Di Lặc, và được Bồ tát nhiếp thụ cho cả". (o)

36. Đức Phật lại bảo Ưu Ba Ly: "Quán tưởng như thế gọi là chính quán. nếu quán khác đi, gọi là tà quán".

37. Sau khi Phật sạy, tôn giả A Nan, từ tòa đứng dậy, chắp tay, quỳ thẳng, bạch đức Phật rằng: "Kính bạch Thế Tôn. Lành thay Thế Tôn, Thế Tôn nói rõ về công đức của Bồ tát Di Lặc. Thế Tôn lại còn hoan hỷ thụ ký cho các chúng sinh trong đời vị lai, thực tâm tu phúc, sẽ được

quả báo. Con xin tùy hỷ những công đức ấy. Kính xin Thế Tôn cho con được biết về sự quan yếu của giáo pháp này, thụ trì thế nào? Và, kinh pháp này đặt tên là gì?"

38. Đức Phật liền bảo A Nan rằng: "Con nên nhớ đúng lời Phật đã dạy, và nên cẩn thận, chớ có lãng quên! Các con cần vì các chúng sinh đời sau, mở ra cho họ con đường sinh thiên, và chỉ cho họ tướng của bồ đề, khiến cho Phật chủng không bị dứt mất. Kinh này được gọi là kinh Di Lặc Bồ Tát Niết Bàn. Cũng là kinh Quán Di Lặc Bồ Tát Sinh Đâu Suất Thiên. Các con khuyên mọi người phát tâm bồ đề, thụ trì như thế".

39. Khi Phật nói rồi, mười vạn Bồ tát từ phương xa lại, các vị liền chứng Lăng Nghiêm Tam Muội. Tám vạn ức vị trên các cõi trời phát tâm bồ đề, đều nguyện tùy tùng Di Lặc hạ sinh.

40. Khi đức Phật nói kinh này xong rồi, bốn chúng đệ tử, Thiên, Long ... tám bộ, nghe lời Phật nói, đều rất hoan hỷ, lễ Phật rồi lui ra. Ngài Xá Lợi Phất cùng đại chúng vui mừng tin chịu vâng làm. (ooo)

Nam Mô Long Hoa Giáo Chủ, Đương Lai Hạ Sanh, Từ Thị Di Lặc Tôn Phật. (3 lần) (o)

CHÚ TIÊU TAI KIẾT TƯỜNG THẦN CHÚ

Nẳng mồ tam mãn đa, mẫu đà nẫm, a bát ra, để hạ đa xá, ta nẳng nẩm, đát diệt tha. Án khê khê, khê hế, khê hế hồng hồng, nhập phạt ra, nhập phạt ra, bát ra nhập phạt ra, bát ra nhập

phạt ra, để sắc xá, để sắc xá, sắc trí rị, sắc trí rị, ta phấn tra, ta phấn tra, phiến để ca, thất rị duệ ta bà ha. (3 lần).

Nguyện ngày an lành, đêm an lành
Ngày đêm sáu thời luôn an lành
Tất cả thời gian luôn an lành
Ngưỡng mong Bổn Sư ban an lành. (o)
Nguyện ngày an lành, đêm an lành
Ngày đêm sáu thời luôn an lành
Tất cả thời gian luôn an lành
Ngưỡng mong Tam Bảo giúp an lành. (o)
Nguyện ngày an lành, đêm an lành
Ngày đêm sáu thời luôn an lành
Tất cả thời gian luôn an lành
Ngưỡng mong Hộ Pháp giúp an lành. (o)

THẤT PHẬT DIỆT TỘI CHÂN NGÔN

Ly bà ly bà đế, cầu ha cầu ha đế, đà ra ni đế, ni ha ra đế, tỳ lê nễ đế, ma ha dà đế, chơn lăng càng đến ta bà ha. (3 lần) (o)

Tội do tâm tạo bao đời
Đem tâm sám hối, tội thời diệt vong
Tội vong, tâm diệt đều không
Chơn tâm sám hối, tội đồng tiêu tan.

Nam Mô Cầu Sám Hối Bồ Tát Ma Ha Tát. (3 lần) (o)

NIỆM DANH HIỆU DI LẶC TÔN PHẬT

Nam Mô Di Lặc Tôn Phật. (108 lần) (o)

Nam Mô A Di Đà Phật. (3 lần) (o)

Nam Mô Đại Bi Quán Thế Âm Bồ Tát. (3 lần) (o)

Nam Mô Đại Thế Chí Bồ Tát. (3 lần) (o)

Nam Mô Địa Tạng Vương Bồ Tát. (3 lần) (o)

Nam Mô Đại Hiếu Mục Kiền Liên Bồ Tát. (3 lần) (o)

Nam Mô Thanh Tịnh Đại Hải Chúng Bồ Tát. (3 lần) (o)

HỒI HƯỚNG

Giao Thừa công đức, hạnh nhiệm mầu
Thắng phước bao nhiêu con nguyện cầu
Tất cả chúng sanh trong pháp giới
Hướng về Phật Pháp tỏ đạo mầu.
Nguyện cho ba chướng tiêu tan
Phiền não dứt sạch, huệ căn sang ngời
Cầu cho con được đời đời
Hành Bồ Tát Đạo, cứu đời lầm than.
Nguyện sanh Tây Phương, cõi Lạc Bang
Cha mẹ, sen vàng chín phẩm sanh
Hoa nở, thấy Phật, quả viên thành
Các vị Bồ Tát bạn lành với ta. (o)

NGỒI THIỀN

(15 phút của đầu năm, mỗi người im lặng tĩnh tâm tự cầu nguyện)

Canh một (ngày nay) nghiêm trang ngồi tĩnh tu
Tinh thần tịch chiếu đồng thái hư
Muôn kiếp đến nay chẳng sanh diệt
Đâu cần sanh diệt diệt gì ư
Gẫm xem các pháp đều hư huyễn
Bản tánh tự không đâu dụng trừ
Nếu biết tâm tánh không tướng mạo
Lặng yên chẳng động tự như như.

Chủ lễ xướng: **Nam Mô Bổn Sư Thích Ca Mâu Ni Phật.** (o)

Đại chúng đáp lại: **Nam Mô Bổn Sư Thích Ca Mâu Ni Phật.** (3 lần) (o)

Nam Mô A Di Đà Phật

PHỤC NGUYỆN

Hôm nay chúng con (chủ lễ) **là .... và các Phật tử Chùa Hương Sen, đạo tràng Perris, California, thiết lễ cúng Giao Thừa, Tết Nguyên Đán năm....** (âm lịch và dương lịch) **và cúng Vía Phật Di Lặc. Ngưỡng mong Đức Long Hoa Giáo Chủ Đương Lai Hạ Sanh Di Lặc Tôn Phật, ngưỡng mong mười phương Chư Phật, Thánh Hiền, Duyên Giác, Thanh Văn, Thiện Thần Hộ Pháp với Long Thiên gia hộ cho đệ tử chúng con viên thành sở nguyện, tiêu trừ nghiệp chướng, tăng trưởng thiện căn. Nguyện cầu**

chúng con thân thể khang an, mạng vị lâu dài. Bốn mùa không chút tai ương, quanh năm vạn sự thêm lành cát khánh. Khắp nguyện gia đình hưng thạnh, con cháu vui hòa, vạn tội băng tiêu, lên xe nhất thừa, sâu vào Phật đạo.

Sau cùng nguyện chúng con cùng tất cả chúng sanh trang nghiêm phước tuệ, một thời đồng chứng, Vô thượng Chánh đẳng Chánh giác.

Nam Mô Long Hoa Giáo Chủ Đương Lai Hạ Sanh Di Lặc

Từ Thị Tôn Phật tác đại chứng minh. (3 lần) (o)

KÍNH LỄ

(Đại chúng đứng lên)

Bao nhiêu tất cả nhân sư tử
Mười phương ba đời cùng các cõi
Con đem thân miệng ý thanh tịnh
Lạy khắp tất cả không còn dư. (o)

Nhất tâm đảnh lễ, đệ tử chúng con đại vì bốn ân ba cõi chí thành đảnh lễ:

Nam Mô Quá Khứ Trang Nghiêm Kiếp Thiên Phật. (o) (1 lạy)

Nhất tâm đảnh lễ, đệ tử chúng con đại vì bốn ân ba cõi chí thành đảnh lễ:

Nam Mô Hiện Tại Hiền Kiếp Thiên Phật.(o)(1 lạy)

Nhất tâm đảnh lễ, đệ tử chúng con đại vì bốn ân ba cõi chí thành đảnh lễ:

Nam Mô Vị Lai Tinh Tú Kiếp Thiên Phật.(o)(1 lạy)

TAM QUY

Con nương theo Phật, cầu cho chúng sanh
Tin chắc Đạo cả, phát lòng vô thượng. (o) (1 lạy)
Con nương theo Pháp, cầu cho chúng sanh
Thấu rõ kinh tạng, trí huệ như biển. (o) (1 lạy)
Con nương theo Tăng, cầu cho chúng sanh
Kính tín hòa hợp, tất cả không ngại. (ooo) (1 lạy)

Giao thừa Nguyên Đán lễ trang nghiêm,
Rước Phật đón xuân lễ đã hòan
Công đức vô biên ban tất cả,
Vui mừng chúc tụng khắp nhân gian.
Nam Mô Viên Mãn Tạng Bồ Tát Ma Ha Tát.
(3 lần) (o)

BÀI KỆ CHƯ THIÊN

Trời, A-tu-la, Dạ xoa thảy
Đến nghe pháp đó nên chí tâm
Ủng hộ Phật pháp khiến thường còn
Mỗi vị siêng tu lời Phật dạy.
Bao nhiêu người nghe đến chốn này
Hoặc trên đất liền hoặc hư không
Thường với người đời sanh lòng từ
Ngày đêm tự mình nương pháp ở.
Nguyện các thế giới thường an ổn
Phước trí vô biên lợi quần sanh
Bao nhiêu tội chướng thảy tiêu trừ
Xa lìa các khổ về viên tịch.
Hằng dùng giới hương xoa vóc sáng

Thường trì định phục để giúp thân
Hoa mầu bồ đề khắp trang nghiêm
Tùy theo chỗ ở thường an lạc. (o)
Nam mô Tam Châu Cảm Ứng
Hộ Pháp Vi Đà Tôn Thiên Bồ Tát Ma Ha Tát. (3 lần) (o)

THIỆN NỮ THIÊN CHÚ

Nam mô Phật Đà
Nam mô Đạt Ma
Nam mô Tăng Già

Nam mô thất ly, ma ha để tỷ da, đát nể dã tha, ba ly phú lầu na, giá ly tam mạn đà, đạt xá ni, ma ha tỳ ha ra dà đế, tam mạn đà, tỳ ni dà đế, ma ha ca rị dã, ba nể, ba ra, ba nể, tát rị phạt lạt tha, tam mạn đà, tu bác lệ đế, phú lệ na, a rị na, đạt ma đế, ma ha tỳ cổ tất đế, ma ha Di Lặc đế, lâu phả tăng kỳ đế, hê đế tỷ, tăng kỳ hê đế, tam mạn đà, a tha a nậu, đà la ni. (3 lần) (o)

Vi đà thiên tướng
Bồ tát hóa thân
Ủng hộ Phật Pháp thệ hoằng thâm
Đạo sự chứng ma quân
Công đức nan luân
Kỳ đạo thệ hoằng thâm.
Nam Mô Phổ Nhãn Bồ Tát Ma Ha Tát. (3 lần) (o)

Thỉnh đại chúng đi niệm Phật 1 vòng khắp sân chùa rồi hồi hướng và dùng cơm trưa.

2

LỄ RẰM THÁNG GIÊNG

KINH PHƯỚC ĐỨC, TỪ BI, TRUNG ĐẠO, NHÂN DUYÊN MƯỜI NGUYỆN LỚN PHỔ HIỀN

(RẰM THÁNG 1, THƯỢNG NGƯƠN)

1. Cúng hương
2. Cầu nguyện
3. Khen ngợi Phật
4. Quán tưởng Phật
5. Đảnh lễ
6. Tán dương chi
7. Chú Đại Bi
8. Kệ sám hối
9. Kệ khai kinh
10. Kinh Phước đức, Từ Bi, Trung đạo nhân duyên, Mười Nguyện lớn Phổ Hiền
11. Bát Nhã Tâm Kinh
12. Tiêu tai Cát tường thần chú
13. Thất Phật diệt tội chân ngôn
14. Niệm Phật
15. Sám Quy Nguyện
16. Hồi hướng
17. Ngồi thiền

18.Phục nguyện
19.Kính lễ bốn ân, ba cõi
20.Tam quy
21.Bài kệ Chư Thiên

CÚNG HƯƠNG

(Quì ngay thẳng, cầm 3 cây hương dâng ngang trán, chỉ chủ lễ niệm)

Nguyện dâng hương mầu nầy
Cúng dường tất cả Phật
Tôn Pháp, chư Bồ Tát
Thinh Văn và Duyên Giác
Cùng các bậc Thánh Hiền
Duyên khởi đài sáng chói
Khắp xông mười phương cõi
Tỏa ngát các chúng sanh
Đều phát tâm Bồ Đề
Xa lìa các vọng nghiệp
Trọn nên Đạo Vô Thượng.
Nam Mô Hương Cúng Dường Bồ Tát Ma Ha Tát. (o) (1 xá)

CẦU NGUYỆN

Hôm nay lễ Rằm Tháng giêng và Tết Nguyên Đán năm...... (âm lịch và dương lịch), **đệ tử chúng con** (chủ lễ) **là.... và các Phật tử Chùa Hương Sen, đạo tràng Perris, California, vân tập tại đại hùng bảo điện chùa Hương Sen, Perris, California, Hoa Kỳ, thành tâm thiết lễ Rằm Tháng giêng, cúng dường hương hoa bánh trái, đốt nén tâm hương, dốc lòng bái thỉnh, nguyện trì tụng Kinh Phước Đức, Kinh Từ Bi, Kinh Trung Đạo, Kinh Nhân Duyên, Kinh Mười nguyện lớn phổ hiền, xưng tán Hồng Danh, tu hành công đức.**

Chúng con kiền thành cung thỉnh mười phương Chư Phật, Thánh Hiền, Duyên Giác, Thanh Văn cùng liệt tổ, Thiện Thần Hộ Pháp với Long Thiên, thiêu thân Thánh tử đạo, dũ ánh uy quang giáng tọa tiền, lễ nhạc hương hoa in hiến cúng, nguyện cầu giáng phước lễ Minh niên. Ngưỡng nguyện mười phương Tam Bảo, từ bi gia hộ .... (quý danh hay đệ tử chúng con), **phiền-não dứt sạch, nghiệp chướng tiêu trừ, thường được an lành, xa lìa khổ ách, cùng hết thảy chúng sanh, một thời đồng chứng Vô Thượng Chánh Đẳng Chánh Giác.** (o) (1 xá).

Nam Mô Phật Pháp Tăng thường trụ khắp mười phương tác đại chứng minh. (3 lần) (o)

KHEN NGỢI PHẬT

Đấng Pháp Vương vô thượng
Ba cõi chẳng ai bằng

Thầy dạy khắp trời, người
Cha lành chung bốn loài
Quy y tròn một niệm
Dứt sạch nghiệp ba kỳ
Xưng dương cùng tán thán
Ức kiếp không cùng tận. (o) (1 xá)

QUÁN TƯỞNG PHẬT

Phật, chúng sanh tánh thường rỗng lặng
Đạo cảm thông không thể nghĩ bàn
Lưới đế châu ví đạo tràng
Mười phương Phật hiện hào quang sáng ngời
Trước bảo tọa thân con ảnh hiện
Cúi đầu xin thệ nguyện quy y. (o)

ĐẢNH LỄ

(Đại chúng đồng tụng)

Chí tâm đảnh lễ:

Nam Mô tận hư không biến pháp giới quá, hiện, vị lai thập phương chư Phật, Tôn Pháp Hiền Thánh Tăng thường trụ Tam Bảo. (o) (1 lạy)

Chí tâm đảnh lễ:

Nam Mô Ta Bà Giáo Chủ Bổn Sư Thích Ca Mâu Ni Phật, Đương Lai Hạ Sinh Di Lặc Tôn Phật, Đại Trí Văn Thù Sư Lợi Bồ Tát, Đại Hạnh Phổ Hiền Bồ Tát, Hộ Pháp Chư Tôn Bồ Tát, Linh Sơn Hội Thượng Phật Bồ Tát. (o) (1 lạy)

Chí tâm đảnh lễ:

Nam Mô Tây Phương Cực Lạc Thế Giới Đại Từ Đại Bi A Di Đà Phật, Đại Bi Quán Thế Âm Bồ Tát, Đại Thế Chí Bồ Tát, Đại Nguyện Địa Tạng Vương Bồ Tát, Thanh Tịnh Đại Hải Chúng Bồ Tát. (o) (1 lạy)

TÁN DƯƠNG CHI

(Mời ngồi xuống và khai chuông mõ)

Cành dương nước tịnh nhiệm mầu
Rưới tắt muôn vàn cảnh khổ đau
Chư Thiên mát mẻ, tâm thanh tịnh
Nhân thế vui tươi, cảnh an nhàn
Cam lồ rưới khắp trần gian
Lửa sân dứt sạch, sen vàng nở hoa.

Nam Mô Thanh Lương Địa Bồ Tát Ma Ha Tát. (3 lần) (o)

CHÚ ĐẠI-BI

Nam Mô Đại Bi Hội Thượng Phật Bồ Tát. (3 lần) (o)

Thiên thủ thiên nhãn vô ngại đại-bi tâm đà-la-ni.

Nam Mô hắc ra đát na, đa ra dạ da. Nam Môa rị da, bà lô yết đế, thước bát ra da, Bồ-đề tát đỏa bà da, ma ha tát đỏa bà da, ma ha ca lô ni ca da, án, tát bàn ra phạt duệ số đát na đát tỏa.

Nam Mô tất kiết lật đỏa y mông a rị da, bà lô kiết đế thất Phật ra lăng đà bà.

Nam Mô na ra cẩn trì hê rị ma ha bàn đa sa mế, tát bà a tha đậu thâu bằng, a thệ dựng, tát bà tát đa, na ma bà già, ma phạt đạt đậu, đát điệt tha. Án a bà lô hê, lô ca đế, ca ra đế, di hê rị, ma ha bồ-đề tát đỏa, tát bà tát bà, ma ra ma ra, ma hê ma hê, rị đà dựng, cu lô cu lô kiết mông, độ lô độ lô, phạt xà da đế, ma ha phạt xà da đế, đà ra đà ra, địa rị ni, thất Phật ra da, dá ra dá ra. Mạ mạ phạt ma ra, mục đế lệ, y hê y hê, thất na thất na a ra sâm Phật ra xá-lợi, phạt sa phạt sâm, Phật ra xá da, hô lô hô lô ma ra, hô lô hô lô hê rị, ta ra ta ra, tất rị tất rị, tô rô tô rô, bồ-đề dạ bồ-đề dạ, bồ-đà dạ, bồ-đà dạ, di đế rị dạ, na ra cẩn trì địa rị sắc ni na, ba dạ ma na ta bà ha. Tất đà dạ ta bà ha. Ma ha tất đà dạ ta bà ha. Tất đà du nghệ thất bàn ra dạ, ta bà ha. Na ra cẩn trì ta bà ha. Ma ra na ra ta bà ha. Tất ra tăng a mục khê da, ta bà ha. Ta bà ma ha, a tất đà dạ, ta bà ha. Giả kiết ra a tất đà dạ, ta bà ha. Ba đà ma yết tất đà dạ, ta bà ha. Na ra cẩn trì bàn đà ra dạ, ta bà ha. Ma bà lị thắng yết ra dạ, ta bà ha.

Nam Mô hắc ra đát na, đa ra dạ da. Nam Mô a rị da, bà lô yết đế, thước bàng ra dạ, ta bà ha.

Án tất điện đô, mạn đa ra, bạt đà dạ, ta bà ha. (3 lần) (o)

Nam mô Thập phương Thường trú Tam Bảo. (3 lần) (o)

KỆ SÁM HỐI

Xưa kia gây nên bao ác nghiệp

Đều vì nhiều kiếp tham sân si
Do thân miệng ý phát sinh ra
Tất cả con nay xin sám hối.

Bao nhiêu tội lỗi sâu dường ấy
Nguyện đều tiêu diệt hết không còn
Niệm niệm trí soi khắp Pháp giới
Độ hết chúng sinh không thoái chuyển. (o)
Nam Mô Cầu Sám Hối Bồ Tát Ma Ha Tát. (3 lần) (o)

KỆ KHAI KINH

Thăm thẳm cao siêu Pháp nhiệm mầu
Trăm ngàn muôn kiếp khó tìm cầu,
Con nay nghe thấy chuyên trì niệm,
Nguyện tỏ Như Lai nghĩa nhiệm mầu.
Nam Mô Bổn Sư Thích Ca Mâu Ni Phật. (3 lần) (o)

KINH PHƯỚC ĐỨC

Đây là những điều tôi được nghe hồi Đức Thế Tôn còn cư trú gần thành Xá Vệ,tại tu viện Cấp Cô Độc, trong vườn Kỳ Đà. Hôm đó, trời đã vào khuya, cómột Thiên giả hiện xuống thăm người, hào quang và vẻ đẹp của Thiên giả làm sáng cả vườn cây. Sau khi đảnh lễ Đức Thế Tôn, vị Thiên giả xin tham vấn Người bằng một bài kệ:

"Thiên và nhân thao thức

Muốn biết về phước đức
Để sống đời an lành
Xin Thế Tôn chỉ dạy". (o)

Và sau đây là lời Đức Thế Tôn:
"Lánh xa kẻ xấu ác
Được thân cận người hiền
Tôn kính bậc đáng kính
Là phước đức lớn nhất. (o)

"Sống trong môi trường tốt
Được tạo tác nhân lành
Được đi trên đường chánh
Là phước đức lớn nhất". (o)

"Có học, có nghề hay
Biết hành trì giới luật
Biết nói lời ái ngữ
Là phước đức lớn nhất". (o)

"Được cung phụng mẹ cha
Yêu thương gia đình mình
Được hành nghề thích hợp
Là phước đức lớn nhất". (o)

"Sống ngay thẳng, bố thí,
Giúp quyến thuộc, thân bằng
Hành xử không tỳ vết

Là phước đức lớn nhất". (o)
"Tránh không làm điều ác
Không say sưa nghiện ngập
Tinh cần làm việc lành
Là phước đức lớn nhất". (o)

"Biết khiêm cung lễ độ
Tri túc và biết ơn
Không bỏ dịp học đạo
Là phước đức lớn nhất". (o)

"Biết kiên trì, phục thiện
Thân cận giới xuất gia
Dự pháp đàm học hỏi
Là phước đức lớn nhất". (o)

"Sống tinh cần, tỉnh thức
Học chân lý nhiệm mầu
Thực chứng được Niết bàn
Là phước đức lớn nhất". (o)

"Chung đụng trong nhân gian
Tâm không hề lay chuyển
Phiền não hết, an nhiên,
Là phước đức lớn nhất". (o)

"Ai sống được như thế
Đi đâu cũng an toàn

Tới đâu cũng vững mạnh
Phước đức của tự thân". (ooo)

KINH TỪ BI

Những ai muốn đạt tới an lạc thường nên học hạnh thẳng thắn, khiêm cung, biết xử dụng ngôn ngữ từ ái. Những kẻ ấy biết sống đơn giản mà hạnh phúc, nếp sống từ hòa, điềm đạm, ít ham muốn, không đua đòi theo đám đông. Những kẻ ấy sẽ không làm bất cứ một điều gì mà các bậc thức giả có thể chê cười. Và đây là điều họ luôn luôn tâm niệm:

Nguyện cho mọi người và mọi loài được sống trong an toàn và hạnh phúc, tâm tư hiền hậu và thảnh thơi. (o)

Nguyện cho tất cả các loài sinh vật trên trái đất đều được sống an lành, những loài yếu, những loài mạnh, những loài cao, những loài thấp, những loài lớn, những loài nhỏ, những loài ta có thể nhìn thấy, những loài ta không thể nhìn thấy, những loài ở gần, những loài ở xa, những loài đã sinh và những loài sắp sinh. (o)

Nguyện cho đừng loài nào sát hại loài nào, đừng ai coi nhẹ tính mạng của ai, đừng ai vì giận hờn hoặc ác tâm mà mong cho ai bị đau khổ và khốn đốn.

Như một bà mẹ đang đem thân mạng mình che chở cho đứa con duy nhất, chúng ta hãy đem lòng từ bi mà đối xử với tất cả mọi loài. (o)

Ta hãy đem lòng từ bi không giới hạn của ta

mà bao trùm cả thế gian và muôn loài, từ trên xuống dưới, từ trái sang phải, lòng từ bi không bị bất cứ gì làm ngăn cách, tâm ta không còn vương vấn một chút hờn oán hoặc căm thù. Bất cứ lúc nào, khi đi, khi đứng, khi ngồi, khi nằm, miễn là còn thức, ta nguyện duy trì trong ta chánh niệm từ bi. Nếp sống từ bi là nếp sống cao đẹp nhất.

Không lạc vào tà kiến, loại dần ham muốn, sống nếp sống lành mạnh và đạt thành trí giác, hành giả sẽ chắc chắn vượt thoát khỏi tử sinh. (ooo)

KINH TRUNG ĐẠO NHÂN DUYÊN

Đây là những điều mà chính tôi đã được nghe hồi Đức Phật cư trú tại ngôi nhà khách ở trong một khu rừng thuộc tụ lạc Na Lợi. Lúc ấy có tôn giả Tán Đà Ca Chiên Diên đến thăm người. Sau khi đảnh lễ dưới chân Đức Phật, đại đức lui về một bên, ngồi xuống và bạch:

– Bạch đức Thế Tôn, Thế Tôn thường nói tới danh từ chánh kiến. Vậy chánh kiến là gì? Thế Tôn diễn giải về chánh kiến như thế nào?

Đức Phật bảo tôn giả Tán Đà Ca Chiên Diên:

– Người đời thường nghiêng về hai khuynh hướng nhận thức: một là có, hai là không. Đó là do vướng mắc vào tri giác sai lầm của mình. Vì vướng vào tri giác sai lầm cho nên mới kẹt vào hoặc ý niệm có hoặc ý niệm không.

Tán Đà Ca Chiên Diên! Phần lớn người đời đều bị kẹt vào chấp và thủ. Người không bị kẹt vào chấp và thủ thì không còn nắm giữ, kế đạt và vọng tưởng về cái ngã nữa. Người ấy biết cái khổ khi có điều kiện phát sinh thì nó phát sinh, khi hết điều kiện tồn tại thì nó tiêu diệt. Người ấy không còn nghi hoặc gì nữa cả. Cái thấy của người ấy không do bị ảnh hưởng của kẻ khác mà có, trái lại do chính người ấy tự đạt được. Cái thấy ấy gọi là chánh kiến. (o)

Đó là cách trình bày chánh kiến của Như Lai. Vì sao thế? Người có tri kiến chân chính khi quán sát về sự sinh khởi của thế gian thì không thấy thế gian là không. Người có tri kiến chân chính thì khi quán sát về sự hoại diệt của thế gian thì không thấy thế gian là có.

Này Tán Đà Ca Chiên Diên! Chấp có là một biên kiến, chấp không là một biên kiến khác; Như Lai lìa hai biên kiến đó mà thuyết pháp ở trung đạo. Nghĩa là: Cái này có vì cái kia có, cái này sinh vì cái kia sinh; từ vô minh mà có hành, từ hành mà có thức, từ thức mà có danh sắc, từ danh sắc mà có lục nhập, từ lục nhập mà có xúc, từ xúc mà có thọ, từ thọ mà có ái, từ ái mà có thủ, từ thủ mà có hữu, từ hữu mà có sinh, từ sinh mà có lão tử và khổ đau chồng chất thành khối. Nếu vô minh không còn thì hành không còn, hành không còn thì thức không còn, thức không còn thì danh sắc không còn, danh sắc không còn thì lục nhập không còn, lục nhập không còn thì xúc không còn, xúc không còn thì thọ không còn, thọ không còn thì ái không còn, ái không còn thì thủ không còn, thủ không còn thì hữu không còn, hữu không còn thì sinh không còn, sinh không còn thì lão tử không còn và nguyên khối khổ đau chồng chất kia bị tiêu diệt.

Đức Phật nói kinh này xong, tôn giả Tán Đà Ca Chiên Diên thấy tâm bừng sáng giải thoát, cắt đứt được các hệ lụy, và chứng quả A La Hán. (ooo)

KINH HOA NGHIÊM
PHẨM MƯỜI NGUYỆN LỚN PHỔ HIỀN

Con xin đem ba nghiệp thanh tịnh
Kính lạy tất cả hằng sa Phật
Trong các thế giới khắp mười phương
Quá khứ, vị lai và hiện tại. (o)

Thần lực của hạnh nguyện Phổ Hiền
Giúp con có mặt khắp mọi nơi
Nơi đâu có Phật là có con
Phật là vô lượng, con vô lượng.

Trong hạt bụi có vô số Phật
Mỗi vị an trú chúng hội mình
Đức tin của con vẫn tràn đầy
Trong mọi hạt bụi của pháp giới. (o)

Con xin sử dụng biển âm thanh
Phát ra ngôn từ rất vi diệu
Tán dương biển công đức của Phật

Cho đến vô số kiếp về sau.
Lấy những tràng hoa vi diệu nhất
Hương thơm, âm nhạc và tàng lọng
Sử dụng mọi thứ trang nghiêm ấy
Con đem cúng dường các Như Lai. (o)

Con đem tâm hiểu biết rộng sâu
Tin tưởng chư Phật trong ba đời
Con nương sức hạnh nguyện Phổ Hiền
Cúng dường khắp hết các Như Lai.

Từ xưa con đã tạo nghiệp xấu
Vì tham sân si từ vô thỉ
Từ thân miệng ý mà phát sanh
Nay con đều sám hối hết cả. (o)

Con xin tùy hỷ mọi công đức
Của các chúng sanh trong mười phương
Các bậc hữu học và vô học
Các bậc Như Lai và Bồ Tát.

Các bậc đều sáng soi thế gian
Hoặc mới thành tựu đạo giải thoát
Con xin tất cả đều thương tưởng
Chuyển bánh xe Pháp để độ đời. (o)

Các Phật đang thị hiện niết bàn
Con cũng chí thành cầu như thế

Xin hãy ở lại đời mãi mãi
Để làm lợi lạc cho chúng sanh.

Con xin tán lễ cúng dường Phật
Thỉnh Phật ở lại độ chúng sanh
Căn lành tùy hỷ và sám hối
Xin đem hồi hướng cho đạo Phật. (o)

Con xin đem hết công đức này
Hồi hướng tất cả cho Tam Bảo
Cả tánh và tướng trong khắp giới
Hai đề dung thông ấn Tam muội.

Biển công đức vô lượng như thế
Con xin hồi hướng không giữ lại
Nếu có chúng sanh nào dại dột
Bằng thân, bằng ý hoặc bằng lời. (o)

Bài báng phá hoại đạo giải thoát
Xin cho nghiệp chướng được tiêu trừ
Mỗi giây, trí tuệ trùm pháp giới
Độ khắp mọi loài lên bất thối.

Hư không, chúng sanh không cùng tận
Phiền não, nghiệp báo không cùng tận
Bốn thứ kể trên thật vô biên
Hồi hướng con cũng như thế. (ooo)

KINH BÁT NHÃ BA LA MẬT

Khi Ngài Quán Tự Tại Bồ Tát thực hành sâu xa pháp Bát Nhã Ba La Mật Đa, Ngài soi thấy năm uẩn đều không, qua hết thảy khổ ách.

"Này Xá Lợi Phất, sắc chẳng khác không, không chẳng khác sắc, sắc tức là không, không tức là sắc. Thọ, Tưởng, Hành, Thức cũng đều như thế".

"Này Xá Lợi Phất, 'tướng không của mọi pháp' không sanh, không diệt, không dơ, không sạch, không thêm, không bớt, nên trong 'chân không', không có sắc, không có thọ, tưởng, hành, thức, không có mắt, tai, mũi, lưỡi, thân, ý, không có sắc, thinh, hương, vị, xúc, pháp, không có nhãn giới, cho đến không có ý thức giới, không có vô minh, cũng không có cái hết vô minh, cho đến không có già chết, cũng không có cái hết già chết, không có khổ, tập, diệt, đạo, không có trí huệ, cũng không có chứng đắc.

Vì không có chỗ chứng đắc, nên Bồ Tát y theo Bát Nhã Ba La Mật Đa, tâm không ngăn ngại. Vì không ngăn ngại, nên không sợ hãi, xa hẳn điên đảo, mộng tưởng, đạt tới cứu cánh Niết Bàn.

Chư Phật trong ba đời cũng y theo Bát Nhã Ba La Mật Đa, được đạo quả vô thượng chánh đẳng chánh giác.

Nên biết Bát Nhã Ba La Mật Đa là Đại Thần Chú, là Đại Minh Chú, là Vô Thượng Chú, là Vô Đẳng Đẳng Chú, trừ được hết thảy khổ, chân thật không hư".

Vì vậy, liền nói Chú Bát Nhã Ba La Mật Đa:

"Yết đế, yết đế, ba la yết đế, ba la tăng yết đế, bồ đề tát bà ha". (3 lần) (o)

VÃNG SANH QUYẾT ĐỊNH CHÂN NGÔN

Nam-mô a di đa bà dạ
Đa tha dà đa dạ
Đa địa dạ tha.
A di rị đô bà tỳ
A di rị đa tất đam bà tỳ
A di rị đa tì ca lan đế
A di rị đa, tì ca lan đa
Dà di nị dà dà na
Chỉ đa ca lệ ta bà ha. (3 lần) (o)

TÁN PHẬT

Bậc Đại Giác viên mãn xuất hiện nơi cõi Ta Bà
Tấm lòng ôm trọn cả thái hư,
Trí giác soi cùng đại thiên thế giới,
Xin rủ lòng từ, xót thương minh chứng.
Thế Tôn dung mạo như vầng nguyệt.
Lịa như mặt nhật phóng quang minh
Hào quang trí tuệ chiếu muôn phương
Hỷ xả từ bi đều thấm nhuận. (o)

NIỆM BỔN SƯ

Nam Mô Bổn Sư Thích Ca Mâu Ni Phật. (3 lần) (o)

Nam Mô Đương Lai Hạ Sanh Di Lặc Tôn Phật. (3 lần) (o)

Nam Mô A Di Đà Phật. (3 lần) (o)

Nam Mô Quan Thế Âm Bồ Tát. (3 lần) (o)

Nam Mô Đại Thế Chí Bồ Tát. (3 lần) (o)

Nam Mô Địa Tạng Vương Bồ Tát. (3 lần) (o)

Nam Mô Thanh Tịnh Đại Hải Chúng Bồ Tát. (3 lần) (o)

TIÊU TAI CÁT TƯỜNG THẦN CHÚ

Nẳng mồ tam mãn đa, mẫu đà nẩm. Á bát ra để, hạ đa xá ta nẳng nẩm. Đát điệt tha. Án, khê khê, khê hế, khê hế, hồng hồng, nhập phạ ra, nhập phạ ra, bát ra nhập phạ ra, bát ra nhập phạ ra, để sắc sá, để sắc sá, sắc trí rị, sắc trí rị, ta phấn tra, ta phấn tra, phiến để ca thất rị duệ, ta phạ ha. (3 lần)

NGUYỆN AN LÀNH

Nguyện ngày an lành, đêm an lành,
Đêm ngày sáu thời đều an lành,
Tất cả các thời đều an lành,
Xin đấng Từ Bi thường gia hộ.
Nguyện ngày an lành, đêm an lành,

Đêm ngày sáu thời đều an lành,
Tất cả các thời đều an lành,
Xin nguyện Tam Bảo thường gia hộ.
Nguyện ngày an lành, đêm an lành,
Đêm ngày sáu thời đều an lành,
Tất cả các thời đều an lành,
Xin nguyện Hộ Pháp thường ủng hộ.

SÁM QUY NGUYỆN

Trầm hương xông ngát điện
Sen nở Đức Phật hiện thân
Pháp giới thành thanh tịnh
Chúng sinh lắng nghiệp trần. (o)

Đệ tử tâm thành
Hướng về Tam Bảo
Đức Phật là thầy chỉ đạo
Bậc tỉnh thức vẹn toàn
Tướng tốt đoan trang
Trí và bi viên mãn.
Pháp là con đường sáng
Dẫn người thoát cõi mê
Đưa con trở về
Sống cuộc đời tỉnh thức.
Tăng là đoàn thể đẹp
Cùng đi trên đường vui
Tu tập giải thoát

Làm an lạc cuộc đời. (o)

Đệ tử nương nhờ Tam Bảo
Trên con đường học đạo
Biết Tam Bảo của tự tâm
Nguyện xin chuyên cần
Làm sáng lòng ba viên ngọc quý. (o)
Nguyện theo hơi thở
Nở nụ cười tươi
Nguyện học nhìn cuộc đời
Bằng con mắt quán chiếu
Nguyện xin tìm hiểu
Nỗi khổ của mọi loài
Tập từ bi
Hành hỷ xả
Sáng cho người thêm niềm vui
Chiều giúp người bớt khổ
Đệ tử nguyện sống cuộc đời thiểu dục
Nếp sống lành mạnh an hòa
Cho thân thể kiện khương
Nguyện rũ bỏ âu lo
Học tha thứ bao dung
Cho tâm tư nhẹ nhõm. (o)
Đệ tử xin nguyện ơn sâu đền báo
Ơn cha mẹ ơn thầy
Ơn bè bạn chúng sinh
Nguyện tu học tinh chuyên
Cho cây bi trí nở hoa

Mong một ngày kia
Có khả năng cứu độ mọi loài
Vượt ra ngoài cõi khổ.
Xin nguyện Đức Phật, Pháp, Tăng chứng minh
Gia hộ cho đệ tử chúng con
Viên thành đại nguyện. (ooo)

HỒI HƯỚNG

Cúng Rằm công đức, hạnh nhiệm mầu
Thắng phước bao nhiêu con nguyện cầu
Tất cả chúng sanh trong pháp giới
Hướng về Phật Pháp tỏ đạo mầu.
Nguyện cho ba chướng tiêu tan
Phiền não dứt sạch, huệ căn sang ngời
Cầu cho con được đời đời
Hành Bồ Tát Đạo, cứu đời lầm than.
Nguyện sanh Tây Phương, cõi Lạc Bang
Cha mẹ, sen vàng chín phẩm sanh
Hoa nở, thấy Phật, quả viên thành
Các vị Bồ Tát bạn lành với ta. (o)

NGỒI THIỀN

(Mỗi người im lặng tĩnh tâm tự cầu nguyện và thiền 15 phút)

Canh năm Bát nhã chiếu vô biên
Chẳng khởi một niệm khắp tam thiên

Muốn thấy chân như tánh bình đẳng
Dè dặt sanh tâm trước mắt liền. (o)
Lý diệu ảo huyền không lường được
Dụng công đuổi bắt càng nhọc lòng
Nếu không một niệm mới thật tìm
Còn có tâm tìm còn chẳng biết.

Chủ lễ xướng: **Nam Mô Bổn Sư Thích Ca Mâu Ni Phật.** (o)

Đại chúng đáp lại: **Nam Mô Bổn Sư Thích Ca Mâu Ni Phật.** (3 lần) (o)

Nam Mô A Di Đà Phật

PHỤC NGUYỆN

Tam Bảo chứng minh oai thần hộ niệm, Bồ tát, Long thiên, Phạm vương Đế thích và bốn Thiên vương Thiên long bát bộ, Hộ pháp Thần vương tất cả thiện thần thùy từ ủng hộ.

Hôm nay lễ Rằm Tháng Giêng, chúng con là… (Tỳ Kheo Ni…., Sadini…) **cùng với các Phật tử chùa Hương Sen, Perris, California, một dạ chí thành vân tập tại đại hùng bảo điện Hương Sen phúng tụng Kinh Phước Đức, Từ Bi, Trung Đạo, Nhân Duyên, Mười Nguyện Lớn Phổ Hiền, xưng tán hồng danh cùng niệm Phật kinh hành công đức.**

Nguyện đem công đức này cầu cho Phật sự phát triển chùa Hương Sen, Perris, Califronia, thành chốn tùng lâm nghiêm tu, ngày một thành tựu, được sự ủng hộ gia trì của đàn việt tín tâm,

chư thiên hộ pháp, bồ tát và mười phương chư Phật, để Phật nhật tăng huy, pháp luân thường chuyển, mưa thuận gió hòa, quốc thới dân an.

Nguyện đem công đức này cầu an cho Phật tử... (tên, pháp danh, tuổi) **cùng với các vị gia chủ và các Phật tử hiện diện tại đây: tai qua nạn khỏi, tật bịnh tiêu trừ, nghiệp chướng tiêu tan, gia đạo bình an, thân tâm thường an lạc, quanh năm đều được vạn sự cát tường như ý. Nguyện cho các vị tâm Bồ đề kiên cố, chí tu học vững bền, tự giác, giác tha, giác hạnh viên mãn.**

Lại nguyện đem công đức này cầu siêu cho hương linh... (tên, pháp danh, hưởng thọ) **cùng cửu huyền thất tổ, nội ngoại hai bên, phụ mẫu quá vãng nhiều đời, nhiều kiếp của chúng con và tất cả các hương linh ký tự tại Chùa Hương Sen, anh hùng chiến sĩ, vì nước hy sinh, đồng bào tử nạn, mười hai loại cô hồn, chết sông, chết chợ, đầu đường, xó chợ, nay được an lành, nghe kinh kệ siêu thăng tịnh độ, vượt qua bể khổ, thoát khỏi Ta Bà, sen vàng chín phẩm nở hoa, pháp thân hiện Di Đà thọ ký.**

Sau cùng, nguyện chúng con cùng tất cả chúng sanh đều sớm trọn thành Phật đạo.

Đại chúng đồng niệm: **Nam Mô A Di Đà Phật.** (o)

KÍNH LỄ

(Đại chúng đứng lên)

Bao nhiêu tất cả nhân sư tử

Mười phương ba đời cùng các cõi

Con đem thân miệng ý thanh tịnh
Lạy khắp tất cả không còn dư. (o)

Nhất tâm đảnh lễ, đệ tử chúng con đại vì bốn ân ba cõi chí thành đảnh lễ:

Nam Mô Quá Khứ Trang Nghiêm Kiếp Thiên Phật. (o) (1 lạy)

Nhất tâm đảnh lễ, đệ tử chúng con đại vì bốn ân ba cõi chí thành đảnh lễ:

Nam Mô Hiện Tại Hiền Kiếp Thiên Phật. (o) (1 lạy)

Nhất tâm đảnh lễ, đệ tử chúng con đại vì bốn ân ba cõi chí thành đảnh lễ:

Nam Mô Vị Lai Tinh Tú Kiếp Thiên Phật. (o) (1 lạy)

TAM QUY

Con nương theo Phật, cầu cho chúng sanh
Tin chắc Đạo cả, phát lòng vô thượng. (o) (1 lạy)

Con nương theo Pháp, cầu cho chúng sanh
Thấu rõ kinh tạng, trí huệ như biển. (o) (1 lạy)

Con nương theo Tăng, cầu cho chúng sanh
Kính tín hòa hợp, tất cả không ngại. (ooo) (1 lạy)

Cúng rằm Nguyên Đán lễ trang nghiêm,
Rước Phật đón xuân lễ đã hòan
Công đức vô biên ban tất cả,

Vui mừng chúc tụng khắp nhân gian.
Nam Mô Viên Mãn Tạng Bồ Tát Ma Ha Tát. (3 lần) (o)

BÀI KỆ CHƯ THIÊN

Trời, A-tu-la, Dạ xoa thảy
Đến nghe pháp đó nên chí tâm
Ủng hộ Phật pháp khiến thường còn
Mỗi vị siêng tu lời Phật dạy.
Bao nhiêu người nghe đến chốn này
Hoặc trên đất liền hoặc hư không
Thường với người đời sanh lòng từ
Ngày đêm tự mình nương pháp ở.
Nguyện các thế giới thường an ổn
Phước trí vô biên lợi quần sanh
Bao nhiêu tội chướng thảy tiêu trừ
Xa lìa các khổ về viên tịch.
Hằng dùng giới hương xoa vóc sáng
Thường trì định phục để giúp thân
Hoa mầu bồ đề khắp trang nghiêm
Tùy theo chỗ ở thường an lạc. (o)
Nam mô Tam Châu Cảm Ứng
Hộ Pháp Vi Đà Tôn Thiên Bồ Tát Ma Ha Tát. (3 lần) (o)

Thỉnh đại chúng đi niệm Phật 1 vòng khắp sân chùa rồi hồi hướng và dùng cơm trưa.

3

LỄ VÍA NGÀY THÁI TỬ TẤT ĐẠT ĐA XUẤT GIA

(MỒNG 8 THÁNG 2, ÂM LỊCH)

1. Cúng hương
2. Cầu nguyện
3. Khen ngợi Phật
4. Quán tưởng Phật
5. Đảnh lễ
6. Tán dương chi
7. Chú Đại Bi
8. Kệ khai kinh
9. Tụng Kệ Mừng Thái Tử Tất Đạt Đa xuất gia
10. Bát Nhã Tâm Kinh
11. Niệm Phật
12. Sám Phật Xuất Gia
13. Hồi hướng
14. Ngồi thiền
15. Phục nguyện
16. Kính lễ bốn ân, ba cõi
17. Tam quy
18. Bài kệ Chư Thiên

MỪNG THÁI TỬ TẤT ĐẠT ĐA XUẤT GIA

Đêm nay mồng tám tháng hai
Chúng con kính nguyện trước đài Liên hoa
Nhớ về ngày Phật xuất gia
Bước chân thoát tục thăng hoa cõi trần.

Thuở còn Thái tử cung son
Bốn mùa hoa đẹp quả ngon quanh mình
Nhưng vì muốn hiểu sự tình
Ngài cùng Xa Nặc dạo nhìn thế gian.

Thì ra muôn khổ ngập tràn
Ngoại thành bốn cửa bàng hoàng tâm tư
Kiếp người lão bệnh nào từ
Tử sanh nào thoát, huyễn hư cuộc đời.

Thấy người đạo sĩ thảnh thơi
Ngài nhìn phong cách thoát đời hiện ra
Chợt trong tiềm thức sâu xa
Nở bừng ý nghĩ xuất gia học cầu.

Quay về trầm mặc canh thâu
Cảm thương nhân thế khổ sầu trầm luân
Bèn đem chí nguyện xuất trần,
Tâu cùng vương phụ con đường quyết đi.

Phụ hoàng nào nỡ chia ly
Giang sơn cung các ai thì nối ngôi?

Ép ngài cưới vợ thuận đời
Gia Du công chúa vẹn mười sắc son.

Những đem hạnh phúc vuông tròn
Mong cho Thái tử không còn sầu ưu
Nghĩ câu hiếu thuận làm đầu
Thế tình sinh hạ La Hầu giữ ngôi.
Quyết lòng giác ngộ mà thôi
Chờ nhân duyên đủ đến hồi ra đi
Một đêm trăng khuyết canh nhì
Quan quân say giấc thành trì vắng im.

Vợ con mê ngủ đắm chìm
Lặng nhìn từ giã im lìm ra đi
Lên đường với vó ngựa phi
Vượt thành, Kiền Trắc xá chi đêm trường.

Chư Thiên dẫn lối cầm cương
Quốc thành dần khuất chẳng vương vấn lòng
Ánh trăng vằng vặc trên không
Soi hình Thái tử băng sông vượt ngàn.

A Nô Ma sóng cuộn tràn
Tiễn chân Thái tử xuất trần đi tu
Bình minh còn đẫm sương mù
Dừng chân xuống ngựa bên bờ suối quanh.

Rút gươm cắt mái tóc xanh

Trao cho Xa Nặc dặn rành tâu vua
Ta xin lỗi đạo kế thừa
Đi tìm chân lý gió mưa không sờn.

Rừng sâu chiếc bóng đơn phương
Thợ săn đổi áo, con đường viễn du
Học cầu bao bạn đồng tu
Hành thân ép xác dãi dầu tháng năm.

Vẫn không sáng tỏ mê lầm
Làm sao giải thoát thăng trầm chúng sanh?
Ngài bèn bỏ hạnh khổ mình
Giã từ năm bạn đồng hành đi riêng.

Đến sông tên gọi Ni Liên
Tắm xong, thọ bát sữa chiên mục đồng
Sắc thân trí lực sáng bừng
Bồ đề trải cỏ bên sông phát thề.

Nếu không chứng đạo giác mê
Sẽ không rời gốc Bồ đề một phân!
Chúng con Phật tử trong trần
Hôm nay nhắc tích bội phần cảm cung.

Xuất gia sử Phật bi hùng
Đã là con Phật phải cùng nhớ ghi
Học đòi giác ngộ từ bi
Để mong giải thoát tham si não phiền.

Trước đài kính tỏ niềm riêng
Tinh cần niệm Phật, tham thiền, tụng kinh
Ước mong nguyện lực độ sinh
Gia trì đệ tử vô minh sớm trừ.

Noi theo pháp hạnh Phật từ
Đời đời nguyện lấy chân như làm nhà
Nhớ ngày vía Phật xuất gia
Chúng con đảnh lễ Thích Ca cha lành.

Nam Mô Bổn Sư Thích Ca Mâu Ni Phật. (3 lần) (o)

SÁM PHẬT XUẤT GIA

Kính lạy Bồ Tát Tất Đạt Đa
Tánh đức từ bi hằng biểu lộ
Trải bao cuộc du hành mục đỗ
Xót sinh linh kiếp số trầm luân.

Cảnh sinh, già, đau, chết, gian truân
Luống chịu khổ không ngừng gây khổ
Mê chấp tánh tham, si, tật đố
Mãi cùng nhau vầy ổ oan gia. (o)
Nợ tuần hòan vay trả không xa
Trong sáu đạo trùng phùng quanh quẩn
Bồ Tát dũ Bà tâm lân mẫn
Quyết hy sinh độ tận hữu tình.

Đoạn ái ân phú quí riêng mình
Chọn điệu sống quang minh vô trụ
Tìm hạnh phúc lâu dài đầy đủ
Cùng quần sinh hưởng thú yên lành. (o)

Gặp tuần trăng giữa lúc đêm thanh
Rời cung cấm băng thành tìm đạo
Hiếu tình đặt ra ngoài quyền sáo
Mở lòng thương đại tạo bao la.
Chiếc thân vui bạn với yên hà
Theo tiếng gọi lòng từ giục nhắc
Lên yên ngựa cùng tôi Xa Nặc
Lướt bụi hồng hướng nẻo rừng xanh.

Non sông gấm vóc thiên thành
Cỏ hoa hớn hở bao quanh đón chào
A Nô Ma sóng vỗ rạt rào
Hy Mã Lạp tuyết ngời lóng lánh. (o)
Nơi đánh dấu bước đường lên Thánh
Dừng vó câu thả gánh tang bồng
Gởi lời về tâu trước bệ rồng
Cầu vương phụ giải lòng trông đợi.

Rừng khổ hạnh lần dò bước tới
Xét hành nhơn lầm lỗi nhiều phương
Bởi người chưa rõ lý chơn thường
Hạnh kỳ đặc hồi đầu vô ích. (o)

Tạm dời gót trên đường điểu tích
Tìm tận nơi tịch mịch thiên nhiên
Trọn sáu năm núi Tuyết tham thiền
Kham chịu cảnh màn trời chiếu đất.
Đầy ba đức cõi lòng chơn tịnh
Không ngại ngùng thú dữ ma thiêng
Công đức vừa đầy đủ nhơn duyên
Trên Pháp tọa Bồ đề chứng quả. (o)

Hóa độ khắp đại thiên thiên hạ
Muôn loài đều một dạ ghi ơn
Chúng con nay phát nguyện tu nhơn
Nhờ tắm gội từ vân pháp vũ.

Trước bảo điện trì kinh niệm chú
Kỷ niệm ngày lịch sử thiêng liêng
Cúi xin Phật, Pháp, Thánh, Hiền
Gia hộ chóng tiêu trừ nghiêp chướng
Ngưỡng mộ đấng Pháp vương vô thượng
Nhứt tâm đồng đảnh lễ quy y. (o)

Nam mô Bổn Sư Thích Ca Mâu Ni Phật. (3 lần) (o)
Nam mô Văn Thù Sư Lợi Bồ Tát. (3 lần) (o)
Nam mô Đại Hạnh Phổ Hiền Bồ Tát. (3 lần) (o)
Nam Mô Đạo Tràng Hội Thượng Phật Bồ Tát. (3 lần) (ooo)

4

LỄ VÍA ĐỨC PHẬT NHẬP NIẾT BÀN

(RẰM THÁNG 2 TRĂNG TRÒN)

1. Cúng hương
2. Cầu nguyện
3. Khen ngợi Phật
4. Quán tưởng Phật
5. Đảnh lễ
6. Tán dương chi
7. Chú Đại Bi
8. Kệ khai kinh
9. Kinh Di Giáo (tóm gọn)
10. Ước nguyện độ sanh hòan mãn
11. Bát Nhã Tâm Kinh
12. Niệm Phật
13. Sám Đức Phật Nhập Niết Bàn
14. Hồi hướng
15. Phục nguyện
16. Kính lễ bốn ân, ba cõi
17. Tam quy
18. Bài kệ Chư Thiên

KINH DI GIÁO

Hôm nay ngày trăng tròn tháng 2, chúng ta làm lễ kỷ niệm đức Phật Thích Ca Mâu Ni nhập Niết-bàn. Tất cả hay lắng nghe lời di giáo cuối cùng của ngài:

"Này A nan, sau khi ta Niết-bàn, con phải siêng năng đem diệu pháp dạy răn hậu lai. Ai còn thống khổ trong ba cõi, phải mau cầu giải thoát. Ngũ trược ái dục rất đáng chán. Không có cách nào giải thoát được móng vuốt quỷ vô thường. Một khi mất thân người, vạn kiếp chưa được trở lại. Phải điều phục, đưa tâm vào đạo quả. Ba nghiệp thanh tịnh mới hy vọng sanh về cảnh giới tốt đẹp. Chớ để đời này luống qua, về sau ăn năn không kịp".

Tôn giả A nan té xỉu. Tôn giả A Na Luật Đà an ủi: "Hôm nay dầu còn được nghe Phật nói, sáng mai đã thành không. Ta chớ để mất chút thời gian vàng ngọc này, mau mau thưa Phật. Mai đây vắng bóng Phật."

Tôn giả A Nan liền nén khóc và bạch Phật các câu hỏi:

1. Chúng con sẽ thờ ai làm Thầy? Các Tỳ-kheo ác tánh, làm sao chuyển hoá?

Chúng con làm sao cùng họ ở chung?

Đức Phật trả lời tuần tự từng câu: Sau này giới Ba la đề mộc xoa là đại sư của các con, nương đây tu hành sẽ được định tuệ xuất thế. Này A nan, dùng thiện phương tiện có thể cải hoá những ác tánh. Hành khổ đầy tràn ba cõi. Cội gốc là vô minh. Nếu được trí tuệ Bát Nhã huân ướp thì vô minh dứt. Sanh, lão, bệnh, tử, ưu bi khổ não sẽ không còn. Giáo pháp chánh quán 12 nhân duyên đưa các Tỳ-kheo đến thanh tịnh thượng quả. Như Lai là đấng chân ngữ. Đây là nơi phó chúc tối hậu, các con phải vâng theo.

Này các Tỳ-kheo, sau khi Phật nhập Niết-bàn, các con phải nương Tứ Niệm Xứ mà an trụ. Quán, thân, thọ, tâm pháp vô thường, vô ngã, khổ và không, sẽ diệt hết ưu lo, viên mãn giới định tuệ, ba vô lậu học.

1. A nan lại bạch: Sau này tín tâm đàn việt cúng dường Như Lai thời phải xử trí thế nào?

Đức Phật dạy: Hãy lấy đó tạo tượng Phật, sắm các thứ hương đèn phan lọng cúng dường. Ai lạm dụng phạm thì tội ăn trộm của Phật.

2. A nan lại hỏi: Cúng dường Như Lai hiện tiền và cúng dường tượng Phật. Phước đức nào hơn?

Đức Phật dạy: Công đức cúng dường Như Lai hiện tiền và cúng dường tượng Phật đều như mau không khác. Trên trời, cõi người, ai cung kính lễ bái tán thán cúng dường Như Lai công đức vô lượng vô biên. A nan nên biết Tam-bảo vẫn thường trụ, làm chỗ nương tựa vĩnh viễn cho tất cả chúng sanh.

Lúc đó đức Thế Tôn vạch y Tăng-già-lê để lộ ngực hoàng kim bảo đại chúng: Hãy chí tâm nhìn kỹ thân vàng Như Lai! Ai thấy hình Phật, gặp ánh sáng Phật đều sẽ được giải thoát.

Ba phen ân cần khuyên bảo như vậy rồi, ngài bay lên hư không, bảo đại chúng: Hãy chí tâm nhìn kỹ thân vàng của Như Lai.

Từ hư không xuống lại bay lên, tất cả 24 lần, ngài ân cần bảo đại chúng: "Hãy chí tâm nhìn sắc thân vàng Như Lai. Người khát nước phải uống đến no. Sau này biết bao giờ mới lại được thấy thân Như Lai. Thấy thân Như Lai thì bao nhiêu tội ác, bát nạn, tam đồ đều được tiêu trừ.

Giữa đêm ấy đức Như Lai nhập trí thiền Niết-bàn trong rừng Ta La.

Mười phương thế giới chấn động sáu cách, biển cả cuộn sóng. Đêm tối mịt mù, gió gào khắp rừng sâu: Thương thay, từ nay thế gian không còn con mắt Tuệ.

Tôn giả A nan lại té xỉu. Tôn giả A La Luật Đà an ủi: Đức Phật dù đã Niết-bàn nhưng xá lợi và Pháp bảo của ngài vẫn để lại cho chúng ta. Tôn giả và tôi có bổn phận phải thay Phật hoằng dương đạo giải thoát. Đưa chúng sanh ra khỏi biển khổ là báo đền ơn Phật trong muôn một".

Xá lợi kim thân của Đức Phật được chia làm tám phần. Tám vua thỉnh về nước mình xây tháp cúng dường. Thế là cõi Diêm-phù-đề có tám tháp thờ xá lợi.

Khi ấy chư Bồ-tát, Thanh-văn, trời rồng, tám bộ quỷ thần, ai nấy cúi đầu đảnh lễ phụng trì.

ƯỚC NGUYỆN ĐỘ SANH HOÀN MÃN

Ứng thân đức Bổn sư đã viên mãn sự nghiệp độ sanh. Nay nhập Niết-bàn là trở về thể tánh chân thật, trở về Pháp-thân. Đức Thế Tôn phổ cáo đại chúng: Ta dùng mắt Phật xem khắp ba cõi sáu đạo chúng sanh, chánh báo y báo, tướng đều hư vọng như hoa đốm. Nhưng thể tánh vẫn thường trụ thanh tịnh bất động như hư không. Phàm phu không giác biết nghĩa này, cho rằng Phật nhập Niết-bàn là mất hẳn. Sự thật Đức Phật nhập Niết-bàn là trở về với bổn tánh vô lượng quang, vô lượng thọ vốn có trong mỗi chúng ta.

Chúng sanh quen sống với sự tướng, khó tin được những gì mà mắt không thấy, tai không nghe, nên Đức Phật giáng thần về xứ Ấn Độ, hiện thân xuất gia, tu hành chứng quả. Phật giáo dạy các đệ tử phải quan sát tánh chất thế gian vô thường, vô ngã, khổ và không. Phàm có hình tướng đều hư vọng. Ai lấy âm thanh, sắc tướng cầu Phật đều là tà đạo, không thể thấy Như Lai. Cho nên đích thị Phật cũng hiển thị vô thường. Đúng pháp lý thế gian, Phật nhập Niết-bàn.

Thật ra vạn pháp chẳng chỗ nào, chẳng thời gian nào mà không phải là Phật. Phật bảo thường trụ ở khắp mười phương suốt quá khứ, hiện tại, vị lai. Chỉ vì không hình, không tướng, nên thế gian không ngờ là Đức Phật vẫn ngày đêm ở trước mặt mình, ở ngay trong tâm mình, ở khắp quanh mình. Vì thế, những ai cung kính, tán dường, lễ bái tán thán hình tượng Phật, được phước như cúng dường Phật tại thế không khác.

Tôn giả A Na Luật Đà hiểu rõ ý chỉ này, nên đã vững tâm an ủi Tôn giả A nan. Thân ứng hoá dù có đổi thay nhưng Pháp-thân vẫn thường trụ. Trí thân Phật vẫn thấy rõ chúng ta, hộ trì chúng ta. Bổn phận chúng ta phải thờ phụng xá lợi để bảo tồn phước điền cho thế gian. Chúng ta phải

thay Phật hoằng dương chánh pháp, làm chỗ quy y cho chúng sanh. Chúng sanh nương pháp bảo tu hành, sẽ được thấy Pháp-thân Phật. Như thế mới là chân thật báo ơn Như Lai.

Nam mô Bổn Sư Thích Ca Mâu Ni Phật. (3 lần) (o)

Nam mô Đại thánh A La Luật Đà tôn giả. (3 lần) (o)

Nam mô Đại thánh A nan đà tôn giả. (3 lần) (o)

Nam mô Hộ Pháp chư tôn Bồ-tát ma-ha-tát, thiên long bát bộ Hộ Pháp tôn thần thuỳ từ minh chứng. (3 lần) (o)

SÁM ĐỨC PHẬT NHẬP NIẾT BÀN

Trên chiếc võng kim cang tỏa sáng
Dưới bầu trời quang đãng bình minh
Ngàn hoa như đã kết tinh
Từ từ rơi xuống trên mình Như Lai. (o)

Muôn chim dưới trời mai tung nhạc
Thác ngàn reo gió hát trong hoa
Hương trầm bát ngát bay ra
Êm đềm huyền diệu tiếng ca thiên thần.

Từ bốn phương xa gần tứ xứ
Hàng muôn ngàn đệ tử Tăng Ni
Tiễn hầu đức Đại Từ Bi
Ngài về bất diệt thoát ly luân hồi. (o)

Có những kẻ xa xôi chưa rõ
Đến hầu Ngài lệ nhỏ châu rơi
Phật bèn gọi: "Các con ơi!
Cái thân giả hợp của trần gian.

Hễ có sanh thì hòan có diệt
Sao các con luyến tiếc làm chi!
Thân ta đâu có khác gì
Cũng như bản thể chuyển đi vô thường. (o)

Qua bao năm hoàng dương Thánh đạo
Các người từng thọ giáo với Ta
Hãy nên chân thực tỏ ra
Kẻo thành xa lạ với Ta lúc này.

Các con mến bậc Thầy Đại giác
Các con thương Bồ Tát chí thành
Kiên tâm nhẫn nhục tu hành
Để mau tới cõi tịnh sanh Niết bàn, (o)

Hỡi tất cả chúng sanh đệ tử
Nếu ai con do dự hòai nghi
Trong phần giáo lý có gì
Các con nên phải hỏi đi cho rồi."

Qua phút giây bồi hồi suy nghĩ
Đức A nan theo ý đáp lời
Đạo Ngài sáng tợ mặt trời

Những điều giảng dạy không rời tấc gang. (o)

Nay Phật đến Niết Bàn cõi tịnh
Chúng con xin định ý Ngài ban
Trong phần nghi thức điếu tang
Lễ đưa tang Phật trang hoàng những chi.

"Sự việc ấy chẳng gì mà bận
Để chăm lo bổn phận tu hành
Cứu mình giải thoát chúng sanh
Đó là đệ tử trung thành của ta. (o)

Hỡi các bậc tại gia cư sĩ!
Hãy thiện tâm, thiện trí, nhiệt thành
Đừng cho dục vọng lợi danh
Mơ màng ám ảnh trở thành hòai công.

Chớ vì khó mà không nhẫn nại
Hoặc vì nghèo mà lại nản tâm
Diệt tiêu tham giận si mê
Để mau thoát khỏi bể trầm đọa sa. (o)

Hỡi tất cả Tăng già chúng lữ!
Các Tỳ Kheo đệ tử thân yêu
Các con cố gắng thêm nhiều
Xây nền đạo đức hủy tiêu bạo tàn.

Hãy vạch nẻo mở đường khai lối

Cho chúng sanh tội lỗi bước vào
Thì Thầy sung sướng biết bao
Đó là ngọn tháp xây cao tôn sùng. (o)

Trước giờ phút lâm chung nhập diệt
Ta có lời vĩnh biệt chúng sanh
Các con là Phật sẽ thành
Cố gắng tinh tấn tu hành đạo ta.

Đôi mắt Ngài ôn hòa nhắm lại
Ánh hào quang tự tại hiện ra
Sấm trời dung động hiện xa
Tiễn đưa Phật Tổ Thích Ca Niết Bàn. (o)

Nam Mô Sa La Song Thọ thị hiện Niết Bàn
Bổn Sư Thích Ca Mâu Phật. (3 lần) (o)
Nam mô Tỳ Trà Lưu Bố Xá Lợi Phước Lợi
Nhơn Thiên Bổn Sư Thích Ca Mâu Ni Phật.
(3 lần) (ooo)

5

LỄ VÍA PHỔ HIỀN BỒ TÁT

(NGÀY 21 THÁNG 2 ÂM LỊCH)

1. Cúng hương
2. Cầu nguyện
3. Khen ngợi Phật
4. Quán tưởng Phật
5. Đảnh lễ
6. Tán dương chi
7. Chú Đại Bi
8. Kệ khai kinh
9. Kinh Hoa Nghiêm nói về nhân Hạnh Phổ Hiền
10. Bát Nhã Tâm Kinh
11. Niệm Phật
12. Sám Mười Nguyện Phổ Hiền
13. Hồi hướng
14. Phục nguyện
15. Kính lễ bốn ân, ba cõi
16. Tam quy
17. Bài kệ Chư Thiên

KINH HOA NGHIÊM NÓI VỀ NHÂN HẠNH PHỔ HIỀN

Kinh Hoa Nghiêm nói về Nhân hạnh Phổ Hiền.

Kinh Pháp Hoa nói về Quả đức Phổ Hiền.

Nhân hạnh thể hiện rõ nét trong Phẩm Nhập Pháp Giới. Thiện Tài đồng tử diện kiến người thừa kế đức Thích Ca là Di Lặc Bồ Tát. Di Lặc Bồ tát giữ bảo tạng Như Lai mới đủ tư cách mở cửa Tỳ Lư Giá Na cho Thiện Tài vào đảnh lễ đức Pháp-thân thường trụ. Thâm nhập Tỳ Lư Giá Na tánh rồi, hành giả chấm dứt giai đoạn 1, hiểu giáo lý qua kinh nghiệm sống trên 52 chặng đường học đạo. Qua giai đoạn 2, hành giả tự phát triển thực hiện những việc của đức Phật đã thành tựu. Việc này không đơn giản nên Di Lặc Bồ tát khuyên Thiện Tài phải tìm Văn Thù Bồ tát. Ở giai đoạn một, hành giả gặp Văn Thù Bồ tát, để trang bị cho mình trí tuệ vô lậu, thấy biết diễn tiến sự vật bằng trực giác của bản tâm thanh tịnh.

Bấy giờ Văn Thù Bồ tát đứng cách 110 do tuần, vươn tay xoa đỉnh đầu Thiện Tài, nêu biểu dù cách xa Thầy muôn dặm hành giả vẫn nghe và nhận được pháp âm vi diệu của Thầy truyền qua bản tâm thanh tịnh. Còn giai đoạn 1 cần có Thầy ở bên cạnh để dìu dắt.

Văn Thù Bồ tát đưa Thiện Tài nhập pháp giới để gặp Phổ Hiền Bồ tát. Thiện Tài không thấy Phổ Hiền Bồ tát bằng mắt được. Phải quan sát Phổ Hiền hạnh mới thấy. Nhờ thiện căn phúc

đức nhiều đời, Thiện Tài thấy thân Phổ Hiền Bồ tát trùm khắp pháp giới. Ba đời chư Phật đều nằm trong một chân lông của Phổ Hiền Bồ tát. Phổ Hiền Bồ tát có khả năng phân thân mười phương và thu gọn tất cả vào một chân lông (trí phàm chỉ đứng ngoài lề, không thể nào giải thích được cảnh giới Phổ Hiền).

Phổ Hiền Bồ tát có khả năng chẻ các thế giới thành bụi, uống cạn nước bốn biển mà chúng sanh trong đó không hề biết là mình đã vào trong bụng Phổ Hiền Bồ tát. Phổ Hiền Bồ-tát tuyên bố chỉ duy nhất có một việc ngài không làm nổi là nói được hết công đức của Như Lai. Phải vào Phổ Hiền hạnh môn, tu Phổ Hiền hạnh nguyện mới hiểu được thế nào công đức Như Lai. Trước hết phải ngộ Tỳ Lư Na tánh.

Phổ Hiền hạnh mênh mông bát ngát trùm khắp pháp giới, thu gọn lại mười điều. Thành tựu 10 hạnh nguyện Phổ Hiền, chúng ta sẽ đạt quả vị Như Lai. Thực tế ta không thấy Phổ Hiền Bồ tát nhưng hiện hữu tác động của ngài vô cùng, không đâu ngài không đến, tuỳ khẩn nguyện của chúng sanh. Ước nguyện hình gì ngài hiện thân đó. Nếu cố chấp Phổ Hiền Bồ tát với một loại hình cố định, chúng ta sẽ không có Phổ Hiền. Người ta thờ đức Phổ Hiền cưỡi voi sáu ngà.

Theo lời Hòa-thượng Trí Quảng trong Pháp Hoa Lược Giải: Sáu căn tiếp xúc với sáu trần tạo vô biên tội. Nay tu theo lời Phật dạy, sáu căn chuyển thành sáu ngà, giúp ngài tạo muôn vàn công đức. Sáu ngà là sáu thần thông. Voi là loài có khả năng chở nặng đi ngược dốc không gì

chướng ngại. Sức mạnh của voi nêu biểu bất tư nghị lực, hàng phục được tất cả ác thế gian, làm được tất cả những việc khó làm.

KINH HOA NGHIÊM

Phẩm 40 - Phổ Hiền Hạnh Nguyện

Phổ là đức trùm pháp giới.
Hiền là thuận theo hạnh lành.
Hạnh là xứng tánh tu hành.
Phổ có mười nghĩa:

1. Cầu chứng tất cả chỗ chứng của Như Lai.
2. Giáo hoá tất cả chúng sanh trong Pháp Giới.
3. Đoạn trừ tất cả phiền não, không để sót một vi trần.
4. Không một hạnh lành nào, dù nhỏ như mảy lông, dù lớn như hư không, mà không làm với tất cả tận tình.
5. Tất cả sự hạnh trên đều triệt nguồn lý.
6. Hạnh vô ngại: Lý sự giao triệt.
7. Hạnh dung thông: Mỗi hạnh dung nhiếp vô tận.
8. Chỗ khởi dụng: Không dụng nào không biến khắp pháp giới.
9. Chỗ hành xứ: Tám môn trên như đế võng thiệp nhập trùng trùng.
10. Thời gian hành: Cùng tận ba đời, không hạn kỳ.

CHÁNH VĂN KINH

Phổ Hiền Đại Bồ-tát khen ngợi công đức thù thắng của Như Lai rồi bảo Thiện tài rằng: Này thiện nam tử! Mười phương Phật nói công đức của Như Lai trải số kiếp nhiều như cực vi trần trong bất khả thuyết bất khả thuyết cõi Phật, cũng không nói hết được. Ai muốn trọn đủ công đức ấy phải tu 10 đại hạnh nguyện.

1-LỄ KÍNH CÁC CHƯ PHẬT

Mười phương ba đời tận pháp giới có bao nhiêu đức Phật, con nương hạnh nguyện Phổ Hiền, thâm tâm tín giải như đối trước mặt, đều dùng ba nghiệp thân, miệng, ý thanh tịnh mà lễ kính. Con hoá hiện thân nhiều như số cực vi trần trong bất khả thuyết cõi. Mỗi thân khắp lễ các đức Phật nhiều như số cực vi trần trong bất khả thuyết, bất khả thuyết cõi. Hư không kia hết, cõi chúng sanh hết, phiền não chúng sanh hết thì sự lễ kính của con mới hết. Nhưng cõi hư không cho đến phiền não chúng sanh không hết thì sự lễ kính của con cũng không cùng tận. Ba nghiệp thân, miệng, ý, thanh tịnh, niệm niệm hằng lễ kính, không bao giờ chán mỏi.

2-KHEN NGỢI NHƯ LAI

Mười phương ba đời tận pháp giới có bao nhiêu đức Phật. Vị nào cũng có rất đông Bồ-tát vây quanh. Con nương hạnh nguyện Phổ Hiền, thâm tâm tín giải như đối trước mặt, đều dùng lưỡi vi diệu hơn Biện tài thiên nữ. Mỗi lưỡi phát

xuất biển âm thanh vô tận. Mỗi âm thanh diễn xuất biển lời nói, để ca ngợi công đức Như Lai. Như thế, hư không giới, chúng sanh giới, chúng sanh nghiệp, chúng sanh phiền não hết thời sự khen ngợi của con mới hết. Nhưng cõi hư không cho đến phiền não chúng sanh không hết thì sự khen ngợi của con cũng không cùng tận. ba nghiệp thân, miệng, ý, thanh tịnh, niệm niệm hằng khen ngợi, không bao giờ chán mỏi.

3-RỘNG TU CÚNG DƯỜNG

Mười phương ba đời tận pháp giới có bao nhiêu đức Phật, vị nào cũng có rất đông Bồ-tát vây quanh. Con nương hạnh nguyện Phổ Hiền, thâm tâm tín giải như đối trước mặt, đều kính dâng cúng dường thượng diệu mây hoa, mây hương, mây âm nhạc, mây tàn lọng.v.v.. .Lại dâng cúng các thứ đèn, đèn dầu thơm, đèn tô lạc.v.v...Tim đèn lớn như núi Tu-di, dầu nhiều như nước biển cả.

Này thiện nam tử! Trong các thứ cúng dường, pháp cúng dường là hơn hết. Pháp cúng dường là: Tu hành đúng như lời Phật dạy, làm lợi ích chúng sanh, chịu khổ thay cho chúng sanh, nhiếp thọ chúng sanh, siêng năng tu tập căn lành, không bỏ hạnh bồ-tát, không rời tâm Bồ-đề.

Vô lượng tài cúng dường như trên sánh với một niệm pháp cúng dường, thời công đức không bằng một phần trăm, không bằng một phần ngàn, một phần toán, một phần số, một phần ưu ba ni sa đà. Vì sao? Vì Như Lai tôn trọng chánh

pháp. Vì tu hành đúng lời Phật dạy mới thành Phật. Bồ-tát pháp cúng dường mới trọn vẹn sự cúng dường. Pháp cúng dường mới là đại cúng dường. Như thế, hư không giới, chúng sanh giới, chúng sanh nghiệp, chúng sanh phiền não hết thời sự cúng dường của con mới hết. Nhưng cõi hư không cho đến phiền não chúng sanh không hết, thì sự cúng dường của con cũng tận. Ba nghiệp thân miệng ý thanh tịnh, niệm niệm hằng cúng dường, không bao giờ chán mỏi.

4-SÁM HỐI NGHIỆP CHƯỚNG

Từ vô thuỷ, thân miệng ý đã tạo bao nhiệp ác, vì ba độc tham sân si. Những tội ác này nếu có hình tướng thì khắp hư không chẳng đủ chỗ chứa đựng, nay xin đem ba nghiệp trong sạch, đối trước mười phương tận pháp giới chư phật, thành tâm sám hối, không dám tái phạm. Nguyện hằng an trụ nơi pháp giới tanh tịnh đầy đủ công đức lành. Như thế, hư không giới, chúng sanh giới, chúng sanh nghiệp, chúng sanh phiền não hết, thời sự sám hối của con mới hết. Những cõi hư không cho đến phiền não chúng sanh không hết thì sự sám hối của con không cùng tận. Ba nghiệp thân miệng ý thanh tịnh, niệm niệm hằng sám hối, không bao giờ chán mỏi.

5-TUỲ HỶ CÔNG ĐỨC

Mười phương ba đời tận Pháp giới bao nhiêu đức Phật từ sơ phát tâm cầu nhất thiết trí, siêng tu cội phước không tiếc thân mạng, trải qua số kiếp như cực vi trần trong bất khả thuyết, bất khả thuyết cõi. Mỗi kiếp đều thí xả đầu mắt tay chân nhiều như số cực vi trong bất khả thuyết bất khả thuyết cõi Phật, làm tất cả những hạnh khó làm, đầy đủ các môn ba la mật, chứng nhập các trí địa, viên mãn Vô-thượng Bồ-đề, cho đến nhập Niết-bàn, phân chia xá lợi. bao nhiêu căn lành con đều xin tuỳ hỷ.

Sáu thú bốn sanh mười phương có bao nhiêu công đức, dù nhỏ như mảy bụi, con cũng đều xin tuỳ hỷ.

Tất cả các Bồ-tát tu hạnh cần khổ khó làm, chí cầu quả Vô-thượng chánh đẳng Bồ-đề, bao nhiêu công đức rộng lớn, con đều xin tuỳ hỷ. Như thế, hư không giới, chúng sanh giới, chúng sanh nghiệp, chúng sanh phiền não hết, thời sự tuỳ hỷ của con mới hết. Nhưng cõi hư không cho đến phiền não chúng sanh không hết thì sự tuỳ hỷ của con không cùng tận. ba nghiệp thân miệng ý thanh tịnh, niệm niệm hằng tuỳ hỷ, không bao giờ chán mỏi.

6-THỈNH PHẬT THUYẾT PHÁP

Mười phương ba đời tận pháp giới có bao nhiêu vị thành đẳng chánh giác, chúng Bồ-tát vây quanh, con đều đem ba nghiệp thân miệng ý thanh tịnh, dùng đủ phương tiện ân cần cung thỉnh nói pháp nhiệm mầu. Như thế, hư không giới, chúng sanh giới, chúng sanh nghiệp, chúng sanh phiền não hết, thời sự cung thỉnh của con mới hết. Nhưng cõi hư không cho đến phiền não chúng sanh không hết thì sự cung thỉnh của con không cùng tận. ba nghiệp thân miệng ý thanh tịnh, niệm niệm hằng cung thỉnh chuyển diệu pháp luân, không bao giờ chán mỏi.

7-THỈNH PHẬT TRỤ THẾ

Mười phương ba đời tận pháp giới các đức Phật, Bồ-tát, Thanh-văn, Duyên-giác, hữu học, vô học cho đến tất cả các thiện tri thức, con đều cung thỉnh đừng nhập Niết-bàn. Xin Phật trụ thế trải vi trần kiếp lợi ích chúng sanh. Như thế, hư không giới, chúng sanh giới, chúng sanh nghiệp, chúng sanh phiền não hết, thì sự cung thỉnh của con mới hết. Nhưng cõi hư không cho đến phiền não chúng sanh không hết thì sự cung thỉnh của con cũng không cùng tận. Ba nghiệp thân miệng ý thanh tịnh, niệm niệm cung thỉnh, không bao giờ chán mỏi.

8-THƯỜNG THEO HỌC PHẬT

Đức Tỳ Lư Giá Na Phật ở cõi Ta Bà, từ sơ phát tâm tinh tấn bá thì bất khả thuyết bất khả thuyết thân mạng, lột da làm giấy, chẻ xương làm bút, lấy máu làm mực, biên chép kinh điển chất cao như núi Tu-di. Tôn trọng chánh pháp, thân mạng không tiếc, huống là ngôi vua thành ấp cung điện vườn rừng. Bao nhiêu việc khó làm cho đến thành đại Bồ-đề, các thứ thần thông biến hoá, hiện thân trong các chúng hội đạo tràng, Bồ-tát, Thanh-văn, Duyên-Giác, Chuyển Luân Thánh Vương, tiểu vương, cư sĩ, trưởng giả, bà-la-môn, sát-đếlợi, hoặc các đạo tràng của thiên long tám bộ, tuỳ cơ giáo hoá. Dùng viên âm thành thục chúng sanh, như đại lôi chấn. Tất cả hạnh đức như vậy cho đến thị hiện Niết-bàn, con đều học tập theo. Như hiện nay học theo Thế Tôn Tỳ Lư Giá Na, con học theo mười phương ba đời các đức Phật cũng vậy. Như thế, hư không giới, chúng sanh giới, chúng sanh nghiệp, chúng sanh phiền não hết, thời sự theo học của con mới hết. Nhưng cõi hư không cho đến phiền não chúng sanh không hết thì sự theo học của con cũng không cùng tận. Ba nghiệp thân miệng ý thanh tịnh, niệm niệm theo học, không bao giờ chán mỏi.

9-HẰNG THUẬN CHÚNG SANH

Mười phương ba đời tất cả chúng sanh trong pháp giới, loài sanh thai, sanh trứng, ẩm thấp, hoá sanh, các thứ sắc thân, hình trạng, tướng mạo, các thứ tộc loại tâm tánh tri kiến, các thứ dục lạc ý hành oai nghi, các thứ ăn uống y phục cư ngụ. Cho đến thiên long tám bộ, loài không chân, hai chân, bốn chân, nhiều chân, loài có tâm tưởng, không tâm tưởng, phi phi tưởng... Con đều vâng thờ cúng dường như kính cha mẹ, như trong sư trưởng, phụng sự như đức Thế Tôn. Làm thầy thuốc với bệnh nhân, chỉ đường cho kẻ lạc lối, đem đuốc sáng cho đêm tối, đem của báu cho người nghèo. Bồ-tát bình đẳng lợi ích chúng sanh. Bởi vì tuỳ thuận chúng sanh chính là cúng dường Như Lai. Làm cho chúng sanh vui mừng chính là làm cho tất cả Như Lai vui mừng. Bởi vì nhân chúng sanh mà khởi lòng đại bi. Nhân đại bi mà phát tâm Bồ-đề. Do đây thành Vô-thượng chánh đẳng chánh giác.

Trong cõi sa mạc sanh tử mênh mông này có cây Bồ-đề thọ vương. Dùng nước đại bi tưới gốc rễ chúng sanh thì sẽ trổ bông trí tuệ Bồ-tát mà kết quả Phật toàn giác. Cho nên, Bồ-đề thuộc về chúng sanh, không có chúng sanh tất cả Bồ-đề không thể thành đạo Vô-thượng chánh đẳng chánh giác.

Này thiện nam tử, nơi nghĩa này phải hiểu rõ: Có bình đẳng đối với chúng sanh mới viên mãn lòng đại bi. Đem tâm đại bi tuỳ thuận chúng sanh mới thành tựu pháp cúng dường Như Lai. Như thế, hư không giới, chúng sanh giới, chúng sanh nghiệp, chúng sanh phiền não hết, thời sự tuỳ nhuận của con mới hết. Nhưng cõi hư không cho đến phiền não chúng sanh không hết, thì sự tuỳ thuận của con cũng không cùng tận. Ba nghiệp thân miệng ý thanh tịnh niệm niệm tuỳ thuận, không bao giờ chán mỏi.

10. KHẮP ĐỀU HỒI HƯỚNG

Từ sự kính lễ kính ban đầu đến tuỳ thuận chúng sanh, có bao nhiêu công đức thảy đều hồi hướng tất cả pháp giới chúng sanh. Nguyện đều an vui không bệnh khổ. Pháp ác đều không thành. Pháp lành mau thành tựu. Đóng chặt cửa ác thú, mở rộng lối nhân thiên Niết-bàn. Chúng sanh nào lỡ tạo nghiệp ác, phải chịu quả khổ. Con xin chịu thay, khiến được giải thoát, cho đến chứng quả Vô-thượng Bồ-đề. Như thế, hư không giới, chúng sanh giới, chúng sanh nghiệp, chúng sanh phiền não hết, thời sự hồi hướng của con mới hết. Nhưng cõi hư không cho đến phiền não chúng sanh không hết thì sự hồi hướng của con cũng không cùng tận. Ba nghiệp thân, miệng y thanh tịnh, niệm niệm hồi hướng, không bao giờ chán mỏi.

Này thiện nam tử! Bồ-tát tu hành 10 năm đại nguyện như trên, có thể thuần thục tất cả chúng sanh, có thể chon đủ biển hạnh, nguyện của Phổ Hiền Bồ-tát.

Thiện nam, thiện nữ, là dùng bảy báu thượng diệu và các thứ vui đẹp của cõi trời cõi người đầy khắp mười phương, trên cúng dường tất cả chư Phật, dưới bá thí tất cả chúng sanh, trải vi trần kiếp liên tiếp không ngừng. So với người một phen nghe mười điều nguyện vương, công đức không bằng một phần trăm, không bằng một phần ngàn, cho đến không bằng một phần ưu ba ni sa đà.

Nếu đem lòng tin sâu biên chép đọc thọ trì, dù chỉ một bài kệ bốn câu, sẽ trừ năm nghiệp vô gián. Tất cả thân bệnh, tâm bệnh, khổ não ác nghiệp đều được tiêu tan. Dạ-xoa, La-sát, Cưu-bàn- trà, tỳ-xá-xà, bộ-đa... các ác quỷ thần đều lánh xa. Nếu có tới gần là để ủng hộ.

Người trì tụng, mười nguyện vương này đi trong thế gian không bị chướng ngại, như mặt trăng ra khỏi mây mù. Các đức Phật Bồ-tát khen ngợi, trời người kính lễ. Tất cả chúng sanh đều nên cúng dường. Thiện nam tử này trọn đủ công đức Phổ Hiền. Chẳng bao lâu sẽ thành tựu sắc thân vi diệu, đủ 32 tướng đại trượng phu, sanh về cõi trời, dù có ở cõi người cũng sanh trong dòng cao quý. Phá hoại tất cả đường ác, xa lìa bạn xấu, chế phục tà ma ngoại đạo, giải thoát tất cả phiền não. Như sư tử vương dẹp phục bầy thú, kham lãnh thọ sự cúng dường của tất cả chúng sanh.

Lâm chung, căn thân hư hoại, quyến thuộc xa lìa, oai thế tiêu tan, tiền của ngựa xe, không một thứ nào đem theo được, chỉ có mười đại nguyện vương này dẫn đường về cực lạc, thấy Phật A Di Đà cùng các Bồ-tát Văn Thù, Phổ Hiền, Quán Tự Tại, Di Lặc... sắc tướng đoan nghiêm. Người này tự thấy gá sanh nơi ao sen báu, được Phật thọ ký. từ đó trải vô số trăm ngàn muôn ức na do tha kiếp, đi khắp mười phương. Dùng sức trí tuệ tuỳ thuận lợi ích tất cả chúng sanh, chẳng bao lâu sẽ ngồi đạo tràng hàng phục quân ma, thành đẳng chánh giác, giáo hoá chúng sanh trong vi trần cõi Phật cùng tận vị lai.

Này thiện nam tử, công đức người thọ trì đọc tụng giảng nói 10 nguyện vương này chỉ có đức Phật mới biết rõ, ngoài ra không ai hiểu thấu. Thế nên, ai đã được nghe, chớ có nghi ngờ. Phải nên thọ trì biên chép giảng nói. Tất cả ước mong đều sẽ được như nguyện, có thể ở trong biển khổ cứu vớt chúng sanh, đưa về cõi cực lạc của đức Phật A Di Đà.

SÁM MƯỜI NGUYỆN PHỔ HIỀN

Một là Lễ kính chư Phật.
Hai là Xưng tán Như Lai.
Ba là Quảng tu cúng dường.
Bốn là Sám hối nghiệp chướng.
Năm là Tùy hỷ công đức.
Sáu là Thỉnh chuyển pháp luân
Bảy là Thỉnh Phật trụ thế.
Tám là Thường tùy Phật học.
Chín là Hằng thuận chúng sanh.
Mười là Phổ giai hồi hướng.

6

LỄ VÍA CHUẨN ĐỀ BỒ TÁT

(NGÀY 16 THÁNG 3 ÂM LỊCH)

1. Cúng hương
2. Cầu nguyện
3. Khen ngợi Phật
4. Quán tưởng Phật
5. Đảnh lễ
6. Tán dương chi
7. Chú Đại Bi
8. Kệ khai kinh
9. Kinh Chú Chuẩn Đề Bồ Tát
10. Bát Nhã Tâm Kinh
11. Niệm Phật
12. Sám Chuẩn Đề
13. Hồi hướng
14. Phục nguyện
15. Kính lễ bốn ân, ba cõi
16. Tam quy
17. Bài kệ Chư Thiên

KINH CHUẨN ĐỀ BỒ TÁT

Đức Phật ở thành Vương Xá, tinh xá Kỳ Hòan, vườn Cấp Cô Độc, bốn chúng và tám bộ vây quanh. thương xót chúng sanh đời mạt pháp phước mỏng nghiệp dày, đức Thế Tôn nhập dịnh Chuẩn Đề tam muội rồi nói thần chú: "Nam mô tát đa nẫm, tam miểu tam bồ đề câu chi nẫm, đát điệt tha. Ám chiết lệ chủ lệ chuẩn đề sa bà ha". (o)

Đức Phật dạy rằng ai trì tụng đủ chín mươi vạn biến có thể diệt được những tội mười ác, bốn trọng và năm nghịch. Bất luận tịnh hay uế, tăng hay tục, chỉ cần chí thành trì tụng thần chú sẽ được tiêu tai giải nạn, hết bệnh, sống lâu, tụng đủ bốn mươi chín ngày thì đi, đứng, nằm ngồi đều được Tam-bảo ủng hộ.

Muốn cầu thần thông trí tuệ cho đến Vô-thượng Bồ-đề, chỉ cần đúng pháp thiết lập đàn tràng, tụng một trăm vạn biến. Những người này sẽ được về Tịnh-độ, học hạnh chư Phật, nghe pháp, trọn sẽ chứng quả Bồ-đề. (o)

(Nhị Khóa Hiệp Giải)

CHÚ CHUẨN ĐỀ

Cúi đầu quy y Tô Tất Đế,
Đầu mặt đảnh lễ thất câu chi,
Con nay xưng tán Đại Chuẩn Đề,
Duy nguyện từ bi thuỳ gia hộ. (o)

Nam mô tát đa nẩm tam miệu tam bồ đề, Cu chi nẩm, Đát điệt tha.

Án, Chiết lệ chủ lệ Chuẩn Đề ta bà ha. (108 lần) (o)

Bộ lâm, án lam, án xỉ lâm, án ma ni bát nạp minh hồng. Án chiết lệ chủ lệ Chuẩn Đề ta bà ha. (3 lần) (o)

Nam Mô Thất Cu Chi Phật Mẫu Đại Chuẩn Đề Vương Bồ Tát Ma ha tát. (3 lần) (o)

SÁM CHUẨN ĐỀ

Cúi đầu quy kính Pháp viên thành.
Đảnh lễ đủ bảy trăm ức Phật.
Con nay xưng tán Đại Chuẩn Đề.
Xin nguyện từ bi thường gia hộ.
Chuẩn Đề công đức tụ.
Vắng lặng tâm thường tụng.
Cho dù là nạn lớn.
Cũng không hại người tu.
Trên trời và dưới thế.
Hưởng phước bằng với Phật.
Gặp ngọc như ý này.
Đắc định thành chánh giác. (o)

Xin Ngài gia hộ cho đệ tử chúng con viên thành sở nguyện, tiêu trừ nghiệp chướng, tăng trưởng thiện căn, cùng với chúng sinh, tu hạnh chơn ngôn, trang nghiêm phước tuệ, một thời đồng chứng, Chánh đẳng chánh giác. (o)

Chí tâm đảnh lễ: Nam mô Thất Câu Chi Phật Mẫu Đại Chuẩn Đề Vương Bồ Tát Ma Ha Tát. (3 lần) (ooo)

SÁM CHUẨN ĐỀ

Chuẩn Đề Vương phép mầu linh hiển,
Kim thân Ngài biến hiện nhiều tay,
Tả biên hữu dực đủ đầy,
Mỗi bên xuất hiện chín tay đàng hoàng.
Cứ mỗi tay đều mang bảo vật,
Để trừ tà cứu vớt chúng sanh,
Từ bi Ngài sẵn lòng lành,
Muốn độ muôn loại đắc thành quả cao.
Ngài chứng quả ở vào quá khứ,
Chưa chuyển sanh xuống trụ nhơn gian,
Riêng nơi cõi Phật nghiêm trang,
Chưởng quản chốn ấy an nhàn thảnh thơi.
Ngài xem thấy người đời khổ sở,
Lòng từ bi chẳng nỡ bỏ qua,
Sự thương rộng lớn chan hòa,
Như lòng người mẹ thật thà thương con.
Bởi vì thế suy tôn Phật mẫu,
Thất Cu Chi ấy báu hiệu Ngài,
Đà La Ni kinh thuyết khai,
Cầu cho hết thảy trong ngoài thế gian.
Đều tỉnh ngộ hân hoan tu tập,
Để mau mau vượt cấp kim giai,

Chú thần linh hiển ít bài,
Pháp môn quán tưởng của Ngài thật hay.
Thương chúng sanh quá đầy phiền não,
Lập pháp mầu chánh đạo độ tha,
Thiện tín, xuất gia, tại gia,
Tín tâm tưởng niệm, ắt là độ ngay.
Phải trai giới hằng ngày soi xét,
Cứ mỗi đêm y phép tham thiền,
Hành giả tăng ích phước điền,
Bổn tâm thanh tịnh nghiệp duyên tiêu mòn.
Thường tin tưởng lòng son kiên cố,
Công tu hành tiến bộ chẳng sai,
Ba la mật địa quả bày,
Bồ đề chánh giác kim đài thưởng công.

Nam mô Thất Câu Chi Phật Mẫu Đại Thánh Chuẩn Đề Vương Bồ Tát.

(Trích "Liên Hoàn Sám nguyện" - Thích Thiện Tâm Sa đéc 1961.

- Đối chiếu "Nghi thức Tụng Niệm" - Thích Thiện Huệ Sài Gòn 1974.)

7

LỄ VÍA VĂN THÙ BỒ TÁT

(NGÀY 4 THÁNG 4 ÂM LỊCH)

1. Cúng hương
2. Cầu nguyện
3. Khen ngợi Phật
4. Quán tưởng Phật
5. Đảnh lễ
6. Tán dương chi
7. Chú Đại Bi
8. Kệ khai kinh
9. Kinh Văn Thù Bồ Tát
10. Kinh Văn Thù Sư Lợi Tuần Hành
11. Bát Nhã Tâm Kinh
12. Niệm Phật
13. Sám Mười Nguyện Phổ Hiền
14. Hồi hướngs
15. Phục nguyện
16. Kính lễ bốn ân, ba cõi
17. Tam quy
18. Bài kệ Chư Thiên

KINH VĂN THÙ BỒ TÁT

Như vậy tôi nghe: Một thời Phật ở nước Xá Vệ, rừng Kỳ Đà, vườn Cấp Cô Độc, cùng tám nghìn đại Tỳ-kheo, trưởng lão Xá Lợi Phất, đại mục Kiền Liên.v.v... làm thượng thủ. (o)

Bồ-tát Hiền kiếp một ngàn vị, đức Di Lặc làm thượng thủ. Lại có mười phương Bồ-tát đến dự, đức Quán Thế Âm làm thượng thủ.

Cuối đêm, Phật nhập định, hào quang rực rỡ chói khắp rừng Kỳ Đà, xoay quanh vận chuyển, chiếu ngay phòng Văn Thù Sư Lợi Bồ-tát, hoá thành bảy cái đài bằng vàng. Mỗi đài có năm trăm hoá Phật đi kinh hành.

Bồ-tát Bạt đà Bà La kính lễ tịnh xá Phật, đến liêu ngài tôn giả A Nan giục báo hiệu cho đại chúng biết.

- Kính Thưa Thánh giả, Thế Tôn chưa ban sắc lệnh, tôi làm sao dám đánh kiền chuỳ họp chúng.

Tôn giả Xá Lợi Phất cũng vừa đến, bảo tôn giả A Nan: "Pháp đệ! Nên tuỳ nghi nhóm chúng". Tôn giả A Nan liền đánh kiền chuỳ tập chúng. Tiếng vang dội khắp cả nước đều nghe. Trên cõi trời Hữu Đỉnh, Thích Phạm Hộ Thế Tứ Thiên Vương cùng các thiên tử vội hoa hương đến vườn Kỳ Đà. Bấy giờ đức Thế Tôn xuất định, mỉm cười, hào quang năm sắc từ miệng Phật hiện ra. Rừng Kỳ Đà biến thành ngọc lưu ly. Thánh giả Văn Thù vào trong tịnh xá lễ Phật, dưới mỗi đầu gối bỗng có năm bông sen. Từ trên đầu mười ngón tay chắp lại, hiện ra 10.000 hoa sen vàng. Ngài Văn Thù dùng hoa này tung lên cúng dường

đức Phật. Xong ngài nhiễu Phật ba vòng rồi lui về chỗ ngồi. Bồ-tát Bạt Đà Bà La đảnh lễ thỉnh Phật nói về Thánh giả Văn Thù. Phật dạy: Ngài đã từng gần gũi trăm ngàn chư Phật, nay ở cõi Ta-bà làm Phật sự. Ngài thường biến hiện tự tại khắp mười phương thế giới, về sau lâu xa mới nhập Niết-bàn. (o)

Phật bảo: Bạt Đà Bà La và đại chúng, thánh giả Văn Thù vô lượng thần thông. Chúng sanh nào được nghe tên ngài, liền dứt trừ mười hai ức kiếp sanh tử tội nặng. Ai lễ bái cúng dường, đời đời thường sanh trong nhà Phật. Cho nên chúng sanh phải ân cần nhớ niệm hình tượng Ngài. Nếu quán không được tỏ rõ (bởi vì đời trước đã gây nghiệp chướng nặng nề) **thì phải tụng kinh Thủ Lăng Nghiêm xưng niệm danh hiệu Thánh giả từ một đến bảy ngày, cầu nguyện thì sẽ thấy hình tượng ngài trong mộng. Muốn cầu chứng quả, lễ bái Thánh tượng một ngày một đêm, quán tưởng thấy được hình ngài, sẽ chứng A-la-hán. Ai thâm tín kinh Phương Đẳng, tu pháp thiền định, tâm còn tán loạn, thành kính niệm danh hiệu ngài, thì trong chiêm bao được nghe nghĩa chân thật viên diệu. Tâm người này được kiên cố, bất thoái nơi đạo Vô-thượng.** (o)

Này Bạt Đà Bà La! Ai muốn tu phước nghiệp Bồ-tát, mà thường nghĩ nhớ đến Thánh giả Văn Thù thì ngài hiện thân bần cùng cô độc đến trước hành giả.

Các bậc trí tuệ phải nhìn xét cho kỹ Văn Thù đủ ba mươi hai tướng quí, tám mươi vẻ đẹp. Hằng quán tưởng như vậy. Lại nhờ oai lực chánh

định Thủ Lăng Nghiêm, sẽ mau chóng được thấy thánh giả Văn Thù.

Sau khi Phật diệt độ, ai được nghe danh hiệu Văn Thù, Thấy hình tượng văn Thù thì trăm ngàn kiếp chẳng xa ác đạo. Ai thọ trì danh hiệu Thánh giả, thường sanh về các quốc độ thanh tịnh, gặp Phật nghe pháp, chúng vô sanh nhẫn.

Này Bạt Đà Bà La! Thánh giả Văn Thù chứng được thân bất hoại. Ông đã nghe những lời ta nói, phải khéo thọ trì, vì chúng sanh rộng bày.

Bạt Đà Bà La cùng các đại Bồ-tát, tôn giả Xá Lợi Phất cùng Thanh-văn Tăng, Thiên Long Bát Bộ, tất cả đại chúng hoan hỷ phụng hành.

Phật nói kinh Văn Thù Sư Lợi Bồ Tát đã xong. (ooo)

(Kinh Văn Thù Bồ Tát, Đại Tạng Kinh, quyển 463)

KINH VĂN THÙ SƯ LỢI TUẦN HÀNH

(Đời Nguyên Nguỵ, Tam tạng Pháp Sư Bô-đề lưu chi dịch từ chữ Phạn ra chữ Hán. Ni trưởng Huê Lâm việt dịch)

Như vậy tôi nghe, một thời đức Bạc-già-phạm ở thành Vương Xá, núi Kỳ Xà Quật, cùng 500 đại Tỳ-kheo. (o)

Mặt trời vừa mọc, đức Văn Thù cùng 500 Tỳ-kheo thứ lớp tuần hành. Trước hết đến trưởng lão Xá Lợi Phất, thấy ngài đang đoan nghiêm an toạ.

-Thưa ngài Xá Lợi Phất, tâm tịnh tịnh sẵn đủ sao còn nhập thiền để cầu tịnh tịnh? Đại đức Xá Lợi Phất y pháp thiền nào? Y quá khứ, hiện tại

hay y vị lai? Y nội thân hay y ngoại cảnh? Y tâm hay y thân mà nhập thiền?

Ngài đã thông suốt Pháp này chưa? Ngài có hành trì pháp lạc chưa?

-Nếu chưa nắm được pháp ấy làm sao tôi biết tu? Nếu không có pháp lạc làm sao tôi hành trì? Đây là pháp ly dục, Như Lai vì hàng Thanh-văn giảng dạy. Tôi y lời mà hành thiền. Y theo quá khứ, y theo hiện tại, y theo vị lai cho đến y theo thân tâm mà hành trì. Thiền của tôi tu chánh niệm, gồm cả định và tuệ. (o)

-Thưa đại đức Xá Lợi Phất!

a/ Nếu y theo các Pháp quá khứ, Như Lai không có. Hiện tại, Như Lai không có. Vị Lai, Như Lai không có. Pháp này như thế là không, đã không có pháp thì không có chỗ y.

b/ Quá khứ Như Lai, hiện tại Như Lai, vị lai Như Lai không có người an trụ cũng không có sứ sở để an trụ. Đã không có chỗ an trụ thì nương nơi đâu có chỗ sở y?

c/ Nếu nói quá khứ, hiện tại, vị lai Như Lai là chỗ y hay chẳng là y, đều là phỉ báng Như Lai. Bởi vì Như Lai vô niệm vô sở niệm. Chân như bất thoái, chân như vô tướng.

d/ Quá khứ chân như bất khả đắc, hiện tại chân như bất khả đắc, vị lai chân như bất khả đắc cho đến tâm chân như cũng bất khả đắc.

f/ Không có pháp ngoài chân như để có thể nói. (o)

-Thưa Thánh giả Văn Thù, Như Lai an trụ chân như mà nói pháp.

-Chân như chẳng phải có, pháp ấy cũng không có. Như Lai cũng không có." Có thể được chánh pháp hay chẳng thể được chánh pháp". Cả hai lời nói này chẳng thể được.

-Thưa Thánh giả, sau này ai thọ lãnh được đúng nghĩa như ngài dạy?

-Không chấp thủ pháp hữu vi, cũng chẳng trông mong nhập Niết-bàn, sẽ thọ được pháp này. Không được các pháp quá khứ, hiện tại, vị lai. Không biết các pháp ấy, sẽ được pháp này. Chẳng thấy ô nhiễm thanh tịnh, không tâm thủ xả, sẽ lãnh được pháp này. Chẳng ngã hành trì cũng chẳng vô ngã mà hành trì, sẽ lãnh thọ được pháp này. (o)

-Thưa Thánh giả Văn Thù, pháp này còn chẳng phải cảnh giới của A-la-hán, huống chi phàm phu ngu si làm sao lãnh hội?

-Bạch đại đức! Không trụ, không xứ, gọi là A-la-hán. Vậy A-la-hán ở cảnh giới nào? Đối với danh sắc không phân biệt gọi là A-la-hán. Phàm ngu bất khả đắc, pháp của phàm ngu cũng bất khả đắc. A-la-hán bất khả đắc, pháp A-la-hán cũng bất khả đắc. Đã bất khả đắc thì chẳng phân biệt. Chẳng phân biệt thì không có chỗ sở hành, không sở hành thì không có hý luận, không có hý luận thì mới thật là tịnh tịnh. Người tịnh tịnh không chấp có, không chấp không, không chấp chẳng phải không. Không chấp thủ là chứng vô sở đắc, nghĩa là xa lìa tất cả sở đắc, vô tâm, ly tâm. Trụ pháp Thanh-văn phải biết rõ như thế.

Năm trăm Tỳ-kheo vội bỏ pháp hội ra đi, nói rằng:" Chúng ta chẳng muốn thấy mặt Văn Thù, chẳng muốn nghe đến tên Văn Thù. Nơi nào có Văn Thù chúng ta cũng bỏ đi. Vì ông ấy nói những lời khác với phạm hạnh của chúng ta". (o)

Trưởng lão Xá Lợi Phất trách Thánh giả Văn Thù đã nói pháp nghĩa quá cao, khiến các Tỳ-kheo phạm tội phỉ báng.

-Thưa đại đức Xá Lợi Phất! Các Tỳ-kheo đã nói những lời thật hay, thật quý hoá, thật khéo đúng với Phật pháp. Bởi vì Văn-thù bất khả đắc thì làm sao thấy? Làm sao nghe? Nơi nào còn có chấp văn thù thì dĩ nhiên chúng Tỳ-kheo bỏ đi. Nhưng nếu thật không có Văn Thù thì còn cần gì đến những chuyện gần gũi hay bỏ đi?

Nghe nói như thế năm trăm Tỳ-kheo quay trở lại. Thánh giả Văn Thù nói tiếp: Thưa các Tỳ-kheo, pháp này chẳng do nhận thức mà biết được, chẳng do trí tuệ suy tư mà biết được mà chẳng phải chỗ sở niệm. Hàng Thanh-văn đệ tử của đức Như Lai nếu học được như thế, đức Thế Tôn sẽ khen là bậc tối thắng phước điền của thế gian, xứng đáng thọ sự cúng dường của trời người. (o)

Bốn trăm Tỳ-kheo lãnh đại pháp, sạch hết các kết sử hữu lậu, liền được giải thoát. Còn một trăm Tỳ-kheo vì ác tâm đoạ địa ngục.

Trưởng lão Xá Lợi Phất lại trách Thánh giả

Văn Thù không chịu hộ niệm chúng sanh. Đức Phật can rằng: "Này Xá Lợi Phất! Một trăm Tỳ-kheo vì tội phỉ báng, đáng lẽ phải chịu khổ địa ngục trọn một kiếp. Nhưng vì được nghe đại pháp vô lậu thượng diệu của Văn Thù (dù là nghe qua tai) **nên chỉ thọ nghiệp rất ít rồi liền sanh lên cõi trời Đâu Suất, ở chung một chỗ. Một trăm Tỳ-kheo này, Long Hoa đệ nhất hội của đức Di Lặc, sẽ chứng A-la-hán. Như thế Xá Lợi Phất! Nghe được pháp môn tối thắng này, sẽ chẳng còn phải tu tứ thiền, tứ vô lượng tâm v.v... mà vẫn giải thoát hết thảy sanh, già, bệnh, chết, ưu, bi, khổ, não.**

Trưởng lão Xá Lợi Phất tán thán Thánh giả Văn Thù khéo nói pháp lợi ích chúng sanh. (o)

Thánh giả văn Thù đáp: Thưa đại đức Xá Lợi Phất! Chân như chẳng giảm bớt, chẳng tăng thêm. Pháp giới chẳng giảm bớt, chẳng tăng thêm. Chúng sanh giới chẳng giảm bớt, chẳng tăng thêm. Bởi vì việc này chỉ có lời nói, không có người y cứ, không có chỗ y cứ. Chẳng phải y hay không y. Thưa đại đức Xá Lợi Phất! Chỗ chẳng y như thế tức là Bồ-đề, Bồ-đề tức là giải thoát. Nếu y nơi pháp là còn phân biệt. Biết chẳng phải hữu vi (có tạo tác) **chẳng phải vô vi** (không tạo tác), **tức là Niết-bàn.** (o)

Đức Thế Tôn ấn chứng: Đúng vậy! Đúng vậy! Và muốn cho nghĩa này tỏ rõ kệ rằng:

Nếu phân biệt quá khứ,
Cùng hiện tại vị lai,

Các pháp, tướng, vô tướng,
Hữu vi hay Niết-bàn,
Phân biệt khiến tạo nghiệp,
Chấp thủ tức chói buộc.

Nếu dùng trí quan sát
Ấm, nhập, giới giả danh
Vô tướng không sanh diệt,
Được trí tuệ xuất thế.

Dùng trí vô phân biệt
Không chấp thủ giải thoát,
Cảnh giới của hạnh này
Nhàn tịnh như hư không. (o)

Của báu đầy ba ngàn
Bố thí được hưởng phước.
Nếu người nghe pháp này
Phước hơn người bố thí.
Bố thí, trì giới, nhẫn,
Thần thông đại tự tại,
Ức kiếp thường tu hành
Chẳng bằng nghe kinh này.

Nên biết thắng pháp đây
Đức chánh biến tri nói
Những ai vui nghe kinh
Quyết sẽ chứng quả Phật. (o)

Phật nói kinh xong, mười ngàn chúng sanh xa trần lìa cấu, được pháp nhãn tịnh. Các Tỳ-kheo đều phát tâm Vô-thượng chánh đẳng giác. Thế Tôn thọ ký năm trăm Tỳ-kheo sẽ thành Phật, đồng một hiệu là Pháp Hoa Như Lai, chánh biến tri... Thánh giả Văn Thù, trưởng lão Xá Lợi Phất, thiên long bát bộ... nghe Phật giảng thuyết, đều tín thọ phụng hành. (ooo)

(Kinh Văn Thù Sư Lợi Tuần Hành, Đại Tạng Kinh, quyển 14. Bộ 4. Số 471)

8

NGHI THỨC LỄ PHẬT ĐẢN

(RẰM THÁNG 4 TRĂNG TRÒN)

1. Cúng hương
2. Cầu nguyện
3. Khen ngợi Phật
4. Quán tưởng Phật
5. Đảnh lễ
6. Tán dương chi
7. Chú Đại Bi
8. Phát nguyện trì kinh
9. Kệ khai kinh
10. Bài tụng khánh đản
11. Xướng lễ cuộc đời Đức Phật Thích Ca
12. Kệ tắm Phật
13. Bát Nhã Tâm Kinh
14. Xưng tán hồng danh Phật
15. Hồi hướng
16. Ngồi thiền
17. Phục nguyện
18. Kính lễ bốn ân, ba cõi
19. Tam quy
20. Bài kệ Chư Thiên

CÚNG HƯƠNG

(Quì ngay thẳng, cầm 3 cây hương dâng ngang trán, chỉ chủ lễ niệm)

Nguyện dâng hương mầu nầy
Cúng dường tất cả Phật
Tôn Pháp, chư Bồ Tát
Thinh Văn và Duyên Giác
Cùng các bậc Thánh Hiền
Duyên khởi đài sáng chói
Khắp xông mười phương cõi
Tỏa ngát các chúng sanh
Đều phát tâm Bồ Đề
Xa lìa các vọng nghiệp
Trọn nên Đạo Vô Thượng.
Nam Mô Hương Cúng Dường Bồ Tát Ma Ha Tát. (o) (1 xá)

CẦU NGUYỆN

Hôm nay lễ Rằm Tháng Tư Khánh Đản, đệ tử chúng con (chủ lễ) **là.... và các Phật tử Chùa Hương Sen, đạo tràng Perris, California, vân tập tại đại hùng bảo điện chùa Hương Sen, Perris, California, Hoa Kỳ, thành tâm thiết lễ Mừng Phật đản sanh.**

Chúng con cung kính quỳ trước chánh điện, chiêm ngưỡng bảo tướng đức Phật sơ sanh, lạy mừng kim thân của đức Từ phụ, tán dương công đức bậc thầy ba cõi, xưng tụng hồng danh bậc giác ngộ của muôn loài. Chúng con nguyện:

chánh pháp được lan truyền khắp chốn; lời Phật được phổ biến muôn nơi; người người từ bỏ tham giận, si mê; tưới tẩm từ bi, hạnh phúc; làm lành lánh dữ, thương yêu đùm bọc lẫn nhau; thế giới dứt nghiệp binh đao; muôn loài an vui giải thoát.

Lại nguyện: đời đời kiếp kiếp thường làm thiện hữu với Phật pháp, quyến thuộc từ bi, hộ trì Tam Bảo ở mãi thế gian, sống trọn đời trong an vui tự tại. Từ nay, sạch hết não phiền, thoát vòng mê muội. Nguyện cùng pháp giới chúng sanh đều chứng thành quả Phật.

Nam Mô Đâu Suất giáng trần, Lâm-tì-ni thị hiện, Tà bà giáo chủ, Bổn Sư Thích Ca Mâu Ni Phật tác đại chứng minh. (3 lần) (o)

KHEN NGỢI PHẬT

Đấng Pháp Vương vô thượng
Ba cõi chẳng ai bằng
Thầy dạy khắp trời, người
Cha lành chung bốn loài
Quy y tròn một niệm
Dứt sạch nghiệp ba kỳ
Xưng dương cùng tán thán
Ức kiếp không cùng tận. (o) (1 xá)

QUÁN TƯỞNG PHẬT

Phật, chúng sanh tánh thường rỗng lặng
Đạo cảm thông không thể nghĩ bàn

Lưới đế châu ví đạo tràng
Mười phương Phật hiện hào quang sáng ngời
Trước bảo tọa thân con ảnh hiện
Cúi đầu xin thệ nguyện quy y. (o)

ĐẢNH LỄ

(Đại chúng đồng tụng)

Chí tâm đảnh lễ:

Nam Mô tận hư không biến pháp giới quá, hiện, vị lai thập phương chư Phật, Tôn Pháp Hiền Thánh Tăng thường trụ Tam Bảo. (o) (1 lạy)

Chí tâm đảnh lễ:

Nam Mô Ta Bà Giáo Chủ Bổn Sư Thích Ca Mâu Ni Phật, Đương Lai Hạ Sinh Di Lặc Tôn Phật, Đại Trí Văn Thù Sư Lợi Bồ Tát, Đại Hạnh Phổ Hiền Bồ Tát, Hộ Pháp Chư Tôn Bồ Tát, Linh Sơn Hội Thượng Phật Bồ Tát. (o) (1 lạy)

Chí tâm đảnh lễ:

Nam Mô Tây Phương Cực Lạc Thế Giới Đại Từ Đại Bi A Di Đà Phật, Đại Bi Quán Thế Âm Bồ Tát, Đại Thế Chí Bồ Tát, Đại Nguyện Địa Tạng Vương Bồ Tát, Thanh Tịnh Đại Hải Chúng Bồ Tát. (o) (1 lạy)

TÁN DƯƠNG CHI

(Mời ngồi xuống và khai chuông mõ)

Cành dương nước tịnh nhiệm mầu
Rưới tắt muôn vàn cảnh khổ đau

Chư Thiên mát mẻ, tâm thanh tịnh
Nhân thế vui tươi, cảnh an nhàn
Cam lồ rưới khắp trần gian
Lửa sân dứt sạch, sen vàng nở hoa.

Nam Mô Thanh Lương Địa Bồ Tát Ma Ha Tát. (3 lần) (o)

CHÚ ĐẠI-BI

Nam Mô Đại Bi Hội Thượng Phật Bồ Tát. (3 lần) (o)

Thiên thủ thiên nhãn vô ngại đại-bi tâm đà-la-ni.

Nam Mô hắc ra đát na, đa ra dạ da. Nam Môa rị da, bà lô yết đế, thước bát ra da, Bồ-đề tát đỏa bà da, ma ha tát đỏa bà da, ma ha ca lô ni ca da, án, tát bàn ra phạt duệ số đát na đát tỏa.

Nam Mô tất kiết lật đỏa y mông a rị da, bà lô kiết đế thất Phật ra lăng đà bà.

Nam Mô na ra cẩn trì hê rị ma ha bàn đa sa mế, tát bà a tha đậu thâu bằng, a thệ dựng, tát bà tát đa, na ma bà già, ma phạt đạt đậu, đát điệt tha. Án a bà lô hê, lô ca đế, ca ra đế, di hê rị, ma ha bồ-đề tát đỏa, tát bà tát bà, ma ra ma ra, ma hê ma hê, rị đà dựng, cu lô cu lô kiết mông, độ lô độ lô, phạt xà da đế, ma ha phạt xà da đế, đà ra đà ra, địa rị ni, thất Phật ra da, dá ra dá ra. Mạ mạ phạt ma ra, mục đế lệ, y hê y hê, thất na thất na a ra sâm Phật ra xá-lợi, phạt sa phạt sâm, Phật ra xá da, hô lô hô lô ma ra, hô lô hô lô hê rị, ta ra ta ra, tất rị tất rị, tô rô tô rô, bồ-đề dạ bồ-

đề dạ, bồ-đà dạ, bồ-đà dạ, di đế rị dạ, na ra cẩn trì địa rị sắc ni na, ba dạ ma na ta bà ha. Tất đà dạ ta bà ha. Ma ha tất đà dạ ta bà ha. Tất đà du nghệ thất bàn ra dạ, ta bà ha. Na ra cẩn trì ta bà ha. Ma ra na ra ta bà ha. Tất ra tăng a mục khê da, ta bà ha. Ta bà ma ha, a tất đà dạ, ta bà ha. Giả kiết ra a tất đà dạ, ta bà ha. Ba đà ma yết tất đà dạ, ta bà ha. Na ra cẩn trì bàn đà ra dạ, ta bà ha. Ma bà lị thắng yết ra dạ, ta bà ha.

Nam Mô hắc ra đát na, đa ra dạ da. Nam Mô a rị da, bà lô yết đế, thước bàng ra dạ, ta bà ha.

Án tất điện đô, mạn đa ra, bạt đà dạ, ta bà ha. (3 lần) (o)

Nam mô Thập phương Thường trú Tam Bảo. (3 lần) (o)

PHÁT NGUYỆN TRÌ KINH

Lạy đấng Thầy ba cõi,
Quy mạng Phật mười phương.
Con nay phát nguyện lớn,
Thọ trì tạng Pháp Bảo,
Trên đền bốn ơn nặng,
Dưới cứu khổ ba đường.
Nguyện cho người thấy nghe
Đều phát tâm bồ-đề,
Sống an vui giải thoát. (o)

Nam-mô Bổn Sư Thích-ca Mâu-ni Phật. (3 lần) (o)

KỆ KHAI KINH

Thăm thẳm cao siêu Pháp nhiệm mầu
Trăm ngàn muôn kiếp khó tìm cầu,
Con nay nghe thấy chuyên trì niệm,
Nguyện tỏ Như Lai nghĩa nhiệm mầu.
Nam Mô Bổn Sư Thích Ca Mâu Ni Phật. (3 lần) (o)

BÀI TỤNG KHÁNH ĐẢN

Đệ tử hôm nay
Gặp ngày Phật đản
Một dạ vui mừng
Cúi đầu đảnh lễ:
Thập phương tam thế
Điều ngự Như Lai
Cùng thánh hiền tăng.
Chúng con và pháp giới chúng sanh
Bởi thiếu nhân lành
Thảy đều sa đoạ
Tham sân chấp ngã
Quên hẳn đường về
Tình ái si mê
Tù trong lục đạo
Trăm dây phiền não
Nghiệp báo không cùng. (o)

Nay nhờ Phật tổ năng nhơn
Dũ lòng thương xót

Không nỡ sinh linh thiếu phước
Nặng kiếp luân hồi
Đêm dày tăm tối
Đuốc tuệ rạng soi
Nguyện cứu muôn loài
Pháp dùng phương tiện
Ta-bà thị hiện
Thích chủng thọ sanh
Thánh Ma-gia mộng ứng điềm lành
Vua Tịnh-phạn phước sanh con thảo
Ba mươi hai tướng hảo
Vừa mười chín tuổi xuân
Lòng từ ái cực thuần
Chí xuất trần quá mạnh.
Ngai vàng quyết tránh
Tìm lối xuất gia
Sáu năm khổ hạnh rừng già
Bảy thất nghiêm tinh thiền toạ
Chứng thành đạo quả
Hàng phục ma binh
Ba cõi đều dậy tiếng hoan nghênh
Muôn vật thảy nhờ ơn tế độ. (o)

Chúng con nguyện:
Dứt bỏ lục tình gây khổ
Học đòi đức tánh quanh minh
Cúi xin Phật tổ giám thành
Từ bi gia hộ

Chúng con và pháp giới chúng sanh
Chóng thành đạo quả.
Nam-mô Bổn Sư Thích-ca Mâu-ni Phật. (ooo)

XƯỚNG LỄ CUỘC ĐỜI ĐỨC PHẬT

(Khi vị chủ lễ xướng xong mỗi câu kệ, đại chúng đồng niệm và lạy danh hiệu đức Phật Thích-ca)

1. A-Tỳ ngục tốt, phát khởi thiện tâm.
Chúng hòa: ***Bổn sư Thích Ca Mâu Ni Phật.*** (1 lạy) (o)

2. A-tăng-kỳ kiếp, quả mãn nhân tròn.
Chúng hòa: ***Bổn sư Thích Ca Mâu Ni Phật.*** (1 lạy) (o)

3. Nhất sanh bổ xứ, trên trời Đâu Suất.
Chúng hòa: ***Bổn sư Thích Ca Mâu Ni Phật.*** (1 lạy) (o)

4. Ta Bà hoá độ, ứng hiện sanh thân.
Chúng hòa: ***Bổn sư Thích Ca Mâu Ni Phật.*** (1 lạy) (o)

5. Đâu Suất giáng thần, ứng mộng Ma Gia.
Chúng hòa: ***Bổn sư Thích Ca Mâu Ni Phật.*** (1 lạy) (o)

6. Hoàng cung thác chất, thị hiện đầu thai.
Chúng hòa: ***Bổn sư Thích Ca Mâu Ni Phật.*** (1 lạy) (o)

7. Dưới cây Vô Ưu, khánh đản giáng sanh.
Chúng hòa: ***Bổn sư Thích Ca Mâu Ni Phật.*** (1 lạy) (o)

8. Giả hưởng năm dục, chán cảnh vô thường.

Chúng hòa: ***Bổn sư Thích Ca Mâu Ni Phật.*** (1 lạy) (o)

9. Dạo chơi bốn cửa, rõ già bệnh chết.

Chúng hòa: ***Bổn sư Thích Ca Mâu Ni Phật.*** (1 lạy) (o)

10. Nửa đêm vượt thành, tìm đường xuất thế.

Chúng hòa: ***Bổn sư Thích Ca Mâu Ni Phật.*** (1 lạy) (o)

11. Non xanh cắt tóc, tìm Thầy hỏi đạo.

Chúng hòa: ***Bổn sư Thích Ca Mâu Ni Phật.*** (1 lạy) (o)

12. Núi tuyết tu hành, sáu năm khổ hạnh.

Chúng hòa: ***Bổn sư Thích Ca Mâu Ni Phật.*** (1 lạy) (o)

13. Dưới cây Bồ-đề, hàng phục ma quân.

Chúng hòa: ***Bổn sư Thích Ca Mâu Ni Phật.*** (1 lạy) (o)

14. Sao Mai vừa mọc, đạo quả viên thành.

Chúng hòa: ***Bổn sư Thích Ca Mâu Ni Phật.*** (1 lạy) (o)

15. 49 năm tròn, thuyết pháp độ sanh.

Chúng hòa: ***Bổn sư Thích Ca Mâu Ni Phật.*** (1 lạy) (o)

16. Tam thừa đã đủ, hoá độ vừa xong.

Chúng hòa: ***Bổn sư Thích Ca Mâu Ni Phật.*** (1 lạy) (o)

17. Ta La song thọ, thị hiện Niết-bàn.

Chúng hòa: ***Bổn sư Thích Ca Mâu Ni Phật.***

(1 lạy) (o)

18. Lưu bố xá lợi, phước ích trời người.

Chúng hòa: ***Bổn sư Thích Ca Mâu Ni Phật.*** (1 lạy) (o)

19. Ta Bà giáo chủ, đại từ bi phụ.

Chúng hòa: ***Bổn sư Thích Ca Mâu Ni Phật.*** (1 lạy) (o)

20. Đương hội đạo tràng thiên bách ức hoá thân.

Chúng hòa: ***Bổn sư Thích Ca Mâu Ni Phật.*** (1 lạy) (ooo)

KỆ TẮM PHẬT

(Tụng liên tục cho đến khi đại chúng tắm Phật sơ sinh xong)

Con nay dội tắm thân Như Lai,
Tịnh khí trang nghiêm công đức tụ.
Ngũ trược chúng sanh lìa trần cấu,
Đồng chứng Như Lai tịnh Pháp Thân.
Thành Tỳ Gia thật chưa từng sanh.
Rừng Ta La thật chưa từng diệt.
Không sanh, không diệt, đức Cù Đàm!
Con mắt xem nhìn càng thêm vọng.
Sáng nay chính là ngày sinh nhật,
Tịnh Phạn Vương cung sanh Tất Đạt.
Chín rồng khắp tưới, mưa nước tắm.
Bảy bông nâng gót, đỡ chân đi.

Ám mâu ni. mâu ni, tam mâu ni, sa bà ha. (3 lần) (o)

KINH BÁT NHÃ BA LA MẬT

Khi Ngài Quán Tự Tại Bồ Tát thực hành sâu xa pháp Bát Nhã Ba La Mật Đa, Ngài soi thấy năm uẩn đều không, qua hết thảy khổ ách.

"Này Xá Lợi Phất, sắc chẳng khác không, không chẳng khác sắc, sắc tức là không, không tức là sắc. Thọ, Tưởng, Hành, Thức cũng đều như thế".

"Này Xá Lợi Phất, 'tướng không của mọi pháp' không sanh, không diệt, không dơ, không sạch, không thêm, không bớt, nên trong 'chân không', không có sắc, không có thọ, tưởng, hành, thức, không có mắt, tai, mũi, lưỡi, thân, ý, không có sắc, thinh, hương, vị, xúc, pháp, không có nhãn giới, cho đến không có ý thức giới, không có vô minh, cũng không có cái hết vô minh, cho đến không có già chết, cũng không có cái hết già chết, không có khổ, tập, diệt, đạo, không có trí huệ, cũng không có chứng đắc.

Vì không có chỗ chứng đắc, nên Bồ Tát y theo Bát Nhã Ba La Mật Đa, tâm không ngăn ngại. Vì không ngăn ngại, nên không sợ hãi, xa hẳn điên đảo, mộng tưởng, đạt tới cứu cánh Niết Bàn.

Chư Phật trong ba đời cũng y theo Bát Nhã Ba La Mật Đa, được đạo quả vô thượng chánh đẳng chánh giác.

Nên biết Bát Nhã Ba La Mật Đa là Đại Thần Chú, là Đại Minh Chú, là Vô Thượng Chú, là Vô Đẳng Đẳng Chú, trừ được hết thảy khổ, chân thật không hư".

Vì vậy, liền nói Chú Bát Nhã Ba La Mật Đa:

"Yết đế, yết đế, ba la yết đế, ba la tăng yết đế, bồ đề tát bà ha". (o)

VÃNG SANH QUYẾT ĐỊNH CHÂN NGÔN

Nam-mô a di đa bà dạ
Đa tha dà đa dạ
Đa địa dạ tha.
A di rị đô bà tỳ
A di rị đa tất đam bà tỳ
A di rị đa tì ca lan đế
A di rị đa, tì ca lan đa
Dà di nị dà dà na
Chỉ đa ca lệ ta bà ha. (3 lần) (o)

XƯNG TÁN HỒNG DANH

Thích Ca thị hiện Ta Bà
Trời, người hớn hở dâng hoa cúng dường
Báu thần rực rỡ phi thường
Mâu Ni là đấng Pháp Vương cứu đời. (o)

Nam mô Ta Bà Thế Giới, Tam Giới Đạo Sư, Tứ Sinh Từ Phụ, Nhơn Thiên Giáo Chủ, Thiên Bá Ức Hoá Thân, Bổn Sư Thích Ca Mâu Ni Phật. (o)

Nam mô Bổn Sư Thích Ca Mâu Ni Phật. (3 lần) (o)

Nam Mô Đại Trí Văn Thù Sư Lợi Bồ Tát. (3 lần) (o)

Nam Mô Đại Hạnh Phổ Hiền Bồ Tát. (3 lần) (o)

Nam Mô Đại Bi Quán Thế Âm Bồ Tát. (3 lần) (o)
Nam Mô Đại Thế Chí Bồ Tát. (3 lần) (o)
Nam Mô Đạo Tràng Hội Thượng Phật Bồ Tát. (3 lần) (o)

HỒI HƯỚNG

Khánh đản công đức, hạnh nhiệm mầu
Thắng phước bao nhiêu con nguyện cầu
Tất cả chúng sanh trong pháp giới
Hướng về Phật Pháp tỏ đạo mầu.
Nguyện cho ba chướng tiêu tan
Phiền não dứt sạch, huệ căn sang ngời
Cầu cho con được đời đời
Hành Bồ Tát Đạo, cứu đời lầm than.
Nguyện sanh Tây Phương, cõi Lạc Bang
Cha mẹ, sen vàng chín phẩm sanh
Hoa nở, thấy Phật, quả viên thành
Các vị Bồ Tát bạn lành với ta. (o)
Nam Mô A Di Đà Phật.

NGỒI THIỀN

(Mỗi người im lặng tĩnh tâm tự cầu nguyện và thiền 15 phút)

Canh năm Bát nhã chiếu vô biên
Chẳng khởi một niệm khắp tam thiên
Muốn thấy chân như tánh bình đẳng
Dè dặt sanh tâm trước mắt liền. (o)

Lý diệu ảo huyền không lường được
Dụng công đuổi bắt càng nhọc lòng
Nếu không một niệm mới thật tìm
Còn có tâm tìm còn chẳng biết.
Chủ lễ xướng: Nam Mô Bổn Sư Thích Ca Mâu Ni Phật. (o)
Đại chúng đáp lại: Nam Mô Bổn Sư Thích Ca Mâu Ni Phật. (3 lần) (o)

PHỤC NGUYỆN

Nam-mô Bổn Sư Thích-ca Mâu-ni Phật. (o)
Kính lễ Thế Tôn
Giáo chủ Ta-bà
Tu tập nhiều kiếp lâu xa
Rồi từ Đâu-suất giáng thần
Giã từ ngôi vị quốc vương
Chuyên tâm ngồi thiền
Hàng phục ma quân
Một sáng sao mai vừa mọc
Đạo giác ngộ viên thành
Rồi hoằng pháp độ sanh.
Các bậc hiền thánh tu theo
Vô sanh đã chứng.
Chúng con quy hướng nhất tâm
Vô sanh sẽ chứng. (o)

Hôm nay nhân ngày Phật đản, chúng con trì niệm hồng danh, xưng dương công đức của Bổn Sư Thích Ca Mâu Ni Phật. Kính xin Phật từ bi

gia hộ:

Ánh đạo vàng ngày càng tỏ rạng
Bánh xe pháp chuyển khắp muôn nơi
Tông phong mãi mãi vàng son
Tổ nghiệp đời đời vững mạnh
Tăng ni, đạo lực thậm thâm,
Phật tử, tín tâm kiên cố.
Nguyện nhà nhà hạnh phúc, an khang,
Cầu đất nước hòa bình, hưng thịnh.
Năm châu an lạc, bốn biển thanh bình,
Tình với vô tình đều thành Phật đạo. (o)

Đại chúng đồng niệm: **Nam Mô A Di Đà Phật.** (ooo)

KÍNH LỄ

(Đại chúng đứng lên)

Bao nhiêu tất cả nhân sư tử
Mười phương ba đời cùng các cõi
Con đem thân miệng ý thanh tịnh
Lạy khắp tất cả không còn dư. (o)

Nhất tâm đảnh lễ, đệ tử chúng con đại vì bốn ân ba cõi chí thành đảnh lễ:

Nam Mô Quá Khứ Trang Nghiêm Kiếp Thiên Phật. (o) (1 lạy)

Nhất tâm đảnh lễ, đệ tử chúng con đại vì bốn ân ba cõi chí thành đảnh lễ:

Nam Mô Hiện Tại Hiền Kiếp Thiên Phật. (o) (1 lạy)

Nhất tâm đảnh lễ, đệ tử chúng con đại vì bốn ân ba cõi chí thành đảnh lễ:

Nam Mô Vị Lai Tinh Tú Kiếp Thiên Phật. (o) (1 lạy)

TAM QUY

Con nương theo Phật, cầu cho chúng sanh
Tin chắc Đạo cả, phát lòng vô thượng. (o) (1 lạy)

Con nương theo Pháp, cầu cho chúng sanh
Thấu rõ kinh tạng, trí huệ như biển. (o) (1 lạy)

Con nương theo Tăng, cầu cho chúng sanh
Kính tín hòa hợp, tất cả không ngại. (ooo) (1 lạy)

BÀI KỆ CHƯ THIÊN

Trời, A-tu-la, Dạ xoa thảy
Đến nghe pháp đó nên chí tâm
Ủng hộ Phật pháp khiến thường còn
Mỗi vị siêng tu lời Phật dạy.
Bao nhiêu người nghe đến chốn này
Hoặc trên đất liền hoặc hư không
Thường với người đời sanh lòng từ
Ngày đêm tự mình nương pháp ở.
Nguyện các thế giới thường an ổn
Phước trí vô biên lợi quần sanh

Bao nhiêu tội chướng thảy tiêu trừ
Xa lìa các khổ về viên tịch.
Hằng dùng giới hương xoa vóc sáng
Thường trì định phục để giúp thân
Hoa mầu bồ đề khắp trang nghiêm
Tùy theo chỗ ở thường an lạc. (o)
Nam mô Tam Châu Cảm Ứng
Hộ Pháp Vi Đà Tôn Thiên Bồ Tát Ma Ha Tát.
(3 lần) (o)

Thỉnh đại chúng đi niệm Phật 1 vòng khắp sân chùa rồi hồi hướng và dùng cơm trưa.

9

LỄ VÍA ĐẠI THẾ CHÍ BỒ TÁT

(NGÀY 13 THÁNG 7 ÂM LỊCH)

1. Cúng hương
2. Cầu nguyện
3. Khen ngợi Phật
4. Quán tưởng Phật
5. Đảnh lễ
6. Tán và Đảnh lễ Chư Tổ Tịnh độ
7. Tán dương chi
8. Chú Đại Bi
9. Kệ khai kinh
10. Kinh Đại Thế Chí Niệm Phật
11. Bát Nhã Tâm Kinh
12. Niệm Phật
13. Kệ Sám hối và Sám Thế Chí
14. Hồi hướng
15. Phục nguyện
16. Kính lễ bốn ân, ba cõi
17. Tam quy
18. Bài kệ Chư Thiên

TÁN

Tánh giác linh minh
Tịnh chiếu chân thường.
Xưa mê nay ngộ thật tỏ tường.
Tam-bảo từ đường,
Đảnh lễ cúng dường
Một nén tâm hương.
Nhẫn độ, Thích Ca pháp tôn vương!
An lạc, Di Đà đại nguyện vương!
Liên tông các Tổ tận lực hoàng dương.
Ao sen thơm ngát, hải hội Tây phương.
Duy nguyện giáng cát tường,
Pháp giới hằng thanh lương.

CHÍ TÂM ĐẢNH LỄ:

- Nam mô Bổn Sư Thích Ca Mâu Ni Phật. (1 lạy) (o)

- Nam mô An Lạc thế giới, Phật Bồ-tát bao nhiêu kinh pháp, cho đến nước chim gió cây... tất cả pháp âm, thanh tịnh pháp tạng. (1 lạy) (o)

- Nam mô đại thừa 48 nguyện, Vô Lượng Thọ kinh, mười phương 12 loại Tịnh-độ pháp bảo. (1 lạy) (o)

- Nam mô An Lạc thế giới Quán Thế Âm Bồ-tát. (1 lạy) (o)

- Nam mô An Lạc thế giới Đại Thế Chí Bồ-tát. (1 lạy) (o)

- Nam mô An Lạc thế giới, Thanh Tịnh đại

hải chúng Bồ-tát. (1 lạy) (o)

1. **Liên tông sơ Tổ, Lô Sơn Đông Lâm, Bạch Liên đạo tràng, HUỆ VIỄN đại sư.** (1 lạy) (o)
2. **Liên tông nhị Tổ, Trường An, Quang Minh đạo tràng, THIỆN ĐẠO đại sư.** (1 lạy) (o)
3. **Liên tông Tam Tổ, Nam Nhạc, Bát Chu đạo tràng, THỪA VIỄN đại sư.** (1 lạy) (o)
4. **Liên tông tứ Tổ, Trường An, Ngũ Hội đạo tràng, PHÁP CHIẾU đại sư.** (1 lạy) (o)
5. **Liên tông ngũ Tổ, Hàng Châu, Vĩnh Minh đạo tràng, DIÊN THỌ đại sư.** (1 lạy) (o)
6. **Liên tông thất Tổ, Chiêu Khánh, Tịnh Hạnh đạo tràng, TĨNH THƯỜNG đại sư.** (1 lạy) (o)
7. **Liên tông bát Tổ, Hàng Châu, Vân Thê đạo tràng LIÊN TRÌ đại sư.**
8. **Liên tông cửu Tổ, Bắc Thiên Mục, Linh Phong đạo tràng, NGẪU ÍCH đại sư.** (1 lạy) (o)
9. **Liên tông thập Tổ, Ngưu Sơn, Phổ Nhãn đạo tràng, HÀNH SÁCH đại sư.** (1 lạy) (o)
10. **Liên tông thập nhất Tổ, Hàng Châu, Tiên Lâm đạo tràng, THẬT HIỀN đại sư.** (1 lạy) (o)
11. **Liên tông thập nhị Tổ, Hồng Loa, Tư Phước đạo tràng, TRIỆT NGỘ đại sư.** (1 lạy) (o)
12. **Liên tông thập tam Tổ, Tô Châu, Linh Nham đạo tràng, ẤN QUANG đại sư.** (1

lạy) (o)

13. **Liên tông Việt Nam, Vạn Đức đạo tràng, HÂN TỊNH đại sư.** (1 lạy) (o)
14. **Liên tông Việt Nam, Bồ-đề đạo tràng, TUỆ NHUẬN đại sư.** (1 lạy) (o)
15. **Liên tông Việt Nam, Vạn đức đạo tràng, TRÍ TỊNH đại sư.** (1 lạy) (o)
16. **Liên tông Việt Nam, Hương Nghiêm đạo tràng, THIỀN TÂM đại sư.** (1 lạy) (o)
17. **Liên tông Việt Nam, Dược Sư đạo tràng, HẢI TRIỀU ÂM đại sư.** (1 lạy) (o)
18. **Liên tông Việt Nam, tiền hiền hậu bối liệt vị Tổ sư.** (1 lạy) (o)

CHƯƠNG ĐẠI THẾ CHÍ NIỆM PHẬT

(Kinh Lăng Nghiêm)

Ngài Đại thế Chí, con đấng Pháp-vương, cùng 52 vị đại Bồ-tát đồng hành với ngài, đứng dậy đập đầu lễ dưới chân Phật, mà bạch Phật rằng: Con nhớ xa xưa, có Phật ra đời, hiệu ngài gọi là Phật Vô Lượng Quang. Mười hai Như Lai cùng nối đuôi nhau ra trong một kiếp, Như Lai cuối cùng hiệu ngài gọi là Siêu Nhật Nguyệt Quang. Ngài dạy con pháp" Niệm Phật Tam Muội". Ví như hai người: một người chuyên nhớ, một người chuyên quên. Hai người như thế dù có gặp nhau cũng như chẳng gặp, dù có thấy nhau cũng như chẳng thấy. Vậy hai người phải cùng nhớ tới nhau rất là thâm thiết, cứ như thế mãi, cho hết kiếp này, lại sang kiếp khác, như bóng với hình

chẳng hề rời nhau.

"Mười phương Như Lai thương nhớ chúng sanh như mẹ nhớ con, nếu con trốn chạy, thì mẹ dẫu nhớ cũng có làm gì được. Nếu con nhớ mẹ, như mẹ nhớ con, mẹ con đời đời chẳng rời xa nhau".

Nếu tâm chúng sanh nhớ Phật Niệm Phật, đời này đời sau quyết định thấy Phật, cách Phật chẳng xa. Chẳng nhờ đến pháp phương tiện nào khác, mà cũng khai ngộ được tâm của mình. Như người ướp hương, thân có mùi hương. Pháp này gọi là Hương Quang Trang nghiêm". Chỗ bản nhân con dùng tâm niệm Phật vào vô sanh nhẫn. Nay ở cõi này, tiếp người niệm phật về nơi Tịnh-độ. Phật hỏi viên thông, con không chọn lựa, con chỉ thu nhiếp tất cả sáu căn, chuyên một tịnh niệm, nối nhau liền liền, được vào chánh định, ấy là đệ nhất.

KỆ SÁM HỐI

Quy mệnh mười phương Phật,
Tôn Pháp, Hiền Thánh Tăng,
Tam Thánh cõi Cực lạc
Xin thương xót chứng minh.
Vô thuỷ kiếp đến nay,
Con mê lạc luân hồi,
Do bởi tham, sân, si,
Từ nơi thân miệng ý,
Tạo bốn trọng, năm nghịch,
Mười ác vô biên tội.

Nay đem tâm chí thành
Tỏ bày cầu sám hối.
Nguyện nhờ sức gia trì
Chúng con đều thanh tịnh,
Phát đại Bồ-đề tâm,
Độ mình, người giải thoát.
Nam mô Cầu Sám Hối Bồ-tát ma-ha-tát. (3 lần) (o)

Sám hối phát nguyện rồi, chí tâm đảnh lễ A Di Đà Phật biến giới Tam-bảo (1 lạy) (o)

SÁM THẾ CHÍ

Đại Thế Chí thường hay hỷ xả,
Lòng Từ bi thấu cả tam đồ,
Phật tử như có nhiễm ô,
Lỡ lầm có tội đọa vô ba đường.
Ngài liền tới hiển dương Phật pháp,
Khuyên ăn năn cải ác qui chơn,
Hồi đầu hướng thiện nhứt tâm,
Từ bi hỷ xả ân cần độ cho.
Ngài để tâm hằng lo muôn loại,
Vì vô minh vướng phải luân hồi,
Trong vòng nhân quả đời đời,
Ác sa địa ngục, phước thời nhơn thiên.
Bởi vì thuở sanh tiền một kiếp,
Vị hoàng hai tên thiệt Ni Ma,
Vô Tránh Niệm hiệu vua cha,
Ăn ở phước đức cả nhà đều tu.

Nhờ Bảo Hải ngôn từ chơn Thánh,
Khuyên cúng dường lập hạnh Bồ đề,
Ngài nghe như tỉnh giấc mê,
Trước Phật Bảo Tạng đề huề thưa qua.
Nay con quyết lập ra đại nguyện,
Xin chứng minh những chuyện con cầu:
Từ nay vô lượng kiếp sau,
Hành theo thập thiện, mưu hầu độ sanh.
Bồ Tát đạo chuyên hành mãi mãi,
Cốt dắt dìu muôn loại hữu tình,
Tu hành chơn chánh tấn tinh,
Đều thành Phật quả đinh ninh lời nguyền.
Đức Bảo Tạng Ngài liền thọ ký:
Cõi trang nghiêm quản trị sau nầy,
Thiện Trụ Trân Bảo Như Lai,
Trải vô lượng kiếp hiệu Ngài như trên.
Hiện bây giờ ở bên Cực lạc,
Cảnh Tây phương đẳng giác thường chầu,
Di Đà giáo chủ đứng đầu,
Trợ dương chánh pháp ngõ hầu tiếp sanh.
Ngài vẫn sẵn niệm lành độ chúng,
Hễ ai ai trì tụng tu hành,
Tùy duyên hiển hiện ứng danh,
Mê tân dắt khỏi, giác thành đưa lên.
Nam Mô Đại Lực Đại Thế Chí Bồ Tát.

10

NGHI THỨC LỄ VU LAN

(RẰM THÁNG 7 TRĂNG TRÒN)

1. Cúng hương
2. Cầu nguyện
3. Khen ngợi Phật
4. Quán tưởng Phật
5. Đảnh lễ
6. Tán dương chi
7. Chú Đại Bi
8. Kệ Sám Hối
9. Kệ khai kinh
10. Kinh Vu Lan Bồn
11. Bát Nhã Tâm Kinh
12. Niệm Phật
13. Sám Vu Lan
14. Hồi hướng
15. Ngồi thiền
16. Phục nguyện
17. Kính lễ bốn ân, ba cõi
18. Tam quy
19. Bài kệ Chư Thiên

CÚNG HƯƠNG

(Quì ngay thẳng, cầm 3 cây hương dâng ngang trán, chỉ chủ lễ niệm)

Nguyện dâng hương mầu nầy
Cúng dường tất cả Phật
Tôn Pháp, chư Bồ Tát
Thinh Văn và Duyên Giác
Cùng các bậc Thánh Hiền
Duyên khởi đài sáng chói
Khắp xông mười phương cõi
Tỏa ngát các chúng sanh
Đều phát tâm Bồ Đề
Xa lìa các vọng nghiệp
Trọn nên Đạo Vô Thượng.
Nam Mô Hương Cúng Dường Bồ Tát Ma Ha Tát. (o) (1 xá)

CẦU NGUYỆN

Hôm nay lễ Vu Lan, Rằm Tháng bảy, ngày Chư Tăng ra hạ sau ba tháng an cư, đem đức lành chú nguyện cứu độ các vong linh trong địa ngục, đệ tử chúng con (chủ lễ) **là.... và các Phật tử Chùa Hương Sen, đạo tràng Perris, California, vân tập tại đại hùng bảo điện chùa Hương Sen, Perris, California, Hoa Kỳ, thành tâm thiết lễ Vu Lan, cúng dường hương hoa bánh trái, đốt nén tâm hương, dốc lòng bái thỉnh, nguyện trì tụng Kinh Vu Lan Bồn và Phụ Mẫu Báo Ân, xưng tán Hồng Danh, tu hành công đức.**

Chúng con kiền thành cung thỉnh mười phương Chư Phật, Đức Bổn Sư Thích Ca Mâu Ni Phật, Tiếp dẫn đạo sư A Di Đà Phật, cùng các vị Bồ tát, tịnh đức chúng tăng, từ bi gia hộ cho các hương linh Phật tử.... (quý danh hay đệ tử chúng con)**, cùng tất cả chúng sanh, sớm rõ đường lành, thoát vòng mê muội, ra khỏi u đồ, siêu sanh lạc quốc. Ngưỡng mong oai đức cao dầy, xót thương tiếp độ.** (o) (1 xá).

Nam Mô Phật Pháp Tăng thường trụ khắp mười phương tác đại chứng minh. (3 lần) (o)

KHEN NGỢI PHẬT

Đấng Pháp Vương vô thượng
Ba cõi chẳng ai bằng
Thầy dạy khắp trời, người
Cha lành chung bốn loài
Quy y tròn một niệm
Dứt sạch nghiệp ba kỳ
Xưng dương cùng tán thán
Ức kiếp không cùng tận. (o) (1 xá)

QUÁN TƯỞNG PHẬT

Phật, chúng sanh tánh thường rỗng lặng
Đạo cảm thông không thể nghĩ bàn
Lưới đế châu ví đạo tràng
Mười phương Phật hiện hào quang sáng ngời
Trước bảo tọa thân con ảnh hiện

Cúi đầu xin thệ nguyện quy y. (o)

ĐẢNH LỄ

(Đại chúng đồng tụng)

Chí tâm đảnh lễ:

Nam Mô tận hư không biến pháp giới quá, hiện, vị lai thập phương chư Phật, Tôn Pháp Hiền Thánh Tăng thường trụ Tam Bảo. (o) (1 lạy)

Chí tâm đảnh lễ:

Nam Mô Ta Bà Giáo Chủ Bổn Sư Thích Ca Mâu Ni Phật, Đương Lai Hạ Sinh Di Lặc Tôn Phật, Đại Trí Văn Thù Sư Lợi Bồ Tát, Đại Hạnh Phổ Hiền Bồ Tát, Hộ Pháp Chư Tôn Bồ Tát, Linh Sơn Hội Thượng Phật Bồ Tát. (o) (1 lạy)

Chí tâm đảnh lễ:

Nam Mô Tây Phương Cực Lạc Thế Giới Đại Từ Đại Bi A Di Đà Phật, Đại Bi Quán Thế Âm Bồ Tát, Đại Thế Chí Bồ Tát, Đại Nguyện Địa Tạng Vương Bồ Tát, Thanh Tịnh Đại Hải Chúng Bồ Tát. (o) (1 lạy)

TÁN DƯƠNG CHI

(Mời ngồi xuống và khai chuông mõ)

Cành dương nước tịnh nhiệm mầu
Rưới tắt muôn vàn cảnh khổ đau
Chư Thiên mát mẻ, tâm thanh tịnh
Nhân thế vui tươi, cảnh an nhàn
Cam lồ rưới khắp trần gian

Lửa sân dứt sạch, sen vàng nở hoa.

Nam Mô Thanh Lương Địa Bồ Tát Ma Ha Tát. (3 lần) (o)

CHÚ ĐẠI-BI

Nam Mô Đại Bi Hội Thượng Phật Bồ Tát. (3 lần) (o)

Thiên thủ thiên nhãn vô ngại đại-bi tâm đà-la-ni.

Nam Mô hắc ra đát na, đa ra dạ da. Nam Môa rị da, bà lô yết đế, thước bát ra da, Bồ-đề tát đỏa bà da, ma ha tát đỏa bà da, ma ha ca lô ni ca da, án, tát bàn ra phạt duệ số đát na đát tỏa.

Nam Mô tất kiết lật đỏa y mông a rị da, bà lô kiết đế thất Phật ra lăng đà bà.

Nam Mô na ra cẩn trì hê rị ma ha bàn đa sa mế, tát bà a tha đậu thâu bằng, a thệ dựng, tát bà tát đa, na ma bà già, ma phạt đạt đậu, đát điệt tha. Án a bà lô hê, lô ca đế, ca ra đế, di hê rị, ma ha bồ-đề tát đỏa, tát bà tát bà, ma ra ma ra, ma hê ma hê, rị đà dựng, cu lô cu lô kiết mông, độ lô độ lô, phạt xà da đế, ma ha phạt xà da đế, đà ra đà ra, địa rị ni, thất Phật ra da, dá ra dá ra. Mạ mạ phạt ma ra, mục đế lệ, y hê y hê, thất na thất na a ra sâm Phật ra xá-lợi, phạt sa phạt sâm, Phật ra xá da, hô lô hô lô ma ra, hô lô hô lô hê rị, ta ra ta ra, tất rị tất rị, tô rô tô rô, bồ-đề dạ bồ-đề dạ, bồ-đà dạ, bồ-đà dạ, di đế rị dạ, na ra cẩn trì địa rị sắc ni na, ba dạ ma na ta bà ha. Tất đà dạ ta bà ha. Ma ha tất đà dạ ta bà ha. Tất đà du

nghệ thất bàn ra dạ, ta bà ha. Na ra cẩn trì ta bà ha. Ma ra na ra ta bà ha. Tất ra tăng a mục khê da, ta bà ha. Ta bà ma ha, a tất đà dạ, ta bà ha. Giả kiết ra a tất đà dạ, ta bà ha. Ba đà ma yết tất đà dạ, ta bà ha. Na ra cẩn trì bàn đà ra dạ, ta bà ha. Ma bà lị thắng yết ra dạ, ta bà ha.

Nam Mô hắc ra đát na, đa ra dạ da. Nam Mô a rị da, bà lô yết đế, thước bàng ra dạ, ta bà ha.

Án tất điện đô, mạn đa ra, bạt đà dạ, ta bà ha. (3 lần) (o)

Nam mô Thập phương Thường trú Tam Bảo. (3 lần) (o)

KỆ SÁM HỐI

Xưa kia gây nên bao ác nghiệp
Đều vì nhiều kiếp tham sân si
Do thân miệng ý phát sinh ra
Tất cả con nay xin sám hối.

Bao nhiêu tội lỗi sâu dường ấy
Nguyện đều tiêu diệt hết không còn
Niệm niệm trí soi khắp Pháp giới
Độ hết chúng sinh không thoái chuyển. (o)
Nam Mô Cầu Sám Hối Bồ Tát Ma Ha Tát. (3 lần) (o)

KỆ KHAI KINH

Thăm thẳm cao siêu Pháp nhiệm mầu
Trăm ngàn muôn kiếp khó tìm cầu,
Con nay nghe thấy chuyên trì niệm,
Nguyện tỏ Như Lai nghĩa nhiệm mầu.
Nam Mô Bổn Sư Thích Ca Mâu Ni Phật. (3 lần) (o)
Nam Mô Đại Hiếu Mục Kiền Liên Bồ Tát Ma Ha Tát. (3 lần) (o)

PHẬT NÓI KINH VU LAN BỒN

Một thuở nọ Thế Tôn an trụ
Xá Vệ thành Kỳ Thụ viên trung
Mục Liên mới đặng lục thông
Muốn cho cha mẹ khỏi vòng trầm luân.

Công dưỡng dục thâm ân dốc trả
Nghĩa sanh thành đạo cả mong đền
Làm con hiếu hạnh vi tiên
Bèn dùng huệ nhãn, dưới trên kiếm tìm.

Thấy vong mẫu sanh làm ngạ quỉ
Không uống ăn tiều tụy hình hài
Mục Liên thấy vậy bi ai
Biết mẹ đói khát ai hòai tình thâm.

Lo phẩm vật đem dâng từ mẫu
Đặng đỡ lòng cực khổ bấy lâu

Thấy cơm mẹ rất lo âu
Tay tả che đậy, hữu hầu bốc ăn.

Lòng bỏn xẻn tiền căn chưa dứt
Sợ chúng ma cướp giựt của bà
Cơm đưa chưa đến miệng đà
Hóa thành lửa đỏ, nuốt mà được đâu. (o)

Thấy như vậy âu sầu thê thảm
Mục Kiền Liên bi thảm xót thương
Mau mau về chốn giảng đường
Bạch cùng Sư Phụ tìm phương giải nàn.

Phật mới bảo rõ ràng căn cội
Rằng mẹ ông gốc tội kết sâu
Dầu ông thần lực nhiệm mầu
Một mình không thể khấn cầu được đâu.

Lòng hiếu thảo của ông dầu lớn
Tiếng vang dồn thấu đến Cửu Thiên
Cùng là các bực Thần kỳ
Tà ma ngoại đạo, bốn vì Thiên Vương.

Cộng ba còi sáu phương tụ tập
Cũng không phương cứu tế mẹ ngươi
Muốn cho cứu được mạng người
Phải nhờ thần lực của mười phương Tăng. (o)

Pháp cứu thế ta toan giảng nói
Cho mọi người thoát khỏi ách nàn
Bèn kêu Mục thị đến gần
Truyền cho diệu pháp ân cần thiết thi:

Rằm tháng Bảy là ngày Tự Tứ
Mười phương Tăng đều dự lễ này
Phải toan sắm sửa chớ chầy
Thức ăn trăm món, trái cây năm màu.

Lại phải sắm giường nằm nệm lót
Cùng thau, bồn, đèn đuốc nhang, dầu
Món ăn tinh sạch báu mầu
Đựng trong bình bát vọng cầu kính dâng.

Chư Đại đức mười phương thọ thực
Trong bảy đời sẽ được siêu thăng
Lại thêm cha mẹ hiện tiền
Đặng nhờ phước lực tiêu khiên ách nàn.

Vì ngày ấy Thánh Tăng đều đủ
Dầu ở đâu cũng tụ hội về
Như người thiền định sơn khê
Tránh điều phiền não chăm về thiền na.

Hoặc người đặng bốn tòa đạo quả
Công tu hành nguyện thỏa vô sanh
Hoặc người thọ hạ kinh hành

Chẳng ham quyền quý ẩn danh lâm tòng. (o)

Hoặc người được lục thông tấn phát
Và những hàng Duyên Giác, Thinh Văn
Hoặc chư Bồ Tát mười phương
Hiệu hình làm sãi ở gần chúng sanh.

Đều trì giới rất thanh, rất tịnh
Đạo đức dày chánh định chơn tâm
Tất cả các bực Thánh, Phàm
Đồng lòng thọ lãnh bát cơm lục hòa.

Người nào có sắm ra vật thực
Để cúng dường Tự Tứ Tăng thời
Hiện tiền phụ mẫu của người
Bà con quyến thuộc thảy đều nhờ ơn.

Tam đồ khổ chắc rằng ra khỏi
Cảnh thanh nhàn hưởng thọ tự nhiên.
Như còn cha mẹ hiện tiền
Nhờ đó cũng được bá niên thọ trường.

Như cha mẹ bảy đời quá vãng
Sẽ hóa sanh về cõi thiên cung
Người thời tuấn tú hình dung
Hào quang chiếu sáng khắp cùng châu thân. (o)

Phật dạy bảo mười phương Tăng chúng

Phải tuân theo thể thức sau này:
Trước khi thọ thực đàn chay
Phải cầu chú nguyện cho người tín gia

Cầu thất thế mẹ cha thí chủ
Định tâm thần quán đủ đừng quên
Cho xong định ý hành thiền
Mới dùng phẩm vật đàn tiền hiến dung.

Khi thọ dụng, nên an vật thực
Trước Phật đài hoặc tự tháp trung
Chư Tăng chú nguyện viên dung
Sau rồi tự tiện thọ dùng bữa trưa.

Pháp cứu tế Phật vừa nói dứt
Mục Liên cùng Bồ Tát chư Tăng
Đồng nhau tỏ dạ vui mừng
Mục Liên cũng hết khóc thương buồn rầu.

Mục Liên mẫu cũng trong ngày ấy
Kiếp khổ về ngạ quỷ được tan.
Mục Liên bạch với Phật rằng:
Mẹ con nhờ sức Thánh Tăng khỏi nàn

Lại cũng nhờ oai thần Tam Bảo
Nếu không thời nạn khổ khó ra
Như sau đệ tử xuất gia
Vu Lan Bồn pháp dùng mà độ sanh.

Độ cha mẹ còn đương tại thế
Hoặc bảy đời có thể được không?
Phật rằng: Lời hỏi rất thông
Ta vừa muốn nói, con liền hỏi theo. (o)

Thiện nam tử, Tỳ kheo nam nữ
Cùng Quốc Vương, Thái Tử, Đại Thần
Tam Công, Tể Tướng, Bá Quan
Cùng hàng lê thứ vạn dân cõi trần.

Như chí muốn đền ơn cha mẹ
Hiện tại cùng thất thế tình thâm
Đến rằm tháng Bảy mỗi năm
Sau khi kiết hạ, chư Tăng tựu về.

Chính ngày ấy Phật Đà hoan hỷ
Phải sắm sanh bá vị cơm canh
Đựng trong bình bát tinh anh
Chờ giờ Tự tứ, chúng Tăng cúng dường.

Đặng cầu nguyện song đường trường thọ
Chẳng ốm đau cũng chẳng khổ chi
Cùng cầu thất thế đồng thời
Lìa nơi ngạ quỉ, sanh về nhơn, thiên. (o)

Đặng hưởng phước nhân duyên vui đẹp
Lại xa lìa nạn khổ cực thân
Môn sanh Phật tử ân cần

Hạnh tu hiếu thuận phải cần phải chuyên.

Thường cầu nguyện thung huyên an hảo
Cùng bảy đời phụ mẫu siêu sanh
Ngày rằm tháng Bảy mỗi năm
Vì lòng hiếu thảo ân thâm phải đền.

Lễ cứu tế chí thành sắp đặt
Ngõ cúng dường chư Phật chư Tăng
Ấy là báo đáp thù ân
Sanh thành dưỡng dục song thân buổi đầu.

Đệ tử Phật lo âu gìn giữ
Mới phải là Thích tử Thiền môn.
Vừa nghe dứt pháp Lan Bồn
Môn sanh tứ chúng thảy đồng hỷ hoan.

Mục Liên với bốn ban Phật tử
Nguyện một lòng tín sự phụng hành.
Trước là trả nghĩa sanh thành
Sau là cứu với chúng sanh muôn loài
Nam Mô Đại Hiếu Mục Kiền Liên Bồ Tát.(3 lần)(o)

PHẬT NÓI KINH BÁO ÂN PHỤ MẪU

Một thuở nọ, Thế Tôn an trụ
Xá Vệ thành Kỳ Thụ viên trung
Chư Tăng câu hội rất đông
Tính ra đến số hai muôn tám ngàn

Lại cũng có các hàng Bồ Tát
Hội tại đây đủ mặt thường thường. (o)

Bây giờ, Phật lại lên đường
Cùng hàng đại chúng Nam Phương tiến hành
Đến giữa đường, rành rành mắt thấy
Núi xương khô bỏ đấy lâu đời.

Thế Tôn bèn vội đến nơi
Lạy liền ba lạy rồi rơi giọt hồng.
Đức A Nan tủi lòng ái ngại
Chẳng hiểu sao Phật lạy đống xương? (o)

Vội vàng xin Phật dạy tường
Thầy là Từ Phụ ba phương, bốn loài
Ai ai cũng kính Thầy dường ấy
Cớ sao Thầy lại lạy xương khô?

Phật rằng: trong các môn đồ
Ngươi là đệ tử đứng đầu dày công
Bởi chưa biết đục trong cho rõ
Nên vì ngươi ta tỏ đuôi đầu: (o)

Đống xương dồn dập bấy lâu
Cho nên trong đó biết bao cốt hài
Chắc cũng có ông bà cha mẹ
Hoặc thân ta hoặc kẻ ta sinh.
Luân hồi sanh tử, tử sinh

Lục thân đời trước thi hài còn đây
Ta lễ bái kính người tiền bối
Và ngậm ngùi nhớ tới kiếp xưa.

Đống xương hỗn tạp chẳng vừa
Không phân trai gái bỏ bừa khó coi
Ngươi chịu khó xét soi cho kỹ
Phân làm hai, bên nữ bên nam. (o)

Để cho phân biệt cốt phàm
Không còn lộn lạo nữ nam chất chồng
Đức A Nan trong lòng tha thiết
Biết làm sao phân biệt khỏi sai.

Ngài bèn xin Phật chỉ bày
Khó lòng chọn lựa gái trai lúc này
Còn sinh tiền dễ bề sắp đặt
Cách đứng đi ăn mặc phân minh.
Đến khi rã xác tiêu hình
Xương ai như nấy khó nhìn khó phân

Phật mới bảo A Nan nên biết:
Xương nữ nam phân biệt rõ ràng
Đàn ông xương trắng nặng hoẳng
Đàn bà xương nhẹ đen thâm dễ nhìn.

Ngươi có biết cớ chi đen nhẹ?
Bởi đàn bà sinh đẻ mà ra

Sanh con ba đấu huyết ra
Tám hộc, bốn đấu sữa hòa nuôi con.

Vì cớ ấy hao mòn thân thể
Xương đàn bà đen nhẹ hơn trai.
A Nan nghe vậy bi ai
Xót thương cha mẹ công dày dưỡng sanh. (o)

Bèn cầu Phật thi ân dạy bảo
Phương pháp nào báo hiếu song thân?
Thế Tôn mới giảng ân cần:
Vì ngươi ta sẽ phân trần, lóng nghe

Thân đàn bà nhiều bề cực nhọc
Sanh đặng con mười tháng cưu mang
Tháng đầu thai đậu tợ sương
Mai chiều gìn giữ sợ tan bất thường.

Tháng thứ nhì dường như sữa đặc
Tháng thứ ba như cục huyết ngưng
Bốn tháng đã tượng ra hình
Năm tháng ngũ thể hiện sinh rõ ràng.

Tháng thứ sáu lục căn đều đủ
Bảy tháng thì đủ bộ cốt xương
Lại thêm đủ lỗ chơn lông
Cộng chung đến số tám muôn bốn ngàn.
Tháng thứ tám hòan toàn tạng phủ

Chín tháng thì đầu đủ vóc hình
Mười tháng thì đến kỳ sinh
Nếu con hiếu thuận xuôi mình ra luôn. (o)

Bằng ngỗ nghịch làm buồn thân mẫu
Nó vẫy vùng, đạp quấu lung tung
Làm cho cha mẹ hãi hùng
Sự đau, sự khổ không cùng tỏ phân.

Khi sinh sản muôn phần an lạc
Cũng ví như được bạc, được vàng
Thế Tôn lại bảo A Nan:
Ơn cha nghĩa mẹ mười phần phải tin.

Điều thứ nhứt-giữ gìn thai giáo
Mười tháng trường châu đáo mọi bề
Thứ hai-sinh sản gớm ghê
Chịu đau chịu khổ mỏi mê trăm phần.

Điều thứ ba-thâm ân nuôi dưỡng
Cực đến đâu bền vững chẳng lay
Thứ tư-ăn đắng nuốt cay
Để dành bùi ngọt đủ đầy cho con. (o)

Điều thứ năm-lại còn khi ngủ
Ướt mẹ nằm, khô ráo phần con.
Thứ sáu-sú nước nhai cơm
Miễn con no ấm chẳng nhờm chẳng ghê.

Điều thứ bảy-không chê ô uế
Giặt đồ dơ của trẻ không phiền.
Thứ tám-chẳng nở chia riêng
Nếu con đi vắng cha phiền, mẹ lo.

Điều thứ chín-miễn cho con sướng
Dầu phải mang nghiệp chướng cũng cam
Tính sao có lợi thì làm
Chẳng màng tội lỗi, bị giam, bị cầm.

Điều thứ mười-chẳng ham trau chuốt
Dành cho con các cuộc thanh nhàn
Thương con như ngọc như vàng
Ơn cha nghĩa mẹ sánh bằng Thái Sơn.

Phật lại bảo, A Nan nên biết:
Trong chúng sanh tuy thiệt phẩm người
Mười phần mê muội cả mười
Không tường ơn trọng đức dày song thân. (o)

Chẳng kính mến quên ơn trái đức
Không xót thương dưỡng dục cù lao
Ấy là bất hiếu mặc giao
Những hạng người ấy đời nào nên thân.

Mẹ sanh con cưu mang mười tháng
Cực khổ dường gánh nặng trên vai
Uống ăn chẳng đặng vì thai

Cho nên thân thể hình hài kém suy.

Khi sinh sản hiểm nguy chi xiết
Sanh đặng rồi tinh huyết dầm dề
Ví như thọc huyết trâu dê
Nhất sinh thập tử nhiều bề gian nan.

Con còn nhỏ lo toan săn sóc
Ăn đắng, cay, bùi ngọt phần con
Phải tắm phải giặt rửa trôn
Biết rằng dơ dáy mẹ không ngại gì. (o)

Nằm phía ướt con nằm phía ráo
Sợ cho con ướt áo, ướt chăn
Hoặc khi ghẻ chóc khắp thân
Ắt con phải chịu trăm phần thảm thương.

Trọn ba năm bú nương sữa mẹ
Thân gầy mòn nào nệ với con
Khi con vừa được lớn khôn
Cha mẹ dạy bảo cho con vỡ long.

Con đi học mở thông trí tuệ
Dựng vợ chồng cho dễ làm ăn
Ước mong con được nên thân
Dầu cho cha mẹ cơ bần quản chi.

Con ốm đau tức thì lo chạy

Dầu tốn hao đến mấy cũng đành
Khi con căn bệnh đặng lành
Thì cha mẹ mới an thần định tâm.

Công dưỡng dục sánh bằng non biển
Cớ sao con chẳng biết ơn này
Hoặc khi lầm lỗi bị rầy
Chẳng tuân thì chớ, lại bày ngỗ ngang.

Hỗn cha mẹ phùng mang trợn mắt
Khinh trưởng huynh, nộ nạt thê nhi
Bà con chẳng kể ra chi
Không tuân sư phụ lễ nghi chẳng tường. (o)

Lời dạy bảo song đường không kể
Tiếng khuyên răn anh chị chẳng màng
Trái ngang chóng báng mọi đàng
Ra vào lui tới mắng càn người trên.

Vì lỗ mãng tánh quen làm bướng
Chẳng kể lời trưởng thượng dạy răn
Lớn lên theo thói hung hăng
Đã không nhẫn nhịn, lại càng làm hung.

Bỏ bạn lành, theo cùng chúng dữ
Nết tập quen, làm sự trái ngang
Nghe lời dụ dỗ huyênh hoang
Bỏ cha bỏ mẹ trốn sang quê người.

Trước còn tập theo thời theo thế
Thân lập thân, tìm kế sinh nhai
Hoặc đi buôn bán kiếm lời
Hoặc vào quân lính với đời lập công.

Vì ràng buộc đồng công mối nợ
Hoặc trở ngăn vì vợ, vì con
Quên cha, quên mẹ tình thâm
Quên hương xứ sở lâu năm không về. (o)

Ấy là nói những người có chí
Chớ phần nhiều du hí mà thôi
Sau khi phá hết của rồi
Phải tìm phương kế kiếm đôi đồng xài.

Theo trộm cướp, hoặc là bài bạc
Phạm tội hình, tù rạc phải vương
Hoặc khi mang bệnh giữa đường
Không người nuôi dưỡng, bỏ thân ngoài đồng.(o)

Hay tin dữ bà con cô bác
Cùng mẹ cha xao xác buồn rầu
Thương con than khóc ưu sầu
Có khi mang bịnh đui mù vấn vương. (o)

Hoặc bịnh nặng vì thương quá lẽ
Phải bỏ mình làm quỉ giữ hồn
Hoặc nghe con chẳng lo lường

Trà đình tửu điếm phố phường ngao du. (o)

Cứ mải miết con đường bất chính
Chẳng mấy khi thần tỉnh mộ khan
Làm cho cha mẹ than van
Sinh con bất hiếu phải mang tiếng đời.

Hoặc cha mẹ đến hồi già yếu
Không ai nuôi thốn thiếu mọi điều
Ốm đau đói rách kêu rêu
Con không cấp dưỡng, bỏ liều chẳng thương.

Phận con gái khi nương cha mẹ
Còn có lòng hiếu để thuận hòa
Cần lao phục dịch trong nhà
Dễ sai, dễ khiến hơn là nam nhi.

Song đến lúc, tùng phu xuất giá
Lo bên chồng chẳng sá bên mình
Trước còn lai vãng đến thăm
Lần lần nguội lạnh biệt tăm biệt nhà.

Quên dưỡng dục song thân ân trọng
Không nhớ công mang nặng đẻ đau
Chẳng lo báo bổ cù lao
Làm cho cha mẹ tuôn trào lệ rơi. (o)
Nếu mẹ cha la rầy quở mắng
Trở sanh lòng hờn giận chẳng kiên

Đến khi chồng đánh liên miên
Thì cam lòng chịu chẳng phiền chẳng than.

Tội bất hiếu lưỡng ban nam nữ
Nói không cùng nghiệp dữ phải mang
Nghe Phật chỉ rõ mọi đàng
Tất cả đại chúng lòng càng thảm thay.

Gieo xuống đất, lấy cây lấy củi
Đập vào mình, vào mũi, vào hông
Làm cho các lỗ chân lông
Thảy đều rướm máu ướt dầm cảm than.

Đến hôn mê tâm thần bất định
Một giây lâu mới tỉnh than rằng:
Bọn ta quả thật tội nhân
Xưa nay chẳng rõ, không hơn người mù.

Nay tỏ ngộ biết bao lầm lạc
Ruột gan dường như nát như tan
Tội tình khó nỗi than van
Làm sao trả đặng muôn ngàn ân sâu. (o)

Trước Phật tiền ai cầu trần tố
Xin Thế Tôn mẫn cố bi lân
Làm sao báo đáp thâm ân
Tỏ lòng hiếu thuận song thân của mình?

Phật bèn dùng phạm thinh sáu món
Phân tỏ cùng đại chúng lóng nghe
Ân cha, nghĩa mẹ nặng nề
Không phương báo đáp cho vừa sức đâu.

Ví có người ân sâu dốc trả
Cõng mẹ cha tất cả hai vai
Giáp vòng hòn núi Tu Di
Đến trăm ngàn kiếp ân kia chưa vừa.

Ví có người gặp cơn đói rét
Nuôi song thân dâng hết thân này
Xương nghiền thịt nát phân thây
Trải trăm ngàn kiếp ân đây chưa đồng.

Ví có người vì công sanh dưỡng
Tự tay mình khoét thủng song ngươi
Chịu thân mù tối như vầy
Đến trăm ngàn kiếp ơn này thấm đâu. (o)

Ví có người cầm dao thiệt bén
Mổ bụng ra rút hết tâm can
Huyết ra khắp đất chẳng than
Đến trăm ngàn kiếp thâm ân đâu bằng.

Ví có người dùng ngàn mũi nhọn
Đâm vào mình bất luận chỗ nào
Tuy là sự khó biết bao

Trải trăm ngàn kiếp không sao đáp đền.

Ví có người vì ân dưỡng dục
Tự treo mình, cúng Phật thế đèn
Cứ treo như vậy trọn năm
Trải trăm ngàn kiếp ân thâm chưa đền.

Ví có người xương nghiền ra mỡ
Hoặc dùng dao chặt bửa thân mình
Xương tan, thịt nát chẳng phiền
Đến trăm ngàn kiếp ơn trên chưa đồng. (o)

Ví có người vì công dưỡng dục
Nuốt sắt nóng thấu ruột thấu gan
Làm cho thân thể tiêu tan
Đến trăm ngàn kiếp chưa ngang ơn này.

Nghe Phật nói thảy đều kinh khủng
Giọt lệ tràn khó nỗi cầm ngăn
Đồng thanh bạch với Phật rằng
Làm sao trả đặng thâm ân song đường?

Phật mới bảo các hàng Phật tử:
Phải lắng nghe ta chỉ sau này
Chúng ngươi muốn đáp ơn dày
Phải nên biên chép kinh đây lưu truyền.

Vì cha mẹ trì chuyên phúng tụng

Cùng ăn năn những tội lỗi xưa
Cúng dường Tam Bảo sớm trưa
Cùng là tu phước, chẳng chừa món chi.

Rằm tháng Bảy là ngày Tự Tứ
Mười phương Tăng đều dự lễ này
Sắm sanh lễ vật đủ đầy
Chờ giờ câu hội đặt bày cúng dâng. (o)

Đặng cầu nguyện song đường trường thọ
Hoặc sanh về Tịnh Độ an nhàn
Ấy là báo đáp thù ân
Sanh thành dưỡng dục song thân của mình.

Phật tử phải cần chuyên trì giới
Pháp Tam Quy, ngủ giới giữ gìn
Những lời ta dạy đinh ninh
Phải nên vâng giữ thi hành đừng sai.

Được như vậy mới là khỏi tội
Bằng chẳng thì ngục tối phải sa
Trong năm đại tội kể ra
Bất hiếu thứ nhứt, thật là trọng thay.

Sau khi chết, bị đày vào ngục
Ngũ Vô Gián cũng gọi A Tỳ
Ngục này trong núi Thiết Vi
Vách phên bằng sắt vây quanh bốn bề.

Trong ngục này hằng ngày lửa cháy
Đốt tội nhân hết thảy thành than
Có lò nấu sắt cho tan
Rót vào trong miệng tội nhân hành hình. (o)

Một vá đủ cho người thọ khổ
Lột thịt da đau thấu tâm can
Lại còn chó sắt cắn gang
Phun ra khói lửa đốt đoàn tội nhân.

Ở trong ngục có giường bằng sắt
Bắt tội nhơn nằm khắp đó xong
Rồi cho một ngọn lửa hồng
Nướng quay chúng nó da phồng thịt thau.

Móc bằng sắt thương đao gươm giáo
Trên không trung đổ xuống như mưa
Gặp ai chém nấy chẳng chừa
Làm cho thân thể như dưa chín muồi.

Những hình phạt vô phương kể hết
Mỗi ngục đều có cách trị riêng
Như là xe sắt phân thây
Chim ưng mổ bụng trâu cày lưỡi le. (o)

Nếu chết được, chết liền cho đỡ
Vì nghiệp duyên không nỡ hành thân
Ngày đêm sống chết muôn lần

Đến trăm ngàn kiếp không ngừng một giây.

Sự hành phạt tại A Tỳ ngục
Rất nặng nề ngỗ nghịch song thân
Chúng ngươi đều phải ân cần
Thừa hành lời dạy, phân trần ở trên.

Nhứt là phải kinh nầy biên chép
Truyền bá ra cho khắp Đông Tây
Như ai chép quyển kinh nầy
Cũng bằng đặng thấy một vì Thế Tôn.

Nếu in đặng nghìn muôn quyển ấy
Thì cũng bằng thấy Phật vạn thiên
Tùy theo phước báo lưu truyền
Chư Phật ủng hộ sở nguyền viên dung.

Cha mẹ đặng xa miền khốc lãnh
Lại hóa sanh về cảnh thiên cung
Nghe lời Phật giảng vừa xong
Khắp trong tứ chúng một lòng kính vâng.

Lại phát nguyện dù thân này nát
Ra bụi tro muôn kiếp chẳng nài
Dầu cho kéo lưỡi trâu cày
Đến trăm ngàn kiếp lời thầy không quên. (o)

Ví như bị trăm ngàn dao mác

Khắp thân này bầm nát như tương
Trải trăm ngàn kiếp khôn lường
Chúng con gìn giữ như phương thuốc mầu.

Đức A Nan âu sầu đảnh lễ
Cầu Thế Tôn đặt để hiệu kinh
Dễ bề truyền bá chúng sanh
Chuyên trì phúng tụng tu hành mai sau.

Phật mới bảo A Nan nên biết:
Quyển kinh này quả thiệt cao xa
Đặt tên "Báo Hiếu Mẹ Cha"
Cũng là "Ân Trọng" thật là chơn kinh.

Các ngươi phải giữ gìn châu đáo
Để đời sau, y giáo phụng hành.
Sau khi, Phật dạy đành rành
Bốn hàng Phật tử tâm thành vui theo.

Cùng một lòng vâng lời Phật dạy
Và kính thành tin chắc vẹn truyền
Đồng nhau tựu lại Phật tiền
Nhất tâm đảnh lễ, rồi liền lui ra.

Nam Mô Đại Hiếu Mục Kiền Liên Bồ Tát Ma Ha Tát. (3 lần) (o)

KINH BÁT NHÃ BA LA MẬT

Khi Ngài Quán Tự Tại Bồ Tát thực hành sâu xa pháp Bát Nhã Ba La Mật Đa, Ngài soi thấy năm uẩn đều không, qua hết thảy khổ ách.

"Này Xá Lợi Phất, sắc chẳng khác không, không chẳng khác sắc, sắc tức là không, không tức là sắc. Thọ, Tưởng, Hành, Thức cũng đều như thế".

"Này Xá Lợi Phất, 'tướng không của mọi pháp' không sanh, không diệt, không dơ, không sạch, không thêm, không bớt, nên trong 'chân không', không có sắc, không có thọ, tưởng, hành, thức, không có mắt, tai, mũi, lưỡi, thân, ý, không có sắc, thinh, hương, vị, xúc, pháp, không có nhãn giới, cho đến không có ý thức giới, không có vô minh, cũng không có cái hết vô minh, cho đến không có già chết, cũng không có cái hết già chết, không có khổ, tập, diệt, đạo, không có trí huệ, cũng không có chứng đắc.

Vì không có chỗ chứng đắc, nên Bồ Tát y theo Bát Nhã Ba La Mật Đa, tâm không ngăn ngại. Vì không ngăn ngại, nên không sợ hãi, xa hẳn điên đảo, mộng tưởng, đạt tới cứu cánh Niết Bàn.

Chư Phật trong ba đời cũng y theo Bát Nhã Ba La Mật Đa, được đạo quả vô thượng chánh đẳng chánh giác.

Nên biết Bát Nhã Ba La Mật Đa là Đại Thần Chú, là Đại Minh Chú, là Vô Thượng Chú, là Vô Đẳng Đẳng Chú, trừ được hết thảy khổ, chân thật không hư".

Vì vậy, liền nói Chú Bát Nhã Ba La Mật Đa:

"Yết đế, yết đế, ba la yết đế, ba la tăng yết đế, bồ đề tát bà ha". (3 lần) (o)

VÃNG SANH QUYẾT ĐỊNH CHÂN NGÔN

Nam-mô a di đa bà dạ
Đa tha dà đa dạ
Đa địa dạ tha.
A di rị đô bà tỳ
A di rị đa tất đam bà tỳ
A di rị đa tì ca lan đế
A di rị đa, tì ca lan đa
Dà di nị dà dà na
Chỉ đa ca lệ ta bà ha. (3 lần) (o)

NIỆM PHẬT

A Di Đà Phật thân sắc vàng
Tướng tốt quang minh tự trang nghiêm
Năm Tu Di uyển chuyển bạch hào
Bốn biển lớn trong ngần mắt biếc
Trong hào quang hóa vô số Phật
Vô số Bồ tát hiện ở trong
Bốn mươi tám nguyện độ chúng sanh
Chín phẩm sen vàng lên giải thoát
Quy mạng lễ A Di Đà Phật
Ở phương Tây thế giới an lành
Con nay xin phát nguyện vãng sanh
Cúi xin Đức Từ Bi tiếp độ.

Nam-mô Tây-phương Cực-lạc thế-giới, đại-từ đại-bi, A-Di-Đà Phật.

Nam-mô A-Di-Đà Phật. (3 lần) (o)

Nam-mô Đại-bi Quán-Thế-Âm Bồ-tát. (3 lần) (o)

Nam-mô Đại-Thế-Chí Bồ-tát. (3 lần) (o)

Nam-mô Địa-Tạng Vương Bồ-tát. (3 lần) (o)

Nam-mô Đại-Hiếu Mục Kiền Liên Bồ-tát. (3 lần) (o)

Nam-mô Thanh-tịnh Đại-Hải chúng Bồ-tát. (3 lần) (ooo)

SÁM VU LAN

Đệ tử chúng con
Vâng lời Phật dạy
Ngày rằm tháng Bảy
Gặp hội Vu Lan
Phạm Vũ huy hoàng
Đốt hương đảnh lễ
Mười phương Tam thế
Phật, Pháp, Thánh, Hiền
Noi gương đức Mục Kiền Liên
Nguyện làm con thảo
Lòng càng áo não
Nhớ nghĩa thân sanh
Con đến trưởng thành
Mẹ dày đau khổ
Ba năm nhũ bộ
Chín tháng cưu mang

Không ngớt lo toan
Quên ăn bỏ ngủ
Ấm no đầy đủ
Cậy có công cha
Chẳng quản yếu già
Sanh nhai lam lũ
Quyết cùng hòan vũ
Phấn đấu nuôi con
Giáo dục vuông tròn
Đem đường học đạo
Đệ tử ơn sâu chưa báo
Hổ phận kém hèn
Giờ này quỳ trước đài sen
Chí thành cung kính
Đạo tràng thanh tịnh
Tăng Bảo trang nghiêm
Hoặc hiện tham thiền
Đầy đủ thiện duyên
Dũ lòng lân mẫn
Hộ niệm cho:
Bảy kiếp cha mẹ chúng con
Đượm nhuần mưa Pháp
Còn tại thế:
Thân tâm yên ổn
Phát nguyện tu trì
Đã qua đời:
Ác đạo xa lìa
Chóng thành Phật quả

Ngưỡng mong các đức Như Lai
Khắp cõi hư không
Từ bi gia hộ.

HỒI HƯỚNG

Vu Lan công đức, hạnh nhiệm mầu
Thắng phước bao nhiêu con nguyện cầu
Tất cả chúng sanh trong pháp giới
Hướng về Phật Pháp tỏ đạo mầu.
Nguyện cho ba chướng tiêu tan
Phiền não dứt sạch, huệ căn sang ngời
Cầu cho con được đời đời
Hành Bồ Tát Đạo, cứu đời lầm than.
Nguyện sanh Tây Phương, cõi Lạc Bang
Cha mẹ, sen vàng chín phẩm sanh
Hoa nở, thấy Phật, quả viên thành
Các vị Bồ Tát bạn lành với ta. *(o)*

NGỒI THIỀN

(Mỗi người im lặng tĩnh tâm tự cầu nguyện và thiền 15 phút)

Canh năm Bát nhã chiếu vô biên
Chẳng khởi một niệm khắp tam thiên
Muốn thấy chân như tánh bình đẳng
Dè dặt sanh tâm trước mắt liền. (o)
Lý diệu ảo huyền không lường được
Dụng công đuổi bắt càng nhọc lòng

Nếu không một niệm mới thật tìm
Còn có tâm tìm còn chẳng biết.

Chủ lễ xướng: **Nam Mô Bổn Sư Thích Ca Mâu Ni Phật.** (o)

Đại chúng đáp lại: **Nam Mô Bổn Sư Thích Ca Mâu Ni Phật.** (3 lần) (o)

Nam Mô A Di Đà Phật

PHỤC NGUYỆN

Tam Bảo chứng minh oai thần hộ niệm, Bồ tát, Long thiên, Phạm vương Đế thích và bốn Thiên vương Thiên long bát bộ, Hộ pháp Thần vương tất cả thiện thần thùy từ ủng hộ.

Hôm nay lễ Vu Lan, Rằm tháng bảy, ngày Chư Tăng ra hạ sau, ngày Cứu độ các vong linh bị treo ngược trong địa ngục, chúng con là… (Tỳ Kheo Ni…., Sadini…) **cùng với các Phật tử chùa Hương Sen, Perris, California, một dạ chí thành vân tập tại đại hùng bảo điện Hương Sen phúng tụng Kinh Vu Lan Bồn và kinh Phụ Mẫu Báo Ân, xưng tán hồng danh cùng niệm Phật kinh hành công đức.**

Nguyện đem công đức này cầu cho Phật sự phát triển chùa Hương Sen, Perris, Califronia, thành chốn tùng lâm nghiêm tu, ngày một thành tựu, được sự ủng hộ gia trì của đàn việt tín tâm, chư thiên hộ pháp, bồ tát và mười phương chư Phật, để Phật nhật tăng huy, pháp luân thường chuyển, mưa thuận gió hòa, quốc thới dân an.

Nguyện đem công đức này cầu an cho Phật tử... (tên, pháp danh, tuổi) **cùng với các vị gia chủ và các Phật tử hiện diện tại đây: tai qua nạn khỏi, tật bịnh tiêu trừ, nghiệp chướng tiêu tan, gia đạo bình an, thân tâm thường an lạc, quanh năm đều được vạn sự cát tường như ý. Nguyện cho các vị tâm Bồ đề kiên cố, chí tu học vững bền, tự giác, giác tha, giác hạnh viên mãn.**

Lại nguyện đem công đức này cầu siêu cho hương linh... (tên, pháp danh, hưởng thọ) **cùng cửu huyền thất tổ, nội ngoại hai bên, phụ mẫu quá vãng nhiều đời, nhiều kiếp của chúng con và tất cả các hương linh ký tự tại Chùa Hương Sen, anh hùng chiến sĩ, vì nước hy sinh, đồng bào tử nạn, mười hai loại cô hồn, chết sông, chết chợ, đầu đường, xó chợ, nay được an lành, nghe kinh kệ siêu thăng tịnh độ, vượt qua bể khổ, thoát khỏi Ta Bà, sen vàng chín phẩm nở hoa, pháp thân hiện Di Đà thọ ký.**

Sau cùng, nguyện chúng con cùng tất cả chúng sanh đều sớm trọn thành Phật đạo.

Đại chúng đồng niệm: **Nam Mô A Di Đà Phật.**(o)

KÍNH LỄ

(Đại chúng đứng lên)

Bao nhiêu tất cả nhân sư tử
Mười phương ba đời cùng các cõi
Con đem thân miệng ý thanh tịnh
Lạy khắp tất cả không còn dư. (o)

Nhất tâm đảnh lễ, đệ tử chúng con đại vì bốn

ân ba cõi chí thành đảnh lễ:

Nam Mô Quá Khứ Trang Nghiêm Kiếp Thiên Phật. (o) (1 lạy)

Nhất tâm đảnh lễ, đệ tử chúng con đại vì bốn ân ba cõi chí thành đảnh lễ:

Nam Mô Hiện Tại Hiền Kiếp Thiên Phật. (o) (1 lạy)

Nhất tâm đảnh lễ, đệ tử chúng con đại vì bốn ân ba cõi chí thành đảnh lễ:

Nam Mô Vị Lai Tinh Tú Kiếp Thiên Phật. (o)(1 lạy)

TAM QUY

Con nương theo Phật, cầu cho chúng sanh
Tin chắc Đạo cả, phát lòng vô thượng. (o) (1 lạy)

Con nương theo Pháp, cầu cho chúng sanh
Thấu rõ kinh tạng, trí huệ như biển. (o) (1 lạy)

Con nương theo Tăng, cầu cho chúng sanh
Kính tín hòa hợp, tất cả không ngại. (ooo) (1 lạy)

Cúng rằm Nguyên Đán lễ trang nghiêm,
Rước Phật đón xuân lễ đã hòan
Công đức vô biên ban tất cả,
Vui mừng chúc tụng khắp nhân gian.
Nam Mô Viên Mãn Tạng Bồ Tát Ma Ha Tát.

(3 lần) (o)

BÀI KỆ CHƯ THIÊN

Trời, A-tu-la, Dạ xoa thảy
Đến nghe pháp đó nên chí tâm
Ủng hộ Phật pháp khiến thường còn
Mỗi vị siêng tu lời Phật dạy.
Bao nhiêu người nghe đến chốn này
Hoặc trên đất liền hoặc hư không
Thường với người đời sanh lòng từ
Ngày đêm tự mình nương pháp ở.
Nguyện các thế giới thường an ổn
Phước trí vô biên lợi quần sanh
Bao nhiêu tội chướng thảy tiêu trừ
Xa lìa các khổ về viên tịch.
Hằng dùng giới hương xoa vóc sáng
Thường trì định phục để giúp thân
Hoa mầu bồ đề khắp trang nghiêm
Tùy theo chỗ ở thường an lạc. (o)

Nam mô Tam Châu Cảm Ứng Hộ Pháp Vi Đà Tôn Thiên Bồ Tát Ma Ha Tát (3 lần) (o)

Thỉnh đại chúng đi niệm Phật 1 vòng khắp sân chùa rồi hồi hướng và dùng cơm trưa.

11

LỄ VÍA ĐỊA TẠNG BỒ TÁT

(NGÀY 30 THÁNG 7 ÂM LỊCH)

1. Cúng hương
2. Cầu nguyện
3. Khen ngợi Phật
4. Quán tưởng Phật
5. Đảnh lễ
6. Tán dương chi
7. Chú Đại Bi
8. Kệ khai kinh
9. Kinh Địa Tạng, Phẩm 7: Lợi ích cả kẻ còn người mất (hoặc toàn bộ kinh)
10. Bát Nhã Tâm Kinh
11. Niệm Phật
12. Sám Địa Tạng
13. Hồi hướng
14. Phục nguyện
15. Kính lễ bốn ân, ba cõi
16. Tam quy
17. Bài kệ Chư Thiên

XƯNG DƯƠNG PHÁP HỘI BỒ-TÁT ĐỊA TẠNG

Đao lợi Thế Tôn nói pháp mầu
Địa Tạng công hạnh rất rộng sâu
Thánh giáo mãi truyền lưu hậu thế
Khắp độ nhân thiên thoát khổ đau. (o)

Từ bi quảng đại diệu khôn lường
Cứu khổ đường mê, Địa Tạng Vương
Tích trượng rung vang khai địa ngục
Minh châu soi sáng hết đau thương. (o)

Hiện thân cứu tế u minh giới
Pháp lực gương buồm Bát Nhã thuyền
Tiếp dẫn quần sanh lên bờ giác
Đường đường khắp phóng ngọc hào quang.

Địa ngục chưa không hề chẳng thành Phật
Chúng sanh độ hết mới chứng Bồ-đề. (o)
Nam Mô Đại Bi Đại Nguyện Đại Hạnh Đại Từ
Bổn Tôn Địa Tạng Vương Bồ-tát. (3 lần) (o)

CẦU NGUYỆN

Lại vì gió vàng chuyển động, mở khai điềm tốt kim dung, sương ngọc thấm nhuần, hiển bày tướng đẹp ngọc hào.

Địa Tạng Đại sĩ đản sanh lung linh tuyệt đẹp.

Trăng thu vừa tắt, ngước lên khắp bầu trời sáng tỏ, thánh đức trong sáng hồng ngọc. Nghĩ lại chúng con đang ở đời mạt pháp, tội lỗi chồng chất, mong thoát vòng khổ, ắt nhờ gió lành phủi quét được lên cõi an vui, toàn nương ánh từ để thong dong tự tại. Nay gặp lúc Hoa Đàm xuất hiện, kính dâng hương hoa phụng hiến.

Đệ tử chúng con (chủ lễ) ...... **lại nguyện: Gậy vàng tươi sáng, minh châu chiếu rạng; cuồng si u ám, mở ngục sắt không môn; nóng bứt trừ sạch; ngôi nhà lửa tiêu tan. Trời người đều lợi lạc, âm dương thảy nhờ ân.**

Đại sĩ Địa Tạng nguyện rộng sâu
Phá thành sắt bằng ngọc minh châu
Gậy vàng dộng u minh thông thấu
Đảnh lễ tôn tượng niệm xưng danh
Vô số cõi chan hòa tiết trời xuân.
Nam Mô Địa Tạng Vương Bồ Tát Ma Ha Tát.
(3 lần) (o)

KỆ PHẨM THỨ BẢY KINH ĐỊA TẠNG - LỢI ÍCH CẢ KẺ CÒN NGƯỜI MẤT

Ta quán Địa Tạng lực oai thần
Vô số kiếp nói không cùng tận
Thấy nghe đảnh lễ trong một niệm
Lợi lạc trời người khó định phân.

Hoặc nam hoặc nữ hoặc long thần
Hết báo thân phải đọa đường ác
Chí tâm quy y Đại sĩ thân
Tuổi thọ thêm tăng trừ tội chướng.

Sớm mất mẹ cha, biệt người thân
Chưa rõ thần hồn nương chốn nào?
Anh em, chị em và thân nhân
Trưởng thành tới nay chưa nhận rõ.

Hoặc vẽ hoặc họa Đại sĩ thân
Niệm lễ thiết tha không rời bỏ
Hăm mốt ngày niệm hiệu ân cần
Nhiều thân hình Bồ Tát hiện ra.

Cho biết nơi nào quyến thuộc sanh
Giá rơi ác thú tìm cứu sạch
Nếu ai không lui sụt sơ tâm
Liền được sờ đầu truyền Thánh ký.

Người muốn tu vô thượng Bồ Đề
Nhẫn đến 3 cõi khổ thoát ly
Chính là đã phát tâm đại bi
Trước nên quán lễ tượng Đại sĩ.

Hết thảy các nguyện sớm đạt thành
Nghiệp chướng toàn dứt chẳng còn chi
Có người phát tâm tụng kinh điển

Muốn qua bờ giác độ quần sanh.

Duy lập nguyện này khó ví sánh
Đọc rồi quên rồi phế bỏ nhanh
Người này bị nghiệp chướng trói buộc

Kinh điển Đại Thừa chẳng nhớ rành.

Cúng dường Địa Tạng với hương hoa
Y phục, uống ăn, tọa cụ và
Nước trong trước Đại sĩ bày ra
Một ngày một đêm đem uống đó.

Phát lòng tôn trọng cử cay nồng
Rượu thịt, tà dâm, vọng ngữ không
Trong 21 ngày chớ sát sanh
Hết lòng niệm tưởng Đại sĩ danh.

Trong mơ thấy nhiều loại tướng hình
Tỉnh ra mới biết ấy điềm lành
Đúng lúc tai nghe dạy đọc Kinh
Chẳng quên trong ngàn vạn lần sanh.

Do vì Đại sĩ khó nghĩ suy
Hay khiến người này đạt tuệ trí
Chúng sanh nghèo cùng và tật bệnh
Quyến thuộc chia ly, nhà cửa suy.

Trong cơn mộng mị thấy bất an
Người cầu sai quấy không toại ý
Chí tâm niệm lễ tượng Địa Tạng

Mọi điều xấu ác đều tiêu tan.
Thậm chí giấc mơ được bình an
Y, thực dồi dào quỉ thần can
Vào núi rừng, qua biển an toàn
Cầm thú độc và người hung ác.

Ác thần, ác quỉ và gió độc
bao nhiêu khổ não hết thảy nạn
Chỉ nên lễ lạy và cúng dường
Bồ Tát Địa Tạng đại sĩ tượng.

Như vào núi rừng, hoặc đại dương
Bấy giờ các ác đều tiêu sạch
Quan Âm lắng nghe Ta giảng tường
Địa Tạng sâu rộng khó nghĩ lường.

Trăm nghìn vạn kiếp nói không cùng
Lực Đại sĩ đây rộng tuyên dương
Người nào nghe được danh Địa Tạng
Nhẫn đến chí tâm kính lễ thường.

Dâng y phục, ẩm thực, hoa hương
Nhận trăm nghìn phước báu cúng dường
Hay chỉ nhân đây cầu pháp giới

thành Phật thoát sanh tử đại dương

Vì thế Quan Âm ngươi nên biết
Báo cho khắp hết các cõi tường. (3 lần) (o)
Án Tam Đà ra già đà ta bà ha. (7 lần) (o)
Nam Mô U Minh Giáo Chủ
Cứu Khổ Minh Đồ Địa tạng Vương Bồ Tát Ma Ha Tát. (3 lần) (o)

SÁM ĐỊA TẠNG

Địa Tang Vương lập nhiều đại nguyện
Đã trải bao biến chuyển tăng kỳ
Phân thân khắp chốn dạo đi
Quyết lòng độ chúng thoát thì trầm luân.

Nếu còn kẻ lưng chừng khổ não
Ngài chẳng đành chứng đạo Bồ đề
Trong mười cửa ngục gớm ghê
Còn thấy tù tội chưa hề trống không.

Ngài thệ nguyện chẳng mong chứng Phật
Lòng từ bi mới thật rộng sâu
Mong chúng sanh trình độ cao
Hiểu sâu đạo cả, công lao tu hành.

Tới khi ấy lợi danh phủi sạch
Khắp nơi nơi thanh bạch thái bình

Như Lai nói Địa Tạng kinh
Cung trời Đao Lợi, công trình Ngài tu.

Vô lượng kiếp hiền từ có một
Trải bao đời chỉ cốt tu nhân
Làm thân trai, gái, vua, dân
Kiếp nào Ngài cũng ân cần lợi tha.

Có kiếp hóa Bà la môn nữ
Dốc một lòng khuyên nhủ mẹ già
Sau khi chết xuống Diêm la
Thương xót cầu Phật hiệu là Giác Hoa. (o)
Tấm lòng thành cũng hòa cảm Phật
Nên chỉ đường cứu vớt tội căn
Quang Mục, Trưởng giả hóa thân
Kiếp nào Ngài cũng giữ phần hiếu nhân.

Đời nhà Tấn, muôn dân an lạc
Hiệu Vĩnh Huy, Ngài thác sanh ra
Thánh trào cung điện Tân La
Tên Ngài Kiều Giác, chính là họ Kim.

Hăm bốn tuổi quyết tìm đạo cả
Núi Cửu Hoa tĩnh tọa tu thân
Bảy lăm năm lánh bụi trần
Vừa chín chín tuổi chứng phần quả cao.

Trong thời ấy Cát Hào họ Mẫn

Cứ mỗi năm một bận trai đàn
Tới kỳ cúng Phật cầu an
Ông đều sửa lễ đoan trang thỉnh Ngài.

Xuống chứng đàn trai Tăng rực rỡ
Đem phép mầu hóa độ chúng sanh
Mẫn Công có một trai lành
Đạo Minh tên hiệu ứng danh theo Ngài.

Hai mươi năm chẳng nài công khó
Nên người mau tỏ rõ đạo mầu
Quy y con trước cha sau
Cả hai chứng quả, theo hầu hai bên.

Kiếp chót Ngài như trên đã k
Thiệt vẻ vang cho kẻ tu hành
Một trăm mười chín hưởng sanh
Nhập diệt ba chục, tháng lành mạnh thu. (o)

Bởi nhiều kiếp công tu rốt ráo
Ngài đắc thành thánh đạo hiển dương
Phong đại thánh Địa Tạng Vương
U minh giáo chủ, dẫn đường độ sanh.

Dưới địa ngục, U thành một cõi
Nhờ đức Ngài bớt khỏi cực hình
Biết bao tù tội chúng sinh
Ăn năn sám hối tụng kinh tu hành.

Cung Đao Lợi xướng danh Địa Tạng
Đức Như Lai khai giảng cho Ngài
Tới đời tượng, mạt trần ai
Thay cầm chánh pháp an bài độ sanh.

Đợi tới kỳ giáng sanh Di Lặc
Ấy là ngày công đắc viên thành
Thiệt là hiển hiển linh linh
Phân thân mười cõi biến hình dạo chơi.
Nếu có kẻ tưởng trời niệm Phật
Tùy duyên lành, Ngài mật độ cho
Sông mê dìu dắt qua đò
Tới nơi bến giác tự do thanh nhàn.

Tay cầm tích trượng châu vàng
Động tan cửa ngục cứu toàn chúng sanh
Thành tâm tưởng niệm hiệu danh
Hiện thân cảm ứng ngục thành tiêu tan.

Nam Mô Minh vương Cứu khổ
Đại nguyện Địa Tạng Vương Bồ Tát. (3 lần) (o)

12

LỄ VÍA QUAN ÂM BỒ TÁT

(NGÀY 19 THÁNG 2, 6, 9 ÂM LỊCH)

1. Cúng hương
2. Tán thán Quán Thế Âm
3. Cầu nguyện
4. Khen ngợi Phật
5. Quán tưởng Phật
6. Đảnh lễ
7. Tán dương chi
8. Chú Đại Bi
9. Khai kinh kệ
10. Kinh Sức Mạnh Quan Âm
11. Lạy 12 Nguyện Quan Âm
12. Bát Nhã Tâm Kinh
13. Niệm Phật
14. Quán nguyện
15. Hồi hướng
16. Ngồi thiền
17. Phục nguyện
18. Kính lễ bốn ân, ba cõi
19. Tam quy
20. Bài kệ Chư Thiên

CÚNG HƯƠNG

(Quì ngay thẳng, cầm 3 cây hương dâng ngang trán, chỉ chủ lễ niệm)

Nguyện dâng hương mầu nầy
Cúng dường tất cả Phật
Tôn Pháp, chư Bồ Tát
Thinh Văn và Duyên Giác
Cùng các bậc Thánh Hiền
Duyên khởi đài sáng chói
Khắp xông mười phương cõi
Tỏa ngát các chúng sanh
Đều phát tâm Bồ Đề
Xa lìa các vọng nghiệp
Trọn nên Đạo Vô Thượng.
Nam Mô Hương Cúng Dường Bồ Tát Ma Ha Tát. (o) (1 xá)

TÁN THÁN QUÁN THẾ ÂM

Đảnh lễ Quán Âm đại bi chủ,
Nguyện lực hồng thâm tướng hảo thân,
Nghìn tay trang nghiêm khắp hộ trì,
Nghìn mắt quang minh khắp quán chiếu.
Trong lời chân thật tuyên mật ngữ,
Trong tâm vô vi khởi bi tâm,
Sớm khiến mãn nguyện mọi hy cầu,
Vĩnh viễn diệt trừ bao tội nghiệp.
Long thiên thánh chúng đồng từ hộ,

Ngàn trăm tam muội đốn huân tu,
Thọ trì, thân chính quang minh tràng.
Thọ trì, tâm chính thần thông tạng.
Tẩy rửa trần lao nguyện như biển,
Siêu chứng Bồ- đề, phương tiện môn.
Con nay xưng tụng, nguyện quy y,
Tùy nguyện theo tâm ắt viên mãn.
Nam Mô Đại Bi Quan Thế Âm Bồ tát. (3 lần) (o)

CẦU NGUYỆN

Hôm nay lễ Vía Quan Âm (đản sanh ngày 19 tháng 2, hay thành đạo 19 tháng 6 hay xuất gia 19 tháng 9 âm lịch)**, đệ tử chúng con** (chủ lễ) **là.... và các Phật tử Chùa Hương Sen, đạo tràng Perris, California, vân tập tại đại hùng bảo điện chùa Hương Sen, Perris, California, Hoa Kỳ, thành tâm thiết lễ Vía Quan Âm, cúng dường hương hoa bánh trái, đốt nén tâm hương, dốc lòng bái thỉnh, nguyện trì tụng** (Ngũ Bách Danh, Kinh Sức Mạnh Quan Âm, Kinh Phổ Môn...) **xưng tán Hồng Danh, tu hành công đức.**

Chúng con kiền thành cung thỉnh mười phương Chư Phật, Quan Thế Âm Tát cùng các vị Bồ tát, tịnh đức chúng tăng, từ bi gia hộ cho.... (quý danh hay đệ tử chúng con)**, phiền-não dứt sạch, nghiệp chướng tiêu trừ, tai qua nạn khỏi, thường được an lành, xa lìa khổ ách, cùng hết thảy chúng sanh, một thời đồng chứng Vô Thượng Chánh Đẳng Chánh Giác.** (o) (1 xá)

Nam Mô Đại Từ Đại Bi Tầm Thinh Cứu Khổ Cứu Nạn Quan Thế Âm Bồ Tát tác đại chứng minh. (3 lần) (o)

KHEN NGỢI PHẬT

Đấng Pháp Vương vô thượng
Ba cõi chẳng ai bằng
Thầy dạy khắp trời, người
Cha lành chung bốn loài
Quy y tròn một niệm
Dứt sạch nghiệp ba kỳ
Xưng dương cùng tán thán
Ức kiếp không cùng tận. (o) (1 xá)

QUÁN TƯỞNG PHẬT

Phật, chúng sanh tánh thường rỗng lặng
Đạo cảm thông không thể nghĩ bàn
Lưới đế châu ví đạo tràng
Mười phương Phật hiện hào quang sáng ngời
Trước bảo tọa thân con ảnh hiện
Cúi đầu xin thệ nguyện quy y. (o)

ĐẢNH LỄ

(Đại chúng đồng tụng)

Chí tâm đảnh lễ:

Nam Mô tận hư không biến pháp giới quá,

hiện, vị lai thập phương chư Phật, Tôn Pháp Hiền Thánh Tăng thường trụ Tam Bảo. (o) (1 lạy)

Chí tâm đảnh lễ:

Nam Mô Ta Bà Giáo Chủ Bổn Sư Thích Ca Mâu Ni Phật, Đương Lai Hạ Sinh Di Lặc Tôn Phật, Đại Trí Văn Thù Sư Lợi Bồ Tát, Đại Hạnh Phổ Hiền Bồ Tát, Hộ Pháp Chư Tôn Bồ Tát, Linh Sơn Hội Thượng Phật Bồ Tát. (o) (1 lạy)

Chí tâm đảnh lễ:

Nam Mô Tây Phương Cực Lạc Thế Giới Đại Từ Đại Bi A Di Đà Phật, Đại Bi Quán Thế Âm Bồ Tát, Đại Thế Chí Bồ Tát, Đại Nguyện Địa Tạng Vương Bồ Tát, Thanh Tịnh Đại Hải Chúng Bồ Tát. (o) (1 lạy)

TÁN DƯƠNG CHI

(Mời ngồi xuống và khai chuông mõ)

Cành dương nước tịnh nhiệm mầu
Rưới tắt muôn vàn cảnh khổ đau
Chư Thiên mát mẻ, tâm thanh tịnh
Nhân thế vui tươi, cảnh an nhàn
Cam lồ rưới khắp trần gian
Lửa sân dứt sạch, sen vàng nở hoa. (o)

Nam Mô Thanh Lương Địa Bồ Tát Ma Ha Tát. (3 lần) (o)

CHÚ ĐẠI-BI

Nam Mô Đại Bi Hội Thượng Phật Bồ Tát. (3

lần) (o)

Thiên thủ thiên nhãn vô ngại đại-bi tâm đà-la-ni.

Nam Mô hắc ra đát na, đa ra dạ da. Nam Môa rị da, bà lô yết đế, thước bát ra da, Bồ-đề tát đỏa bà da, ma ha tát đỏa bà da, ma ha ca lô ni ca da, án, tát bàn ra phạt duệ số đát na đát tỏa.

Nam Mô tất kiết lật đỏa y mông a rị da, bà lô kiết đế thất Phật ra lăng đà bà.

Nam Mô na ra cẩn trì hê rị ma ha bàn đa sa mế, tát bà a tha đậu thâu bằng, a thệ dựng, tát bà tát đa, na ma bà già, ma phạt đạt đậu, đát điệt tha. Án a bà lô hê, lô ca đế, ca ra đế, di hê rị, ma ha bồ-đề tát đỏa, tát bà tát bà, ma ra ma ra, ma hê ma hê, rị đà dựng, cu lô cu lô kiết mông, độ lô độ lô, phạt xà da đế, ma ha phạt xà da đế, đà ra đà ra, địa rị ni, thất Phật ra da, dá ra dá ra. Mạ mạ phạt ma ra, mục đế lệ, y hê y hê, thất na thất na a ra sâm Phật ra xá-lợi, phạt sa phạt sâm, Phật ra xá da, hô lô hô lô ma ra, hô lô hô lô hê rị, ta ra ta ra, tất rị tất rị, tô rô tô rô, bồ-đề dạ bồ-đề dạ, bồ-đà dạ, bồ-đà dạ, di đế rị dạ, na ra cẩn trì địa rị sắc ni na, ba dạ ma na ta bà ha. Tất đà dạ ta bà ha. Ma ha tất đà dạ ta bà ha. Tất đà du nghệ thất bàn ra dạ, ta bà ha. Na ra cẩn trì ta bà ha. Ma ra na ra ta bà ha. Tất ra tăng a mục khê da, ta bà ha. Ta bà ma ha, a tất đà dạ, ta bà ha. Giả kiết ra a tất đà dạ, ta bà ha. Ba đà ma yết tất đà dạ, ta bà ha. Na ra cẩn trì bàn đà ra dạ, ta bà ha. Ma bà lị thắng yết ra dạ, ta bà ha.

Nam Mô hắc ra đát na, đa ra dạ da. Nam Mô

a rị da, bà lô yết đế, thước bàng ra dạ, ta bà ha.

Án tất điện đô, mạn đa ra, bạt đà dạ, ta bà ha. (3 lần) (o)

Nam mô Thập phương Thường trú Tam Bảo. (3 lần) (o)

KHAI KINH KỆ

Thăm thẳm cao siêu Pháp nhiệm mầu
Trăm ngàn muôn kiếp khó tìm cầu,
Con nay nghe thấy chuyên trì niệm,
Nguyện tỏ Như Lai nghĩa nhiệm mầu.
Nam Mô Bổn Sư Thích Ca Mâu Ni Phật. (3 lần) (o)
Nam Mô Đại Bi Quan Thế Âm Bồ Tát. (3 lần) (o)

KINH SỨC MẠNH QUAN ÂM

"Thế Tôn muôn vẻ đẹp
Con xin hỏi lại Người
Bồ Tát kia vì sao
Tên là Quan Thế Âm?"

Bậc diệu tướng từ tôn
Trả lời Vô Tận Ý:
"Vì hạnh nguyện Quan Âm
Đáp ứng được muôn nơi.

"Lời thề rộng như biển
Vô lượng kiếp qua rồi

Đã theo ngàn muôn Bụt
Phát nguyện lớn thanh tịnh. (o)

"Ai nghe danh, thấy hình
Mà tâm sanh chánh niệm
Thì thoát khổ mọi cõi
Đây nói sơ lược thôi.

"Nếu có ai ác ý
Xô vào hầm lửa lớn
Niệm sức mạnh Quan Âm
Hầm lửa biến hồ sen.

"Đang trôi giạt đại dương
Gặp nạn Rồng, Quỷ, Cá
Niệm sức mạnh Quan Âm
Sóng gió không nhận chìm.

"Đứng chóp núi Tu Di
Bị người ta xô ngã
Niệm sức mạnh Quan Âm
Như mặt trời trên không.

"Bị người dữ đuổi chạy
Rơi xuống núi Kim Cương
Niệm sức mạnh Quan Âm
Không hao một mảy lông. (o)

“Bị oán tặc vây hãm
Cầm đao thương sát hại
Niệm sức mạnh Quan Âm
Oán tặc thấy thương tình.

“Bị khổ nạn vua quan
Sắp sửa bị gia hình
Niệm sức mạnh Quan Âm
Đao kiếm gãy từng khúc.

“Nơi tù ngục xiềng xích
Chân tay bị gông cùm
Niệm sức mạnh Quan Âm
Được tháo gỡ tự do.

“Gặp thuốc độc, trù, ếm
Nguy hại đến thân mình
Niệm sức mạnh Quan Âm
Người gây lại gánh chịu.

“Gặp La Sát hung dữ
Rồng độc và quỷ ác
Niệm sức mạnh Quan Âm
Hết dám làm hại ta. (o)

“Gặp ác thú vây quanh
Nanh vuốt thật hãi hùng

Niệm sức mạnh Quan Âm
Đều vội vàng bỏ chạy.

"Rắn độc và bò cạp
Lửa khói un hơi độc
Niệm sức mạnh Quan Âm
Theo tiếng tự lui về.

"Sấm sét, mây, điện, chớp
Mưa đá tuôn xối xả
Niệm sức mạnh Quan Âm
Đều kịp thời tiêu tán.

"Chúng sanh bị khốn ách
Vô lượng khổ bức thân
Trí lực mầu Quan Âm
Cứu đời muôn vạn cách.

"Trí phương tiện quảng đại
Đầy đủ sức thần thông
Mười phương trong các cõi
Không đâu không hiện thân. (o)

"Những nẻo về xấu ác
Địa ngục, quỷ, súc sinh
Khổ sinh, lão, bệnh, tử
Cũng từ từ dứt sạch.

"Quán Chân, quán Thanh Tịnh
Quán Trí Tuệ rộng lớn
Quán Bi và quán Từ
Thường nguyện, thường chiêm ngưỡng.

"Quán Vô Cấu, Thanh Tịnh
Mặt trời Tuệ phá ám
Điều phục nạn, gió, lửa
Chiếu sáng khắp thế gian.

"Tâm Bi như sấm động
Lòng Từ như mây hiền
Pháp cam lộ mưa xuống
Dập trừ lửa phiền não.

"Nơi án tòa kiện tụng
Chốn quân sự hãi hùng
Niệm sức mạnh Quan Âm
Oán thù đều tiêu tán. (o)

"Tiếng Nhiệm, tiếng Quan Âm
Tiếng Phạm, tiếng Hải Triều
Tiếng Vượt Thoát Tiếng Đời
Hãy thường nên quán niệm.

"Từng niệm không nghi ngờ
Trong ách nạn khổ chết.
Quan Âm là tịnh thánh

Là nơi cần nương tựa.

"Đầy đủ mọi công đức
Mắt thương nhìn thế gian
Biển Phước chứa vô cùng
Nên ta cần đảnh lễ."

Nam mô Bồ Tát Quan Thế Âm. (ooo)
(Kinh Pháp Hoa, phẩm Phổ Môn, tạng Kinh Đại Chánh, kinh thứ 262)

XƯNG TÁN ĐỨC QUÁN ÂM

Phổ Môn thị hiện
Cứu khổ nhân sinh,
Thuyền từ lướt sóng,
Bốn biển điêu linh
Trùng dương vọng tiếng hồn kinh,
Quán Âm ứng hiện, chúng sinh thoát nàn. (o)

Nam Mô Thánh Quan Tự Tại Bồ Tát Ma Ha Tát. (3 lần) (o)

MƯỜI HAI NGUYỆN LỚN

1. **Nam Mô hiệu Viên-Thông, danh Tự Tại, Quan-Âm Như Lai quảng-phát hoằng thệ nguyện.** (o) (1 lạy)
2. **Nam Mô nhứt niệm tâm vô quái ngại, Quan-Âm Như Lai thường cư Nam Hải**

nguyện. (o) (1 lạy)

3. **Nam Mô trú Ta-Bà U-Minh giới Quan Âm Như-Lai tầm thanh cứu khổ Nguyện.** (o) (1 lạy)
4. **Nam Mô hàng tà ma, trừ yêu quái Quan Âm Như-Lai năng trừ nguy hiểm nguyện.** (o) (1 lạy)
5. **Nam Môt hanh tịnh bình thùy dương liễu, Quan Âm Như-Lai cam-lộ sái tâm nguyện.** (o) (1 lạy)
6. **Nam Mô Đại-Từ bi năng hỉ xả, Quan Âm Như-Lai thường hành bình đẳng nguyện.** (o) (1 lạy)
7. **Nam Mô trú dạ tuần vô tổn hoại, Quan Âm Như-Lai thệ diệt tam đồ nguyện.** (o) (1 lạy)
8. **Nam Mô vọng Nam nham cầu lễ bái, Quan Âm Như-Lai, già tỏa giải thoát nguyện.** (o) (1 lạy)
9. **Nam Mô tạo pháp-thuyền du khổ hải, Quan Âm Như-Lai độ tận chúng sanh nguyện.** (o) (1 lạy)
10. **Nam Mô tiền tràng phan, hậu bảo cái, Quan Âm Như-Lai tiếp dẫn Tây Phương nguyện.** (o) (1 lạy)
11. **Nam Mô Vô Lượng Thọ Phật cảnh giới, Quan Âm Như-Lai Di Đà thọ ký nguyện.** (o) (1 lạy)
12. **Nam Mô đoan nghiêm thân vô tỉ trại, Quan Âm Như-Lai quả tu thập nhị nguyện.** (o) (1 lạy)

KINH BÁT NHÃ BA LA MẬT

Khi Ngài Quán Tự Tại Bồ Tát thực hành sâu xa pháp Bát Nhã Ba La Mật Đa, Ngài soi thấy năm uẩn đều không, qua hết thảy khổ ách.

"Này Xá Lợi Phất, sắc chẳng khác không, không chẳng khác sắc, sắc tức là không, không tức là sắc. Thọ, Tưởng, Hành, Thức cũng đều như thế".

"Này Xá Lợi Phất, 'tướng không của mọi pháp' không sanh, không diệt, không dơ, không sạch, không thêm, không bớt, nên trong 'chân không', không có sắc, không có thọ, tưởng, hành, thức, không có mắt, tai, mũi, lưỡi, thân, ý, không có sắc, thinh, hương, vị, xúc, pháp, không có nhãn giới, cho đến không có ý thức giới, không có vô minh, cũng không có cái hết vô minh, cho đến không có già chết, cũng không có cái hết già chết, không có khổ, tập, diệt, đạo, không có trí huệ, cũng không có chứng đắc.

Vì không có chỗ chứng đắc, nên Bồ Tát y theo Bát Nhã Ba La Mật Đa, tâm không ngăn ngại. Vì không ngăn ngại, nên không sợ hãi, xa hẳn điên đảo, mộng tưởng, đạt tới cứu cánh Niết Bàn.

Chư Phật trong ba đời cũng y theo Bát Nhã Ba La Mật Đa, được đạo quả vô thượng chánh đẳng chánh giác.

Nên biết Bát Nhã Ba La Mật Đa là Đại Thần Chú, là Đại Minh Chú, là Vô Thượng Chú, là Vô Đẳng Đẳng Chú, trừ được hết thảy khổ, chân thật không hư".

Vì vậy, liền nói Chú Bát Nhã Ba La Mật Đa:

"Yết đế, yết đế, ba la yết đế, ba la tăng yết đế, bồ đề tát bà ha". (3 lần) (o)

VÃNG SANH QUYẾT ĐỊNH CHÂN NGÔN

Nam-mô a di đa bà dạ
Đa tha dà đa dạ
Đa địa dạ tha.
A di rị đô bà tỳ
A di rị đa tất đam bà tỳ
A di rị đa tì ca lan đế
A di rị đa, tì ca lan đa
Dà di nị dà dà na
Chỉ đa ca lệ ta bà ha. (3 lần) (o)

NIỆM PHẬT

A Di Đà Phật thân sắc vàng
Tướng tốt quang minh tự trang nghiêm
Năm Tu Di uyển chuyển bạch hào
Bốn biển lớn trong ngần mắt biếc
Trong hào quang hóa vô số Phật
Vô số Bồ tát hiện ở trong
Bốn mươi tám nguyện độ chúng sanh
Chín phẩm sen vàng lên giải thoát
Quy mạng lễ A Di Đà Phật
Ở phương Tây thế giới an lành
Con nay xin phát nguyện vãng sanh
Cúi xin Đức Từ Bi tiếp độ.

Nam-mô Tây-phương Cực-lạc thế-giới, đại-từ đại-bi, A-Di-Đà Phật.

Nam-mô A-Di-Đà Phật. (3 lần) (o)

Nam-mô Đại-bi Quán-Thế-Âm Bồ-tát. (3 lần) (o)

Nam-mô Đại-Thế-Chí Bồ-tát. (3 lần) (o)

Nam-mô Địa-Tạng Vương Bồ-tát. (3 lần) (o)

Nam-mô Thanh-tịnh Đại-Hải chúng Bồ-tát. (3 lần) (ooo)

QUÁN NGUYỆN

Lạy đức Quán Thế Âm Bồ Tát

Chúng con xin học theo hạnh Ngài, biết lắng tai nghe cho cuộc đời bớt khổ. Ngài là trái tim biết nghe và biết hiểu. Chúng con xin tập ngồi nghe với tất cả sự chú tâm và thành khẩn của chúng con. Chúng con xin tập ngồi nghe với tâm không thành kiến. Chúng con xin tập ngồi nghe mà không phán xét, không phản ứng. Chúng con xin nguyện ngồi nghe chăm chú để có thể hiểu được những điều đang nghe và cả những điều không nói. Chúng con biết chỉ cần lắng nghe thôi, chúng con cũng đã làm vơi bớt rất nhiều khổ đau của kẻ khác rồi.

Lạy đức Văn Thù Sư Lợi BồTát,

Chúng con xin học theo hạnh Ngài, biết dừng lại và nhìn sâu vào lòng sự vật và vào lòng người. Chúng con xin tập nhìn với tất cả sự chú tâm và thành khẩn của chúng con. Chúng con xin tập

nhìn với con mắt không thành kiến. Chúng con xin tập nhìn mà không phán xét, không phản ứng. Chúng con nguyện tập nhìn sâu để thấy và để hiểu những gốc rễ của mọi khổ đau, để thấy được tự tánh vô thường và vô ngã của vạn vật. Chúng con xin học theo hạnh Ngài, dùng gươm trí tuệ để đoạn trừ phiền não, giải thoát khổ đau cho chúng con và cho mọi giới.

Lạy đức Phổ Hiền Bồ Tát,

Chúng con xin học theo hạnh nguyện của Ngài, biết đem con mắt và trái tim đi vào cuộc sống. Chúng con xin nguyện buổi sáng dâng niềm vui cho người, buổi chiều giúp người bớt khổ. Chúng con biết hạnh phúc của người chính là hạnh phúc của mình, và nguyện thực hiện niềm vui trên con đường phụng sự. Chúng con biết mỗi lời nói, mỗi cái nhìn, mỗi cử chỉ và mỗi nụ cười đều có thể đem lại hạnh phúc cho người. Chúng con biết rằng, nếu chúng con siêng năng tu tập, thì tự thân chúng con có thể là một nguồn an lạc bất tuyệt cho những người thân yêu của chúng con và cho cả muôn loài.

HỒI HƯỚNG

Vía Quan Âm công đức, hạnh nhiệm mầu
Thắng phước bao nhiêu con nguyện cầu
Tất cả chúng sanh trong pháp giới
Hướng về Phật Pháp tỏ đạo mầu.
Nguyện cho ba chướng tiêu tan

Phiền não dứt sạch, huệ căn sang ngời
Cầu cho con được đời đời
Hành Bồ Tát Đạo, cứu đời lầm than.
Nguyện sanh Tây Phương, cõi Lạc Bang
Cha mẹ, sen vàng chín phẩm sanh
Hoa nở, thấy Phật, quả viên thành
Các vị Bồ Tát bạn lành với ta. (*o*)

NGỒI THIỀN

(Mỗi người im lặng tĩnh tâm tự cầu nguyện và thiền 15 phút)

Canh năm Bát nhã chiếu vô biên
Chẳng khởi một niệm khắp tam thiên
Muốn thấy chân như tánh bình đẳng
Dè dặt sanh tâm trước mắt liền. (o)
Lý diệu ảo huyền không lường được
Dụng công đuổi bắt càng nhọc lòng
Nếu không một niệm mới thật tìm
Còn có tâm tìm còn chẳng biết.

Chủ lễ xướng: **Nam Mô Bổn Sư Thích Ca Mâu Ni Phật.** (o)

Đại chúng đáp lại: **Nam Mô Bổn Sư Thích Ca Mâu Ni Phật.** (3 lần) (o)

Nam Mô A Di Đà Phật

PHỤC NGUYỆN

Nam mô Thiên thủ, Thiên nhãn, Ngũ bách danh tầm thanh cứu khổ cứu nạn, linh cảm Quán Thế Âm Bồ Tát tác đại chứng minh.

Chúng con có nghe Đức Phật dạy trong kinh Diệu Pháp Liên Hoa, phẩm Phổ Môn rằng:

"Dù chỉ nghe tên Quán Thế Âm
Hay dù chỉ thấy bức chân dung
Nhất tâm trì niệm hồng danh ấy
Thoát mọi hung tai, được cát tường".

Hôm nay lễ Vía Quan Âm (đản sanh ngày 19 tháng 2, hay thành đạo 19 tháng 6 hay xuất gia 19 tháng 9 âm lịch)**, đệ tử chúng con** (chủ lễ) **là.... và các Phật tử Chùa Hương Sen, đạo tràng Perris, California, vân tập tại đại hùng bảo điện chùa Hương Sen, Perris, California, Hoa Kỳ, thành tâm thiết lễ Vía Quan Âm, cúng dường hương hoa bánh trái, đốt nén tâm hương, dốc lòng bái thỉnh, nguyện trì tụng** (Ngũ Bách Danh, Kinh Sức Mạnh Quan Âm, Kinh Phổ Môn...) **xưng tán Hồng Danh, tu hành công đức.**

Nguyện đem công đức này cầu cho Phật sự phát triển chùa Hương Sen, Perris, Califronia, thành chốn tùng lâm nghiêm tu, ngày một thành tựu, được sự ủng hộ gia trì của đàn việt tín tâm, chư thiên hộ pháp, bồ tát và mười phương chư Phật, để Phật nhật tăng huy, pháp luân thường chuyển, mưa thuận gió hòa, quốc thới dân an.

Nguyện đem công đức này cầu an cho Phật

tử... (tên, pháp danh, tuổi) **cùng với các vị gia chủ và các Phật tử hiện diện tại đây: tai qua nạn khỏi, tật bịnh tiêu trừ, nghiệp chướng tiêu tan, gia đạo bình an, thân tâm thường an lạc, quanh năm đều được vạn sự cát tường như ý. Nguyện cho các vị tâm Bồ đề kiên cố, chí tu học vững bền, tự giác, giác tha, giác hạnh viên mãn.**

Lại nguyện đem công đức này cầu siêu cho hương linh... (tên, pháp danh, hưởng thọ) **cùng cửu huyền thất tổ, nội ngoại hai bên, phụ mẫu quá vãng nhiều đời, nhiều kiếp của chúng con và tất cả các hương linh ký tự tại Chùa Hương Sen, anh hùng chiến sĩ, vì nước hy sinh, đồng bào tử nạn, mười hai loại cô hồn, chết sông, chết chợ, đầu đường, xó chợ, nay được an lành, nghe kinh kệ siêu thăng tịnh độ, vượt qua bể khổ, thoát khỏi Ta Bà, sen vàng chín phẩm nở hoa, pháp thân hiện Di Đà thọ ký.**

Sau cùng, nguyện chúng con cùng tất cả chúng sanh đều sớm trọn thành Phật đạo.

Đại chúng đồng niệm: **Nam Mô A Di Đà Phật.** (o)

KÍNH LỄ

(Đại chúng đứng lên)

Bao nhiêu tất cả nhân sư tử
Mười phương ba đời cùng các cõi
Con đem thân miệng ý thanh tịnh
Lạy khắp tất cả không còn dư. (o)

Nhất tâm đảnh lễ, đệ tử chúng con đại vì bốn ân ba cõi chí thành đảnh lễ:

Nam Mô Quá Khứ Trang Nghiêm Kiếp Thiên Phật. (o) (1 lạy)

Nhất tâm đảnh lễ, đệ tử chúng con đại vì bốn ân ba cõi chí thành đảnh lễ:

Nam Mô Hiện Tại Hiền Kiếp Thiên Phật. (o) (1 lạy)

Nhất tâm đảnh lễ, đệ tử chúng con đại vì bốn ân ba cõi chí thành đảnh lễ:

Nam Mô Vị Lai Tinh Tú Kiếp Thiên Phật. (o) (1 lạy)

TAM QUY

Con nương theo Phật, cầu cho chúng sanh
Tin chắc Đạo cả, phát lòng vô thượng. (o) (1 lạy)

Con nương theo Pháp, cầu cho chúng sanh
Thấu rõ kinh tạng, trí huệ như biển. (o) (1 lạy)

Con nương theo Tăng, cầu cho chúng sanh
Kính tín hòa hợp, tất cả không ngại. (ooo) (1 lạy)

Nguyện đem công đức này
Hướng về khắp tất cả
Đệ tử và chúng sanh
Đều trọn thành Phật đạo. (ooo)

BÀI KỆ CHƯ THIÊN

Trời, A-tu-la, Dạ xoa thảy
Đến nghe pháp đó nên chí tâm
Ủng hộ Phật pháp khiến thường còn
Mỗi vị siêng tu lời Phật dạy.
Bao nhiêu người nghe đến chốn này
Hoặc trên đất liền hoặc hư không
Thường với người đời sanh lòng từ
Ngày đêm tự mình nương pháp ở.
Nguyện các thế giới thường an ổn
Phước trí vô biên lợi quần sanh
Bao nhiêu tội chướng thảy tiêu trừ
Xa lìa các khổ về viên tịch.
Hằng dùng giới hương xoa vóc sáng
Thường trì định phục để giúp thân
Hoa mầu bồ đề khắp trang nghiêm
Tùy theo chỗ ở thường an lạc. (o)

Nam mô Tam Châu Cảm Ứng Hộ Pháp Vi Đà Tôn Thiên Bồ Tát Ma Ha Tát. (3 lần) (o)

Thỉnh đại chúng đi niệm Phật 1 vòng khắp sân chùa rồi hồi hướng và dùng cơm trưa.

13

LỄ VÍA ĐỨC PHẬT DƯỢC SƯ LƯU LY QUANG NHƯ LAI

(NGÀY 30 THÁNG CHÍN ÂM LỊCH)

1. Cúng hương
2. Cầu nguyện
3. Khen ngợi Phật
4. Quán tưởng Phật
5. Đảnh lễ
6. Bảy vị Phật gia hộ
7. Tám vị Phật giáng cát tường
8. Mười hai vị tướng Dược Xoa
9. Tán dương chi
10. Chú Đại Bi
11. Kệ khai kinh
12. Kinh Dược Sư
13. Bát Nhã Tâm Kinh
14. Niệm Phật
15. Sám 12 Nguyện Dược Sư
16. Hồi hướng
17. Phục nguyện
18. Kính lễ bốn ân, ba cõi
19. Tam quy
20. Bài kệ Chư Thiên

BẢY VỊ PHẬT GIA HỘ

1. *Chí tâm đảnh lễ*: **Nam mô Tỳ Bà Thi Phật.** (o) (1 lạy)
2. *Chí tâm đảnh lễ*: **Nam mô Thi Khí Phật.** (o) (1 lạy)
3. *Chí tâm đảnh lễ*: **Nam mô Tỳ Xá Phù Phật.** (o) (1 lạy)
4. *Chí tâm đảnh lễ*: **Nam mô Câu Lưu Tôn Phật.** (o) (1 lạy)
5. *Chí tâm đảnh lễ*: **Nam mô Câu Na Hàm mâu ni Phật.** (o) (1 lạy)
6. *Chí tâm đảnh lễ*: **Nam mô Ca Diếp Phật.** (o) (1 lạy)
7. *Chí tâm đảnh lễ*: **Nam mô Thích Ca Mâu ni Phật.** (o) (1 lạy)

TÁM VỊ ĐẠI BỒ TÁT GIÁNG CÁT TƯỜNG

1. *Chí tâm đảnh lễ*: **Nam mô Văn Thù Sư Lợi Bồ Tát.** (o) (1 lạy)
2. *Chí tâm đảnh lễ*: **Nam mô Quán Thế Âm Bồ Tát.** (o) (1 lạy)
3. *Chí tâm đảnh lễ*: **Nam mô Đắc Đại Thế Bồ Tát.** (o) (1 lạy)
4. *Chí tâm đảnh lễ*: **Nam mô Vô Tận Ý Bồ Tát.** (o) (1 lạy)
5. *Chí tâm đảnh lễ*: **Nam mô Bảo Đàn Hoa Bồ Tát.** (o) (1 lạy)
6. *Chí tâm đảnh lễ*: **Nam mô Dược Vương Bồ Tát.** (o) (1 lạy)

7. *Chí tâm đảnh lễ*: **Nam mô Dược Thượng Bồ Tát.** (o) (1 lạy)
8. *Chí tâm đảnh lễ*: **Nam mô Di Lặc Bồ Tát.** (o) (1 lạy)

MƯỜI HAI ĐẠI TƯỚNG DƯỢC XOA

1. *Chí tâm đảnh lễ*: **Cung Tỳ La Đại tướng.** (o) (1 lạy)
2. *Chí tâm đảnh lễ*: **Phạt Triết La Đại tướng.** (o) (1 lạy)
3. *Chí tâm đảnh lễ*: **Mê Xí La Đại tướng.** (o) (1 lạy)
4. *Chí tâm đảnh lễ*: **An Để La Đại tướng.** (o) (1 lạy)
5. *Chí tâm đảnh lễ*: **Án Nể La Đai tướng.** (o) (1 lạy)
6. *Chí tâm đảnh lễ*: **San Đề La Đại tướng.** (o) (1 lạy)
7. *Chí tâm đảnh lễ*: **Nhân Đạt La Đại tướng.** (o) (1 lạy)
8. *Chí tâm đảnh lễ*: **Ba Di La Đại tướng.** (o) (1 lạy)
9. *Chí tâm đảnh lễ*: **Ma Hồ La Đại tướng.** (o) (1 lạy)
10. *Chí tâm đảnh lễ*: **Thân Đạt La Đại tướng.** (o) (1 lạy)
11. *Chí tâm đảnh lễ*: **Chiêu Đỗ La Đại tướng.** (o) (1 lạy)
12. *Chí tâm đảnh lễ*: **Tỳ Yết La Đại tướng.** (o)

(1 lạy)

SÁM 12 NGUYỆN DƯỢC SƯ

NGUYỆN THỨ NHẤT khi tôi thành Phật
Thân tướng tôi sáng thật tự nhiên
Khắp cùng thế giới vô biên
Ba mươi hai tướng trang nghiêm thân mình
Tám mươi vẻ đẹp tùy hình
Hiện danh, thân tướng, chúng sanh thảy đồng. (o)

NGUYỆN THỨ HAI sau khi đắc đạo
Thân tướng tôi rốt ráo chói lòa
Trong ngoài sáng suốt điều hòa
Sáng hơn nhật nguyệt như là lưới gương
Chiếu cùng pháp giới mười phương
Chúng sanh ý nguyện khỏi đường tối mê. (o)

NGUYỆN THỨ BA Bồ đề nên đạo
Phương tiện dùng tạo đủ mọi bề
Không còn thiếu kém não nề
Bao nhiêu lợi lạc đem về chúng sanh
Vô biên trí tuệ căn lành
Thảy đều rốt ráo tinh an đủ đầy. (o)

NGUYỆN THỨ TƯ y như đại nguyện
Các chúng sanh tu luyện đạo tà

Khiến cho bình đẳng dung hòa
Thinh văn, Duyên giác, dẫn qua Đại thừa. (o)

NGUYỆN THỨ NĂM tôi vừa chứng quả
Các chúng sanh vô lượng vô biên
Tu hành phạm hạnh cần chuyên
Phụng trì giới luật chứng duyên thượng thừa.
Nếu có ai mới vừa lỡ phạm
Niệm danh tôi sám hối chí thành
Trở nên giới luật tịnh thanh
Chẳng vào ác đạo trọn lành quả cao. (o)

NGUYỆN THỨ SÁU nếu tôi thành đạo
Các chúng sanh thân thể thiếu hèn
Các căn không đủ, ghét ghen
Mù, câm, ngọng, điếc, xấu, đen, đui, cùi
Què ngu, điên dại, gù lưng
Lại thêm bệnh khổ, quả nhân chẳng lành
Ăn năn sám hối hiệu danh
Trở nên sáng suốt an lành vui tươi. (o)

NGUYỆN THỨ BẢY khi tôi thành Phật
Các chúng sanh bệnh tật hiểm nguy
Không ai cứu chữa thuốc chi
Không thầy, không thuốc, không y, không nhà
Bần cùng khốn khổ rên la
Nếu nghe kinh kệ, thiết tha chí thành
Đọc tụng, lễ bái hiệu danh

Bệnh đau dứt hết, tâm sanh vui vầy
Của tiền gia quyến đủ đầy
Tu hành đắc đạo, quả nầy trọn nên. (o)

NGUYỆN THỨ TÁM chứng lên quả Phật
Thân nữ nhơn phiền não khổ sầu
Sanh lòng chán ngán buồn rầu
Muốn khỏi thân gái cõi đời uế xu
Nghe danh lễ bái tiến tu
Được thâm nam tử trượng phu thanh nhàn
Tu hành đắc đạo hòan toàn
Chứng ngôi chánh giác Niết bàn Như Lai. (o)

NGUYỆN THỨ CHÍN tôi nay chứng quả
Khiến chúng sanh xa lạ hiểm nguy
Thoát khỏi chài lưới ly kỳ
Ma quân ngoại đạo châu vi buộc ràng
Vào nơi rừng núi lạc đàng
Tôi liền dắt dẫn độ an khỏi nàn
Về đường chánh kiến bảo toàn
Lập hạnh Bồ Tát, an nhàn độ sanh. (o)
NGUYỆN THỨ MƯỜI khi thành Chánh giác
Nếu chúng sanh phạm các ngục hình
Giam cầm, tra khảo, buộc mình
Còn nhiều tai nạn tử hình khổ thân
Nghe danh lễ bái ân cần
Đặng nhờ phước đức lần lần thoát ra
Thành tâm niệm Phật thiết tha

Dứt hết khổ não, sanh ra vui vầy. (o)

NGUYỆN LỚN MƯỜI MỘT sau đây
Khi tôi đắc đạo nguyện nầy trọn nên
Chúng sanh đói khát khổ rên
Tạo nhiều nghiệp ác xuống lên cõi trần
Nghe đến danh hiệu ân cần
Chuyên tâm trì niệm, hưởng phần ấm no
Ăn ngon mỹ vị thơm tho
Vui mùi pháp vị, đồng lo tu hành. (o)

NGUYỆN LỚN MƯỜI HAI đặng viên thành
Chúng sanh nghèo khổ thiếu áo chăn
Muỗi ruồi châm chích cắn ăn
Ngày đêm lạnh nóng mạng căn khổ sầu
Nghe danh hiệu Phật khẩn cầu
Ăn năn sám hối nghiệp sâu tiêu trừ
Tùy tâm ý nguyện chơn như
Hưởng dùng quí báu, phước dư thanh nhàn
Đem hương hoa tốt nghiêm trang
Âm nhạc múa hát, ca xang vui mừng
Tùy tâm thích ý lẫy lừng
Thảy đều trọn đủ hiến dưng đến rày. (o)

Mười hai đại nguyện tuyệt vời
Lưu Ly Quang Phật tùy thời độ sanh
Chúng con lễ bái chí thành
Cầu Ngài cứu khổ chúng sanh khỏi nàn. (o)

Nam mô Tiêu Tai Diên Thọ Dược Sư Hải Hội Phật Bồ Tát Ma Ha Tat. (ooo)

14

LỄ VÍA ĐỨC PHẬT A DI ĐÀ

(NGÀY 17 THÁNG 11 ÂM LỊCH)

1. Cúng hương
2. Cầu nguyện
3. Khen ngợi Phật
4. Quán tưởng Phật
5. Đảnh lễ
6. Tán thán Phật A Di Đà
7. Đảnh lễ Chư Tổ Liên Tông Trung Hoa & Việt Nam
8. Sám nguyện
9. Tán dương chi
10. Chú Đại Bi
11. Kệ khai kinh
12. Tụng Bốn mươi tám lời nguyện (hay chỉ tụng tựa đề của 48 lời nguyện) của Đức Phật A Di Đà
13. Ngợi khen công đức Phật A Di Đà
14. Mười hai nguyện An Dưỡng Quốc
15. Đại Thế Chí Bồ Tát niệm Phật viên thông
16. Bát Nhã Tâm Kinh
17. Niệm Phật
18. Mười hai lễ kính lạy Phật A Di Đà
19. Sám Di Đà
20. Văn phát nguyện

21. Hồi hướng
22. Phục nguyện
23. Kính lễ bốn ân, ba cõi
24. Tam quy
25. Bài kệ Chư Thiên

CÚNG HƯƠNG

(Quì ngay thẳng, cầm 3 cây hương dâng ngang trán, chỉ chủ lễ niệm)

Nguyện dâng hương mầu nầy
Cúng dường tất cả Phật
Tôn Pháp, chư Bồ Tát
Thinh Văn và Duyên Giác
Cùng các bậc Thánh Hiền
Duyên khởi đài sáng chói
Khắp xông mười phương cõi
Tỏa ngát các chúng sanh
Đều phát tâm Bồ Đề
Xa lìa các vọng nghiệp
Trọn nên Đạo Vô Thượng.
Nam Mô Hương Cúng Dường Bồ Tát. (o) (1 xá)

CẦU NGUYỆN TỊNH ĐỘ

Hôm nay ngày... tháng.... **chính là ngày kỷ-niệm Đức Tiếp-Dẫn Đạo-Sư A-Di-Đà Phật, đệ tử chúng con** (chủ lễ) là... **một dạ vui mừng, cung đối trước tam bảo, cúi đầu đảnh lễ, phúng tụng 48 Lời Nguyện của Đức Phật A Di Đà, trì niệm sáu chữ hồng danh A Di Đà Phật.**

Nguyện Đức Đạo sư A Di Đà Phật, Đại Bi Quán Thế Âm Bồ Tát, Đại Hùng Đại Lực Đại Thế Chí Bồ Tát, chư tôn Bồ Tát, chư Hiền Thánh Tăng, dùng sức đại nguyện, lấy lượng từ bi mà nhiếp thọ, khiến cho chúng con được ngay chánh niệm, các tội tiêu diệt, căn lành tăng trưởng, trí tuệ rộng khai, chín phẩm sen vàng có phần dự được. Ngưỡng mong Phật trí cao vời thùy từ chứng giám.

Nguyện cầu các chân linh, bốn loài, sáu cõi, sớm rõ đường lành, thoát vòng mê muội, ra khỏi u đồ, siêu sinh Lạc quốc. Âm, dương đều lợi, ba cõi cùng nhờ, pháp giới chúng sinh, cùng thành Phật đạo.

Nam mô Tây Phương Cực Lạc Thế Giới Đại Từ Đại Bi, Tiếp Dẫn Đạo Sư A Di Đà Phật tác đại chứng minh. (o) (1 xá)

KHEN NGỢI PHẬT

Đấng Pháp Vương vô thượng
Ba cõi chẳng ai bằng
Thầy dạy khắp trời, người

Cha lành chung bốn loài
Quy y tròn một niệm
Dứt sạch nghiệp ba kỳ
Xưng dương cùng tán thán
Ức kiếp không cùng tận. (o) (1 xá)

QUÁN TƯỞNG PHẬT

Phật, chúng sanh tánh thường rỗng lặng
Đạo cảm thông không thể nghĩ bàn
Lưới đế châu ví đạo tràng
Mười phương Phật hiện hào quang sáng ngời
Trước bảo tọa thân con ảnh hiện
Cúi đầu xin thệ nguyện quy y. (o)

ĐẢNH LỄ

(Đại chúng đồng tụng)

Chí tâm đảnh lễ:

Nam Mô tận hư không biến pháp giới quá, hiện, vị lai thập phương chư Phật, Tôn Pháp Hiền Thánh Tăng thường trụ Tam Bảo. (o) (1 lạy)

Chí tâm đảnh lễ:

Nam Mô Ta Bà Giáo Chủ Bổn Sư Thích Ca Mâu Ni Phật, Đương Lai Hạ Sinh Di Lặc Tôn Phật, Đại Trí Văn Thù Sư Lợi Bồ Tát, Đại Hạnh Phổ Hiền Bồ Tát, Hộ Pháp Chư Tôn Bồ Tát, Linh Sơn Hội Thượng Phật Bồ Tát. (o) (1 lạy)

Chí tâm đảnh lễ:

Nam Mô Tây Phương Cực Lạc Thế Giới Đại Từ Đại Bi A Di Đà Phật, Đại Bi Quán Thế Âm Bồ Tát, Đại Thế Chí Bồ Tát, Đại Nguyện Địa Tạng Vương Bồ Tát, Thanh Tịnh Đại Hải Chúng Bồ Tát. (o) (1 lạy)

TÁN THÁN PHẬT

Sắc thân Như Lai đẹp
Trong đời không ai bằng
Không sánh, chẳng nghĩ bàn
Nên nay con đảnh lễ.
Sắc thân Phật vô tận
Trí huệ Phật cũng thế,
Tất cả pháp thường trú
Cho nên con về nương.
Sức trí lớn nguyện lớn
Khắp độ chúng quần sanh,
Khiến bỏ thân nóng khổ
Sanh kia nước mát vui.
Con nay sạch ba nghiệp
Quy y và lễ tán
Nguyện cùng các chúng sanh
Đồng sanh nước An Lạc.
Án phạ nhựt ra vật. (3 lần) (o)

1. **Chí tâm đảnh lễ:**

   Thường tịch quang tịnh độ

A Di Đà Như Lai
Pháp thân mầu thanh tịnh
Khắp pháp giới chư Phật. (o) (1 lạy)

2. **Chí tâm đảnh lễ:**
Thật báo trang nghiêm độ
A Di Đà Như Lai
Thân tướng hải vi trần
Khắp pháp giới chư Phật. (o) (1 lạy)

3. **Chí tâm đảnh lễ:**
Phương tiện thánh cư độ
A Di Đà Như Lai
Thân trang nghiêm giải thoát
Khắp pháp giới chư Phật. (o) (1 lạy)

4. **Chí tâm đảnh lễ:**
Cõi An Lạc phương Tây
A Di Đà Như Lai
Thân căn giới Đại Thừa
Khắp pháp giới chư Phật. (o) (1 lạy)

5. **Chí tâm đảnh lễ:**
Cõi An Lạc phương Tây
A Di Đà Như Lai
Thân hóa đến mười phương
Khắp pháp giới chư Phật. (o) (1 lạy)

6. **Chí tâm đảnh lễ:**

Cõi An Lạc phương Tây
Giáo hạnh lý ba kinh
Tột nói bày y chánh
Khắp pháp giới Tôn Pháp. (o) (1 lạy)

7. **Chí tâm đảnh lễ:**

Cõi An Lạc phương Tây
Quán Thế Âm Bồ Tát
Thân tử kim muôn ức
Khắp pháp giới Bồ Tát. (o) (1 lạy)

8. **Chí tâm đảnh lễ:**

Cõi An Lạc phương Tây
Đại Thế Chí Bồ tát
Thân trí sáng vô biên
Khắp pháp giới Bồ Tát. (o) (1 lạy)

9. **Chí tâm đảnh lễ:**

Cõi An Lạc phương Tây
Thanh tịnh đại hải chúng
Thân hai nghiêm: Phước, Trí
Khắp pháp giới Thánh Chúng. (o) (1 lạy)

LỄ CHƯ TỔ LIÊN TÔNG TRUNG HOA & VIỆT NAM

CHÍ TÂM ĐẢNH LỄ:

1. Nam Mô Tây Thiên Đông Độ Trung Hoa, Việt Nam, lịch đại Tổ Sư cập hoằng dương Phật pháp chư đại Tông Sư. (o) (1 lạy)

2. Nam Mô Liên Tông Sơ Tổ, Lô Sơn, Đông Lâm, Bạch liên đạo tràng HUỆ VIỄN ĐẠI SƯ. (o) (1 lạy)

3. Nam Mô Liên Tông Nhị Tổ, Trường Minh đạo tràng, THIỆN ĐẠO ĐẠI SƯ. (o) (1 lạy)

4. Nam Mô Liên Tông Tam Tổ, Nam Nhạc, Bát Chu Đạo Tràng, THỪA VIỄN ĐẠI SƯ. (o) (1 lạy)

5. Nam Mô Liên Tông Tứ Tổ, Trường An, Ngũ Hội Đạo Tràng, PHÁP CHIẾU ĐẠI SƯ. (o) (1 lạy)

6. Nam Mô Liên Tông Ngũ Tổ, Tân Định, Đài Nham Đạo Tràng, THIẾU KHANG ĐẠI SƯ. (o) (1 lạy)

7. Nam Mô Liên Tông Lục Tổ, Hàng Châu, Vĩnh Minh Đạo Tràng, DIÊN THỌ ĐẠI SƯ. (o) (1 lạy)

8. Liên Tông Thất Tổ, Chiêu Khánh, Tịnh Hạnh Đạo Tràng, TỈNH THƯỜNG ĐẠI SƯ. (o) (1 lạy)

9. Nam Mô Liên Tông Bát Tổ, Hàng Châu, Vân Thê Đạo Tràng, LIÊN TRÌ ĐẠI SƯ. (o) (1 lạy)

10. Nam Mô Liên Tông Cửu Tổ, Bắc Thiên Mục, Linh Phong Đạo Tràng, NGẪU ÍCH tức

TRÍ HÚC ĐẠI SƯ. (o) (1 lạy)

11. Nam Mô Liên Tông Thập Tổ, Ngư Sơn, Phổ Nhân Đạo Tràng, HÀNH SÁCH ĐẠI SƯ. (o) (1 lạy)

12. Nam Mô Liên Tông Thập Nhất Tổ, Hàng Châu, Phạm Thiên Đạo Tràng, THẬT HIỀN ĐẠI SƯ. (o) (1 lạy)

13. Nam Mô Liên Tông Thập Nhị Tổ, Hồng Loa, Tư Phước Đạo Tràng, TẾ TỈNH ĐẠI SƯ. (o) (1 lạy)

14. Nam Mô Liên Tông Thập Tam Tổ, Tô Châu, Linh Nham đạo tràng, ẤN QUANG ĐẠI SƯ. (o) (1 lạy)

15. Nam Mô Hoằng Dương môn Tịnh Độ, Việt Nam Liên Tông Sơ Tổ, Thủ Đức, Vạn Đức đạo tràng, TRÍ TỊNH ĐẠI SƯ. (o) (1 lạy)

16. Nam Mô Hoằng Dương môn Tịnh Độ, Việt Nam Liên Tông Tổ, Đại Ninh, Phú An, Vĩnh Minh cập Phương Liên tịnh xá mật tịnh đạo tràng, VÔ NHẤT ĐẠI SƯ. (o) (1 lạy)

17. Nam Mô Hoằng Dương môn Tịnh Độ, Việt Nam Liên Tông Tổ, Đại Ninh, Phú An, Ni Liên, Linh Quang, Liên Hoa, Viên Thông, Hương Sen, Dược Sư, Lăng Nghiêm, và Bát Nhã Thiền Tịnh đạo tràng, HẢI TRIỀU ÂM ĐẠI SƯ. (o) (1 lạy)

SÁM NGUYỆN

(Đứng chắp tay, nguyện)

Con nay khắp vì bốn ơn ba cõi cùng chúng sanh trong pháp giới, đều nguyện dứt trừ ba

chướng nên qui mạng sám hối.

(1 lạy, quỳ, chắp tay sám hối)

Chí tâm sám hối:

Đệ tử ... và chúng sanh trong pháp giới, từ đời vô thỉ nhẫn đến ngày nay, bị vô minh che đậy nên điên đảo mê lầm, lại do sáu căn ba nghiệp quen theo pháp chẳng lành, rộng phạm mười điều dữ cùng năm tội vô gián và tất cả các tội khác, nhiều vô lượng vô biên, nói không thể hết. Mười phương các đức Phật thường ở trong đời, tiếng pháp không dứt, hương mầu đầy lấp, pháp vị ngập tràn, phóng ánh sáng sạch trong, chiếu soi tất cả. Lý mầu thường trụ đầy dẫy hư không.

Con từ vô thỉ đến nay, sáu căn che mù, ba nghiệp tối tăm, chẳng thấy chẳng nghe, chẳng hay chẳng biết, vì nhơn duyên đó trôi mãi trong vòng sanh tử, trải qua các đường dữ, trăm nghìn muôn kiếp trọn không lúc nào ra khỏi. Kinh rằng: Đức Tỳ Lô Giá La thân khắp cả chỗ, chỗ của Phật ở gọi là Thường Tịch Quang, cho nên phải biết cảø thảy các pháp đều là Phật pháp, mà con không rõ, lại theo giòng vô minh vì thế trong trí Bồ Đề mà thấy không thanh tịnh, trong cảnh giải thoát mà sanh ràng buộc. Nay mới tỏ ngộ, nay mới chừa bỏ, ăn năn phụng đối trước các đức Phật và A Di Đà Thế Tôn mà phát lồ sám hối, làm cho đệ tử cùng pháp giới chúng sanh, tất cả tội nặng do ba nghiệp sáu căn, gây tạo từ vô thỉ, hoặc hiện tại cùng vị lai, chính mình tự gây tạo hoặc biểu người, hay là thấy nghe người gây tạo mà vui theo, hoặc nhớ hoặc chẳng nhớ, hoặc biết hoặc chẳng biết, hoặc nghi hoặc chẳng nghi, hoặc che giấu hoặc chẳng che giấu, thảy đều được rốt ráo thanh tịnh.

Đệ tử sám hối rồi, sáu căn cùng ba nghiệp trong sạch, không lỗi lầm, căn lành tu tập cũng trọn thanh tịnh, thảy đều hồi hướng dùng trang nghiêm tịnh độ, khắp với chúng sinh, đồng sanh về nước An dưỡng.

Nguyện đức A Di Đà Phật thường đến hộ trì, làm cho căn lành của đệ tử hiện tiền tăng tấn, chẳng mất nhân duyên Tịnh độ, đến giờ lâm chung, thân an lành, niệm chánh vững vàng, xem nghe đều rõ ràng, tận mặt thấy đức A Di Đà cùng các Thánh Chúng, tay cầm đài hoa tiếp dẫn đệ tử, trong khoảnh sát na sanh ra trước Phật, đủ đạo hạnh Bồ Tát, rộng độ khắp chúng sanh đồng thành Phật đạo.

Đệ tử sám hối phát nguyện rồi quy mạng đảnh lễ: Nam mô Tây Phương Cực Lạc thế giới, đại từ đại bi, A Di Đà Như Lai, biến pháp giới Tam Bảo. (o) (1 lạy)

TÁN DƯƠNG CHI

(Mời ngồi xuống và khai chuông mõ)

Cành dương nước tịnh nhiệm mầu
Rưới tắt muôn vàn cảnh khổ đau
Chư Thiên mát mẻ, tâm thanh tịnh
Nhân thế vui tươi, cảnh an nhàn
Cam lồ rưới khắp trần gian

Lửa sân dứt sạch, sen vàng nở hoa.

Nam Mô Thanh Lương Địa Bồ Tát Ma Ha Tát. (3 lần) (o)

CHÚ ĐẠI-BI

Nam Mô Đại Bi Hội Thượng Phật Bồ Tát. (3 lần) (o)

Thiên thủ thiên nhãn vô ngại đại-bi tâm đà-la-ni.

Nam-mô hắc ra đát na, đa ra dạ da. Nam-mô a rị da, bà lô yết đế, thước bát ra da, Bồ-đề tát đỏa bà da, ma ha tát đỏa bà da, ma ha ca lô ni ca da, án, tát bàn ra phạt duệ số đát na đát tỏa.

Nam-mô tất kiết lật đỏa y mông a rị da, bà lô kiết đế thất Phật ra lăng đà bà.

Nam-mô na ra cẩn trì hê rị ma ha bàn đa sa mế, tát bà a tha đậu thâu bằng, a thệ dựng, tát bà tát đa, na ma bà già, ma phạt đạt đậu, đát điệt tha. Án a bà lô hê, lô ca đế, ca ra đế, di hê rị, ma ha bồ-đề tát đỏa, tát bà tát bà, ma ra ma ra, ma hê ma hê, rị đà dựng, cu lô cu lô kiết mông, độ lô độ lô, phạt xà da đế, ma ha phạt xà da đế, đà ra đà ra, địa rị ni, thất Phật ra da, dá ra dá ra. Mạ mạ phạt ma ra, mục đế lệ, y hê y hê, thất na thất na a ra sâm Phật ra xá-lợi, phạt sa phạt sâm, Phật ra xá da, hô lô hô lô ma ra, hô lô hô lô hê rị, ta ra ta ra, tất rị tất rị, tô rô tô rô, bồ-đề dạ bồ-đề dạ, bồ-đà dạ, bồ-đà dạ, di đế rị dạ, na ra cẩn trì địa rị sắc ni na, ba dạ ma na ta bà ha. Tất đà dạ ta bà ha. Ma ha tất đà dạ ta bà ha. Tất đà du

nghệ thất bàn ra dạ, ta bà ha. Na ra cẩn trì ta bà ha. Ma ra na ra ta bà ha. Tất ra tăng a mục khê da, ta bà ha. Ta bà ma ha, a tất đà dạ, ta bà ha. Giả kiết ra a tất đà dạ, ta bà ha. Ba đà ma yết tất đà dạ, ta bà ha. Na ra cẩn trì bàn đà ra dạ, ta bà ha. Ma bà lị thắng yết ra dạ, ta bà ha.

Nam-mô hắc ra đát na, đa ra dạ da. Nam-mô a rị da, bà lô yết đế, thước bàng ra dạ, ta bà ha.

Án tất điện đô, mạn đa ra, bạt đà dạ, ta bà ha. (3 lần) (o)

Nam mô Thập phương Thường trú Tam Bảo. (3 lần) (o)

BÀI VĂN PHÁT NGUYỆN

Nam Mô Thập Phương Thường Trụ Tam Bảo. (3 lần) (o)

Lạy đấng tam giới tôn
Quy mạng mười phương Phật
Nay con phát nguyện lớn
Trì tụng Kinh A Di Đà
Trên đền bốn ơn nặng
Dưới cưú khổ tam đồ
Nếu có ai thấy nghe
Đều phát Bồ đề tâm
Khi mãn báo thân này
Sanh qua cõi Cực lạc.

Nam Mô Bổn Sư Thích Ca Mâu Ni Phật. (3 lần) (o)

KỆ KHAI KINH

Thăm thẳm cao siêu Pháp nhiệm mầu
Trăm ngàn muôn kiếp khó tìm cầu,
Con nay nghe thấy chuyên trì niệm,
Nguyện tỏ Như Lai nghĩa nhiệm mầu.
Nam Mô Bổn Sư Thích Ca Mâu Ni Phật. (3 lần) (o)

48 LỜI NGUYỆN CỦA ĐỨC PHẬT A-DI-ĐÀ

NGUYỆN THỨ NHẤT: tôi thành Phật được
Thì nước tôi là nước tịnh thanh
Ngục hình, ngạ quỉ, súc sanh
Thảy đều chẳng có sinh thành nơi đây. (o) (1 lạy)

NGUYỆN THỨ HAI: nước nầy tịnh giới
Đàn bà cùng con gái tịch nhiên
Những người trong cõi Nhơn Thiên
Cùng loài cầm thú cần chuyên tu hành
Thảy đều đặng hóa sanh thọ cảm
Thất bảo trì, cửu phẩm liên hoa. (o) (1 lạy)

NGUYỆN THỨ BA: dân chúng Phật đà
Khi cần ăn uống, hóa ra sẵn sàng
Bát thất bảo, bỉ bàng đựng lắm
Trăm món ngon, khỏi sắm ở đâu
Ăn rồi, khí dụng liền thâu

Không cần phải rửa, phải lau nhọc nhằn. (o) (1 lạy)

NGUYỆN THỨ TƯ: nhơn dân trong nước
Muốn áo quần, khăn, lược, mão, giày
Thảy đều hóa đủ sẵn bày
Khỏi mua, khỏi giặt, khỏi may cực lòng. (o) (1 lạy)

NGUYỆN THỨ NĂM: giáp vòng địa lợi
Từ đất bằng lên tới hư không
Thảy đều lầu các, điện, cung
Cùng là cây trái, ao, sông, cửa nhà
Các thứ ấy đều là trân bảo
Cùng bá thiên hoa báu, hương thơm
Hiệp nhau thành tạo kết đơm
Trau dồi trang sức, cho làm phần ba
Mùi hương ấy xông ra khắp đủ
Cả mười phương hưởng thụ cấp kỳ
Chúng-sanh hạnh nguyện, chuyên trì
Tin và tưởng Phật, đến thì vãng sanh. (o) (1 lạy)

NGUYỆN THỨ SÁU: dân lành quốc độ
Thương kính nhau, ví tợ ruột rà
Không lời qua lại bất hòa
Không ganh không ghét, hóa ra tranh giành.
(o) (1 lạy)

NGUYỆN THỨ BẢY: dân sanh trong nước
Không có lòng uế trược, dâm ô

Cũng không có tiếng tục thô
Cùng là nóng giận, hồ đồ, ngu si. (o) (1 lạy)

NGUYỆN THỨ TÁM: chuyên trì thiện niệm
Cứ đường ngay, tiệm tiệm lướt đi
Nếu ai muốn nói chuyện gì
Người kia hiểu ý tức thì khỏi phân. (o) (1 lạy)

NGUYỆN THỨ CHÍN: chúng dân từ thiện
Tai chẳng nghe những chuyện không lành
Có đâu sự ác tự hành
Mấy điều nghiệp chướng đã thành vô danh.
(o) (1 lạy)

NGUYỆN THỨ MƯỜI: chúng-sanh đều ví
Huyễn thân là mộng mị mà thôi
Vậy nên lòng chẳng nhiễm đời
Tánh không tham muốn, khắp nơi vui cười.
(o) (1 lạy)

NGUYỆN MƯỜI MỘT: Tiên, người tuy khác
Hình dung đồng một sắc vàng y
Mặt mày nghiêm chỉnh phương phi
Trong ngần, đẹp đẽ, không chi sánh bằng. (o) (1 lạy)

NGUYỆN MƯỜI HAI: mười phương thế-giới
Thiên, Nhơn cùng các loại súc sanh
Hóa thân về cõi lạc thành

Chứng ngôi Duyên Giác, Thinh Văn dĩ đồng
Ngồi thiền tọa, tấm lòng tịch tịnh
Hiệp cùng nhau tính tuổi ít nhiều
Chẳng hề biết đặng bao nhiêu
Ngàn, muôn, ức kiếp số nhiều khó phân. (o) (1 lạy)

NGUYỆN MƯỜI BA: Thiên, Nhơn trên giải
Hiệp cùng nhau đếm mãi dân cư
Không hề rõ biết số dư
Tại An Dưỡng quốc nhiều như cát Hằng.(o) (1 lạy)

NGUYỆN MƯỜI BỐN: dân hằng quốc độ
Thảy thảy đồng trường thọ miên miên
Không sao biết đặng số niên
Sống lâu vô lượng, vô biên kiếp đời. (o) (1 lạy)

NGUYỆN MƯỜI LĂM: dân thời thanh tịnh
Trụ vào ngôi chánh tín tự nhiên
Ly chư loạn tưởng đảo điên
Đắc vô phân biệt, chứng duyên Niết bàn.(o) (1 lạy)

NGUYỆN MƯỜI SÁU: Lạc bang dân chúng
Vui vẻ mà thọ dụng đủ điều
Thảy đồng với các Tỳ-kheo
Chứng phần VÔ LẬU chẳng theo sự đời.(o)(1 lạy)

NGUYỆN MƯỜI BẢY: khi tôi thành Phật
Sẽ giảng Kinh, thuyết Thật, độ Sanh

Làm cho sở nguyện đắc thành
Công tôi giảng đạo trọn lành hơn ai. (o) (1 lạy)

NGUYỆN MƯỜI TÁM: hóa thai khỏi dục
Người người đều đắc TÚC MẠNG THÔNG
Biết hồi tiền kiếp xa trông
Hằng hà sa kiếp, thảy đồng kim sanh. (o) (1 lạy)

NGUYỆN MƯỜI CHÍN: chúng-sanh vạn vạn
Đều đặng rồi THIÊN NHÃN TỊNH QUANG
Thấy toàn vũ trụ mười phang
Trăm ngàn muôn ức thế gian cũng tường. (o) (1 lạy)

NGUYỆN HAI MƯƠI: Tây-phương dân chúng
THIÊN NHĨ THÔNG, sở dụng nghe xa
Những lời thuyết pháp bủa ra
Của trăm ngàn ức Phật đà khẩu tuyên. (o) (1 lạy)

NGUYỆN HĂM MỐT: Nhơn, Thiên trong nước
THA TÂM THÔNG, biết được chẳng sai
Những điều tâm niệm mỗi loài
Muôn ngàn thế-giới không ngoài tánh linh. (o) (1 lạy)

NGUYỆN HĂM HAI: chúng-sanh quốc độ
THẦN TÚC THÔNG đắc ngộ dong chơi
Bao hàm thế-giới nơi nơi

Vượt qua khắp hết, mau thời hơn bay. (o) (1 lạy)

NGUYỆN HĂM BA: tôi nay thành Phật
Danh hiệu tôi rõ thật mười phương
Phật và Đại chúng tán dương
Dân tôi quy phục lại vương tôi hòai
Thiên, Nhơn với các loài súc vật
Niệm danh tôi cho thật chí thành
Sanh lòng vui vẻ, hiền lành
Lâm chung sẽ đặng hóa sanh sen vàng. (o) (1 lạy)

NGUYỆN HĂM BỐN: ánh quang minh chiếu
Nơi đầu tôi tuyệt diệu rỡ ràng
Mặt trời cùng ánh mặt trăng
Tuy là sáng tỏ, chẳng bằng Phật quang. (o) (1 lạy)

NGUYỆN HĂM LĂM: hào quang tôi chói
Khắp cùng nơi chỗ tối khúc quanh
Thiên, Nhơn, cùng các súc sanh
Thấy liền đặng khởi lòng thành quy y. (o) (1 lạy)

NGUYỆN HĂM SÁU: bất kỳ nhơn thú
Trong thập phương vũ trụ vân vân
Nhờ hào quang chiếu đến thân
Từ hòa tâm tánh hơn dân cõi Trời. (o) (1 lạy)

NGUYỆN HĂM BẢY: Tiên, người phát ý
Tâm Bồ-đề, trì chí giới trai

Lục Ba-la-mật quảng khai
Làm nhiều công đức, chẳng sai một thì.
Khi thọ mạng tới kỳ viên mãn
Có tôi và các hạng Tăng lành
Phóng quang tiếp dẫn vãng sanh
Đặng làm Bồ-tát tại thành Lạc Bang. (o) (1 lạy)

NGUYỆN HĂM TÁM: Thiên, Nhơn vũ trụ
Nghe danh tôi sắm đủ bỉ bàng
Hương, hoa, đăng, chúc huy hoàng
Tràng phan, bảo cái cúng dường Như-Lai.
Tạo tháp tự, trì trai, thanh tịnh
Làm việc lành, tâm định tưởng tôi
Tưởng luôn trọn một ngày thôi
Chắc sẽ đặng nước tôi về liền. (o) (1 lạy)

NGUYỆN HĂM CHÍN: Nhơn, Thiên mười cõi
Nếu dốc lòng ra khỏi bến mê
Hiệu tôi thập niệm chuyên bề
Lâm chung sẽ đặng sanh về Lạc bang
Trừ những kẻ hung tàn hỗn tạp
Cùng những người Phật, Pháp dể khinh
Ai mang tội ấy vào mình
A tỳ địa ngục thọ hình chung thân. (o) (1 lạy)

NGUYỆN BA MƯƠI: Thiên, Nhơn, cầm thú
Trong thập phương vũ trụ khôn lường
Trước đà tạo tội thường thường

Sau nghe danh Phật, tỏ tường cung khai.
Cầu sám hối, trì trai, giới sát
Nguyện làm lành nước Phật mong sanh
Lâm chung sẽ đặng an lành
Khỏi tam đồ khổ, hóa sanh liên đài. (o) (1 lạy)

NGUYỆN BĂM MỐT: Tiên, Người mười cảnh
Nghe danh tôi, lễ đảnh theo về
Vui mà tu hạnh bồ-đề
Người người cung kính, một bề tán dương.
(o) (1 lạy)

NGUYỆN BĂM HAI: thập phương thế-giới
Những đàn bà, con gái chán đời
Phát tâm tín niệm danh tôi
Thân sau không có phục hồi nữ nhơn. (o) (1 lạy)

NGUYỆN BĂM BA: chúng dân mới tới
Quả Vô sanh, bất thối chứng liền
Lại còn quả Phật đoàn viên
Ngoại trừ những vị bổn nguyền độ sanh
Tôi sẽ giúp cho thành sở mộ
Tới tha phương tế độ hàm linh
Hạnh tu Bồ-tát rất tinh
Lại còn lấy sức oai linh hộ truyền
Cho người thấy tinh chuyên tấn bộ
Các chúng-sanh tín độ phát nguyền
Bồ đề, Tịch diệt, Phổ-Hiền

Tấn thêm tối thắng, cần chuyên tu hành.
(o) (1 lạy)

NGUYỆN BĂM BỐN: dân lành trong nước
Độ chúng-sanh, sau trước các phương
Sở nguyện sẽ đặng toại lòng
Bao nhiêu ác nghiệp, ba đường khỏi mang

NGUYỆN BĂM LĂM: các hàng Bồ-tát
Muốn cúng dường chư Phật đâu đâu
Hoa, hương, anh lạc, trân châu
Liền đi khắp đủ vừa hầu bữa ăn. (o) (1 lạy)

NGUYỆN BĂM SÁU: muôn ngàn báu vật
Muốn cúng dường chư Phật, Thánh, Hiền
Ước ra thì có đủ liền
Cúng dâng khắp cả, về miền chưa trưa. (o) (1 lạy)

NGUYỆN BĂM BẢY: ai vừa đọc tụng
Hoặc thọ trì, phụng cúng chư Kinh
Đặng tài biện luận thông minh
Lại thêm Bát nhã, trí lành cao siêu. (o) (1 lạy)

NGUYỆN BĂM TÁM: giảng điều pháp lý
Đủ viên thông, đầy trí huệ tâm
Những lời bày giải nguyên âm
Nghĩa Kinh vi diệu cao thâm đều cùng. (o) (1 lạy)

NGUYỆN BĂM CHÍN: quốc trung Bồ-tát
Thảy thảy đồng dõng dạc kiên cần
Mỗi người đều đặng kim thân
Băm hai tướng tốt, đủ phân sắc mầu
Thuyết các pháp gồm thâu đạo Phật
Cũng in như chư Phật đương thời. (o) (1 lạy)

NGUYỆN BỐN MƯƠI: nước của tôi
Thiệt là tinh sạch, chiếu soi khắp hầu
Chư Bồ-tát ví dầu muốn thấy
Cõi Phật nào nghiêm bấy như hà
Dòm trong Bửu Thọ hiện ra
Cảnh nào Phật nấy, như là soi gương. (o) (1 lạy)

NGUYỆN BỐN MỐT: mọi đường công đức
Bồ-tát nào chưa được hòan toàn
Đặng nghe, đặng thấy đạo tràng
Bề cao cho đến bốn ngàn na-do. (o) (1 lạy)

NGUYỆN BỐN HAI: các đồ nhựt dụng
Quốc độ tôi thiệt đúng tịnh minh
Chói ngời hình sắc đẹp xinh
Dầu có thiên nhãn chẳng nhìn đặng đâu. (o) (1 lạy)

NGUYỆN BỐN BA: ai ai trong nước
Chỉ mong cầu nghe được Pháp kinh
Tự nhiên sở nguyện đắc thành
Không chờ mời thỉnh thường tình thế gian.

(o) (1 lạy)

NGUYỆN BỐN BỐN: Thanh Văn, Duyên Giác
Trong nước tôi đều đắc oai thần.
Hào quang tỏ rạng vô ngần
Biện tài thuyết pháp ngang phần Pháp Vương.
(o) (1 lạy)

NGUYỆN BỐN LĂM: tha phương Bồ-tát
Nghe danh tôi, tấn phát phụng hành
Thảy đều đặng pháp Tịnh Thanh
Định thần, giải thoát, phước lành thưởng ban.
Như ai muốn cúng dường Phật pháp
Trong một giờ đi khắp hà sa
Tuy là đường xá rất xa
Định thần không lạc, Thiền na chẳng lìa. (o) (1 lạy)

NGUYỆN BỐN SÁU: chư tôn Bồ-tát
Ở tha phương nghe đặng danh tôi
Quy y tinh tấn vừa rồi
Định thiền bình đẳng, ban hồi chẳng ly
Đắc pháp nhẫn đến khi Chánh giác
Đặng thấy thường các bậc Như-Lai. (o) (1 lạy)

Lời nguyện BỐN BẢY như vầy
Tha phương Bồ-tát về đầy nước tôi
Tâm chí nguyện đắc hồi bất nhị
Chẳng thối lui địa vị cao sâu. (o) (1 lạy)

Lời nguyện BỐN TÁM báu mầu
Tha phương Bồ-tát khấu đầu quy y
Chư vị ấy đắc kỳ sở nguyện
Nhứt, nhị, tam Nhẫn Thiện Pháp vương.
Pháp môn của Phật không lường
Bao giờ cũng trụ thế thường chẳng thôi. (o) (1 lạy)

Khi Pháp Tạng nguyện xong đã trọn
Cõi Tam thiên, sáu món rung rinh
Hương hoa đổ xuống đầy thành
Hư không phát tiếng CHẮC THÀNH NHƯ-LAI. (ooo)

TỰA ĐỀ 48 NGUYỆN CỦA ĐỨC PHẬT A DI ĐÀ

1. **Quốc vô ác đạo**
2. **Bất đọa ác đạo**
3. **Thân chơn kim sắc**
4. **Hình sắc tương đồng**
5. **Túc mạng trí thông**
6. **Thiên nhãn phổ kiến**
7. **Thiên nhĩ phổ văn**
8. **Tha tâm túc tri**
9. **Thần túc vô ngại**
10. **Bất tham kế thân**
11. **Trú định chứng diệt**
12. **Quang minh vô lượng**

13. **Thọ mạng vô lượng**
14. **Thanh văn vô số**
15. **Tùy nguyện tu đoản**
16. **Bất văn ác danh**
17. **Chư Phật xứng tán**
18. **Thập niệm tất sanh**
19. **Lâm chung tiếp dẫn**
20. **Dục sanh quá toại**
21. **Tam thập nhị tướng**
22. **Nhất sanh bổ xứ**
23. **Cúng dường Chư Phật**
24. **Cung cụ tùy ý**
25. **Diễn thuyết diệu trí**
26. **Đắc kim cang thân**
27. **Nhất thiết nghiêm tịnh**
28. **Đạo thọ cao hiển**
29. **Tụng kinh đắc tuệ**
30. **Tuệ biện vô ngại**
31. **Chiếu kiến thập phương**
32. **Bửu hương diệu nghiêm**
33. **Mông quang nhu nhuyến**
34. **Văn danh đắc nhẫn**
35. **Thoát ly nữ thân**
36. **Thường tu phạm hạnh**
37. **Thiên nhơn trí kính**
38. **Y thực tùy niệm**
39. **Lạc như lậu tận**
40. **Thọ trung hiện sát**

41.Chư căn vô thuyết
42.Thanh tịnh giải thoát
43.Văn danh đắc phước
44.Tu hành túc đức
45.Phổ đẳng tam muội
46.Tùy nguyện văn pháp
47.Văn danh bất thối
48.Đắc tam pháp nhẫn. (o)

SÁM PHẬT DI ĐÀ THỌ KÝ

Một lòng niệm Phật Di Đà
Kinh tâm bạch tự mở ra độ đời
Ấn tâm thọ ký hiện thời
Kim ngôn phú chúc khắp nơi đắc thành. (o)

Ăn chay niệm Phật làm lành
Từ bi hỉ xả tu hành gắng công
Nghe danh thấy tánh tỏ thông
Bổn lai diện mục Phật lòng chẳng xa.

Định tâm thấy Phật lòng ta
Tây phương cõi Phật Di Đà phân minh
Quan Âm thần lực oai linh
Hóa thân thọ ký cầm bình nước bông.

Cam lồ rưới khắp giáp vòng
Chúng sanh mát mẻ vui lòng hiền lương

Mở khai tâm pháp tỏ tường
Tịnh lòng thấy Phật mười phương độ mình.

Chơn truyền bổn thể tánh linh
Tam thân vô tướng vô hình sống lâu
Không thương không ghét không sầu
Không tham không giận có đâu luân hồi.

Việc đời muôn việc thôi thôi
Sắc tài danh lợi phủi rồi không không
Các hàng chư Phật không lòng
Con nay đệ tử cũng đồng quy y. (o)

Nương theo đức Phật từ bi
Mãn duyên theo Phật tức thì phóng quang
Về nơi Cực lạc Tây phương
Hoa khai kiến Phật hào quang sáng lòa.

Thường thường thấy đức Di Đà
Hai hàng tứ chúng lục hòa sáng trong
Thấy chư Bồ Tát quá đông
Lóng nghe Phật thuyết vui lòng mở khai.

Minh tâm kiến tánh Như Lai
Pháp thân thanh tịnh sống dai đời đời
Tiêu diêu tự tại thảnh thơi
Bình an vô sự vui chơi thanh nhàn.

Tốt thay cõi Phật nghiêm trang
Nhà lầu bằng ngọc đất vàng khắp nơi
Đêm ngày nghe pháp sáu thời
Chim linh thuyết pháp đúng giờ siêng năng.
Người nghe tỏ ngộ siêu thăng
An lòng niệm Phật, Pháp, Tăng tịnh bình
Thích Ca giảng đạo độ mình
Thích Ca từ phụ chứng minh độ đời. (o)

NGỢI KHEN CÔNG ĐỨC PHẬT A DI ĐÀ

Giáo chủ cõi Tây Phương
Đức Phật A Di Đà
Phát bốn mươi tám nguyện
Hướng dẫn đường chúng sanh,
Đài sen rực rỡ sẵn sàng
Quan Âm, Thế Chí hai hàng tiếp nghinh.
Nam Mô Tịnh Độ phẩm Bồ Tát Ma Ha Tát. (3 lần) (o)

12 NGUYỆN AN DƯỠNG QUỐC A DI ĐÀ

1. Nam Mô An Dưỡng Quốc Cực Lạc Giới Di Đà Hải Hội, VÔ LƯỢNG QUANG Như Lai. (o) (1 lạy)
2. Nam Mô An Dưỡng Quốc Cực Lạc Giới Di Đà Hải Hội, VÔ BIÊN QUANG Như Lai. (o) (1 lạy)
3. Nam Mô An Dưỡng Quốc Cực Lạc Giới Di

Đà Hải Hội, VÔ NGẠI QUANG Như Lai. (o) (1 lạy)

4. **Nam Mô An Dưỡng Quốc Cực Lạc Giới Di Đà Hải Hội, VÔ ĐỐI QUANG Như Lai.** (o) (1 lạy)
5. **Nam Mô An Dưỡng Quốc Cực Lạc Giới Di Đà Hải Hội, DIỆM VƯƠNG QUANG Như Lai.** (o) (1 lạy)
6. **Nam Mô An Dưỡng Quốc Cực Lạc Giới Di Đà Hải Hội, THANH TỊNH QUANG Như Lai.** (o) (1 lạy)
7. **Nam Mô An Dưỡng Quốc Cực Lạc Giới Di Đà Hải Hội, HOAN HỶ QUANG Như Lai.** (o) (1 lạy)
8. **Nam Mô An Dưỡng Quốc Cực Lạc Giới Di Đà Hải Hội, TRÍ HUỆ QUANG Như Lai.** (o) (1 lạy)
9. **Nam Mô An Dưỡng Quốc Cực Lạc Giới Di Đà Hải Hội, NAN TƯ QUANG Như Lai.** (o) (1 lạy)
10. **Nam Mô An Dưỡng Quốc Cực Lạc Giới Di Đà Hải Hội, BẤT ĐOẠN QUANG Như Lai.** (o) (1 lạy)
11. **Nam Mô An Dưỡng Quốc Cực Lạc Giới Di Đà Hải Hội, VÔ XỨNG QUANG Như Lai.** (o) (1 lạy)
12. **Nam Mô An Dưỡng Quốc Cực Lạc Giới Di Đà Hải Hội, SIÊU NHỰT NGUYỆT QUANG Như Lai.** (o) (1 lạy)

KINH BÁT NHÃ BA LA MẬT

Khi Ngài Quán Tự Tại Bồ Tát thực hành sâu xa pháp Bát Nhã Ba La Mật Đa, Ngài soi thấy năm uẩn đều không, qua hết thảy khổ ách.

"Này Xá Lợi Phất, sắc chẳng khác không, không chẳng khác sắc, sắc tức là không, không tức là sắc. Thọ, Tưởng, Hành, Thức cũng đều như thế".

"Này Xá Lợi Phất, 'tướng không của mọi pháp' không sanh, không diệt, không dơ, không sạch, không thêm, không bớt, nên trong 'chân không', không có sắc, không có thọ, tưởng, hành, thức, không có mắt, tai, mũi, lưỡi, thân, ý, không có sắc, thinh, hương, vị, xúc, pháp, không có nhãn giới, cho đến không có ý thức giới, không có vô minh, cũng không có cái hết vô minh, cho đến không có già chết, cũng không có cái hết già chết, không có khổ, tập, diệt, đạo, không có trí huệ, cũng không có chứng đắc.

Vì không có chỗ chứng đắc, nên Bồ Tát y theo Bát Nhã Ba La Mật Đa, tâm không ngăn ngại. Vì không ngăn ngại, nên không sợ hãi, xa hẳn điên đảo, mộng tưởng, đạt tới cứu cánh Niết Bàn.

Chư Phật trong ba đời cũng y theo Bát Nhã Ba La Mật Đa, được đạo quả vô thượng chánh đẳng chánh giác.

Nên biết Bát Nhã Ba La Mật Đa là Đại Thần Chú, là Đại Minh Chú, là Vô Thượng Chú, là Vô Đẳng Đẳng Chú, trừ được hết thảy khổ, chân thật không hư".

Vì vậy, liền nói Chú Bát Nhã Ba La Mật Đa:

"Yết đế, yết đế, ba la yết đế, ba la tăng yết đế, bồ đề tát bà ha". (3 lần) (o)

CHÚ VÃNG SANH QUYẾT ĐỊNH CHÂN NGÔN

Nam mô a di đa bà dạ,
đa tha dà đa dạ,
đa địa dạ tha,
a di rị đô bà tì,
a di rị đa tất đam bà tì,
a di rị đa tì ca lăn đế,
a di rị đa tì ca lăn đa,
dà di nị dà dà na,
chỉ đa ca lệ ta bà ha. (3 lần) (o)

NIỆM PHẬT

A Di Đà Phật thân sắc vàng
Tướng tốt quang minh tự trang nghiêm
Năm Tu Di uyển chuyển bạch hào
Bốn biển lớn trong ngần mắt biếc
Trong hào quang hóa vô số Phật
Vô số Bồ tát hiện ở trong
Bốn mươi tám nguyện độ chúng sanh
Chín phẩm sen vàng lên giải thoát
Quy mạng lễ A Di Đà Phật
Ở phương Tây thế giới an lành

Con nay xin phát nguyện vãng sanh
Cúi xin Đức Từ Bi tiếp độ.
Nam-mô Tây-phương Cực-lạc thế-giới,
đại-từ đại-bi, A-Di-Đà Phật.
Nam-mô A-Di-Đà Phật. (3 lần) (o)
Nam-mô Đại-bi Quán-Thế-Âm Bồ-tát. (3 lần) (o)
Nam-mô Đại-Thế-Chí Bồ-tát. (3 lần) (o)
Nam-mô Địa-Tạng Vương Bồ-tát. (3 lần) (o)
Nam-mô Thanh-tịnh Đại-Hải chúng Bồ-tát. (3 lần) (ooo)

ĐẠI THẾ CHÍ BỒ TÁT NIỆM PHẬT VIÊN THÔNG

(Kinh Lăng Nghiêm)

Đức đại Thế Chí Pháp Vương tử, có năm mươi hai vị Bồ tát đồng hàng với Ngài, liền từ tòa ngồi đứng dậy, lễ dưới chân Phật, mà bạch Phật rằng: Con nhớ về hà sa kiếp xưa kia, có đức Phật ra đời, hiệu là Vô Lượng Quang, trong một kiếp mười hai đức Như Lai nối tiếp nhau ra đời. Đức Phật sau cùng hiệu là Siêu Nhật Nguyệt Quang, đức Phật kia dậy con pháp niệm Phật Tam Muội. (o)

Ví như có người: một người chuyên nhớ, một người chuyên quên. Hai người như thế, dù có gặp nhau, cũng như không gặp, hoặc có thấy nhau, cũng như không thấy. Hai người nhớ nhau, thời hai nhớ in sâu, cứ như thế mãi,

từ kiếp này qua kiếp khác, như bóng in hình, chẳng xa trái nhau. (o)

Mười phương Như Lai thương nhớ chúng sinh, như mẹ nhớ con, nếu con trốn tránh, mẹ nhớ ích gì? Con dù nhớ mẹ, như khi mẹ nhớ con, mẹ con trải qua nhiều kiếp, chẳng xa trái nhau.

Nếu tâm chúng sinh, nhớ Phật niệm phật, đời này đời sau, quyết định thấy Phật, cách Phật chẳng xa, chẳng phải nhờ pháp phương tiện, mà tự mở ngộ tâm mình. Ví như người nhiễm mùi hương, mình có hơi hương, như thế gọi là Hương Quang Trang Nghiêm. Nhân địa con xưa, nhờ tâm niệm phật, được vào pháp Nhẫn Vô Sinh. Nay ở cõi này, tiếp người niệm Phật, về nơi cõi tịnh. Đức Phật hỏi pháp Viên thông, con không hề lựa chọn, mà chỉ thu nhiếp sáu căn, nối liền tịnh niệm, được vào nơi chính định, đó là bậc nhất. (ooo)

KÍNH LẠY PHẬT A DI ĐÀ

1. Kính lạy Phật Di Đà
Con nay xin phát nguyện
Thường xuyên đảnh lễ ngài
Cho đến lúc lâm chung
Thân thể không đau bệnh. (1 lạy) (o)

2. Kính lạy Phật Di Đà
Con nay xin phát nguyện
Thường xuyên đảnh lễ ngài

Cho đến lúc lâm chung
Tâm hồn không hôn mê. (1 lạy) (o)

3. **Kính lạy Phật Di Đà**
   Con nay xin phát nguyện
   Thường xuyên đảnh lễ ngài
   Cho đến lúc lâm chung
   Không tham đắm ngũ dục. (1 lạy) (o)

4. **Kính lạy Phật Di Đà**
   Con nay xin phát nguyện
   Thường xuyên đảnh lễ ngài
   Cho đến lúc lâm chung
   Tâm niệm Phật Di Đà. (1 lạy) (o)

5. **Kính lạy Phật Di Đà**
   Con nay xin phát nguyện
   Thường xuyên đảnh lễ ngài
   Cho đến lúc lâm chung
   Xả ly ta bà khổ. (1 lạy) (o)

6. **Kính lạy Phật Di Đà**
   Con nay xin phát nguyện
   Thường xuyên đảnh lễ ngài
   Cho đến lúc lâm chung
   Được vãng sanh tịnh độ. (1 lạy) (o)

7. **Kính lạy Phật Di Đà**

Con nay xin phát nguyện
Thường xuyên đảnh lễ ngài
Cho đến lúc lâm chung
Con thấy kim thân Phật. (1 lạy) (o)

8. **Kính lạy Phật Di Đà**
   Con nay xin phát nguyện
   Thường xuyên đảnh lễ ngày
   Cho đến lúc lâm chung
   Phật phóng quang nhiếp độ. (1 lạy) (o)

9. **Kính lạy Phật Di Đà**
   Con nay xin phát nguyện
   Thường xuyên đảnh lễ ngài
   Cho đến lúc lâm chung
   Liên hoa con hóa sanh. (1 lạy) (o)

10. **Kính lạy Phật Di đà**
    Con nay xin phát nguyện
    Thường xuyên đảnh lễ ngài
    Khi vãng sanh tịnh độ
    Hoa nở tâm khai ngộ. (1 lạy) (o)

11. **Kính lạy Phật Di Đà**
    Con nay xin phát nguyện
    Thường xuyên đảnh lễ ngài
    Khi vãng sanh tịnh độ
    Chứng ngộ pháp vô sanh. (1 lạy) (o)

12. Kính lạy Phật Di Đà
Con nay xin phát nguyện
Thường xuyên đảnh lễ ngày
Khi vãng sanh tịnh độ
Chóng viên thành toàn giác. (1 lạy) (o)

SÁM DI ĐÀ

(Quỳ xuống sám hối)

Muốn đi có một đường nầy
Nhứt tâm niệm Phật khó gì thoát ra
Vậy khuyên phải niệm Di Đà
Hồng danh sáu chữ thật là rất cao. (o)

Hay trừ tám vạn trần lao
Tham thiền quán tưởng pháp nào cũng thua
Di Đà xưa cũng làm vua
Bỏ ngôi bỏ nước vô chùa mà tu,

Xét ra từ kiếp đã lâu
Hiệu là Pháp Tạng Tỳ kheo đó mà
Trong khi Ngài mới xuất gia
Bốn mươi tám nguyện phát ra một lần.
Nguyện nào cũng lắm oai thần
Nguyện nào cũng trọng về phần độ sanh
Vì thương thế giới bất bình
Nên chi đầu Phật mà đành bỏ ngôi. (o)

Thầy là Bảo Tạng Như Lai
Bạn là Bảo Hải tức ngài Thích Ca
Thích Ca nguyện độ Ta bà
Di Đà nguyện mở cửa nhà Lạc bang.

Mở ao chín phẩm sen vàng
Xây thành bá bảo đồ đàng thất trân
Lưu ly quả đất sáng ngần
Lầu châu cát ngọc mười phần trang nghiêm.

Hoa trời rưới cả ngày đêm
Có cây rất báu có chim rất kỳ
Lạ lùng cái cảnh phương Tây
Mười phương cõi Phật cảnh nào cũng thua.

Phong quang vui vẻ bốn mùa
Nước reo pháp Phật gió khua nhạc trời
Di Đà có thệ một lời
Mở ra cõi ấy tiếp người vãng sanh. (o)

Mười phương ai phát lòng lành
Nhất tâm mà niệm hồng danh của Ngài
Hằng ngày trong lúc hôm mai
Niệm từ mười tiếng đến vài ba trăm.

Khi đi, khi đứng, khi nằm
Chuyên trì niệm Phật, lòng chăm phát nguyền
Nguyện sanh về cõi bảo liên

Là nơi Cực lạc ở miền Tây phương.

Đến khi thọ mạng vô thường
Thì Ngài phóng ngọn hào quang rước liền
Biết bao phước đức nhơn duyên
Đã về Cực lạc còn phiền não chi.

Sự vui trời cũng chẳng bì
Đêm đêm thong thả ngày ngày vui chơi
Sống lâu kiếp kiếp đời đời
Không già không chết không dời đi đâu. (o)

VĂN PHÁT NGUYỆN

Cúi đầu hướng về nước An Lạc
Thầy dẫn đường tiếp dắt chúng sinh
Con nay phát nguyện, nguyện sinh sang
Xin đấng Từ Bi thương tiếp nhận.

Đệ tử chúng con... khắp vì bốn ân ba cõi pháp giới chúng sinh, cầu xin Phật, vì đạo Bồ đề nhất thừa Vô thượng, chuyên tâm trì niệm, muôn đức hồng danh, Phật A Di Đà, mong về cõi tịnh. Lại vì, phước mỏng nghiệp dầy, chướng nhiều tuệ ít, tâm nhơ dễ bén, Đức sạch khó thành. Nay đối trước Phật, năm vóc siêng năng, một lòng giải tỏ, đầu thành sám hối. Con và chúng sinh, nhiều kiếp tới nay, tâm sạch bị mê, tham, sân, si mãi. Ba nghiệp nhuốm nhơ, làm nên vô lượng vô biên tội ác, kết thành nghiệp oán, vô lượng vô biên, nguyện tiêu tan hết. Từ nay trở đi, lập thệ nguyện sâu, xa lìa pháp ác, thề chẳng lại làm siêng tu đạo thánh, thề chẳng biếng lui; thề thành Chính giác; thề độ chúng sinh. Đức Phật A Di Đà, dùng sức nguyện Từ Bi, nên chứng cho con; nên thương sót con; nên giúp đỡ con. (o)

Nguyện con trong khi thuyền quán, những lúc ngủ mơ, được thấy đức Phật A Di Đà, mình vàng đẹp đẽ, được qua cõi báu trang nghiêm của đức Phật A Di Đà, đầu được Phật A Di Đà gội nước cam lộ, mình chiếu hào quang, tay soa đầu con, áo choàng thân con, khiến con chướng xưa tự hết, căn lành lớn thêm, phiền não tan không, vô minh vụt tắt, Viên giác diệu tâm, bỗng nhiên mở ngộ, chân cảnh tịch quang, thường được hiện tiền. (o)

Đến khi sắp chết, thời dự biết trước, thân không hết thảy, bệnh khổ ách nạn, tâm không hết thảy, tham luyến mê nhầm, mọi căn thoải mái, chính niệm rõ ràng, thong thả bỏ báo thân, như lúc vào thiền định. Đức Phật A Di Đà, cùng Bồ tát Quán Âm, Thế Chí, các bậc thánh hiền, phóng hào quang tiếp dẫn, giơ tay dìu dắt, lầu gác tràng phan, hương lạ nhạc trời, cảnh thánh tây phương, rõ ràng trước mắt. Khiến các chúng sinh, được thấy được nghe, vui mừng cảm thán phát tâm Bồ đề. (o)

Con ngay khi đó, nương đài kim cương, tùy theo sau Phật, như khoảng phút giây, sinh sang Cực Lạc, trong đóa hoa sen, nơi ao thất bảo, hoa nở thấy Phật, thấy các Bồ tát, nghe giọng pháp mầu, trong khoảng phút giây, được vô sinh nhẫn, thừa sự chư Phật, thân nhờ thụ ký. Được thụ ký rồi, ba thân bốn trí, ngũ nhãn lục thông, vô lượng trăm nghìn, môn Đà La Ni. Hết thảy công đức, đều được thành tựu. Nhưng chẳng trái nơi An dưỡng, mà trở lại cõi Sa Bà, chia thân vô số, khắp cả mười phương, dùng sức thần tự tại, bất khả tư nghì, hết thảy phương tiện, độ thoát chúng sinh, đều lìa nhơ nhuốm, được lại tịnh tâm, đồng về phương tây, vào ngôi Bất thoái. (o)

Nguyện lớn như thế, thế giới không cùng tận, chúng sinh không cùng tận, nghiệp và phiền não hết thảy không cùng tận, thời nguyện của con cũng không cùng tận.

Nguyện nay lễ Phật, phát nguyện tu trì, công đức hồi hướng hữu tình, bốn ân khắp trả, ba cõi giúp đều, pháp giới chúng sinh, đều lên ngôi Chính Giác. (o)

HỒI HƯỚNG

Khóa Tịnh độ công đức, hạnh nhiệm mầu
Thắng phước bao nhiêu con nguyện cầu
Tất cả chúng sanh trong pháp giới
Hướng về Phật Pháp tỏ đạo mầu.
Nguyện cho ba chướng tiêu tan
Phiền não dứt sạch, huệ căn sang ngời
Cầu cho con được đời đời
Hành Bồ Tát Đạo, cứu đời lầm than.
Nguyện sanh Tây Phương, cõi Lạc Bang
Cha mẹ, sen vàng chín phẩm sanh
Hoa nở, thấy Phật, quả viên thành
Các vị Bồ Tát bạn lành với ta. (o)

PHỤC NGUYỆN

Nam Mô Tây Phương Cực Lạc Thế Giới Đại Từ Đại Bi A Di Đà Phật.

Nam Mô Tam bảo chứng minh, oai thần hộ niệm, hôm nay chúng con là... (Tỳ Kheo Ni...., Sadini...) **cùng với các Phật tử chùa Hương Sen, Perris, California, một dạ chí thành vân tập tại đại hùng bảo điện Hương Sen phúng tụng kinh A Di Đà, xưng tán hồng danh cùng niệm Phật kinh hành công đức. Nguyện đem công đức trì chú, sám hối, tụng kinh, hồi hướng vãng sanh Tịnh độ.**

Nguyện cho chúng con...
Nhất tâm hằng tỏ ngộ
Lục dục sớm tan không
Cõi nhân gian, sanh tử xa lìa
Nơi An Lạc hóa sanh tự tại
Ao thất bảo thảnh thơi tắm mát
Đài cửu liên nhẹ gót tiêu dao,
Quán Âm, Thế Chí kết đồng hàng,
Bồ-tát Thánh Tăng là bạn lữ.
Thần thức hằng vui nơi cõi tịnh,
Nghiệp duyên trần không vướng mảy may,
Trên đài sen chín phẩm nở hoa,
Chư Phật phóng hào quang thọ ký. (o)

Nguyện đem công đức này cầu cho Phật sự phát triển chùa Hương Sen, Perris, Califronia, thành chốn tùng lâm nghiêm tu, ngày một thành tựu, được sự ủng hộ gia trì của đàn việt tín tâm,

chư thiên hộ pháp, bồ tát và mười phương chư Phật, để Phật nhật tăng huy, pháp luân thường chuyển, mưa thuận gió hòa, quốc thới dân an.

Nguyện đem công đức này cầu an cho Phật tử… (tên, pháp danh, tuổi) **cùng với các vị gia chủ và các Phật tử hiện diện tại đây: tai qua nạn khỏi, tật bịnh tiêu trừ, nghiệp chướng tiêu tan, gia đạo bình an, thân tâm thường an lạc, quanh năm đều được vạn sự cát tường như ý. Nguyện cho các vị tâm Bồ đề kiên cố, chí tu học vững bền, tự giác, giác tha, giác hạnh viên mãn.**

Lại nguyện đem công đức này cầu siêu cho hương linh… (tên, pháp danh, hưởng thọ) **cùng cửu huyền thất tổ, nội ngoại hai bên, phụ mẫu quá vãng nhiều đời, nhiều kiếp của chúng con và tất cả các hương linh ký tự tại Chùa Hương Sen, anh hùng chiến sĩ, vì nước hy sinh, đồng bào tử nạn, mười hai loại cô hồn, chết sông, chết chợ, đầu đường, xó chợ, nay được an lành, nghe kinh kệ siêu thăng tịnh độ, vượt qua bể khổ, thoát khỏi Ta Bà, sen vàng chín phẩm nở hoa, pháp thân hiện Di Đà thọ ký.**

Sau cùng, nguyện chúng con cùng tất cả chúng sanh đều sớm trọn thành Phật đạo.

Đại chúng đồng niệm: **Nam Mô A Di Đà Phật.** (o)

KÍNH LỄ

(Đại chúng đứng lên)

Bao nhiêu tất cả nhân sư tử
Mười phương ba đời cùng các cõi

Con đem thân miệng ý thanh tịnh
Lạy khắp tất cả không còn dư. (o)

Nhất tâm đảnh lễ, đệ tử chúng con đại vì bốn ân ba cõi chí thành đảnh lễ:

Nam Mô Quá Khứ Trang Nghiêm Kiếp Thiên Phật. (o) (1 lạy)

Nhất tâm đảnh lễ, đệ tử chúng con đại vì bốn ân ba cõi chí thành đảnh lễ:

Nam Mô Hiện Tại Hiền Kiếp Thiên Phật. (o) (1 lạy)

Nhất tâm đảnh lễ, đệ tử chúng con đại vì bốn ân ba cõi chí thành đảnh lễ:

Nam Mô Vị Lai Tinh Tú Kiếp Thiên Phật. (o) (1 lạy)

TAM QUY

Con nương theo Phật, cầu cho chúng sanh
Tin chắc Đạo cả, phát lòng vô thượng. (o) (1 lạy)

Con nương theo Pháp, cầu cho chúng sanh
Thấu rõ kinh tạng, trí huệ như biển. (o) (1 lạy)

Con nương theo Tăng, cầu cho chúng sanh
Kính tín hòa hợp, tất cả không ngại. (ooo)(1 lạy)

Nguyện đem công đức này
Hướng về khắp tất cả
Đệ tử và chúng sanh

Đều trọn thành Phật đạo. (ooo)

BÀI KỆ CHƯ THIÊN

Trời, A-tu-la, Dạ xoa thảy
Đến nghe pháp đó nên chí tâm
Ủng hộ Phật pháp khiến thường còn
Mỗi vị siêng tu lời Phật dạy.
Bao nhiêu người nghe đến chốn này
Hoặc trên đất liền hoặc hư không
Thường với người đời sanh lòng từ
Ngày đêm tự mình nương pháp ở.
Nguyện các thế giới thường an ổn
Phước trí vô biên lợi quần sanh
Bao nhiêu tội chướng thảy tiêu trừ
Xa lìa các khổ về viên tịch.
Hằng dùng giới hương xoa vóc sáng
Thường trì định phục để giúp thân
Hoa mầu bồ đề khắp trang nghiêm
Tùy theo chỗ ở thường an lạc. (o)
Nam mô Tam Châu Cảm Ứng
Hộ Pháp Vi Đà Tôn Thiên Bồ Tát Ma Ha Tát. (3 lần) (o)

15

LỄ VÍA ĐỨC PHẬT THÀNH ĐẠO

(NGÀY 17 THÁNG 11 ÂM LỊCH)

1. Cúng hương
2. Cầu nguyện
3. Khen ngợi Phật
4. Quán tưởng Phật
5. Đảnh lễ
6. Tán dương chi
7. Chú Đại Bi
8. Kệ khai kinh
9. Tụng Kệ Ý Nghĩa Ngày Thành Đạo
10. Mười Hai Lễ Đức Phật Lịch Sử
11. Bát Nhã Tâm Kinh
12. Niệm Phật
13. Sám Phật Thành Đạo
14. Hồi hướng
15. Ngồi thiền
16. Phục nguyện
17. Kính lễ bốn ân, ba cõi
18. Tam quy
19. Bài kệ Chư Thiên

TÁN PHẬT

Trên trời dưới đất không bằng Phật
Thế giới mười phương cũng không sánh
Thế gian có gì con đã thấy
Tất cả không ai bằng Phật vậy!
Nam mô Thập Phương Thường Trụ Tam Bảo. (3 lần) (o)

Ý NGHĨA NGÀY THÀNH ĐẠO

Nam mô Bổn Sư Thích Ca Mâu Ni Phật. (3 lần) (o)

Chúng con cung kính nghe rằng:
Núi Tuyết tu nhơn
Khổ hạnh sáu năm quả mãn.
Sao Mai ứng dạng
Hân hoan muôn đức công thành!
Một Phật giáng sanh
Muôn loài hưởng phước!

Nay có Tăng chúng
Và chư Phật tử chúng con
Giờ này: Cung kính quỳ trước Phật đường
Chí thành dâng lên pháp cúng.
Kinh diên tán tụng, Lễ nhạc ca dương
Năm nén tâm hương, Một diên thánh lễ
Cúng dường đấng từ bi cứu thế
Tôn vinh ngôi trí tuệ siêu trần. (o)

Giữa lúc: Cỏ hoa hoan hỷ muôn phần
Người, vật thiết tha một dạ
Vì nhớ ngày... Pháp âm quảng bá,
Gọi hồn thế giới ba ngàn.
Vì nghĩ thuở:
Phật nhựt phổ quang,
Soi sáng nước non tám vạn.
Trước đài nhất tâm qui mạng,
Trên tọa bách bảo chứng minh.
Nhớ một thuở xa xưa. (o)

Tại thành Tỳ La Vệ
Một Bồ Tát xuất thế
Con vua Tịnh Phạn vương
Ôm ấp một tình thương
Cứu muôn loài đau khổ
Bỏ ngai vàng quốc độ
Vào núi Tuyết tu hành
Vì thệ nguyện độ sanh.

Sống sáu năm khổ hạnh
Thế rồi trong đêm lạnh
Dưới gốc cây Bồ đề
Người hạ một lời thề
Quyết không rời bảo tọa
Nếu không thành đạo quả. (o)

Chẳng rời khỏi nơi đây
Các ma vương bủa vây
Tất cả đều hàng phục
Dứt sạch mọi tham dục
Thấy ánh sáng sao Mai
Lúc ấy độ canh hai
Tâm hồn đều trong sáng. (o)

Người liền tuyên lời phán:
"Rằng rất là lạ thay
Không một ai biết hay
Muôn loài có Phật tánh
Ta nay đã thành Thánh
Chúng sanh Thánh sẽ thành
Vì tất cả chúng sanh
Đều có các đức tướng
Cùng trí tuệ vô thượng
Của các đấng Như Lai
Trong quá khứ vị lai
Muôn đời mới xuất hiện."

Tin vui truyền non biển
Nước Ấn Độ bao la
Rằng Thái tử Đạt Đa
Thuộc dòng vua họ Thích
Sau bao năm ẩn tích
Tìm đạo để cứu đời
Đã tuyên bố mấy lời

Thành Chẳng đẳng Chánh giác. (o)

Trời người đều hoan lạc
Đến rải hoa cúng dường
Cùng thiên nhạc thiên hương
Xin Pháp Vương thuyết pháp
Nhưng người chưa vội đáp
Vì thấy đạo thâm huyền. (o)

Không thể được vội truyền
Pháp thiêng của chư Phật
Thế rồi Ngài nhập thất
Trong hăm mốt ngày liền,
Quan sát các nhơn duyên
Cùng với các phương tiện
Nhớ lại lời thề nguyện
Người đứng dậy ra đi
Trong trí thường nghĩ suy
Về năm người bạn cũ
Người đến vườn Lộc Thú (Lộc Uyển)
Giảng đạo lý nhơn duyên
Chỉ rõ gốc não phiền
Từ vô minh trước hết. (o)

Đến sanh già bệnh chết
Mười hai duyên nối liền
Sống cuộc đời triền miên
Với tử sanh đau khổ

Gốc vô minh phải nhổ
Mới hết mọi khổ đau
Tứ Đế đạo nhiệm mầu
Là "Khổ, Tập, Diệt, Đạo."
Từ đâu có "khổ" báo
Từ tích "tập" khổ nhơn
Muốn dứt (diệt) các khổ nhơn
Cần tu "Bát thánh đạo". (o)

Đó là người dạy bảo
Năm Đại đức Tỳ kheo
Khuyên các vị tuân theo
Sẽ dứt hết sanh tử
Vào Niết Bàn tịch xứ
Hết các thứ nghiệp khiên
Hết tham sân "sử triền"
Sống cuộc đời giải thoát
Với "ngã tịnh thường lạc."

Hết lưu chuyển luân hồi
Biển khổ hết nổi trôi
Đường mê thôi lạc lối
Đã vào thành bất thoái
Vui hơn các trời cao!

Kính bạch Đức Bổn Sư Từ phụ!
Nhìn lại ánh sáng sao Mai
Nhớ thuở Bổn Sư thành đạo

Nghĩ tới lời vàng dạy bảo
Nhớ ngày trời đất hân hoan
Chúng con cúi mong rằng:
Mong cho ánh đạo vàng
Muôn thuở hào quang rạng rỡ. (o)

Cầu cho Hoa Đàm lại nở
Tỏa hương ngào ngạt nhơn gian
Cầu cho đất nước bình an
Nguyện cho nhân dân hạnh phúc
Cúi đầu cung chúc, Ngửa mặt ca dương
Cha lành đoái thương, chứng minh gia hộ.

Nam mô Bổn Sư Thích Ca Mâu Ni Phật. (3 lần) (o)

Nam mô Đại Trí Văn Thù Sư Lợi Bồ Tát. (3 lần) (o)

Nam mô Đại Hạnh Phổ Hiền Bồ Tát. (3 lần) (o)

Nam mô Linh Sơn Hội Thượng Phật Bồ Tát. (3 lần) (o)

12 LỄ ĐỨC PHẬT LỊCH SỬ

(Chủ lễ xướng đến: Bổn Sư Thích Ca Mâu Ni Phật thì nhịp khánh hướng dẫn Phật tử đồng hòa: Bổn Sư Thích Ca ...)

1. Chí tâm đảnh lễ:
A tỳ ngục tốt, mới phát lòng lành,
Nhiều kiếp tu hành, nhơn viên quả mãn.
Bổn Sư Thích Ca Mâu Ni Phật. (o) (1 lễ)

2. Chí tâm đảnh lễ:
Một đời Bổ xứ, hiện ở Suất Đà,
Hóa độ Ta Bà, giáng sanh trần thế.
Bổn Sư Thích Ca Mâu Ni Phật. (o) (1 lễ)

3. Chí tâm đảnh lễ:
Từ trời Đâu Suất, ứng mộng Ma Gia,
Cỡi voi sáu ngà, vào trong lòng mẹ.
Bổn Sư Thích Ca Mâu Ni Phật. (o) (1 lễ)

4. Chí tâm đảnh lễ:
Dưới cây Vô Ưu, đản sanh thị hiện,
Chín rồng phun nước, bảy bước xưng tôn.
Bổn Sư Thích Ca Mâu Ni Phật. (o) (1 lễ)

5. Chí tâm đảnh lễ:
Hiện hưởng dục lạc, chán cảnh vô thường,
Dạo chơi bốn phương, thương đời đau khổ.
Bổn Sư Thích Ca Mâu Ni Phật. (o) (1 lễ)

6. Chí tâm đảnh lễ:
Nửa đêm vượt thành, xuất gia tìm đạo,
Tóc xanh cắt bỏ, núi Tuyết tu hành.
Bổn Sư Thích Ca Mâu Ni Phật. (o) (1 lễ)

7. Chí tâm đảnh lễ:
Dưới cây Đạo thọ, hàng phục ma quân,
Thấy ánh sao Mai, thành Bồ đề đạo.

Bổn Sư Thích Ca Mâu Ni Phật. (o) (1 lễ)

8. Chí tâm đảnh lễ:
Bốn mươi chín năm, độ sanh thuyết pháp
Ba thừa giáo hóa, hạnh nguyện viên thành.
Bổn Sư Thích Ca Mâu Ni Phật. (o) (1 lễ)

9. Chí tâm đảnh lễ:
Dưới cây Ta La, Niết Bàn thị hiện,
Để lại Xá lợi, phước khắp trần gian.
Bổn Sư Thích Ca Mâu Ni Phật. (o) (1 lễ)

10. Chí tâm đảnh lễ:
Hiện tọa đạo tràng, Ta Bà giáo chủ,
Đạo sư ba cõi, Từ phụ bốn loài.
Bổn Sư Thích Ca Mâu Ni Phật. (o) (1 lễ)
(Hiệu 10 này lễ 3 lần thì đủ 12 lễ lịch sử Đức Phật)

TÁN

Ngôi vàng từ giã, Núi Tuyết tu hành,
Tham thiền nhập định giữa rừng xanh,
Cầu Phật quả viên thành,
Cứu độ quần sanh,
Cao cả đấng cha lành.
Nam mô Thích Ca Mâu Ni Phật. (o) (3 lễ)

BÀI SÁM PHẬT THÀNH ĐẠO

Hào quang chiếu diệu, sáng tỏ mười phương
Ngộ lý chơn thường, phá màn hôn ám
Đệ tử lòng thành bái sám, trước điện dâng hoa
Cúng dường Phật Tổ Thích Ca, Ba ngôi thường trú. (o)

Đệ tử chúng con nhân lành chưa đủ, nghiệp báo theo hòai
Nay nhờ văn Phật Như Lai giáng trần cứu độ
Sáu năm khổ hạnh, bảy thất tham thiền
Ma oán dẹp yên, thần long che chở. (o)

Tâm quang rực rỡ, chứng lục thần thông
Lộ chiếu minh tinh, đạo thành chánh giác
Trời người hoan lạc, dậy tiếng hoan hô
Năm mươi năm hóa độ, bảy trăm hội đàm kinh. (o)

Cứu phàm ngu thoát khỏi mê đồ
Tiếp hiền thánh siêu sinh tịnh độ
Muôn đời xưng tán, vạn đức hồng danh
Đệ tử chí thành, lễ bày kỷ niệm
Tâm hương phụng hiến, gọi chút báo ân
Ngữa trông Vô thượng Pháp vương từ bi gia hộ. (o)

Nam Mô Bổn Sư Thích Ca Mâu Ni Phật. (3 lần) (o)

16

NGHI THỨC CÚNG THÁNH TỔ KIỀU ĐÀM DI MẪU

(TIẾN CÚNG GIÁC LINH NI)

1. Cúng hương
2. Cầu nguyện
3. Khen ngợi Phật
4. Quán tưởng Phật
5. Đảnh lễ
6. Tán dương chi
7. Chú Đại Bi
8. Kệ khai kinh
9. Kinh Đại Phương Tiện Báo Phật Ân hay bất cứ kinh Phật nào
10. Bát Nhã Tâm Kinh
11. Niệm Phật
12. Sám Mười Nguyện Phổ Hiền
13. Hồi hướng
14. Phục nguyện
15. Kính lễ bốn ân, ba cõi
16. Tam quy
17. Bài kệ Chư Thiên
18. Đến bàn thờ Tổ cúng cơm

NGHI CÚNG CƠM

Chủ lễ xướng: **Thích nữ tụ vị - Hồ quỳ.**

Phần hương, Niệm hương, Hiến hương

Khởi thân lễ tam bái - Hồ quỳ

CÁI VĂN: **Hạnh nguyện lưu phương thế thế truyền, Tùy cơ cảm ứng tục miên viên. Kiều Đàm nhơn khởi ân lưu bố, Hỷ kiến công viên chiếu đại thiên. Nhuận trạch Ni lưu triêm đức hóa, Thanh lương hải chúng phát tâm điền. Cung thừa thoại khí Kiều Di Mẫu, Bất xã từ bi giáng pháp diên.** (o)

TÁN

Chiên đàn hải ngạn.

Lư nhiệt danh hương

Da du tử mẫu lưỡng vô ương

Hỏa nội đắc thanh lương

Chí tâm kim tương

Nhứt chú biến thập phương.

Nam Mô Hương Vân Cái Bồ Tát Ma Ha Tát. (3 lần) (o)

PHỤC DĨ: **Nhất thiết chư hành thị vô thường, Sanh tử hữu tận chí hà phương. Bất sanh bất tử qui khứ tốc, Tịch diệt vi lạc kiến Pháp Vương.**

Ca Tỳ La quốc độ, đại tối thắng chủ nương, Liễu Ta Bà sanh tử, ngộ thế thái tang thương. Nhơn sanh năng kỷ hà, thế thượng chỉ như thử, Đầu Phật nguyện xuất gia.

Chuyên thân phụng thỉnh, phục vọng lai lâm, Ni Chúng thành tâm thượng hương bái thỉnh. Hương hoa thỉnh:

NHỨT TÂM PHỤNG THỈNH: **Thích Ca quí tộc, Hiệu viết Mâu Ni. Xả ái tài phát nguyện Quy y, Ngộ thế đạo phát tâm học đạo.** (o)

CUNG DUY: **Nam mô Kiều Đàm Di Mẫu Bồ Tát Ma Ha Tát.** (o)

DUY NGUYỆN: **Đại tâm, đại hạnh, đại nguyện, đại từ. Thỉnh giáng hương diên, chứng minh công đức. Hương hoa thỉnh:**

NHỨT TÂM PHỤNG THỈNH: **Pháp Hoa hải hội, Phật thuyết nhơn duyên. Ái đạo Tỳ Kheo Ni hiện tiền, Vị lai chúng sanh hỷ kiến Phật.** (o)

CUNG DUY: **Nam mô Kiều Đàm Di Mẫu Bồ Tát Ma Ha Tát.** (o)

DUY NGUYỆN: **Đại tâm, đại hạnh, đại nguyện, đại từ. Thỉnh giáng hương diên, chứng minh công đức. Hương hoa thỉnh:**

Nhứt tâm phụng thỉnh: Phổ hội giảng đường Cao đài Lan Nhã, Bất kham nhậm kiến Phật diệt độ đảnh lễ. Thâu thần nhập hỏa quang. (o)

CUNG DUY: **Nam mô Kiều Đàm Di Mẫu Bồ Tát Ma Ha Tát.** (o)

DUY NGUYỆN: **Đại tâm, đại hạnh, đại nguyện, đại từ. Thỉnh giáng hương diên, chứng minh công đức. Hương hoa thỉnh.**

TÁN: **Ngưỡng mong tôn giả giáng đạo tràng, thọ thử hương hoa phổ cúng dường. Bất xả từ bi lai tiếp thọ. Oai quang lãng diệu mộc quần hương.**

Nam mô Vân Lai Tập Bồ Tát Ma Ha Tát. (3 lần) (o)

XƯỚNG: **Sơ thời Di Mẫu tối thượng duyên. Quy mạng Như Lai ý diệu huyền. Xả tục xuất gia vô thượng đạo. Hội trung thế phát vĩnh lưu truyền.** (o)

- Tấn trà – điểm trà – hiến trà.

- Khởi thân lễ tam bái. Hồ quỳ.

Nam mô Cam Lồ Vương Bồ Tát Ma Ha Tát. (3 lần) (o)

XƯỚNG: **Trường ngự lưu xa xã hóa thành. Bảo tạng qui khứ tổng nan danh. Tướng lai tác Phật thường an lạc. Hỷ kiến chúng sanh đạo quả thành.** (o)

- Tấn trà – điểm trà – hiến trà.

- Khởi thân lễ tam bái. Hồ quỳ.

Nam mô Cam Lồ Vương Bồ Tát Ma Ha Tát. (3 lần) (o)

XƯỚNG: **Duyên duyên tùy thuận xã. Pháp pháp tổng quy không. Bồ đề bổn viên tịch. Hương Tích chúng sanh đồng.**

Tấn Phạn, Khải Phạn, Hiến Phạn.

Khởi thân lễ tam bái. Hồ quỳ.

TÁN: **Nam mô Phổ Cúng Dường Bồ Tát Ma Ha Tát.** (3 lần) (o)

Phổ hội Đạo Tràng Phật phóng quang, Cao đài Lan Nhã hiện Nê Hòan. Xá di ngũ bách an thiền định, Ái Đạo thâu thần nhập hỏa quang. (o)

Tấn trà – điểm trà – hiến trà.

- Khởi thân lễ tam bái. Hồ quỳ

Nam mô Cam Lồ Vương Bồ Tát Ma Ha Tát. (3 lần) (o)

- Bát Nhã tâm Kinh.

PHỤC NGUYỆN

Nam mô Bổn Sư Thích Ca Mâu Ni Phật, tác đại chứng minh.

Phục Nguyện: Kỳ Viên khải thỉnh Thế Tôn từ mẫn độ Nữ Nhơn, phổ hội Đạo Tràng đảnh lễ.

Như Lai an Thiền Định, ngũ bách xá di.

Thanh tịnh Kiều Đàm Di Mẫu bi tâm, bất kham nhậm kiến Phật niết bàn, nhập tam muội thâu thần diệt độ.

Phổ Nguyện: Ni lưu xã tứ khổ, tu lục độ Ba La, trường ngự, bạch ngư xa, chúng thành, vô thượng đạo. (o)

Chúng hòa: **Nam mô A Di Đà Phật.** (o)

Tụng: **Nguyện chư thế giới thường an ổn, Vô biên phước trí nhuận quần sanh. Bồ đề quả thục tự viên thành, Tùy sở trụ xứ thường an lạc.** (o)

Ni Chúng đảnh lễ bốn lạy và thoái ban.

17

NGHI THỨC CÚNG TỔ và GIÁC LINH SƯ TRƯỞNG

- Tụng Kinh Đại Phương Tiện Báo Phật Ân hay bất cứ kinh Phật nào ở bàn Phật.
- Trở lại Bàn thờ tổ lạy Tổ
- Trở lại Bàn thờ Giác Linh cúng cơm theo nghi như sau:

1. Nghi cúng hương
2. Nghi thỉnh giác linh (3 lần)
3. Nghi cúng hoa
4. Nghi cúng trà
5. Nghi cúng cơm
6. Dâng Sớ
7. Chú Thất Phật Diệt Tội Chân Ngôn
8. Chú Vãng Sanh Quyết Định Chân Ngôn
9. Hồi hướng
10. Phục nguyện
11. Lễ tạ hoàn mãn.

ĐẢNH LỄ CHƯ TỔ

(Trước bàn thờ tổ)

Bông hoa hiện điềm lành,
Năm cánh lạc phương xa.
Trao pháp tạng đất Ấn,
Tôn thờ ở Trung Hoa,
Việt Nam trồng giống thánh,
Kết quả hằng hà sa. (o)

Chí tâm đảnh lễ:

Nam mô Tây thiên Đông độ Việt Nam lịch đại nhất thiết chư vị Tổ sư. (1 lạy) (o)

Chuyển ý thức phân biệt hư vọng
Xoay trở về bản tánh viên minh,
Thường trụ tâm địa quang hiển phát
Như nước đục lóng thành trong sáng
Kết qủa chứng được đại thần thông.

Chí tâm đảnh lễ:

Nam mô Đại hiếu Mục Kiền Liên tôn giả. (1 lạy) (o)

Đức tướng đoan nghiêm như vàng thắm
Đầu đà khổ hạnh giữ chung thân,
Lưu truyền Như Lai chánh nhãn tạng
Kê túc trong non đợi Từ Tôn.

Chí tâm đảnh lễ:

Ma ha Ca Diếp tôn giả Thiền tông liệt vị Tổ sư. (1 lạy) (o)

Được độ đầu tiên tám vương tử,
Thân tâm thanh tịnh tợ hoa sen,
Hoằng truyền luật giáo Tỳ Ni tạng
Phật pháp do đây trụ thế lâu.
Chí tâm đảnh lễ:
Ưu Ba Ly tôn giả Luật tông liệt vị Tổ sư. (1 lạy) (o)

Tám trăm Tỳ kheo núi Ta La La
Cùng Thế Tôn may y Cahyna,
Năm nấc thang A Na Luật Đà
Xa lìa trần lao đời chật hẹp,
Chứng A la hán đủ thần thông
Đại phước lực, đại oai thần.
Chí tâm đảnh lễ:
Nam mô đệ nhất thiên nhãn Cahyna đàn tràng đường chủ đại thánh A Na Luật Đà tôn giả. (1 lạy) (o)

Đa văn trong chúng tôn đệ nhất,
Lăng Nghiêm hội thượng chứng viên thông,
Kết tập Như Lai chánh pháp tạng,
Vĩnh tại nhân thiên độ thế gian.
Chí tâm đảnh lễ:
A-nan-đà tôn giả Giáo Tông liệt vị Tổ sư. (1 lạy) (o)

Tây Phương cổ giáo Thế Tôn tuyên,
Đông độ khai tông hiệu Bạch Liên,

Mười tám đại hiền làm thượng thủ,
"Hổ khê tam tiếu" tới nay truyền.
Chí tâm đảnh lễ:
Huệ Viễn tôn giả Tịnh độ tông liệt vị Tổ sư. (1 lạy) (o)

NGUYỆN

Tông phong vĩnh chấn,
Tổ ấn trùng quang.
Giác hoa hương biến khắp rừng thiền
Mưa pháp tưới nhuần người sơ học
Cành cành lá lá tiếp nối không ngừng
Tổ đường rực rỡ chánh pháp xương minh.
Chí tâm đảnh lễ:
Nam mô Độ Nhân Sư Bồ Tát Ma ha tát.(1 lạy) (o)
Xướng:

Đàn tràng khai mở
Tịnh khiết hương đèn
Thiền đường liệt tổ đã xa nghe
Hải chúng quang lâm
Thùy từ chiếu giám.

Báo thân đã mãn
Cõi Phật sen khai
Pháp tánh thường quang
Chân linh không diệt
Trụ Ta Bà vì hoá đạo.
Về Tịnh Độ hiển vô sanh. (ooo)

NGHI THỨC TIẾN GIÁC LINH SƯ TRƯỞNG

(Trước bàn thờ Giác linh sư trưởng với cơm canh hoa quả)

NGHI CÚNG HƯƠNG (nhang)

Xướng:

- Hiếu đồ tựu vị
- Hồ quỳ - Tiến hương - Niệm hương

Vịnh:

Vườn hạ trang nghiêm phút mộng tàn
Ngàn thu vắng bóng nẻo nhơn gian
Cúi đầu hòai niệm người khai đạo
Ngữa mặt nguyện cầu đáng phóng quang.

Cố quốc Chùa xưa Thầy (...) vĩnh biệt
Tha hương viễn mới chúng bàng hoàng
Dược sư phương trượng xin linh cảm
Chấn tích phù bôi giáng đạo tràng. (o)

Nhớ lại năm xưa (qua) cũng độ này
Tôn Sư (...) quảy dép trở về Tây
Rồi từ đó muôn ngàn thế giới
Tám vạn trần lao hóa khói mây.

Phật quốc hóa sanh quên trở lại
Ta bà ứng cúng nguyện về đây
Hôm nay nhớ lại ngày quy khứ

Đốt nén hương lòng hiến cúng Thầy. (o)

Xướng:

- Thượng hương
- Khởi thân đảnh lễ Tôn Sư tam bái. (3 lạy) (ooo
- Hồ quỳ

Tán:

Hương xông đảnh báu,
Giới định tuệ hương,
Giải thoát tri kiến quí khôn lường,
Ngào ngạt khắp muôn phương,
Thanh tịnh tâm hương,
Đệ tử nguyện cúng dường.

Nam Mô Hương Cúng Dường Bồ Tát Ma Ha Tát. (3 lần) (o)

Giờ này hương vàng vừa bén
Khói tỏa xa gần
Chúng đẳng ân cần
Thượng hương bái thỉnh. (o)

TIẾN GIÁC LINH

Chí tâm bái thỉnh:

Tôn sư/ Ni trưởng (Hòa thượng ni) *thượng… hạ…* **giác linh, Dược Sư...** (tên chùa mà tôn sư trú xứ) **đường thượng, tại… Phú An, Đại Ninh.** (3 lạy) (ooo)

Quỳ đọc: **Ngưỡng cầu giác linh chư tôn Ni trưởng, tánh hải lặng trong, đèn tuệ sáng chiếu,**

dự hải hội liên trì, ngự trai tiệc cơm thơm, tự tại ứng chân, thấy nghe không ngại, thần thông tự tại giáng lai đạo tràng, quang minh biến chiếu, nhiếp thủ chúng con xót thương phù hộ, khiến được thành tựu Bồ-đề nguyện hạnh.

Khắp nguyện Tăng Ni Phật tử Việt Nam, thấm nhuần mưa pháp, muôn tội tiêu tan, bốn mùa an vui, chánh pháp lưu truyền, Phật nhật quang huy. Âm dương đồng lợi, pháp giới chúng sanh trọn thành Phật đạo.

Chí tâm đảnh lễ: **Nam mô tiền hiền hậu bối liệt vị Tổ sư.** (1 lạy) (o)

Chủ lễ đọc: **Có sanh có diệt, Ni trưởng (Hòa thượng ni)... nay thị tịch Niết bàn. Sắc tức thị không, huyễn chất đâu còn mãi mãi. Bao nhiêu năm hành đạo, nay lên đường về cảnh Niết bàn. Duy tâm lạc quốc phổ biến mười phương.**

Tự tánh Di Đà viên dung một trí. Sáng quang chói lọi, phản vọng quy chân, trực hạ bội trần hợp giác.

Ngưỡng lao đại chúng chuyển than bái thỉnh kiền thành thượng hương. (o)

Chủ lễ đọc: **Nhất tâm phụng thỉnh:**

Năm ấm chưa thoát, khó trốn bốn tướng sanh, già, bệnh, chết. Thuận thế gian thị hiện vô thường, nay trở về báo địa diệu cực trang nghiêm. Tư lương công đức phụng vì Ni trưởng (Hòa thượng ni) thượng… hạ… **giác linh.**

Duy nguyện ngôi cao thượng phẩm quả

chứng nhị nghiêm. Ngộ sắc không chẳng phải sắc không. Rõ sanh diệt thật không sanh diệt. (o)

NGHI THỈNH GIÁC LINH

(3 lần)

Thành tâm *sơ thỉnh*, phục vọng lai lâm. Chúng con kiền thành dâng hương bái thỉnh.

Chúng hòa: **Hương hoa thỉnh.** (lần 1)

Chủ lễ đọc: **Nhất tâm phụng thỉnh:**

Từ dung lặng lẽ biến tan mà lời Thầy dạy còn vang nơi này. Chúng con phấn khởi chốn chân thừa. Cùng nhau trang nghiêm con đường giác tỉnh. Tư lương công đức phụng vì Ni trưởng (Hòa thượng ni) thượng... hạ... **giác linh.**

Duy nguyện mở khai bảo tạng, gắng phá vô minh, đưa chúng con về Vô Thượng Bồ đề.

Nhất tâm *tái thỉnh*, phục vọng lai lâm.

Chúng con kiền thành dâng hương bái thỉnh. (o)

Hương vàng vừa bén
Khói tỏa xa gần
Chúng đẳng ân cần
Thượng hương bái thỉnh.

Chúng hòa: **Hương hoa thỉnh.** (lần 2)

Chủ lễ đọc*:* **Nhất tâm phụng thỉnh:**

Thân chẳng phải cây Bồ đề,
Tâm chẳng phải đài gương sáng,
Xưa nay không một vật

Chỗ nào vướng trần ai.
Tôn sư ngôi ở lục hòa.
Giới, định, tuệ, giải thoát.
Giải thoát tri kiến.
Năm đức tỏa hương thơm ngát. (o)

Tư lương công đức phụng vì Tôn sư /Ni trưởng (Hòa thượng ni) thượng… hạ… **giác linh.** (o)

Duy nguyện ngã pháp đốn không.
Diệu dụng thần thông vô quái ngại.
Mười thân đầy đủ đất tịnh.
Cõi uế nhậm ngao du. (o)

Ba lần chúng con, đầu thành cung thỉnh, phục vọng lai lâm.

Gậy vàng tay tựa
Dép gấm chân mang
Thỉnh giáng đạo tràng
Chứng minh công đức. (o)

Chúng hòa: **Hương hoa thỉnh.** (lần 3)

Chủ lễ đọc:

Ba lần cung thỉnh giác linh đã giáng lâm,
Thọ nhận hương hoa kính cúng dường.

Xướng: **Khởi thân đảnh lễ Tôn sư tam bái.** (3 lạy) (ooo)

Tán: **Nam mô Đăng Bảo Tọa Bồ Tát Ma Ha Tát.** (3 lần) (o)

NGHI CÚNG HOA

- Hồ quỳ
- Tiến hoa (quỳ dâng một bình hoa cúng)

Hoa lòng nở rộ khắp muôn nơi
Mưa bất hoa trời chẳng kém tươi
Đóa hoa dâng lên thành kính phục
Muôn đời gió nghiệp thổi không rơi. (o)

- Hiến hoa (để hoa lên bàn thờ)

Xướng: **Khởi thân đảnh lễ Tôn sư tam bái.** (3 lạy) (ooo)

Nam Mô Bảo Đàm Hoa Bồ Tát Ma Ha Tát. (3 lần) (o)

NGHI CÚNG TRÀ

- Hồ quỳ
- Tiến trà, điểm trà, dâng trà (1 vị rót trà, quỳ dâng lên trán.)

Cử tán:

Hương trùng non nước tự trời mây
Chấn tích quang lâm nhọc sức Thầy
Bảo tọa tuy cao, nhưng chẳng ngại
Xin Thầy an tọa xuống đài mây. (o)

Danh thơm muôn thuở Triệu Châu trà
Hương ngát, nước trong, làn hổ phách.

Từ quang khó thấu, đức hoá không lường.

Linh giác Tôn sư chứng tâm thành. (o)

- Thượng trà

Xướng: **Khởi thân đảnh lễ Tôn sư tam bái.** (3 lạy) (ooo)

(Để trà lên bàn thờ và lạy 3 lạy).

Chúng hòa: **Nam mô Cam Lồ Vương Bồ Tát Ma Ha Tát.** (3 lần) (o)

NGHI CÚNG CƠM

- Hồ quỳ

- Tiến phạn, khải phạn (1 vị gắp đồ ăn vào chén, quỳ dâng lên trán.)

Chủ lễ tiếp:

Kệ (giọng ai):

Than ôi! Ca sa trăng lạnh..
Tích trượng sương mờ
Nhớ bao năm sữa pháp thấm nhuần
Tôn sư (thánh thai) nuôi dưỡng
Thương lúc này, linh quang vắng vẽ
Phật quốc há viên
Trông đẩu sơn mà xót dạ
Nghĩ đại sự mà đau lòng. (o)

Than ôi! Trăng giới lu mờ sấm thiền bặt tiếng
Làu làu trăng sáng, đêm trở buồn cô.
Thảm thảm mây mờ, ngày che thất lạnh. (o)

Than ôi! Chiếc dép hữu hình rơi lại đó
Con thuyền từ để ngự về đâu?
Tình thầy còn nhớ, con đây hàng đệ tử truyền y. (o)

Lý đạo chưa quên, chúng mấy lớp Ni đồ thiệu phái
Nhớ Thầy xưa, vâng lời vàng, lạc Việt đạo sư
Nay mãn duyên, ngự xe báu đi về thánh cảnh
Núi ân đã đổ, sông nghĩa nào quên.
Giờ này chúng con quý trước linh đài,
Kính dâng cơm hương tích,
Bánh mạn đầu, trà nhất thiệt... (o)

Ngưỡng mong thầy chứng giám.
Trước linh đài kinh cẩn dâng lên
Dưới chiếu cỏ cúi đầu xuống lạy. (o)

- Thượng phạn (để cơm lên bàn thờ)

Xướng: **Khởi thân đảnh lễ Tôn sư tam bái.** (3 lạy) (ooo)

Chúng hòa: **Nam mô Mỹ Hương Trai Bồ Tát Ma Ha Tát.** (3 lần) (ooo)

- Hồ quỳ

- Tấn quả (quỳ dâng 1 đĩa trái cây ngang trán)

Mây bay ngự giá
Gió thoảng ngỡ âm vang
Dường nghe hơi vẳng của Thầy
Quảy dép về Tây phương.

- Hiến quả (để trái cây lên bàn thờ)

Xướng: **Khởi thân đảnh lễ tôn sư tam bái.** (3 lạy) (ooo)

XƯỚNG SỚ

Chủ lễ tiếp:

Tín căn nhất niệm.

Linh giác văn tri.

Ngưỡng mong cảm ứng.

Đủ có sớ văn.

Cẩn y tuyên đọc.

Chủ lễ đọc:

SỚ VĂN

Mây sớm mưa chiều, dòng sông nước chảy mang mang. Một chiếc thuyền đưa chúng sanh lên bờ kia, nay không còn nữa. Đèn thiền, trăng tuệ, dạ đài vắng tịch.

THIẾT NIỆM

Bổn Sư thoát lòng ba cõi, trở về đất tịnh. Vì đã tỉnh mộng huyễn hữu vi. Một đời chăm tu thắng nhân vô lậu.

Hôm nay ngày… tháng... năm… **tại Hoa Kỳ, tiểu bang California, thành phố Perris, chùa Hương Sen, đệ tử chúng con là** (chủ lễ)… **cùng các phật tử chùa Hương Sen phụng phật cúng**

dường, báo ân Tôn Sư sự. Hiếu đồ chúng con tâm thành đảnh lễ mười phương Tam bảo, cung vì Tôn sư Hòa Thượng (Hòa thượng ni) thượng... hạ... giác linh.

Di ảnh huyễn tượng bày suông trên án. Gậy tích trượng luống chống trước linh đường. Tưởng dung nghi, cùng nhau rơi lệ. Nhớ tâm từ bi như còn phảng phất. Cảm thâm hậu đức thấm nhuần đại chúng, Chùa Phước Hậu toàn quốc khắc ghi ân sâu pháp nhũ.

Hôm nay chúng con đảnh lễ kính dâng trai soạn. Vạn bái đức hùng tôn, tụng diệu điển tam thừa, niệm Phật A Di Đà vô thượng pháp vương.

Cung duy ngàn Phật rủ soi, tiếp dẫn Tôn sư đạt liên cung thượng phẩm, ngự cảnh An Dưỡng quê hương, phước tuệ nghiêm thân, ấn Tổ lưu truyền, đèn Phật sáng trưng mãi mãi.

Tấc dạ đan thành thống thiết, đệ tử chúng con khấu đầu đảnh lễ trăm bái thượng sớ. (o)

THẤT PHẬT DIỆT TỘI CHÂN NGÔN

Ly bà ly bà đế, Cầu ha cầu ha đế, Đà la ni đế. Ni ha ra đế, Tỳ lê nễ đế, Ma ha già đế, Chân lăn càn đế, Ta bà ha. (o)

CHÚ VÃNG SANH QUYẾT ĐỊNH CHÂN NGÔN

Nam mô a di đa bà dạ,
A di rị đô bà tì,
A di rị đa tất đam bà tì,
A di rị đa tì ca lan đế,
A di rị đa tì ca lan đa,
Dà di nị dà dà na,
Chỉ đa ca lệ ta bà ha. (3 lần) (o)

HỒI HƯỚNG

Vừa rồi bao nhiêu công đức, bấy nhiêu hương hoa

Thành kính thiết tha, nguyện xin cúng dường Giác linh (Ni trưởng... Dược Sư, Linh Quang.... đường thượng)**.** (o)

Linh giác tọa tiền

Ai liên thùy từ nạp thọ.

PHỤC NGUYỆN

Gương tuệ sáng vô biên
Hương đức thơm ngào ngạt
Rừng Bồ đề bát ngát
Hoa giác ý nở tươi
Trong biển giác tánh
Đãng phiêu một mảnh trần lao.

Đèn giác ngộ lung linh
Hương trầm một đỉnh
Phụng tống vân trình
Thỉnh quy Tịnh-Độ. (o)

Đại chúng đồng tụng:

Tiêu dao chân thế giới,
Khoái lạc bảo liên đài,
Chắp tay trước Thế Tôn,
Được Như Lai thọ ký. (o)

Xướng: **Hiếu đồ lễ tạ tứ bái** (bốn lạy).

Thoái ban.

Ban chuông cổ trổ 3 hồi chuông trống.

Hoàn mãn.

PHẦN III

CÁC NGHI LỄ PHỤC VỤ ĐẠI CHÚNG

1

LỄ AN VỊ PHẬT

1. Cúng hương
2. Cầu nguyện
3. Khen ngợi Phật
4. Quán tưởng Phật
5. Đảnh lễ
6. Tán dương chi
7. Bài Tựa Lăng Nghiêm
8. Sớ cầu an
9. Thất Phật diệt tội chân ngôn
10. Sái tịnh cam lồ
11. Chú Đại Bi
12. Thỉnh an vị
13. Chú Tiêu Tai Cát Tường
14. Nguyện ngày đêm an lành
15. Bát Nhã Tâm Kinh
16. Niệm Phật
17. Sám Mười Nguyện Phổ Hiền
18. Hồi hướng
19. Phục nguyện
20. Kính lễ bốn ân, ba cõi
21. Tam quy

CÚNG HƯƠNG

(Quì ngay thẳng, cầm 3 cây hương dâng ngang trán, chỉ chủ lễ niệm)

Nguyện dâng hương mầu nầy
Cúng dường tất cả Phật
Tôn Pháp, chư Bồ Tát
Thinh Văn và Duyên Giác
Cùng các bậc Thánh Hiền
Duyên khởi đài sáng chói
Khắp xông mười phương cõi
Tỏa ngát các chúng sanh
Đều phát tâm Bồ Đề
Xa lìa các vọng nghiệp
Trọn nên Đạo Vô Thượng.
Nam Mô Hương Cúng Dường Bồ Tát Ma Ha Tát. (o) (1 xá)

CẦU NGUYỆN

Hôm nay là ngày ..... tháng ..... năm ..... (nhằm ngày ....)

Đệ tử là (tên gia chủ)... **cùng thân bằng quyến thuộc sắm sửa trai nghi, một dạ chí thành, cung thỉnh an vị tôn tượng đức Phật...** (Bồ-tát...) **tại gia đình, địa chỉ.... Ngưỡng nguyện mười phương chư Phật, chư đại Bồ-tát thuỳ từ quang giáng gia đường, gia trì, hộ niệm.**

Hồi hướng cho toàn thể gia đình thân tâm thường lạc, tràn đầy năng lượng bình an và

hạnh phúc trong ánh hào quang gia hộ của mười phương chư Phật.

Nam mô Chứng Minh Sư Bồ Tát tác đại chứng minh. (o) (1 xá)

KHEN NGỢI PHẬT

Đấng Pháp Vương vô thượng
Ba cõi chẳng ai bằng
Thầy dạy khắp trời, người
Cha lành chung bốn loài
Quy y tròn một niệm
Dứt sạch nghiệp ba kỳ
Xưng dương cùng tán thán
Ức kiếp không cùng tận. (o) (1 xá)

QUÁN TƯỞNG PHẬT

Phật, chúng sanh tánh thường rỗng lặng
Đạo cảm thông không thể nghĩ bàn
Lưới đế châu ví đạo tràng
Mười phương Phật hiện hào quang sáng ngời
Trước bảo tọa thân con ảnh hiện
Cúi đầu xin thệ nguyện quy y. (o)

ĐẢNH LỄ

(Đại chúng đồng tụng)

Chí tâm đảnh lễ:

Nam Mô tận hư không biến pháp giới quá, hiện, vị lai thập phương chư Phật, Tôn Pháp Hiền Thánh Tăng thường trụ Tam Bảo. (o) (1 lạy)

Chí tâm đảnh lễ:

Nam Mô Ta Bà Giáo Chủ Bổn Sư Thích Ca Mâu Ni Phật, Đương Lai Hạ Sinh Di Lặc Tôn Phật, Đại Trí Văn Thù Sư Lợi Bồ Tát, Đại Hạnh Phổ Hiền Bồ Tát, Hộ Pháp Chư Tôn Bồ Tát, Linh Sơn Hội Thượng Phật Bồ Tát. (o) (1 lạy)

Chí tâm đảnh lễ:

Nam Mô Tây Phương Cực Lạc Thế Giới Đại Từ Đại Bi A Di Đà Phật, Đại Bi Quán Thế Âm Bồ Tát, Đại Thế Chí Bồ Tát, Đại Nguyện Địa Tạng Vương Bồ Tát, Thanh Tịnh Đại Hải Chúng Bồ Tát. (o) (1 lạy)

TÁN DƯƠNG CHI

(Mời ngồi xuống và khai chuông mõ)

Cành dương nước tịnh nhiệm mầu
Rưới tắt muôn vàn cảnh khổ đau
Chư Thiên mát mẻ, tâm thanh tịnh
Nhân thế vui tươi, cảnh an nhàn
Cam lồ rưới khắp trần gian
Lửa sân dứt sạch, sen vàng nở hoa.

Nam Mô Thanh Lương Địa Bồ Tát Ma Ha Tát. (3 lần) (o)

BÀI TỰA CHÚ LĂNG NGHIÊM

Nam mô Lăng Nghiêm Hội Thượng Phật Bồ-tát. (3 lần) (o)

Tâm chánh định như như bất động
Phật ba thân nhân thế khó tìm
Trăm ngàn muôn kiếp đảo điên
Vô minh dứt sạch chứng liền Pháp thân
Nay con nguyện chứng ngôi Chánh giác.

Độ chúng sanh như cát sông Hằng
Thân tâm này nát như trần
Hồng ân chư Phật chút phần báo ân
Cung thỉnh Thế Tôn lại chứng minh
Đời năm trược con xin vào trước
Một chúng sanh quả Phật chưa thành
Con nguyện không chứng vô sanh Niết Bàn. (o)

Đại hùng, đại lực, đại từ bi
Giúp con dứt sạch sân si, buồn phiền

Để sớm được lên miền thượng giác
Ngồi đạo tràng bát ngát mười phương
Hư không có thể tiêu tan
Nguyện con kiên cố không hề lung lay. (o)

Nam mô Thường Trụ Thập Phương Phật
Nam mô Thường Trụ Thập Phương Pháp
Nam mô Thường Trụ Thập Phương Tăng

Nam mô Bổn Sư Thích-ca Mâu-ni Phật
Nam mô Phật Đảnh Thủ Lăng Nghiêm
Nam mô Quán Thế Âm Bồ-tát
Nam mô Kim Cang Tạng Bồ-tát. (o)

Lúc bấy giờ, từ nhục kế của Phật phóng ra hào quang trăm báu với hoa sen ngàn cánh. Trong mỗi hoa sen, có hoá Phật ngồi, từ đảnh hoá Phật phóng ra mười đạo hào quang trăm báu, mỗi đạo hào quang hiện ra nhiều Thần Kim Cang Mật Tích, có vị bưng núi, có vị cầm xử, số đó vô lượng đứng đầy khắp cõi hư không. Đại chúng trông thấy, vừa mừng vừa sợ, đều cầu Phật thương xót che chở, một lòng lắng nghe, Phật nói thần chú:

Án a na lệ tỳ xá đề, bệ ra bạt xà ra đà rị, bàn đà bàn đà nể, bạt xà ra báng ni phấn. Hổ hồng, đô lô ung phấn, ta bà ha. (3 lần) (o)

XƯỚNG SỚ CẦU AN

Nam Mô Thập Phương Thường Trụ Tam Bảo.
(3 lần) (o)

Như Lai tướng tốt
Không thể nghĩ bàn
Con nay dâng sớ cầu an
Cúi xin Phật tổ, lâm đàn chứng minh. (o)

SỚ CẦU AN

Nam mô Bổn Sư Thích Ca Mâu Ni Phật. (o)
Chúng con cung kính nghe rằng:
Đức Giác Hoàng ứng thân hóa độ,
Mở nhiều phương tiện pháp môn.
Nhờ đó, cả pháp giới, kẻ trí người ngu,
Nhận được từ bi ân đức. (o)

Bởi vậy,
Không ai chẳng ***(được)*** **độ,**
Có nguyện đều thành. (o)

Sớ rằng:
Nay có trai chủ tên....., pháp danh... **và cả gia quyến hai bên.**
Cung kính kiến đàn an vị Phật ở địa chỉ...
Chí thành hiến cúng phúng kinh,
Hòan nguyện kỳ an, thù ân cầu phước.

Trai chủ...... tự nghĩ rằng:
Nhân vì việc nhà ngày trước,
Nên lòng lo ngại nguyện cầu,
May nhờ Phật lực nhiệm mầu,
Mọi việc khó khăn qua cả.
Hôm nay kính dâng lễ tạ,
Nhờ Tăng làm lễ cúng dường,
Ngửa mong Tam Bảo đoái thương,
Dủ lòng từ bi chứng giám! (o)
Nay thời:
Pháp sự quang dương, đạo tràng khai diễn,
Hương hoa phụng hiến, lễ nhạc ca dương
Và, cung duy văn sớ một chương,

Mạo muội tỏ bày tấc dạ
Mong rằng từ bi bất xả,
Nguyện được hoan hỷ xin nghe. (o)

Nam mô Tận hư không biến pháp giới, quá hiện vị lai Chư Phật, Tôn Pháp, Hiền Thánh Tăng thường trụTam Bảo, tác đại chứng minh. (o)

Nam mô Ta Bà Giáo Chủ Đại Từ Đại Bi Bổn Sư Thích Ca Mâu Ni Phật, tác đại chứng minh. (o)

Nam mô Tây phương Giáo Chủ Đại Từ Đại Bi Tiếp Dẫn Đạo Sư A Di Đà Phật, tác đại chứng minh. (o)

Nam mô Đông Phương Giáo Chủ Lưu Ly Quang Vương Phật, tác đại chứng minh. (o)

Nam mô Đại Từ Đại Bi Tầm Thanh Cứu Khổ Quan Thế Âm Bồ Tát, tác đại chứng minh. (o)

Nam mô Đạo Tràng Hội Thượng Vô Lượng Thánh Hiền, tác đại chứng minh. (o)

Phổ cập:

Ba Hiền, mười Thánh, bốn phủ muôn linh,
Cả thảy Thiên thần, đồng thùy chiếu giám.

Phục nguyện:

Mưa pháp thấm nhuần, cây Bồ đề tăng trưởng;
Mây lành che mát, lửa phiền não tiêu tan.
Nguyện tiêu tội nghiệp đã qua, mất còn đều lợi;
Xin làm phước lành sắp tới, già trẻ đồng nhờ.
Ba ngôi báu tôn thờ, năm điều răn giữ trọn,

Ơn nhiều, lễ mọn, mong được chứng minh.

Cẩn sớ.

Nay ngày ... tháng ... năm ... PL. 25..

Chủ lễ... Hòa nam thượng sớ.

THẤT PHẬT DIỆT TỘI CHÂN NGÔN

Ly bà ly bà đế, Cầu ha cầu ha đế, Đà la ni đế. Ni ha ra đế, Tỳ lê nễ đế, Ma ha già đế, Chân lăn càn đế, Ta bà ha. (3 lần) (o)

SÁI TỊNH CAM LỒ

(Thầy chủ lễ tay trái cầm ly nước cam lồ có cành hoa để sẵn trong ly, tay phải dùng ngón vô danh kiết ấn cam lồ viết chữ Án, nhúng vào ly nước búng 3 cái, miệng đọc bài kệ dưới đây)

Nước này vốn sẵn tám công đức
Rửa đi trần cấu của muôn loài
Đưa vào cõi nhiệm mầu Hoa Tạng
Chúng sanh siêu thoát không riêng ai
Nước không rửa nước pháp thân nhiệm
Bụi không vướng bụi tự tâm khai
Đàn tràng rưới lên đã thanh tịnh
Cây héo biến thành cây tốt tươi
Cõi uế hoá ra làm cõi tịnh
Mọi loài mát mẻ sống an vui. (o)

Nam Mô Thanh Lương Địa Bồ Tát Ma Ha Tát.
(3 lần) (o)

(Miệng vừa đọc bài kệ dưới đây, tay cầm hoa sẵn có trong ly cam lồ, đưa lên giữa hư không trước Phật viết chữ Án, 3 lần viết 3 lần rẩy)

TÁN CÀNH DƯƠNG

Tay cầm nước phép cành dương
Lòng từ Bồ-tát mười phương tràn đầy
Xoá đi cấu uế vùng vây
Thanh tịnh thế giới tại đây hòan toàn.
Nam mô Cam Lồ Vương Bồ Tát Ma Ha Tát.
(3 lần) (o)

(Đồng thanh tụng chú Đại Bi, trong lúc đại chúng tụng chú, chủ lễ cầm ly nước sái tịnh khắp sáu phương)

CHÚ ĐẠI-BI

Nam Mô Đại Bi Hội Thượng Phật Bồ Tát. (3 lần) (o)

Thiên thủ thiên nhãn vô ngại đại-bi tâm đà-la-ni.

Nam Mô hắc ra đát na, đa ra dạ da. Nam Môa rị da, bà lô yết đế, thước bát ra da, Bồ-đề tát đỏa bà da, ma ha tát đỏa bà da, ma ha ca lô ni ca da, án, tát bàn ra phạt duệ số đát na đát tỏa.

Nam Mô tất kiết lật đỏa y mông a rị da, bà lô kiết đế thất Phật ra lăng đà bà.

Nam Mô na ra cẩn trì hê rị ma ha bàn đa sa mế, tát bà a tha đậu thâu bằng, a thệ dựng, tát bà tát đa, na ma bà già, ma phạt đạt đậu, đát điệt tha. Án a bà lô hê, lô ca đế, ca ra đế, di hê rị, ma ha bồ-đề tát đỏa, tát bà tát bà, ma ra ma ra, ma

hê ma hê, rị đà dựng, cu lô cu lô kiết mông, độ lô độ lô, phạt xà da đế, ma ha phạt xà da đế, đà ra đà ra, địa rị ni, thất Phật ra da, dá ra dá ra. Mạ mạ phạt ma ra, mục đế lệ, y hê y hê, thất na thất na a ra sâm Phật ra xá-lợi, phạt sa phạt sâm, Phật ra xá da, hô lô hô lô ma ra, hô lô hô lô hê rị, ta ra ta ra, tất rị tất rị, tô rô tô rô, bồ-đề dạ bồ-đề dạ, bồ-đà dạ, bồ-đà dạ, di đế rị dạ, na ra cẩn trì địa rị sắc ni na, ba dạ ma na ta bà ha. Tất đà dạ ta bà ha. Ma ha tất đà dạ ta bà ha. Tất đà du nghệ thất bàn ra dạ, ta bà ha. Na ra cẩn trì ta bà ha. Ma ra na ra ta bà ha. Tất ra tăng a mục khê da, ta bà ha. Ta bà ma ha, a tất đà dạ, ta bà ha. Giả kiết ra a tất đà dạ, ta bà ha. Ba đà ma yết tất đà dạ, ta bà ha. Na ra cẩn trì bàn đà ra dạ, ta bà ha. Ma bà lị thắng yết ra dạ, ta bà ha.

Nam Mô hắc ra đát na, đa ra dạ da. Nam Môa rị da, bà lô yết đế, thước bàng ra dạ, ta bà ha.

Án tất điện đô, mạn đa ra, bạt đà dạ, ta bà ha. (3 lần) (o)

Nam mô Thập phương Thường trú Tam Bảo. (3 lần) (o)

Nam mô Cam Lồ Vương Bồ Tát. (3 lần) (o)

THỈNH AN VỊ

Hương hoa thỉnh, hương hoa thỉnh. (o)
Nam mô nhất tâm phụng thỉnh:
Trên đài sen báu, trong ánh hào quang
Đức năng nhân, tướng hảo huy hoàng
Đấng đại giác từ bi viên mãn

Quá hiện vị lai vô lượng Phật Đà Da. (o)

Duy nguyện:
Lòng từ rộng lớn thương xót chúng sinh
Trai chủ lòng thành, dâng hương hiến cúng. (o)
Hương hoa thỉnh, hương hoa thỉnh. (o)
Nam mô nhất tâm phụng thỉnh:
Kim kinh tám vạn, ngọc kệ ba ngàn
A nan từng kiết tập lời vàng,
Ca diếp được truyền thừa tâm ấn,
Quá hiện vị lai vô lượng Đạt Ma Da. (o)

Duy nguyện:
Phép mầu khó nghĩ, đạo lực khôn bàn,
Thỉnh giáng đạo tràng, chứng minh công đức.
Hương hoa thỉnh hương hoa thỉnh.
Nam mô nhất tâm phụng Thỉnh
Vườn kỳ la hán, núi thứu thanh văn
Tây thiên đông độ các thánh tăng
Phiên dịch tuyên dương chư đại sĩ
Quá hiện vị lai vô lượng Tăng Già Da. (o)

Duy nguyện:
Thần tăng phạm tướng, ứng cúng nhân gian
Thỉnh giáng đạo tràng, chứng minh công đức. (o)
Hương hoa thỉnh, hương hoa thỉnh. (o)
Nam mô nhất tâm phụng thỉnh:
Nam mô Đăng Bảo Toạ Bồ-tát Ma-ha-tát. (3 lần) (o)

TÁN PHẬT

Trí Phật sáng ngời như trăng tỏ
Thân Phật thanh tịnh như lưu ly
Phật ở thế gian thường cứu khổ
Tâm Phật không đâu không từ bi.
Nam mô Bổn Sư Thích-ca Mâu-ni Phật.(3 lần)(o)

CHÚ TIÊU TAI KIẾT TƯỜNG

Nẳng mồ tam mãn đa, mẫu đà nẩm. A bát ra để, hạ đa xá ta nẳng nẩm. Đát điệt tha. Án, khê khê, khê hế, khê hế, hồng hồng, nhập phạ ra, nhập phạ ra, bát ra nhập phạ ra, bát ra nhập phạ ra, để sắc sá, để sắc sá, sắc trí rị, sắc trí rị, ta phấn tra, ta phấn tra, phiến để ca, thất rị duệ, ta phạ ha. (3 lần) (o)

NGÀY ĐÊM AN LÀNH

Nguyện ngày an lành đêm an lành
Đêm ngày sáu thời đều an lành
Tất cả các thời đều an lành
Xin nguyện Từ Bi thường gia hộ. (o)

Nguyện ngày an lành đêm an lành
Đêm ngày sáu thời đều an lành
Tất cả các thời đều an lành
Xin nguyện Tam Bảo thường gia hộ. (o)

Nguyện ngày an lành đêm an lành
Đêm ngày sáu thời đều an lành
Tất cả các thời đều an lành
Xin nguyện Hộ Pháp thường ủng hộ. (o)
Nam mô Tiêu Tai Giáng Kiết Tường Bồ-tát.
(3 lần) (o)

KINH BÁT NHÃ BA LA MẬT

Khi Ngài Quán Tự Tại Bồ Tát thực hành sâu xa pháp Bát Nhã Ba La Mật Đa, Ngài soi thấy năm uẩn đều không, qua hết thảy khổ ách.

"Này Xá Lợi Phất, sắc chẳng khác không, không chẳng khác sắc, sắc tức là không, không tức là sắc. Thọ, Tưởng, Hành, Thức cũng đều như thế".

"Này Xá Lợi Phất, 'tướng không của mọi pháp' không sanh, không diệt, không dơ, không sạch, không thêm, không bớt, nên trong 'chân không', không có sắc, không có thọ, tưởng, hành, thức, không có mắt, tai, mũi, lưỡi, thân, ý, không có sắc, thinh, hương, vị, xúc, pháp, không có nhãn giới, cho đến không có ý thức giới, không có vô minh, cũng không có cái hết vô minh, cho đến không có già chết, cũng không có cái hết già chết, không có khổ, tập, diệt, đạo, không có trí huệ, cũng không có chứng đắc.

Vì không có chỗ chứng đắc, nên Bồ Tát y theo Bát Nhã Ba La Mật Đa, tâm không ngăn ngại. Vì không ngăn ngại, nên không sợ hãi, xa hẳn điên đảo, mộng tưởng, đạt tới cứu cánh Niết Bàn.

Chư Phật trong ba đời cũng y theo Bát Nhã Ba La Mật Đa, được đạo quả vô thượng chánh đẳng chánh giác.

Nên biết Bát Nhã Ba La Mật Đa là Đại Thần Chú, là Đại Minh Chú, là Vô Thượng Chú, là Vô Đẳng Đẳng Chú, trừ được hết thảy khổ, chân thật không hư".

Vì vậy, liền nói Chú Bát Nhã Ba La Mật Đa:

"Yết đế, yết đế, ba la yết đế, ba la tăng yết đế, bồ đề tát bà ha". (3 lần) (o)

SÁM MƯỜI NGUYỆN PHỔ HIỀN

Một là Lễ kính chư Phật.
Hai là Xưng tán Như Lai.
Ba là Quảng tu cúng dường.
Bốn là Sám hối nghiệp chướng.
Năm là Tùy hỷ công đức.
Sáu là Thỉnh chuyển pháp luân
Bảy là Thỉnh Phật trụ thế.
Tám là Thường tùy Phật học.
Chín là Hằng thuận chúng sanh.
Mười là Phổ giai hồi hướng. (o)

HỒI HƯỚNG

An vị Phật công đức, hạnh nhiệm mầu
Thắng phước bao nhiêu con nguyện cầu
Tất cả chúng sanh trong pháp giới
Hướng về Phật Pháp tỏ đạo mầu.

Nguyện cho ba chướng tiêu tan
Phiền não dứt sạch, huệ căn sang ngời
Cầu cho con được đời đời
Hành Bồ Tát Đạo, cứu đời lầm than.
Nguyện sanh Tây Phương, cõi Lạc Bang
Cha mẹ, sen vàng chín phẩm sanh
Hoa nở, thấy Phật, quả viên thành
Các vị Bồ Tát bạn lành với ta. (o)

PHỤC NGUYỆN

Nam mô Thập Phương Thường Trụ Tam Bảo. (o)

Nam mô Ta Bà Giáo Chủ Điều Ngự Bổn Sư Thích-ca Mâu-ni Phật. (o)

Nam mô Tây Phương Cực Lạc Thế Giới Đại Từ Đại Bi A-di-đà Phật tác đại chứng minh. (o)

Giờ này đệ tử, cùng với đại chúng, cung kính trước Phật, thành tâm thiết lễ an vị Phật (Bồ-tát) và xưng danh hiệu Phật. Nguyện đem công đức này hồi hướng đạo Phật sáng thêm, xe Pháp thường chuyển, gió hòa mưa thuận, đất nước hưng thịnh, thế giới hòa bình, chúng sinh an lạc. (o)

Thứ nguyện: Cầu an đệ tử .... cùng chư thiện nam tín nữ, nghiệp chướng tiêu trừ, tai qua bệnh khỏi, thân tâm an lạc, thường được kiết tường, vạn sự như ý, phát tâm Bồ đề, quay về chánh đạo, thấm nhuần mưa pháp, phước huệ song tu, gia quyến an khang, lòng tin Tam Bảo càng sâu, tâm từ đối chúng sinh tăng trưởng. (o)

Lại nguyện: Cầu siêu hương linh .... cùng

chư hương linh, cửu huyền thất tổ, các gia các tộc, chiến sĩ trận vong, đồng bào tử nạn, nương nhờ sức Phật, đến được đạo tràng, nghe kinh nghe Pháp, sớm thoát đường mê, sinh về Tịnh độ. (o)

Khắp nguyện: Kẻ mất siêu thăng, người còn phúc lạc, âm dương lưỡng lợi, pháp giới nhân thiên, đồng thành Phật đạo.

Chúng hòa: **Nam mô A-di-đà Phật.** (o)

KÍNH LỄ

(Đại chúng đứng lên)

Bao nhiêu tất cả nhân sư tử
Mười phương ba đời cùng các cõi
Con đem thân miệng ý thanh tịnh
Lạy khắp tất cả không còn dư. (o)

Nhất tâm đảnh lễ, đệ tử chúng con đại vì bốn ân ba cõi chí thành đảnh lễ:

Nam Mô Quá Khứ Trang Nghiêm Kiếp Thiên Phật. (o) (1 lạy)

Nhất tâm đảnh lễ, đệ tử chúng con đại vì bốn ân ba cõi chí thành đảnh lễ:

Nam Mô Hiện Tại Hiền Kiếp Thiên Phật. (o) (1 lạy)

Nhất tâm đảnh lễ, đệ tử chúng con đại vì bốn ân ba cõi chí thành đảnh lễ:

Nam Mô Vị Lai Tinh Tú Kiếp Thiên Phật. (o) (1 lạy)

TAM QUY

Con nương theo Phật, cầu cho chúng sanh
Tin chắc Đạo cả, phát lòng vô thượng. (o) (1 lạy)

Con nương theo Pháp, cầu cho chúng sanh
Thấu rõ kinh tạng, trí huệ như biển. (o) (1 lạy)

Con nương theo Tăng, cầu cho chúng sanh
Kính tín hòa hợp, tất cả không ngại. (ooo) (1 lạy)

Nguyện đem công đức này
Hướng về khắp tất cả
Đệ tử và chúng sanh
Đều trọn thành Phật đạo. (ooo)

2

NGHI THỨC LỄ PHÓNG SANH

1. Cúng hương
2. Cầu nguyện
3. Khen ngợi Phật
4. Quán tưởng Phật
5. Đảnh lễ
6. Tán dương chi
7. Chú Đại Bi
8. Kệ khai kinh
9. Kệ Giải Nghiệp
10. Kệ phóng sanh
11. Bát Nhã Tâm Kinh
12. Niệm Phật
13. Sám Mười Nguyện Phổ Hiền
14. Hồi hướng
15. Phục nguyện
16. Kính lễ bốn ân, ba cõi
17. Tam quy

CÚNG HƯƠNG

(Quì ngay thẳng, cầm 3 cây hương dâng ngang trán, chỉ chủ lễ niệm)

Nguyện dâng hương mầu nầy
Cúng dường tất cả Phật
Tôn Pháp, chư Bồ Tát
Thinh Văn và Duyên Giác
Cùng các bậc Thánh Hiền
Duyên khởi đài sáng chói
Khắp xông mười phương cõi
Tỏa ngát các chúng sanh
Đều phát tâm Bồ Đề
Xa lìa các vọng nghiệp
Trọn nên Đạo Vô Thượng.
Nam Mô Hương Cúng Dường Bồ Tát. (o) (1 xá)

CẦU NGUYỆN

Hôm nay ngày...., chúng con nguyện phụng trì Di giáo Đức Bổn Sư Thích Ca Mâu Ni Phật, một dạ chí thành, thiết lễ phóng sanh, ngưỡng mong Tam Bảo chứng minh, từ bi phổ độ, và gia hộ cho thí chủ (mua sinh vật phóng sanh)... , **đương thời phiền não dứt sạch, nghiệp chướng tiêu tan, mạng vị bình an, thân tâm thường lạc.**

Lại nguyện cho các loài sinh vật (chim, cá, rùa, dế...) **và tất cả chúng sanh đời đời tội diệt phước sanh, bỏ thân này, đời sau gặp gỡ Ngôi Tam bảo tu hành, trau dồi giới định tuệ giải thoát, một thời**

đồng chứng Vô Thượng Chánh Đẳng Chánh Giác.

Nam Mô Chứng Minh Sư Bồ Tát Ma Ha Tát tác đại chứng minh. (o)

KHEN NGỢI PHẬT

Đấng Pháp Vương vô thượng
Ba cõi chẳng ai bằng
Thầy dạy khắp trời, người
Cha lành chung bốn loài
Quy y tròn một niệm
Dứt sạch nghiệp ba kỳ
Xưng dương cùng tán thán
Ức kiếp không cùng tận. (o) (1 xá)

QUÁN TƯỞNG PHẬT

Phật, chúng sanh tánh thường rỗng lặng
Đạo cảm thông không thể nghĩ bàn
Lưới đế châu ví đạo tràng
Mười phương Phật hiện hào quang sáng ngời
Trước bảo tọa thân con ảnh hiện
Cúi đầu xin thệ nguyện quy y. (o)

ĐẢNH LỄ

(Đại chúng đồng tụng)

Chí tâm đảnh lễ:

Nam Mô tận hư không biến pháp giới quá,

hiện, vị lai thập phương chư Phật, Tôn Pháp Hiền Thánh Tăng thường trụ Tam Bảo. (o) (1 lạy)

Chí tâm đảnh lễ:

Nam Mô Ta Bà Giáo Chủ Bổn Sư Thích Ca Mâu Ni Phật, Đương Lai Hạ Sinh Di Lặc Tôn Phật, Đại Trí Văn Thù Sư Lợi Bồ Tát, Đại Hạnh Phổ Hiền Bồ Tát, Hộ Pháp Chư Tôn Bồ Tát, Linh Sơn Hội Thượng Phật Bồ Tát. (o) (1 lạy)

Chí tâm đảnh lễ:

Nam Mô Tây Phương Cực Lạc Thế Giới Đại Từ Đại Bi A Di Đà Phật, Đại Bi Quán Thế Âm Bồ Tát, Đại Thế Chí Bồ Tát, Đại Nguyện Địa Tạng Vương Bồ Tát, Thanh Tịnh Đại Hải Chúng Bồ Tát. (o) (1 lạy)

TÁN DƯƠNG CHI

(Mời ngồi xuống và khai chuông mõ)

Cành dương nước tịnh nhiệm mầu
Rưới tắt muôn vàn cảnh khổ đau
Chư Thiên mát mẻ, tâm thanh tịnh
Nhân thế vui tươi, cảnh an nhàn
Cam lồ rưới khắp trần gian
Lửa sân dứt sạch, sen vàng nở hoa.

Nam Mô Thanh Lương Địa Bồ Tát Ma Ha Tát. (3 lần) (o)

CHÚ ĐẠI-BI

Nam Mô Đại Bi Hội Thượng Phật Bồ Tát. (3 lần) (o)

Thiên thủ thiên nhãn vô ngại đại-bi tâm đà-la-ni.

Nam-mô hắc ra đát na, đa ra dạ da. Nam-mô a rị da, bà lô yết đế, thước bát ra da, Bồ-đề tát đỏa bà da, ma ha tát đỏa bà da, ma ha ca lô ni ca da, án, tát bàn ra phạt duệ số đát na đát tỏa.

Nam-mô tất kiết lật đỏa y mông a rị da, bà lô kiết đế thất Phật ra lăng đà bà.

Nam-mô na ra cẩn trì hê rị ma ha bàn đa sa mế, tát bà a tha đậu thâu bằng, a thệ dựng, tát bà tát đa, na ma bà già, ma phạt đạt đậu, đát điệt tha. Án a bà lô hê, lô ca đế, ca ra đế, di hê rị, ma ha bồ-đề tát đỏa, tát bà tát bà, ma ra ma ra, ma hê ma hê, rị đà dựng, cu lô cu lô kiết mông, độ lô độ lô, phạt xà da đế, ma ha phạt xà da đế, đà ra đà ra, địa rị ni, thất Phật ra da, dá ra dá ra. Mạ mạ phạt ma ra, mục đế lệ, y hê y hê, thất na thất na a ra sâm Phật ra xá-lợi, phạt sa phạt sâm, Phật ra xá da, hô lô hô lô ma ra, hô lô hô lô hê rị, ta ra ta ra, tất rị tất rị, tô rô tô rô, bồ-đề dạ bồ-đề dạ, bồ-đà dạ, bồ-đà dạ, di đế rị dạ, na ra cẩn trì địa rị sắc ni na, ba dạ ma na ta bà ha. Tất đà dạ ta bà ha. Ma ha tất đà dạ ta bà ha. Tất đà du nghệ thất bàn ra dạ, ta bà ha. Na ra cẩn trì ta bà ha. Ma ra na ra ta bà ha. Tất ra tăng a mục khê da, ta bà ha. Ta bà ma ha, a tất đà dạ, ta bà ha. Giả kiết ra a tất đà dạ, ta bà ha. Ba đà ma yết tất đà dạ, ta bà ha. Na ra cẩn trì bàn đà ra dạ, ta bà

ha. Ma bà lị thắng yết ra dạ, ta bà ha.

Nam-mô hắc ra đát na, đa ra dạ da. Nam-mô a rị da, bà lô yết đế, thước bàng ra dạ, ta bà ha.

Án tất điện đô, mạn đa ra, bạt đà dạ, ta bà ha. (3 lần) (o)

Nam mô Thập phương Thường trú Tam Bảo. (3 lần) (o)

KỆ KHAI KINH

Thăm thẳm cao siêu Pháp nhiệm mầu
Trăm ngàn muôn kiếp khó tìm cầu,
Con nay nghe thấy chuyên trì niệm,
Nguyện tỏ Như Lai nghĩa nhiệm mầu.

Nam Mô Bổn Sư Thích Ca Mâu Ni Phật. (3 lần) (o)

KỆ GIẢI NGHIỆP

Chúng sanh đây có bấy nhiêu
Lắng tai nghe lấy những điều dạy răn
Các ngươi trước lòng trần tục lắm
Nên kiếp nầy chìm đắm sông mê
Bấy lâu chẳng biết tu trì
Gây bao tội ác lại về mình mang
Sống đọa đầy chết thường đau khổ
Lông, da, sừng có đỡ được đâu
Dù là bay trước lặn sau
Lưới dây tên bắn lưỡi câu thả mồi

Tát cạn bắt cùng hơi hun độc
Lúc đó dù kêu khốc ai thương
Nằm trên chốc thớt lạ thường
Hồn còn phảng phất nấu rang xong rồi
Muôn phần chết nay ngươi cầm chắc
May sao nhờ các bậc thiện nhân
Cứu cho ngươi được thoát thân
Đến đây lại được nhờ ân Pháp mầu.
Vậy ngươi kíp hồi đầu quy Phật
Cùng dốc lòng quy Pháp quy Tăng. (o)

Chúng sanh Quy Y Phật
Chúng sanh Quy Y Pháp
Chúng sanh Quy Y Tăng. (3 lần) (o)

Chúng sanh Quy Y Phật không đọa địa ngục
Chúng sanh Quy Y Pháp không đọa ngạ quỷ
Chúng sanh Quy Y Tăng không đọa bàng sanh. (3 lần) (o)

Chúng sanh Quy Y Phật rồi
Chúng sanh Quy Y Pháp rồi
Chúng sanh Quy Y Tăng rồi. (3 lần) (o)

Quy rồi tội chướng sạch băng
Trí khôn sáng tỏ tưng bừng khắp nơi
Phát tâm tu sau rồi được hưởng
Về Phương Tây sung sướng đời đời

Lên tòa sen hưởng thảnh thơi
Không hề luân chuyển yên vui tháng ngày
Xin đại chúng ra tay cứu khổ
Phát tâm cầu Phật độ chúng sanh
Cùng nhau dốc một lòng thành
Cầu cho thoát khỏi trong vòng trầm luân. (o)

KỆ PHÓNG SANH

Chúng sanh đây có bao nhiêu, lắng tai nghe lấy những điều dạy răn, các ngươi trước lòng trần tục lắm, nên đời này chìm đắm sông mê, tối tăm chẳng biết tu trì, gây bao tội ác lại về mang thân, sống đọa đày, chết thường đau khổ, lông vẩy sừng, có đỡ được đâu, dù là bay trước, lặn sâu, lưới vây, tên bắn, móc câu thả mồi, tát cạn bắt cùng hơi phun độc, lúc đó dù kêu khóc ai thương, hồn còn phảng phất nấu rang xoong nồi.

Muôn phần chết nay ngươi cầm chắc, may sao nhờ các vị thiện nhân, cứu cho ngươi được thoát thân.

Đến đây lại được nhờ ơn phép mầu. Vậy ngươi kịp hồi đầu quy Phật, xong dốc lòng quy Pháp, quy Tăng, hết lòng sám hối thân tâm nhẹ nhàng.

KINH BÁT NHÃ BA LA MẬT

Khi Ngài Quán Tự Tại Bồ Tát thực hành sâu xa pháp Bát Nhã Ba La Mật Đa, Ngài soi thấy năm uẩn đều không, qua hết thảy khổ ách.

"Này Xá Lợi Phất, sắc chẳng khác không,

không chẳng khác sắc, sắc tức là không, không tức là sắc. Thọ, Tưởng, Hành, Thức cũng đều như thế".

"Này Xá Lợi Phất, 'tướng không của mọi pháp' không sanh, không diệt, không dơ, không sạch, không thêm, không bớt, nên trong 'chân không', không có sắc, không có thọ, tưởng, hành, thức, không có mắt, tai, mũi, lưỡi, thân, ý, không có sắc, thinh, hương, vị, xúc, pháp, không có nhãn giới, cho đến không có ý thức giới, không có vô minh, cũng không có cái hết vô minh, cho đến không có già chết, cũng không có cái hết già chết, không có khổ, tập, diệt, đạo, không có trí huệ, cũng không có chứng đắc.

Vì không có chỗ chứng đắc, nên Bồ Tát y theo Bát Nhã Ba La Mật Đa, tâm không ngăn ngại. Vì không ngăn ngại, nên không sợ hãi, xa hẳn điên đảo, mộng tưởng, đạt tới cứu cánh Niết Bàn.

Chư Phật trong ba đời cũng y theo Bát Nhã Ba La Mật Đa, được đạo quả vô thượng chánh đẳng chánh giác.

Nên biết Bát Nhã Ba La Mật Đa là Đại Thần Chú, là Đại Minh Chú, là Vô Thượng Chú, là Vô Đẳng Đẳng Chú, trừ được hết thảy khổ, chân thật không hư".

Vì vậy, liền nói Chú Bát Nhã Ba La Mật Đa:

"Yết đế, yết đế, ba la yết đế, ba la tăng yết đế, bồ đề tát bà ha". (3 lần) (o)

CHÚ VÃNG SANH QUYẾT ĐỊNH CHÂN NGÔN

Nam mô a di đa bà dạ,
đa tha dà đa dạ,
đa địa dạ tha,
a di rị đô bà tì,
a di rị đa tất đam bà tì,
a di rị đa tì ca lăn đế,
a di rị đa tì ca lăn đa,
dà di nị dà dà na,
chỉ đa ca lệ ta bà ha. (3 lần) (o)

NIỆM PHẬT

A Di Đà Phật thân sắc vàng
Tướng tốt quang minh tự trang nghiêm
Năm Tu Di uyển chuyển bạch hào
Bốn biển lớn trong ngần mắt biếc
Trong hào quang hóa vô số Phật
Vô số Bồ tát hiện ở trong
Bốn mươi tám nguyện độ chúng sanh
Chín phẩm sen vàng lên giải thoát
Quy mạng lễ A Di Đà Phật
Ở phương Tây thế giới an lành
Con nay xin phát nguyện vãng sanh
Cúi xin Đức Từ Bi tiếp độ.
Nam-mô Tây-phương Cực-lạc thế-giới,

đại-từ đại-bi, A-Di-Đà Phật.

Nam-mô A-Di-Đà Phật. (3 lần) (o)

Nam-mô Đại-bi Quán-Thế-Âm Bồ-tát.(3 lần) (o)

Nam-mô Đại-Thế-Chí Bồ-tát. (3 lần) (o)

Nam-mô Địa-Tạng Vương Bồ-tát. (3 lần) (o)

Nam-mô Thanh-tịnh Đại-Hải chúng Bồ-tát. (3 lần) (ooo)

SÁM PHỔ HIỀN HẠNH NGUYỆN

Một là Lễ kính chư Phật.
Hai là Xưng tán Như Lai.
Ba là Quảng tu cúng dường.
Bốn là Sám hối nghiệp chướng.
Năm là Tùy hỷ công đức.
Sáu là Thỉnh chuyển pháp luân
Bảy là Thỉnh Phật trụ thế.
Tám là Thường tùy Phật học.
Chín là Hằng thuận chúng sanh.
Mười là Phổ giai hồi hướng.

HỒI HƯỚNG

Phóng sanh công đức, hạnh nhiệm mầu
Thắng phước bao nhiêu con nguyện cầu
Tất cả chúng sanh trong pháp giới
Hướng về Phật Pháp tỏ đạo mầu.
Nguyện cho ba chướng tiêu tan
Phiền não dứt sạch, huệ căn sang ngời

Cầu cho con được đời đời
Hành Bồ Tát Đạo, cứu đời lầm than.
Nguyện sanh Tây Phương, cõi Lạc Bang
Cha mẹ, sen vàng chín phẩm sanh
Hoa nở, thấy Phật, quả viên thành
Các vị Bồ Tát bạn lành với ta. (o)

PHỤC NGUYỆN

Nam Mô Dược Sư Lưu Ly Quang Vương Phật tác đại chứng minh.

Hôm nay, chúng con một dạ chí thành, trì tụng Kinh, Chú, niệm Phật công đức, cầu nguyện cho Phật Tử (tên:...., Pháp danh....), **đương thời phiền não dứt sạch, nghiệp chướng tiêu tan, tật bệnh bình an, thân tâm thường lạc, gia đình thịnh đạt, hưởng cảnh an nhàn, thiên thượng nhân gian, đều thành Phật quả.**

Chúng hòa đồng niệm: **Nam Mô A Di Đà Phật.**(o)

KÍNH LỄ

(Đại chúng đứng lên)

Bao nhiêu tất cả nhân sư tử
Mười phương ba đời cùng các cõi
Con đem thân miệng ý thanh tịnh
Lạy khắp tất cả không còn dư. (o)

Nhất tâm đảnh lễ, đệ tử chúng con đại vì bốn ân ba cõi chí thành đảnh lễ:

Nam Mô Quá Khứ Trang Nghiêm Kiếp Thiên

Phật. (o) (1 lạy)

Nhất tâm đảnh lễ, đệ tử chúng con đại vì bốn ân ba cõi chí thành đảnh lễ:

Nam Mô Hiện Tại Hiền Kiếp Thiên Phật. (o) (1 lạy)

Nhất tâm đảnh lễ, đệ tử chúng con đại vì bốn ân ba cõi chí thành đảnh lễ:

Nam Mô Vị Lai Tinh Tú Kiếp Thiên Phật. (o) (1 lạy)

TAM QUY

Con nương theo Phật, cầu cho chúng sanh
Tin chắc Đạo cả, phát lòng vô thượng.(o)(1 lạy)

Con nương theo Pháp, cầu cho chúng sanh
Thấu rõ kinh tạng, trí huệ như biển. (o)(1 lạy)

Con nương theo Tăng, cầu cho chúng sanh
Kính tín hòa hợp, tất cả không ngại. (ooo)(1 lạy)

Nguyện đem công đức này
Hướng về khắp tất cả
Đệ tử và chúng sanh
Đều trọn thành Phật đạo. (ooo)

3

NGHI LỄ HẰNG THUẬN

1. Cúng hương
2. Cầu nguyện
3. Khen ngợi Phật
4. Quán tưởng Phật
5. Đảnh lễ
6. Tán dương chi
7. Chú Đại Bi
8. Kệ khai kinh
9. Sám Quy Nguyện
10. Khai thị I, II
11. Lạy Báo Ân
12. Nguyện giữ 5 giới
13. Huấn giáo
14. Lễ giao bái
15. Lễ trao nhẫn
16. Lễ sái tịnh (thần chú Tiêu tai cát tường)
17. Bát Nhã Tâm Kinh
18. Hồi hướng
19. Phục nguyện
20. Kính lễ bốn ân, ba cõi
21. Tam quy

CÚNG HƯƠNG

(Quì ngay thẳng, cầm 3 cây hương dâng ngang trán, chỉ chủ lễ niệm)

Nguyện dâng hương mầu nầy
Cúng dường tất cả Phật
Tôn Pháp, chư Bồ Tát
Thinh Văn và Duyên Giác
Cùng các bậc Thánh Hiền
Duyên khởi đài sáng chói
Khắp xông mười phương cõi
Tỏa ngát các chúng sanh
Đều phát tâm Bồ Đề
Xa lìa các vọng nghiệp
Trọn nên Đạo Vô Thượng.
Nam Mô Hương Cúng Dường Bồ Tát. (o) (1 xá)

CẦU NGUYỆN

Hôm nay là ngày... tháng... năm..., **đệ tử chúng con là...** (chủ lễ), **cùng qúy phật tử Chùa Hương Sen, thành phố Perris, California, vân tập tại đại hùng bảo điện chùa......** (tư gia, nhà hàng) địa chỉ.... **tiến hành lễ thành hôn của Chú Chú Rể** tên là..........., pháp danh..., **và cô dâu** tên là......., pháp danh....

Ngưỡng mong mười phương chư Phật, chư Bồ Tát, Thánh Hiền từ bi gia hộ cho đôi tân lang và tân giai nhân luôn là bồ đề quyến thuộc lẫn nhau, được trăm năm hạnh phúc, sống lâu trăm

tuổi trong ánh hào quang từ lực của các ngài.

Nam Mô Thập Phương Chư Phật, chư Bồ Tát tác đại chứng minh.

Nam Mô Hoan Hỉ Tạng Bồ Tát tác đại chứng minh. (o) (1 xá)

KHEN NGỢI PHẬT

Đấng Pháp Vương vô thượng
Ba cõi chẳng ai bằng
Thầy dạy khắp trời, người
Cha lành chung bốn loài
Quy y tròn một niệm
Dứt sạch nghiệp ba kỳ
Xưng dương cùng tán thán
Ức kiếp không cùng tận. (o) (1 xá)

QUÁN TƯỞNG PHẬT

Phật, chúng sanh tánh thường rỗng lặng
Đạo cảm thông không thể nghĩ bàn
Lưới đế châu ví đạo tràng
Mười phương Phật hiện hào quang sáng ngời
Trước bảo tọa thân con ảnh hiện
Cúi đầu xin thệ nguyện quy y. (o)

ĐẢNH LỄ

(Đại chúng đồng tụng)

Chí tâm đảnh lễ:

Nam Mô tận hư không biến pháp giới quá, hiện, vị lai thập phương chư Phật, Tôn Pháp Hiền Thánh Tăng thường trụ Tam Bảo. (o) (1 lạy)

Chí tâm đảnh lễ:

Nam Mô Ta Bà Giáo Chủ Bổn Sư Thích Ca Mâu Ni Phật, Đương Lai Hạ Sinh Di Lặc Tôn Phật, Đại Trí Văn Thù Sư Lợi Bồ Tát, Đại Hạnh Phổ Hiền Bồ Tát, Hộ Pháp Chư Tôn Bồ Tát, Linh Sơn Hội Thượng Phật Bồ Tát. (o) (1 lạy)

Chí tâm đảnh lễ:

Nam Mô Tây Phương Cực Lạc Thế Giới Đại Từ Đại Bi A Di Đà Phật, Đại Bi Quán Thế Âm Bồ Tát, Đại Thế Chí Bồ Tát, Đại Nguyện Địa Tạng Vương Bồ Tát, Thanh Tịnh Đại Hải Chúng Bồ Tát. (o) (1 lạy)

TÁN DƯƠNG CHI

(Mời ngồi xuống và khai chuông mõ)

Cành dương nước tịnh nhiệm mầu
Rưới tắt muôn vàn cảnh khổ đau
Chư Thiên mát mẻ, tâm thanh tịnh
Nhân thế vui tươi, cảnh an nhàn
Cam lồ rưới khắp trần gian
Lửa sân dứt sạch, sen vàng nở hoa.

Nam Mô Thanh Lương Địa Bồ Tát Ma Ha Tát. (3 lần) (o)

CHÚ ĐẠI-BI

Nam Mô Đại Bi Hội Thượng Phật Bồ Tát. (3 lần) (o)

Thiên thủ thiên nhãn vô ngại đại-bi tâm đà-la-ni.

Nam-mô hắc ra đát na, đa ra dạ da. Nam-mô a rị da, bà lô yết đế, thước bát ra da, Bồ-đề tát đỏa bà da, ma ha tát đỏa bà da, ma ha ca lô ni ca da, án, tát bàn ra phạt duệ số đát na đát tỏa.

Nam-mô tất kiết lật đỏa y mông a rị da, bà lô kiết đế thất Phật ra lăng đà bà.

Nam-mô na ra cẩn trì hê rị ma ha bàn đa sa mế, tát bà a tha đậu thâu bằng, a thệ dựng, tát bà tát đa, na ma bà già, ma phạt đạt đậu, đát điệt tha. Án a bà lô hê, lô ca đế, ca ra đế, di hê rị, ma ha bồ-đề tát đỏa, tát bà tát bà, ma ra ma ra, ma hê ma hê, rị đà dựng, cu lô cu lô kiết mông, độ lô độ lô, phạt xà da đế, ma ha phạt xà da đế, đà ra đà ra, địa rị ni, thất Phật ra da, dá ra dá ra. Mạ mạ phạt ma ra, mục đế lệ, y hê y hê, thất na thất na a ra sâm Phật ra xá-lợi, phạt sa phạt sâm, Phật ra xá da, hô lô hô lô ma ra, hô lô hô lô hê rị, ta ra ta ra, tất rị tất rị, tô rô tô rô, bồ-đề dạ bồ-đề dạ, bồ-đà dạ, bồ-đà dạ, di đế rị dạ, na ra cẩn trì địa rị sắc ni na, ba dạ ma na ta bà ha. Tất đà dạ ta bà ha. Ma ha tất đà dạ ta bà ha. Tất đà du nghệ thất bàn ra dạ, ta bà ha. Na ra cẩn trì ta bà ha. Ma ra na ra ta bà ha. Tất ra tăng a mục khê da, ta bà ha. Ta bà ma ha, a tất đà dạ, ta bà ha. Giả kiết ra a tất đà dạ, ta bà ha. Ba đà ma yết tất đà dạ, ta bà ha. Na ra cẩn trì bàn đà ra dạ, ta bà

ha. Ma bà lị thắng yết ra dạ, ta bà ha.

Nam-mô hắc ra đát na, đa ra dạ da. Nam-mô a rị da, bà lô yết đế, thước bàng ra dạ, ta bà ha.

Án tất điện đô, mạn đa ra, bạt đà dạ, ta bà ha. (3 lần) (o)

Nam mô Thập phương Thường trú Tam Bảo. (3 lần) (o)

KỆ KHAI KINH

Thăm thẳm cao siêu Pháp nhiệm mầu
Trăm ngàn muôn kiếp khó tìm cầu,
Con nay nghe thấy chuyên trì niệm,
Nguyện tỏ Như Lai nghĩa nhiệm mầu.

Nam Mô Bổn Sư Thích Ca Mâu Ni Phật. (3 lần) (o)

SÁM QUY NGUYỆN

Trầm hương xông ngát điện
Sen nở Phật hiện thân
Pháp giới thành thanh tịnh
Chúng sanh lắng nghiệp trần. (o)

Đệ tử tâm thành
Hướng về Tam Bảo
Phật là thầy chỉ đạo
Bậc tỉnh thức vẹn toàn
Tướng tốt đoan trang

Trí và bi viên mãn.

Pháp là con đường sáng
Dẫn người thoát cõi mê
Đưa con trở về
Sống cuộc đời tỉnh thức.

Tăng là đoàn thể đẹp
Cùng đi trên đường vui
Tu tập giải thoát
Làm an lạc cuộc đời.

Đệ tử nương nhờ Tam Bảo
Trên con đường học đạo
Biết Tam Bảo của tự tâm
Nguyện xin chuyên cần. (o)

Làm sáng lòng ba viên ngọc quý
Nguyện theo hơi thở
Nở nụ cười tươi
Nguyện học nhìn cuộc đời.

Bằng con mắt quán chiếu
Nguyện xin tìm hiểu
Nỗi khổ của mọi loài
Tập từ bi Hành hỷ xả.
Sáng cho người thêm niềm vui
Chiều giúp người bớt khổ

Đệ tử xin nguyện sống cuộc đời thiểu dục
Nếp sống lành mạnh an hòa.

Cho thân thể kiện khương
Nguyện rũ bỏ âu lo
Học tha thứ bao dung
Cho tâm tư nhẹ nhõm. (o)

Đệ tử xin nguyện ơn sâu đền báo
Ơn cha mẹ ơn thầy
Ơn bè bạn chúng sanh
Nguyện tu học tinh chuyên.

Cho cây bi trí nở hoa
Mong một ngày kia
Có khả năng cứu độ mọi loại
Vượt ra ngoài cõi khổ.

Xin nguyện Phật, Pháp, Tăng chứng minh
Gia hộ cho đệ tử chúng con
Viên thành đại nguyện. (o)

KHAI THỊ I

Hôm nay đại chúng vân tập để cầu nguyện cho lễ thành hôn của Phật Tử:

Chú Chú Rể: …

Cô Dâu: …

Xin mọi người giữ chánh niệm và lắng nghe. (3 tiếng chuông)

KHAI THỊ II

Xin đại chúng lắng lòng nghe. Đây là lúc hai Phật Tử (Chú Chú Rể) … và (cô dâu)…

phát nguyện sống cuộc sống lứa đôi theo giáo pháp của Phật. Người Phật Tử thấy mình không phải là những cá nhân biệt lập với tổ tiên và dòng họ, mà thấy mình là một sự tiếp nối, đại diện cho tất cả những thế hệ đi trước.

Tất cả những hành động và phong độ sinh hoạt của mình hằng ngày không những chỉ để nhắm đến mục đích thỏa mãn những nhu yếu tinh thần và thể chất cho cá nhân mình, mà cũng còn là để thực hiện ước vọng của dân tộc, của giống nòi và của dòng họ, và cũng là chuẩn bị cho con cháu kế tiếp.

Mục đích của cuộc sống lứa đôi là để làm cho tiếp nối dòng sinh mạng của tổ tiên nơi những thế hệ con cháu sau này. Đây là nhiệm vụ chính của mình và cũng là điều mà các đương sự phải tâm niệm mỗi ngày trong từng giây phút. (o)

LẠY BÁO ÂN

Hai con, Chú Rể và Cô Dâu hãy đứng chắp tay trước Phật. Nghe lời xướng và tiếng chuông thì lạy xuống một lạy:

- **Hai con mang ơn cha mẹ sinh thành, cúi đầu đảnh lễ Tam Bảo thường trú trong mười**

phương. (o)

- **Hai con mang ơn Sư Trưởng giáo huấn tình thương và sự hiểu biết, cúi đầu đảnh lễ thường trú trong mười phương.** (o)
- **Hai con mang ơn bằng hữu và bậc thiện trí thức đã tác thành cho, cúi đầu đảnh lễ Tam Bảo thường trú trong mười phương.** (o)
- **Hai con mang ơn mọi loài chúng sanh, cây cỏ và đất đá, cúi đầu đảnh lễ Tam Bảo thường trú trong mười phương.** (o)

NGUYỆN GIỮ NĂM GIỚI

Hai con (Chú Rể) … và (cô dâu)… **hãy theo Sư Cô (chủ lễ) đọc lên năm lời phát nguyện sau đây, và sau mỗi lời nguyện thì theo tiếng chuông lạy trước Tam Bảo một lạy:**

1. Điều Phát Nguyện Thứ Nhất

Chúng con nguyện từ nay là vợ chồng, sẽ chia xẻ cùng nhau mọi vui buồn trong cuộc sống, gìn giữ sự chung thủy và sự trong sáng của đời sống vợ chồng. (o)

2. Điều Phát Nguyện Thứ Hai

Chúng con nguyện thường nhắc nhở nhau thực hành đạo Phật, hướng đến một đời sống đạo đức tốt đẹp theo những lời chỉ dạy cao quý của Đức Phật và truyền thống tốt đẹp của gia đình chúng con. (o)

3. Điều Phát Nguyện Thứ Ba

Chúng con nguyện cùng nhau trân quí trọng

lòng tin cậy. Sự tương kính, tình thương yêu và sự hiểu biết, lòng bao dung và sự quý mến lẫn nhau để nuôi dưỡng hạnh phúc gia đình. (o)

4. Điều Phát Nguyện Thứ Tư

Chúng con nguyện thương yêu và kính trọng cha mẹ vợ và cha mẹ chồng như thương yêu và kính trọng cha mẹ ruột của chúng con. (o)

5. Điều Phát Nguyện Thứ Năm

Chúng con nguyện dành nhiều tâm lực và phương tiện để nuôi nấng và dạy dỗ con cái chúng con trong tương lai thành nhừng người có tình thương, sự hiểu biết và hạnh phúc; và những người công dân tốt như cha mẹ chúng con đã nuôi dưỡng chúng con. (o)

HUẤN GIÁO

Hai con (Chú Chú Rể) … và (cô dâu) … **Trước sự chứng minh của Tam Bảo và sự cầu nguyện của đại chúng. Hai con đã được phối hợp thành vợ chồng trong năm điều phát nguyện.**

Lời phát nguyện này hai con nên thường đem ra cùng nhau đọc tụng mỗi tháng trước bàn thờ Tam Bảo.

Tam Bảo sẽ gia hộ cho các Phật Tử có đủ sáng suốt, có đủ hiểu biết và thương yêu để xây dựng và bảo vệ hạnh phúc gia đình, làm nền tảng cho sự tiếp nối công trình của tiền nhân và sự xây dựng cho những thế hệ hậu lai. (o)

LỄ GIAO BÁI

Bây giờ đây là lúc hai con quay mặt lại với nhau và lạy nhau hai lạy để biểu hiện lòng cung kính đối với nhau. Trong truyền thống nước ta, vợ chồng phải biết kính trọng nhau như người khách qúy (tương kính như tân). Tình yêu và sự cam kết của hai con được xây dựng trên nền tảng của sự tương kính đó. (o)

LỄ TRAO NHẪN

Bây giờ đến lúc hai con đứng lên, trao nhẫn cho nhau và nói với nhau lời nguyện ước trước sự chứng giám của Tam Bảo. (o)

LỄ SÁI TỊNH
TIÊU TAI CÁT TƯỜNG THẦN CHÚ

Nẳng mồ tam mãn đa, mẫu đà nẩm. Á bát ra để, hạ đa xá ta nẳng nẩm. Đát điệt tha. Án, khê khê, khê hế, khê hế, hồng hồng, nhập phạ ra, nhập phạ ra, bát ra nhập phạ ra, bát ra nhập phạ ra, để sắc sá, để sắc sá, sắc trí rị, sắc trí rị, ta phấn tra, ta phấn tra, phiến để ca thất rị duệ, ta phạ ha. (3 lần) (o)

KINH BÁT NHÃ BA LA MẬT

Khi Ngài Quán Tự Tại Bồ Tát thực hành sâu xa pháp Bát Nhã Ba La Mật Đa, Ngài soi thấy năm uẩn đều không, qua hết thảy khổ ách.

"Này Xá Lợi Phất, sắc chẳng khác không, không chẳng khác sắc, sắc tức là không, không tức là sắc. Thọ, Tưởng, Hành, Thức cũng đều như thế".

"Này Xá Lợi Phất, 'tướng không của mọi pháp' không sanh, không diệt, không dơ, không sạch, không thêm, không bớt, nên trong 'chân không', không có sắc, không có thọ, tưởng, hành, thức, không có mắt, tai, mũi, lưỡi, thân, ý, không có sắc, thinh, hương, vị, xúc, pháp, không có nhãn giới, cho đến không có ý thức giới, không có vô minh, cũng không có cái hết vô minh, cho đến không có già chết, cũng không có cái hết già chết, không có khổ, tập, diệt, đạo, không có trí huệ, cũng không có chứng đắc.

Vì không có chỗ chứng đắc, nên Bồ Tát y theo Bát Nhã Ba La Mật Đa, tâm không ngăn ngại. Vì không ngăn ngại, nên không sợ hãi, xa hẳn điên đảo, mộng tưởng, đạt tới cứu cánh Niết Bàn.

Chư Phật trong ba đời cũng y theo Bát Nhã Ba La Mật Đa, được đạo quả vô thượng chánh đẳng chánh giác.

Nên biết Bát Nhã Ba La Mật Đa là Đại Thần Chú, là Đại Minh Chú, là Vô Thượng Chú, là Vô Đẳng Đẳng Chú, trừ được hết thảy khổ, chân thật không hư".

Vì vậy, liền nói Chú Bát Nhã Ba La Mật Đa:

"Yết đế, yết đế, ba la yết đế, ba la tăng yết đế, bồ đề tát bà ha". (3 lần) (o)

HỒI HƯỚNG

Hằng Thuận công đức, hạnh nhiệm mầu
Thắng phước bao nhiêu con nguyện cầu
Tất cả chúng sanh trong pháp giới
Hướng về Phật Pháp tỏ đạo mầu.
Nguyện cho ba chướng tiêu tan
Phiền não dứt sạch, huệ căn sang ngời
Cầu cho con được đời đời
Hành Bồ Tát Đạo, cứu đời lầm than.
Nguyện sanh Tây Phương, cõi Lạc Bang
Cha mẹ, sen vàng chín phẩm sanh
Hoa nở, thấy Phật, quả viên thành
Các vị Bồ Tát bạn lành với ta. (o)

PHỤC NGUYỆN

Nam Mô Thập Phương Thường Trú Tam Bảo.
Nam Mô Tiêu Tai Giáng Kiết Tường Bồ Tát tác đại chứng minh.

Tam Bảo chứng minh oai thần hộ niệm, Bồ tát, Thiên Long, Phạm vương Đế Thích và bốn Thiên vương Thiên long bát bộ, Hộ pháp thần vương tất cả thiện thần thùy từ gia hộ cho đôi tân lang và tân giai nhân (Chú Chú Rể tên... và cô dâu tên...) được trăm năm hạnh phúc, sống lâu trăm tuổi; cùng thân quyến họ hàng hai bên thân tâm thường lạc, gia đình thịnh đạt, con cái sum vầy, quyến thuộc khương ninh, thường hoạch cát tường như ý.

Sau cùng, nguyện chúng con cùng tất cả chúng sanh đều sớm trọn thành Phật đạo. (o)

Đại chúng đồng niệm: **Nam Mô A Di Đà Phật.** (o)

KÍNH LỄ

(Đại chúng đứng lên)

Bao nhiêu tất cả nhân sư tử
Mười phương ba đời cùng các cõi
Con đem thân miệng ý thanh tịnh
Lạy khắp tất cả không còn dư. (o)

Nhất tâm đảnh lễ, đệ tử chúng con đại vì bốn ân ba cõi chí thành đảnh lễ:

Nam Mô Quá Khứ Trang Nghiêm Kiếp Thiên Phật. (o) (1 lạy)

Nhất tâm đảnh lễ, đệ tử chúng con đại vì bốn ân ba cõi chí thành đảnh lễ:

Nam Mô Hiện Tại Hiền Kiếp Thiên Phật. (o) (1 lạy)

Nhất tâm đảnh lễ, đệ tử chúng con đại vì bốn ân ba cõi chí thành đảnh lễ:

Nam Mô Vị Lai Tinh Tú Kiếp Thiên Phật. (o) (1 lạy)

TAM QUY

Con nương theo Phật, cầu cho chúng sanh
Tin chắc Đạo cả, phát lòng vô thượng. (o) (1 lạy)
Con nương theo Pháp, cầu cho chúng sanh

Thấu rõ kinh tạng, trí huệ như biển. (o) (1 lạy)
Con nương theo Tăng, cầu cho chúng sanh
Kính tín hòa hợp, tất cả không ngại. (ooo) (1 lạy)

Nguyện đem công đức này
Hướng về khắp tất cả
Đệ tử và chúng sanh
Đều trọn thành Phật đạo. (ooo)

4

NGHI THỨC CẦU SIÊU, CÚNG LINH VÀ AN TÁNG

1. Nghi thức Cầu siêu – Kinh A Di Đà
2. Nghi Cúng Cơm Linh
3. Lễ Phát Tang và Xả Tang
4. Lễ Cúng Gia Tiên
5. Lễ Di Quan
6. Lễ An Táng và Hỏa Táng
7. Bài Sám Tống Táng

CÚNG HƯƠNG

(Quì ngay thẳng, cầm 3 cây hương dâng ngang trán, chỉ chủ lễ niệm)

Nguyện dâng hương mầu nầy
Cúng dường tất cả Phật
Tôn Pháp, chư Bồ Tát
Thinh Văn và Duyên Giác
Cùng các bậc Thánh Hiền

Duyên khởi đài sáng chói
Khắp xông mười phương cõi
Tỏa ngát các chúng sanh
Đều phát tâm Bồ Đề
Xa lìa các vọng nghiệp
Trọn nên Đạo Vô Thượng.
Nam Mô Hương Cúng Dường Bồ Tát. (o) (1 xá)

KỲ NGUYỆN

Nay có Phật tử (tên là ..., pháp danh..., từ trần ngày..., tại..., hưởng thọ (dương).... **Chúng con một dạ chí thành ngưỡng cầu Đức Tiếp Dẫn Đạo Sư A Di Đà Phật, Đức Quan Thế Âm Bồ Tát, Đức Đại Thế Chí Bồ Tát, Đức Địa Tạng Vương Bồ Tát cùng chư hiền thánh tăng thường trụ khắp mười phương, từ bi gia hộ cho hương linh, phát tâm Bồ Đề rộng lớn, dứt sạch nghiệp chướng sâu dày, được sanh về thế giới an lành của Đức Phật A Di Đà.** (o)

Nam Mô Tây Phương Cực Lạc thế giới đại từ đại bi Tiếp Dẫn Hương Linh A Di Đà Phật tác đại chứng minh. (o) (1 xá)

KHEN NGỢI PHẬT

Đấng Pháp Vương vô thượng
Ba cõi chẳng ai bằng
Thầy dạy khắp trời, người
Cha lành chung bốn loài

Quy y tròn một niệm
Dứt sạch nghiệp ba kỳ
Xưng dương cùng tán thán
Ức kiếp không cùng tận. (o) (1 xá)

QUÁN TƯỞNG PHẬT

Phật, chúng sanh tánh thường rỗng lặng
Đạo cảm thông không thể nghĩ bàn
Lưới đế châu ví đạo tràng
Mười phương Phật hiện hào quang sáng ngời
Trước bảo tọa thân con ảnh hiện
Cúi đầu xin thệ nguyện quy y. (o)

ĐẢNH LỄ

(Đại chúng đồng tụng)

Chí tâm đảnh lễ:

Nam Mô tận hư không biến pháp giới quá, hiện, vị lai thập phương chư Phật, Tôn Pháp Hiền Thánh Tăng thường trụ Tam Bảo. (o) (1 lạy)

Chí tâm đảnh lễ:

Nam Mô Ta Bà Giáo Chủ Bổn Sư Thích Ca Mâu Ni Phật, Đương Lai Hạ Sinh Di Lặc Tôn Phật, Đại Trí Văn Thù Sư Lợi Bồ Tát, Đại Hạnh Phổ Hiền Bồ Tát, Hộ Pháp Chư Tôn Bồ Tát, Linh Sơn Hội Thượng Phật Bồ Tát. (o) (1 lạy)

Chí tâm đảnh lễ:

Nam Mô Tây Phương Cực Lạc Thế Giới Đại

Từ Đại Bi A Di Đà Phật, Đại Bi Quán Thế Âm Bồ Tát, Đại Thế Chí Bồ Tát, Đại Nguyện Địa Tạng Vương Bồ Tát, Thanh Tịnh Đại Hải Chúng Bồ Tát. (o) (1 lạy)

TÁN DƯƠNG CHI

(Mời ngồi xuống và khai chuông mõ)

Cành dương nước tịnh nhiệm mầu
Rưới tắt muôn vàn cảnh khổ đau
Chư Thiên mát mẻ, tâm thanh tịnh
Nhân thế vui tươi, cảnh an nhàn
Cam lồ rưới khắp trần gian
Lửa sân dứt sạch, sen vàng nở hoa.

Nam Mô Thanh Lương Địa Bồ Tát Ma Ha Tát. (3 lần) (o)

CHÚ ĐẠI-BI

Nam Mô Đại Bi Hội Thượng Phật Bồ Tát. (3 lần) (o)

Thiên thủ thiên nhãn vô ngại đại-bi tâm đà-la-ni.

Nam Mô hắc ra đát na, đa ra dạ da. Nam Mô a rị da, bà lô yết đế, thước bát ra da, Bồ-đề tát đỏa bà da, ma ha tát đỏa bà da, ma ha ca lô ni ca da, án, tát bàn ra phạt duệ số đát na đát tỏa.

Nam Mô tất kiết lật đỏa y mông a rị da, bà lô kiết đế thất Phật ra lăng đà bà.

Nam Mô na ra cẩn trì hê rị ma ha bàn đa sa

mế, tát bà a tha đậu thâu bằng, a thệ dựng, tát bà tát đa, na ma bà già, ma phạt đạt đậu, đát điệt tha. Án a bà lô hê, lô ca đế, ca ra đế, di hê rị, ma ha bồ-đề tát đỏa, tát bà tát bà, ma ra ma ra, ma hê ma hê, rị đà dựng, cu lô cu lô kiết mông, độ lô độ lô, phạt xà da đế, ma ha phạt xà da đế, đà ra đà ra, địa rị ni, thất Phật ra da, dá ra dá ra. Mạ mạ phạt ma ra, mục đế lệ, y hê y hê, thất na thất na a ra sâm Phật ra xá-lợi, phạt sa phạt sâm, Phật ra xá da, hô lô hô lô ma ra, hô lô hô lô hê rị, ta ra ta ra, tất rị tất rị, tô rô tô rô, bồ-đề dạ bồ-đề dạ, bồ-đà dạ, bồ-đà dạ, di đế rị dạ, na ra cẩn trì địa rị sắc ni na, ba dạ ma na ta bà ha. Tất đà dạ ta bà ha. Ma ha tất đà dạ ta bà ha. Tất đà du nghệ thất bàn ra dạ, ta bà ha. Na ra cẩn trì ta bà ha. Ma ra na ra ta bà ha. Tất ra tăng a mục khê da, ta bà ha. Ta bà ma ha, a tất đà dạ, ta bà ha. Giả kiết ra a tất đà dạ, ta bà ha. Ba đà ma yết tất đà dạ, ta bà ha. Na ra cẩn trì bàn đà ra dạ, ta bà ha. Ma bà lị thắng yết ra dạ, ta bà ha.

Nam Mô hắc ra đát na, đa ra dạ da. Nam Mô a rị da, bà lô yết đế, thước bàng ra dạ, ta bà ha.

Án tất điện đô, mạn đa ra, bạt đà dạ, ta bà ha. (3 lần) (o)

Nam Mô Thập Phương Thường Trú Tam Bảo. (3 lần) (o)

XƯỚNG SỚ

(Nếu có thời gian, chủ lễ xướng Sớ, nếu không bớt phần này)

Như Lai tướng tốt
Không thể nghĩ bàn
Con nay dâng sớ cầu siêu
Cúi xin Phật Tổ
Lâm đàn chứng minh. (o) (1 xá)

SỚ CẦU SIÊU

Nam mô Bổn Sư Thích Ca Mâu Ni Phật. (o)

Chúng con cung kính nghe rằng: Chư Phật mười phương, vốn thương đời phóng quang tiếp dẫn; Đạo mầu ba tạng, thường dạy chúng thoát khỏi trầm luân. Nhờ vậy hôm nay chúng con: Kính vâng lời thề sông biển, xin tỏ ý nguyện nguồn cơn. Sớ rằng: Nay có tang chủ..., pháp danh..... (o)

Cung kính về chùa Hương Sen, thành phố Perris, California, lễ phật, hiến cúng hoa đăng, thành tâm phúng tụng kinh văn, độ vong siêu thoát. Ngưỡng mong chư Phật xót thương, dủ lòng từ bi cứu độ. (o)

Nay tang chủ và cả gia quyến rất thành tâm cầu nguyện Hương linh........... Pháp danh .... Nguyên sanh ngày ...... tháng ...... năm ...... từ trần ngày ...... tháng ...... năm ...... tại .... hưởng thọ (dương) ...... tuổi. (o)

Than ôi vong linh! Từ xa trần thế, vào chốn

U minh. Luống khóc kiếp phù du tụ tán, vang bóng ngỡ ngàng. Những thương đời hồ điệp biệt ly, mơ màng hồn mộng. Thăng trầm chưa rõ, hiếu sự ân cần, hầu báo đền dưỡng dục thâm ân; ngõ thù đáp sanh thành dưỡng dục. Đến đây, đạo tràng khai diễn, pháp sự tuyên hành, đầu đội sớ văn, dâng lên bái bạch. (o)

Nam mô Tận hư không biến pháp giới, quá hiện vị lai chư Phật, Tôn Pháp, Hiền Thánh Tăng, thường trụ Tam Bảo, tác đại chứng minh. (o)

Nam mô Ta Bà Giáo Chủ, Đại Từ Đại Bi Bổn Sư Thích Ca Mâu Ni Phật, tác đại chứng minh. (o)

Nam mô Tây Phương Giáo Chủ, Đại Từ Đại Bi Tiếp Dẫn Đạo Sư A Di Đà Phật, tác đại chứng minh. (o)

Nam mô U Minh Giáo Chủ Đại Từ Đại Bi Đại Nguyện Địa Tạng Vương Bồ Tát, tác đại chứng minh. (o)

Phổ cập: Ba Hiền, mười thánh, bốn phủ, muôn linh, tất cả Thiên thần, đồng thùy chiếu giám. (o)

Phục nguyện: Hào quang soi sáng, đường tối mở mang, vong linh nhờ đó, đi về lạc bang.

Và từ đó: Tiêu tội khiên nhiều đời nhiều kiếp, hưởng phúc lợi cả họ cả nhà. Còn mất an vui, trẻ già hạnh phúc. (o)

Cẩn sớ.

Nay là ngày … tháng …… năm ………

Đương Đàn Pháp Sư (Chủ lễ)…., chùa Hương Sen, hòa nam thượng sớ. (ooo)

THẤT PHẬT DIỆT TỘI CHÂN NGÔN

Ly bà ly bà đế, cầu ha cầu ha đế, đà ra ni đế, ni ha ra đế, tỳ lê nễ đế, ma ha dà đế, chơn lăng càng đế, ta bà ha. (3 lần) (o)

QUY Y LINH

1. Hương linh quy y Phật
Hương linh quy y Pháp
Hương linh quy y Tăng. (o)

2. Hương linh quy y Phật,
Đấng phước trí vẹn toàn.
Hương linh quy y Pháp,
Đạo thoát ly tham dục.
Hương linh quy y Tăng,
Bậc tu hành cao tột. (o)

3. Hương linh quy y Phật,
Nguyện đời đời kiếp kiếp,
Không quy y thiên, thần, quỷ vật. (o)

Hương linh quy y Pháp,
Nguyện đời đời kiếp kiếp,
Không quy y ngoại đạo tà giáo. (o)

Hương linh quy y Tăng,
Nguyện đời đời kiếp kiếp,
Không quy y tổn hữu ác đảng. (o)

4. **Hương linh vốn tạo các nghiệp ác**
Đều bởi vô thỉ tham, sân, si
Từ thân, miệng, ý, phát sinh ra
Tất cả, hương linh đều sám hối. (o)

Chủ lễ xướng: **Nguyện Nam mô tận hư không biến pháp giới qúa, hiện, vị lai, thập phương chư Phật, Tôn Pháp, Hiền Thánh Tăng, thường trú Tam Bảo, tiếp độ hương linh.** (o)

Đại chúng đồng hòa: **Vãng sanh Cực Lạc Quốc.** (o)

1. **Hương linh vốn tạo các nghiệp ác**
Đều bởi vô thỉ tham, sân, si
Từ thân, miệng, ý, phát sinh ra
Tất cả, hương linh đều sám hối. (o)

Chủ lễ xướng: **Nguyện Nam mô Ta Bà Giáo Chủ Bổn Sư Thích Ca Mâu Ni Phật, Đương Lai Hạ sanh Di Lặc Tôn Phật, Đại Trí Văn Thù Sư Lợi Bồ Tát, Đại Hạnh Phổ Hiền Bồ Tát, Hộ Pháp Chư Tôn Bồ Tát, Linh Sơn Hội Thượng Phật Bồ Tát, tiếp độ hương linh.** (o)

Đại chúng đồng hòa: **Vãng sanh Cực Lạc Quốc.** (o)

1. **Hương linh vốn tạo các nghiệp ác**
Đều bởi vô thỉ tham, sân, si

Từ thân, miệng, ý, phát sinh ra
Tất cả, hương linh đều sám hối. (o)

Chủ lễ xướng: Nguyện Nam mô Tây phương Cực Lạc thế giới Đại từ đại bi A Di Đà Phật Đại bi Quán Thế Âm Bồ Tát, Đại Thế Chí Bồ Tát, Đại nguyện Địa Tạng Vương Bồ Tát, Thanh Tịnh đại hải chúng Bồ Tát, tiếp độ hương linh.

Đại chúng đồng hòa: Vãng sanh Cực Lạc Quốc. (o)

2. Hương linh hãy lắng nghe:
Tội do tâm tạo bao đời
Đem tâm sám hối, tội thời diệt vong.
Tội vong, tâm diệt đều không,
Chơn tâm sám hối, tội đồng tiêu tan.

Nam Mô Cầu Sám Hối Bồ Tát Ma Ha Tát. (3 lần) (o)

Chủ lễ xướng: **Nguyện hương linh từ vô thỉ đến ngày nay**

Đại chúng đồng hòa: **Tội tiêu diệt.** (o)

THẤT PHẬT DIỆT TỘI CHÂN NGÔN

Ly bà ly bà đế, cầu ha cầu ha đế, đà ra ni đế, ni ha ra đế, tỳ lê nễ đế, ma ha dà đế, chơn lăng càng đế, ta bà ha. *(3 lần)*

(Chủ lễ bắt ấn chữ Án Lam vào ly nước, sái tịnh kim quan và đi nhiễu quanh kim quan 1 vòng)

KHAI KINH KỆ

(Nếu có thời gian thì tụng tiếp Kinh A Di Đà)

Thăm thẳm cao siêu Pháp nhiệm mầu
Trăm ngàn muôn kiếp khó tìm cầu,
Con nay nghe thấy chuyên trì niệm,
Nguyện tỏ Như Lai nghĩa nhiệm mầu.

Nam Mô Bổn Sư Thích Ca Mâu Ni Phật. (3 lần) (o)

Nam Mô Liên Trì Hải Hội Phật Bồ Tát. (3 lần) (o)

PHẬT NÓI KINH A DI ĐÀ

KỲ VIÊN ĐẠI HỘI

Ta nghe như vầy: Một thuở nọ Đức Phật ở nơi vườn Kỳ Thọ, cấp Cô Độc nước Xá-Vệ, cùng với một nghìn hai trăm năm mươi vị đại Tỳ kheo câu hội: đều là bậc A La Hán mọi người đều quen biết, như là:

Trưởng lão Xá-Lợi-Phất, Đại Mục-Kiền-Liên, Đại Ca-Diếp, Ma-Ha Ca-Chiên-Diên, Ma-Ha Câu-Hy-La, Ly-Bà-Đa, Châu-Lợi-Bàn-Đà-Già, Na-Đà, A-Nan-Đà, La-Hầu-La, Kiều-Phạm-Ba-Đề, Tân Đầu-Lư-Phả-La-Đọa, Ca-Lưu-Đà-Di, Ma-Ha Kiếp Tân Na, Bạc-Câu-La, A-Nâu-Lầu-Đà, những vị đại đệ tử như thế.

Và hàng Đại Bồ Tát, Văn-Thù-Sư-Lợi: Pháp-Vương-Tử, A-Dật-Đa Bồ Tát, Càn-Đà-Ha-Đề Bồ Tát, Thường-Tinh-Tấn Bồ tát. cùng với các vị Đại Bồ tát như thế và với vô lượng chư Thiên như ông Thích-Đề-Hòan-Nhơn... v.v.. đại chúng

cùng đến dự hội. (o)

Y BÁO CHÁNH BÁO

Bấy giờ đức Phật bảo ngài Trưởng lão Xá-Lợi-Phất rằng: "Từ đây qua phương Tây quá mười muôn ức cõi Phật, có thế giới tên là Cực Lạc, trong thế giới đó có đức Phật hiệu là A Di Đà hiện nay đương nói pháp. (o)

Y BÁO TRANG NGHIÊM

Xá Lợi Phất! Cõi đó vì sao tên là Cực lạc?

Vì chúng sanh trong cõi đó không có bị những sự khổ, chỉ hưởng những điều vui, nên nước đó tên là Cực Lạc.

Xá Lợi Phất! Lại trong cõi Cực Lạc có bảy từng bao lơn, bảy từng mành lưới, bẩy từng hàng cây, đều bằng bốn chất báu bao bọc giáp vòng, vì thế nên nước đó tên là Cực Lạc.

Xá Lợi Phất! Lại trong cõi Cực Lạc có ao bằng bẩy chất báu, trong ao đầy dẫy nước đủ tám công đức, đáy ao thuần dùng cát vàng trải làm đất.

Vàng bạc, lưu ly, pha lê hiệp thành những thềm, đường ở bốn bên ao; trên thềm đường có lầu gác cũng đều nghiêm sức bằng vàng, bạc, lưu ly, pha lê, xa cừ, xích châu, mã não.

Trong ao có hoa sen lớn như bánh xe: hoa sắc xanh thời ánh sáng xanh, sắc vàng thời ánh sáng vàng, sắc đỏ thời ánh sáng đỏ, sắc trắng thời ánh sánh trắng, mầu nhiệm thơm tho trong sạch. (o)

Xá Lợi Phất! Cõi nước Cực Lạc thành tựu công đức trang nghiêm dường ấy.

Xá Lợi Phất! Lại trong cõi nước của đức Phật đó, thường trổi nhạc trời, đất bằng vàng ròng, ngày đêm sáu thời rưới hoa trời mạn đà la.

Chúng sanh trong cõi đó thường vào lúc sáng sớm, đều lấy đãy hoa đựng những hoa tốt đem cúng dường mười muôn ức đức Phật ở phương khác, đến giờ ăn liền trở về bổn quốc ăn cơm xong đi kinh hành.

Xá Lợi Phất! Cõi nước Cực Lạc thành tựu công đức trang nghiêm dường ấy.

Lại nữa, Xá-Lợi-Phất! Cõi đó thường có những giống chim mầu sắc xinh đẹp lạ thường, nào chim Bạch hạt, Khổng-tước, Anh-võ, Xá-lợi, Ca-lăng-tần-già, Cộng-mạng; những giống chim đó ngày đêm sáu thời kêu tiếng hòa nhã. (o)

Tiếng chim đó diễn nói những pháp như ngũ căn, ngũ lực, thất bồ đề phần, bát thánh đạo phần, v.v... Chúng sanh trong cõi đó nghe tiếng chim xong thảy đều niệm Phật, niệm Pháp, niệm Tăng!

Xá-Lợi-Phất! Ôngchớ cho rằng những giống chim đó thiệt là do tội báo sanh ra. Vì sao?

Vì cõi của đức Phật đó không có ba đường dữ. Xá-Lợi-Phất! Cõi của đức Phật đó tên đường dữ còn không có huống gì lại có sự thật. Những giống chim đó là do đức Phật A Di Đà muốn làm cho tiếng pháp được tuyên lưu mà biến hóa làm ra đấy thôi.

Xá-Lợi-Phất! Trong cõi nước của đức Phật đó, gió nhẹ thổi động các hàng cây báu và động mành lưới báu, làm vang ra tiếng vi diệu, thí dụ như trăm nghìn thứ nhạc đồng một lúc hòa chung.

Người nào nghe tiếng đó tự nhiên đều sanh lòng niệm Phật, niệm Pháp, niệm Tăng.

Xá-Lợi-Phất! Cõi nước của đức Phật đó thành tựu công đức trang nghiêm dường ấy. (o)

CHÁNH BÁO VÔ LƯỢNG THÙ THẮNG

Xá-Lợi-Phất! Nơi ý ông nghĩ sao? Đức Phật đó vì sao hiệu là A Di Đà?

Xá-Lợi-Phất! Đức Phật đó, hào quang sáng chói vô lượng, soi suốt các cõi nước trong mười phương không bị chướng ngại vì thế nên hiệu là A Di Đà.

Xá-Lợi-Phất! Đức Phật đó và nhân dân của Ngài sống lâu vô lượng vô biên a tăng kỳ kiếp, nên hiệu là A Di Đà.

Xá-Lợi-Phất! Đức Phật A Di Đà thành Phật nhẫn lại đến nay, đã được mười kiếp.

Xá-Lợi-Phất! Lại đức Phật đó có vô lượng vô biên Thanh Văn đệ tử đều là bực A La Hán, chẳng phải tính đếm mà có thể biết được, hàng Bồ tát chúng cũng đông như thế. (o)

Xá-Lợi-Phất! Cõi nước của đức Phật đó thành tựu công đức trang nghiêm dường ấy.

Xá-Lợi-Phất! Lại trong cõi cực lạc, những chúng sanh vãng sanh vào đó đều là bực bất thối chuyển.

Trong đó có rất nhiều vị bực nhất sanh bổ

xứ, số đó rất đông, chẳng phải tính đếm mà biết được, chỉ có thể dùng số vô lượng vô biên a-tăng-kỳ để nói thôi!

Xá-Lợi-Phất! Chúng sanh nào nghe những điều trên đây, nên phải phát nguyện cầu sanh về nước đó.

Vì sao? Vì đặng cùng với các bậc Thượng thiện nhơn như thế câu hội một chỗ. (o)

NHƠN HẠNH VÃNG SANH

Xá-Lợi-Phất! Chẳng có thể dùng chút ít thiện căn phước đức nhơn duyên mà được sanh về cõi đó.

Xá-Lợi-Phất! Nếu có thiện nam tử, thiện nữ nhân nào nghe nói đức Phật A Di Đà, rồi chấp trì danh hiệu của đức Phật đó, hoặc trong một ngày, hoặc hai ngày, hoặc ba ngày, hoặc bốn ngày, hoặc năm ngày, hoặc sáu ngày, hoặc bẩy ngày, một lòng không tạp loạn.

Thời người đó đến lúc lâm chung đức Phật A Di Đà cùng hàng Thánh Chúng hiện thân ở trước người đó.

Người đó lúc chết tâm thần không điên đảo, liền được vãng sanh về cõi nước Cực Lạc của đức Phật A Di Đà.

Xá-Lợi-Phất! Ta thấy có sự lợi ích ấy nên nói những lời như thế.

Nếu có chúng sinh nào, nghe những lời trên đó, nên phải phát nguyện sanh về cõi nước Cực Lạc. (o)

SÁU PHƯƠNG PHẬT ĐỒNG KHUYÊN TIN

Xá-Lợi-Phất! Như Ta hôm nay ngợi khen công đức lợi ích chẳng thể nghĩ bàn của đức Phật A Di Đà, phương Đông cũng có đức A-Súc-Bệ-Phật, Tu-Di-Tướng Phật, Đại-Tu-Di Phật, Tu-Di-Quang Phật, Diệu-Aâm Phật; Hằng hà sa số những đức Phật như thế đều ở tại nước mình, hiện ra tướng lưỡi rộng dài trùm khắp cõi tam thiên đại thiên mà nói lời thành thật rằng: "Chúng sanh các ngươi phải nên tin kinh: Xưng Tán Bất Khả Tư Nghị Công Đức Nhất Thiết Chư Phật Sở Hộ Niệm Này". (o)

Xá-Lợi-Phất! Thế giới phương Nam, có đức Nhật- Nguyệt-Đăng Phật, Danh-Văn-Quang Phật, Đại-Diệm-Kiên Phật, Tu Di-Đăng Phật, Vô-Lượng-Tinh-Tấn Phật. Hằng hà sa số những đức Phật như thế, đều tại nước mình, hiện ra tướng lưỡi rộng dài trùm khắp cõi tam thiên đại thiên mà nói lời thành thật rằng: "Chúng sanh các ngươi phải nên tin kinh: Xưng Tán Bất Khả Tư Nghị Công Đức Nhất Thiết Chư Phật Sở Hộ Niệm Này". (o)

Xá-Lợi-Phất! Thế giới phương Tây, có đức Vô Lượng-Thọ Phật, Vô-Lượng-Tướng Phật, Vô-Lượng-Tràng Phật, Đại Quang Phật, Đại-Minh Phật, Bửu-Tướng Phật, Tịnh-Quang Phật. Hằng hà sa số những đức Phật như thế, đều tại nước mình, hiện ra tướng lưỡi rộng dài trùm khắp cõi tam thiên đại thiên mà nói lời thành thật rằng: "Chúng sanh các ngươi phải nên tin kinh: Xưng Tán Bất Khả Tư Nghị Công Đức Nhất Thiết Chư Phật Sở Hộ Niệm Này". (o)

Xá-Lợi-Phất! Thế giới phương Bắc, có đức Diệm-Kiên-Phật, Tối-Thắng-Aâm Phật, Nan-Trở Phật, Nhựt-Sanh Phật, Võng-Minh Phật. Hằng hà sa số những đức Phật như thế, đều tại nước mình, hiện ra tướng lưỡi rộng dài trùm khắp cõi tam thiên đại thiên mà nói lời thành thật rằng: "Chúng sanh các ngươi phải nên tin kinh: Xưng Tán Bất Khả Tư Nghị Công Đức Nhất Thiết Chư Phật Sở Hộ Niệm Này". (o)

Xá-Lợi-Phất! Thế giới phương dưới, có đức Sư-Tử Phật, Danh-Văn Phật, Danh-Quang Phật, Đạt-Mạ Phật, Pháp-Tràng Phật, Trì-Pháp Phật. Hằng hà sa số những đức Phật như thế, đều tại nước mình, hiện ra tướng lưỡi rộng dài trùm khắp cõi tam thiên đại thiên mà nói lời thành thật rằng: "Chúng sanh các ngươi phải nên tin kinh: Xưng Tán Bất Khả Tư Nghị Công Đức Nhất Thiết Chư Phật Sở Hộ Niệm Này". (o)

Xá-Lợi-Phất! Thế giới phương trên, có đức Phạm-Aâm Phật, Tú-Vương Phật, Hương-Thượng Phật, Hương-Quang Phật, Đại-Diệm-Kiên Phật, Tạp-Sắc Bửu-Hoa-Nghiêm-Thân Phật, Ta La-Thọ-Vương Phật, Bửu-Hoa Đức Phật, Kiến-Nhất-Thiết-Nghĩa Phật, Như-Tu-Di-Sơn Phật. Hằng hà sa số những đức Phật như thế, đều tại nước mình, hiện ra tướng lưỡi rộng dài trùm khắp cõi tam thiên đại thiên mà nói lời thành thật rằng: "Chúng sanh các ngươi phải nên tin kinh: Xưng Tán Bất Khả Tư Nghị Công Đức Nhất Thiết Chư Phật Sở Hộ Niệm Này". (o)

Xá-Lợi-Phất! Nơi ý của ông nghĩ thế nào, vì sao tên là kinh: Nhứt-Thiết Chư Phật Sở Hộ

Niệm?

Xá-Lợi-Phất! Vì nếu có thiện nam tử, thiện nữ nhân nào nghe kinh này mà thọ trì đó, và nghe danh hiệu của đức Phật, thời những thiện nam tử cùng thiện nữ nhân ấy đều được tất cả các đức Phật hộ niệm, đều được không thối chuyển nơi đạo Vô thượng chánh đẳng chánh giác.

Xá-Lợi-Phất! Cho nên các ông đều phải tin nhận lời của Ta và của các đức Phật nói.

Xá-Lợi-Phất! Nếu có người đã phát nguyện, hiện nay phát nguyện, sẽ phát nguyện muốn sanh về cõi nước của đức Phật A Di Đà, thời những người ấy đều đặng không thối chuyển nơi đạo Vô Thượng Chánh Đẳng Chánh Giác; nơi cõi nước kia, hoặc đã sanh về rồi, hoặc hiện nay sanh về, hoặc sẽ sanh về.

Xá-Lợi-Phất! Cho nên các thiện nam tử thiện nữ nhân nếu người nào có lòng tin thời phải nên phát nguyện sanh về cõi nước kia. (o)

THUYẾT KINH BẤT KHÓ

Xá-Lợi-Phất! Như ta hôm nay ngợi khen công đức chẳng thể nghĩ bàn của các đức Phật, các đức Phật đó cũng ngợi khen công đức chẳng thể nghĩ bàn của Ta mà nói lời nầy: "Đức Thích Ca Mâu Ni Phật hay làm được việc rất khó khăn hi hữu, có thể ở trong cõi Ta Bà đời ác năm món trược: kiếp trược, kiến trược, phiền não trược, chúng sanh trược, mạng trược trung, mà Ngài chứng được ngôi Vô Thượng Chánh Đẳng Chánh Giác, Ngài vì các chúng sanh nói kinh pháp mà tất cả thế gian khó tin này".

Xá-Lợi-Phất! Phải biết rằng Ta ở trong đời ác ngũ trược thật hành việc khó này: đặng thành bậc Vô Thượng Chánh Giác và vì tất cả thế gian nói kinh pháp khó tin này, đó là rất khó!

Đức Phật nói kinh này rồi, ngài Xá-Lợi-Phất cùng các vị Tỳ kheo, tất cả trong đời: Trời, Người, A-Tu-La, v..v.. nghe lời của đức Phật dạy, đều vui mừng tin nhận đảnh lễ mà lui ra. (o)

NGỢI KHEN CÔNG ĐỨC PHẬT A DI ĐÀ

Giáo chủ cõi Tây Phương
Đức Phật A Di Đà
Phát bốn mươi tám nguyện
Hướng dẫn đường chúng sanh,
Đài sen rực rỡ sẵn sàng
Quan Âm, Thế Chí hai hàng tiếp nghinh.
Nam Mô Tịnh Độ phẩm Bồ Tát Ma-ha-tát. (3 lần) (o)

KINH BÁT NHÃ BA LA MẬT

Khi Ngài Quán Tự Tại Bồ Tát thực hành sâu xa pháp Bát Nhã Ba La Mật Đa, Ngài soi thấy năm uẩn đều không, qua hết thảy khổ ách.

"Này Xá Lợi Phất, sắc chẳng khác không, không chẳng khác sắc, sắc tức là không, không tức là sắc. Thọ, Tưởng, Hành, Thức cũng đều như thế".

"Này Xá Lợi Phất, 'tướng không của mọi pháp' không sanh, không diệt, không dơ, không sạch, không thêm, không bớt, nên trong 'chân không', không có sắc, không có thọ, tưởng, hành, thức, không có mắt, tai, mũi, lưỡi, thân, ý, không có sắc, thinh, hương, vị, xúc, pháp, không có nhãn giới, cho đến không có ý thức giới, không có vô minh, cũng không có cái hết vô minh, cho đến không có già chết, cũng không có cái hết già chết, không có khổ, tập, diệt, đạo, không có trí huệ, cũng không có chứng đắc.

Vì không có chỗ chứng đắc, nên Bồ Tát y theo Bát Nhã Ba La Mật Đa, tâm không ngăn ngại. Vì không ngăn ngại, nên không sợ hãi, xa hẳn điên đảo, mộng tưởng, đạt tới cứu cánh Niết Bàn.

Chư Phật trong ba đời cũng y theo Bát Nhã Ba La Mật Đa, được đạo quả vô thượng chánh đẳng chánh giác.

Nên biết Bát Nhã Ba La Mật Đa là Đại Thần Chú, là Đại Minh Chú, là Vô Thượng Chú, là Vô Đẳng Đẳng Chú, trừ được hết thảy khổ, chân thật không hư".

Vì vậy, liền nói Chú Bát Nhã Ba La Mật Đa:

"Yết đế, yết đế, ba la yết đế, ba la tăng yết đế, bồ đề tát bà ha". (3 lần) (o)

CHÚ VÃNG SANH QUYẾT ĐỊNH CHÂN NGÔN

Nam mô a di đa bà dạ,
đa tha dà đa dạ,
đa địa dạ tha,
a di rị đô bà tì,
a di rị đa tất đam bà tì,
a di rị đa tì ca lăn đế,
a di rị đa tì ca lăn đa,
dà di nị dà dà na,
chỉ đa ca lệ ta bà ha. (3 lần) (o)

NIỆM PHẬT

A Di Đà Phật thân sắc vàng
Tướng tốt quang minh tự trang nghiêm
Năm Tu Di uyển chuyển bạch hào
Bốn biển lớn trong ngần mắt biếc
Trong hào quang hóa vô số Phật
Vô số Bồ tát hiện ở trong
Bốn mươi tám nguyện độ chúng sanh
Chín phẩm sen vàng lên giải thoát
Quy mạng lễ A Di Đà Phật
Ở phương Tây thế giới an lành
Con nay xin phát nguyện vãng sanh
Cúi xin Đức Từ Bi tiếp độ.
Nam Mô Tây-phương Cực-lạc thế-giới,

đại-từ đại-bi, A-Di-Đà Phật.

Nam Mô A-Di-Đà Phật. (3 lần) (o)

Nam Mô Đại-bi Quán-Thế-Âm Bồ-tát. (3 lần) (o)

Nam Mô Đại-Thế-Chí Bồ-tát. (3 lần) (o)

Nam Mô Địa-Tạng Vương Bồ-tát. (3 lần) (o)

Nam Mô Thanh-tịnh Đại-Hải chúng Bồ-tát. (3 lần) (ooo)

12 NGUYỆN AN DƯỠNG QUỐC A DI ĐÀ

1. **Nam Mô An Dưỡng Quốc Cực Lạc Giới Di Đà Hải Hội, VÔ LƯỢNG QUANG Như Lai.** (1 lạy) (o)
2. **Nam Mô An Dưỡng Quốc Cực Lạc Giới Di Đà Hải Hội, VÔ BIÊN QUANG Như Lai.** (1 lạy) (o)
3. **Nam Mô An Dưỡng Quốc Cực Lạc Giới Di Đà Hải Hội, VÔ NGẠI QUANG Như Lai.** (1 lạy) (o)
4. **Nam Mô An Dưỡng Quốc Cực Lạc Giới Di Đà Hải Hội, VÔ ĐỐI QUANG Như Lai.** (1 lạy) (o)
5. **Nam Mô An Dưỡng Quốc Cực Lạc Giới Di Đà Hải Hội, DIỆM VƯƠNG QUANG Như Lai.** (1 lạy) (o)
6. **Nam Mô An Dưỡng Quốc Cực Lạc Giới Di Đà Hải Hội, THANH TỊNH QUANG Như Lai.** (1 lạy) (o)
7. **Nam Mô An Dưỡng Quốc Cực Lạc Giới Di Đà Hải Hội, HOAN HỶ QUANG Như Lai.**

(1 lạy) (o)

8. **Nam Mô An Dưỡng Quốc Cực Lạc Giới Di Đà Hải Hội, TRÍ HUỆ QUANG Như Lai.** (1 lạy) (o)
9. **Nam Mô An Dưỡng Quốc Cực Lạc Giới Di Đà Hải Hội, NAN TƯ QUANG Như Lai.** (1 lạy) (o)
10. **Nam Mô An Dưỡng Quốc Cực Lạc Giới Di Đà Hải Hội, BẤT ĐOẠN QUANG Như Lai.** (1 lạy) (o)
11. **Nam Mô An Dưỡng Quốc Cực Lạc Giới Di Đà Hải Hội, VÔ XỨNG QUANG Như Lai.** (1 lạy) (o)
12. **Nam Mô An Dưỡng Quốc Cực Lạc Giới Di Đà Hải Hội, SIÊU NHỰT NGUYỆT QUANG Như Lai.** (1 lạy) (o)

SÁM TỪ VÂN

Một lòng mỏi mệt không nài
Cầu về Cực Lạc ngồi đài Liên Hoa.
Cha lành vốn thiệt Di Đà
Soi hào quang tịnh chói lòa thân con.
Thẳm sâu ơn Phật hằng còn
Con nay chánh niệm lòng son một bề
Nguyện làm nên đạo Bồ-đề
Chuyên lòng niệm Phật cầu về Tây phương. (o)
Phật xưa lời thệ tỏ tường
Bốn mươi tám nguyện dẫn đường chúng sanh
Nguyện rằng: ai phát lòng lành

Nước Ta báu vật để dành các ngươi.
Thiện nam tín nữ mỗi người
Chí thành tưởng Phật niệm mười tiếng ra
Ta không rước ở nước Ta
Thệ không làm Phật chắc là không sai.
Bởi vì tin tưởng Như Lai
Có duyên tưởng Phật sống dai vô cùng
Lời thề biển rộng mênh mông
Nhờ ơn Đức Phật thoát vòng trần lao. (o)
Tội mòn như đá mài dao
Phước lành thêm lớn càng cao càng dày
Cầu cho con thác biết ngày
Biết giờ biết khắc biết rày tánh linh
Cầu cho bịnh khổ khỏi mình
Lòng không trìu mến chuyện tình thế gian
Cầu cho thần thức nhẹ nhàng
In như Thiền định họ Bàn thuở xưa.
Đài vàng tay Phật bưng chờ
Các vị BồTát bấy giờ đứng trông
Rước tôi thật đã rất đông
Nội trong giây phút thảy đồng về Tây. (o)
Xem trong cõi Phật tốt thay
Hoa sen đua nở tánh nay sạch trần
Hồi này thấy Phật chân thân
Đặng nghe Pháp nhiệm tâm thần sáng trưng.
Quyết tu độ hết phàm dân
Giữ lời thệ nguyện Phật ân rộng dài
Phật thệ chắc thật không sai

Người nào niệm Phật lên ngay sen vàng
Cầu về Tịnh Độ một nhà
Hoa sen chín phẩm là cha mẹ mình
Hoa nở rồi biết tánh linh
Các vị Bồ Tát bạn lành với ta. (o)

HỒI HƯỚNG

Cầu siêu Cúng linh công đức, hạnh nhiệm mầu
Thắng phước bao nhiêu con nguyện cầu
Tất cả chúng sanh trong pháp giới
Hướng về Phật Pháp tỏ đạo mầu.
Nguyện cho ba chướng tiêu tan
Phiền não dứt sạch, huệ căn sang ngời
Cầu cho con được đời đời
Hành Bồ Tát Đạo, cứu đời lầm than.
Nguyện sanh Tây Phương, cõi Lạc Bang
Cha mẹ, sen vàng chín phẩm sanh
Hoa nở, thấy Phật, quả viên thành
Các vị Bồ Tát bạn lành với ta. (o)

PHỤC NGUYỆN

Xe Tam Thừa lộng lẫy, Thuyền Bát Nhã thênh thang, sáu đường dốc ngược đèo ngang, ba cõi sông mê lặn hụp, thảm nỗi oan khiên lắm lúc, hương linh không đủ phước vãng sanh. Nguyện hương linh…., pháp danh…, nay được an lành, nghe kinh kệ siêu thăng Tịnh Độ, vượt qua bể khổ, thoát khỏi Ta Bà, sen vàng chín phẩm nở

hoa, pháp thân hiện Di Đà thọ ký.

Âm siêu dương thới, pháp giới chúng sanh, đồng thành Phật quả. (o)

Đại chúng đồng niệm: **Nam Mô A Di Đà Phật.** (o)

KÍNH LỄ

(Đại chúng đứng lên)

Bao nhiêu tất cả nhân sư tử
Mười phương ba đời cùng các cõi
Con đem thân miệng ý thanh tịnh
Lạy khắp tất cả không còn dư. (o)

Nhất tâm đảnh lễ, đệ tử chúng con đại vì bốn ân ba cõi chí thành đảnh lễ:

Nam Mô Quá Khứ Trang Nghiêm Kiếp Thiên Phật. (o) (1 lạy)

Nhất tâm đảnh lễ, đệ tử chúng con đại vì bốn ân ba cõi chí thành đảnh lễ:

Nam Mô Hiện Tại Hiền Kiếp Thiên Phật. (o) (1 lạy)

Nhất tâm đảnh lễ, đệ tử chúng con đại vì bốn ân ba cõi chí thành đảnh lễ:

Nam Mô Vị Lai Tinh Tú Kiếp Thiên Phật. (o) (1 lạy)

TAM QUY

Con nương theo Phật, cầu cho chúng sanh
Tin chắc Đạo cả, phát lòng vô thượng.(o)(1 lạy)

Con nương theo Pháp, cầu cho chúng sanh
Thấu rõ kinh tạng, trí huệ như biển. (o) (1 lạy)

Con nương theo Tăng, cầu cho chúng sanh
Kính tín hòa hợp, tất cả không ngại. (ooo) (1 lạy)

Nguyện đem công đức này
Hướng về khắp tất cả
Đệ tử và chúng sanh
Đều trọn thành Phật đạo. (ooo)

NGHI THỨC CÚNG LINH

(Trai nghi chỉnh tề, tang chủ quỳ gối, dâng hương ngang trán, vái tên họ hương linh, rồi cắm hương. Chủ lễ xướng)

HƯƠNG LINH LỄ PHẬT

Tây Phương tiếp độ hương hồn. (o)

Đại chúng đồng niệm: **Nam Mô A Di Đà Phật.** (o)

Chủ lễ xướng: **Vong tựu Phật tiền, đảnh lễ tam**...(o)

Chúng hòa: **Bái**...(ooo)

(chờ tang chủ lạy thế hương linh xong, chủ lễ tiếp):

Hồ Quỳ

(cầm 3 cây hương, Chủ lễ cử tán:)

THỈNH HƯƠNG LINH

Chơn ngôn thần lực dẫn hương linh
Từ Chốn U Minh về Dương Thế
An tọa linh đường để nghe kinh
Tang môn hiếu tử linh đình cúng dâng. (o)
Chủ lễ xướng: **Hương hoa thỉnh.** (o)
Chúng hòa: **Hương hoa triệu thỉnh.** (o)

THỈNH ĐỨC QUÁN ÂM TIẾP DẪN...

Chủ lể thỉnh: **Nhất tâm phụng thỉnh:**
Đức Quán Âm tu hành nhiều kiếp
Với lời nguyền tha thiết độ sanh
Khắp muôn nơi cầu nguyện chí thành
Ngài ứng hiện muôn hình tế độ. (o)
Cung vi,

Nam Mô Đại Từ Đại Bi Tầm Thinh Cứu Khổ Cứu Nạn Quán Thế Âm Bồ Tát, tay cầm nhành liễu, phóng hào quang tiếp dẫn hương linh, (Tên họ....., pháp danh....., sinh ngày....., chết ngày ......, tại........, hưởng thọ [dương]…), **hôm nay là lễ.....** (Thọ Tang, nhập tự, cầu siêu, cúng thất, 49 ngày, 100 ngày, Tiểu Tường [giỗ một năm], Đại Tường [giỗ 3 năm]...), **hương thơm ngào ngạt, cung thỉnh hương linh** (lần 1), **trở lại chùa Hương Sen/đàn**

tràng/tư gia, lễ Phật nghe Kinh.

Chủ lễ tiếp: **Hương hoa thỉnh.** (o)

Chúng hòa: **Hương hoa triệu thỉnh.** (o)

Chủ lễ: **Duy Nguyện:**

Hồn về Dương Thế
Phách ở nơi nao?
Mau mau tỉnh ngộ
Vượt thoát trần lao.
Hương hoa thỉnh. (o)

Chúng hòa: **Hương hoa triệu thỉnh.** (o)

THỈNH ĐỨC DI ĐÀ TIẾP DẪN...

Chủ lễ thỉnh: **Nhất tâm phụng thỉnh:**

Sông mê rào rạt sóng tình
Biển đau lênh láng lệ mình khóc than
Muốn mau thoát khỏi trần gian
Hãy nên niệm Phật tiêu tan khổ nàn.

Cung vi:

Nam Mô Tây Phương Cực Lạc Thế Giới Đại Từ Đại Bi A Di Đà Phật, tay bưng kim đài, tiếp dẫn hương linh (Tên họ....., pháp danh....., sinh ngày....., chết ngày ......, tại........, hưởng thọ [dương]…), **hôm nay là lễ**........, **hương thơm ngào ngạt, cung thỉnh hương linh** (lần 2) **trở lại chùa Hương Sen /đàn tràng/tư gia, lễ Phật nghe Kinh.**

Chủ lễ tiếp: **Hương hoa thỉnh.** (o)

Chúng hòa: **Hương hoa triệu thỉnh.** (o)

Chủ lễ: **Duy Nguyện:**

Thân cử bước thênh thang
Tâm tự tại an nhàn
Tới lui không vướng mắc
Vượt thoát cảnh trần gian.
Hương hoa thỉnh. (o)
Chúng hòa: **Hương hoa triệu thỉnh.** (o)

THỈNH ĐỨC ĐỊA TẠNG TIẾP DẪN...

Chủ lễ thỉnh: **Nhất tâm phụng thỉnh:**
U Minh, dứt hết ngục hình
Dương gian, độ thoát chúng sanh không còn
Bồ Đề nguyện lớn vuông tròn
Chứng nên Phật qủa không còn tử sanh.
Cung vi:

Nam Mô U Minh Giáo Chủ Bổn Tôn Địa Tạng Vương Bồ Tát, tay cầm tích trượng, phóng hòa quang tiếp độ hương linh (Tên họ....., pháp danh....., sinh ngày....., chết ngày ......, tại........, hưởng thọ [dương]…), **hôm nay là lễ........, hương thơm ngào ngạt, cung thỉnh hương linh** (lần 3) **trở lại chùa Hương Sen/đàn tràng/tư gia, lễ Phật nghe Kinh.**

Chủ lễ tiếp: **Hương hoa thỉnh.** (o)
Chúng hòa: **Hương hoa triệu thỉnh.** (o)
Chủ lễ: **Duy Nguyện:**
Được nương nhờ oai thần chư Phật
Nay về đây thính Pháp văn Kinh
Hồn thiêng thụ hưởng linh đình

Nén hương, bát nước, ân (thâm) tình cúng dâng. (o)

Hương hoa thỉnh. (o)

Chúng hòa: **Hương hoa triệu thỉnh.** (o)

Đại chúng đồng tụng:

Ba lần cung thỉnh
Hương linh đã về
Hồn thiêng an tọa linh sàn
Tang môn hiếu tử thiết đàn kính dâng. (o)

Chủ lễ: **Tang chủ lễ nhị** …

Chúng hòa: bái … (o)

Chủ lễ: **Hồ quỳ.**

XƯỚNG VÀ ĐỌC ĐIỆP SỚ

(Chủ lễ xướng)

Âm dương đồng nhứt lý
Sanh tử chia đôi đàng
Điệp tang họp thời đọc
Cầu chư Phật chứng minh. (o)

Ngưỡng lạy,

Bậc Ta Bà giáo chủ mở đường giải thoát, cứu người mê khỏi cảnh luân hồi. Tây Trúc Đạo Sư dẫn lối vãng sanh, đưa người giác về nơi tịnh cảnh. Mây lành che mát mười phương, đèn hiện thành chin phẩm.

Duyên may,

Phật tử chúng con nguyên quán Việt Nam hiện cư ngụ tại Chùa Hương Sen, Thành Phố Perris,

tiểu bang California, Hoa Kỳ. Vân tập tại đại hùng bảo điện Chùa Hương Sen, sửa soạn lễ nghi nhân ngày .... cầu siêu độ.

Chúng con hiếu quyến: Tên ....

Nguyện xin Chư Phật, Chư Đại Bồ Tát đem lòng từ bi cứu độ cho hương linh pháp danh ...., thế danh ...., sanh ngày .... tháng ...... năm .... Tạ thế ngày .... tháng .... năm .... Nhằm ngày ...... tháng ...... năm....... hồi ...... giờ sáng/chiều. tại .... hưởng thọ (dương) ...... tuổi. **Thần (chánh) hồn chi linh .... Nguyện hương linh bao tội khổ trần duyên rũ sạch, nghiệp luân hồi nhẹ bước từ đây, lòng tham lam không còn say đắm, tâm mê bừng tỉnh ý thức quay về. Cây Bát Nhã nở chồi, nụ Bồ Đề kết qủa. Nơi đài sen thượng phẩm tiêu dao tự tại. Chư Bồ Tát, Thánh Tăng hộ niệm xung quanh. Chư Phật thường tới lui hóa độ.**

Nam mô Thập Phương Thường Trú Tam Bảo tác đại chứng minh. (o)

Nam mô Tiếp Dẫn Đạo Sư A Di Đà Phật tác đại chứng minh. (o)

Nam mô Đại Bi Quán Thế Âm Bồ Tát. (o)

Nam mô Đại Thế Chí Bồ Tát. (o)

Nam mô Đia Tạng Vương Bồ Tát. (o)

Nam mô Liên Trì Hải Hội Phật Bồ Tát tác đại chứng minh. (o)

Sáu nẻo luân hồi mờ mịt, người mê cảnh cũng là mê. Một phút tỉnh thức trở về, tâm không tội cũng là không. Câu tụng niệm căn lành nuôi lớn, chữ Nam mô giống Phật nảy sanh. Nguyện

hương linh mỗi bước chân đi vào Tịnh Độ, mỗi cái nhìn thấy được pháp thân, niềm an vui dâng khắp ta bà, sống thảnh thơi nơi miền Cực Lạc. Lại nguyện cho chư Phật tử và gia quyến được thân tâm an lạc, chúng con một dạ chí thành, ngưỡng cầu Tam Bảo chứng minh chư Thánh Tăng hộ niệm.

Phật lịch 25....... Ngày ...... tháng ...... năm ......, Nhằm ngày ...... tháng ...... năm ......

Đương Đàn Pháp Sư (Chủ lễ)... thành tâm dâng sớ.

CÚNG CƠM VÀ NƯỚC

Tang chủ gắp thức ăn, mỗi thứ một chút, để vào bát cơm lưng, gác ngang đôi đũa, chắp tay)

Đồng tụng:

Nam Mô Đa Bảo Như Lai
Nam Mô Bảo Thắng Như Lai
Nam Mô Diệu Sắc Thân Như Lai
Nam Mô Quảng Bát Thân Như Lai
Nam Mô Ly Bố Uý Như Lai
Nam Mô Cam Lồ Vương Như Lai
Nam Mô A Di Đà Như Lai. (3 lần) (o)

Nam mô tát phạ đát tha, nga đa phạ lộ chỉ đế. Án tam bạt ra, tam bạt ra hồng. (3 lần) (o)

Hôm nay dâng cúng cơm này
Sắc hương mỹ vị biến đầy hư không
Thành tâm tha thiết ngưỡng mong
Hương Linh nạp thọ tất lòng nhớ thương.

Nam Mô Mỹ Thanh Trai Bồ Tát Ma Ha Tát. (3 lần) (o)

Chủ lễ xướng: **Hiến trà**. (rót trà cúng lần 1)

(Rót xong, chủ lễ tiếp): **Cúc cung lễ nhị** …

Chúng hòa: **bái** … (oo)

Chủ lễ: **Hồ quỳ.** (o)

Đồng tụng: **Nam mô tô rô bà da, đát tha nga đa da, đát điệt tha, Án, tô rô tô rô, bát ra tô rô, bát ra tô rô, ta bà ha.** (3 lần) (o)

Chủ lễ:

Ruột se thắt, âm dương xa cách
Ngậm ngùi thay, hồn phách về đâu?

Chủ lễ xướng: **Hiến trà** (rót trà cúng lần 2)

(Rót xong, chủ lễ tiếp): **Cúc cung lễ nhị** …

Chúng hòa: **bái** … (oo)

Đồng tụng: **Nam Mô Cam Lồ Vương Bồ Tát.** (3 lần) (o)

Chủ lễ:

Cam lồ một giọt linh thiêng
Tiêu trừ đói khát triền miên
Mật ngôn mầu nhiệm, hồn thiêng an lành.

Chủ lễ xướng: **Hiến trà.** (rót trà cúng lần 3)

(Rót xong, chủ lễ tiếp): **Cúc cung lễ nhị** …

Chúng hòa: **bái** … (oo)

Chủ lễ: **Hồ quỳ.** (o)

Đồng tụng: **Án, nga nga nẳng tam bà, phạ**

phiệt nhựt ra hồng. (3 lần) (o)

Chủ lễ:

Hồn sắp thoát dương gian
Chốn U Minh mờ hiện
Âm Dương chia đôi đàng
Bát hương, đôi nến gần tàn
Cúi xin chư Phật dẫn đàng hồn đi … (o)

NIỆM PHẬT

A Di Đà Phật thân sắc vàng
Tướng tốt quang minh tự trang nghiêm
Năm Tu Di uyển chuyển bạch hào
Bốn biển lớn trong ngần mắt biếc
Trong hào quang hóa vô số Phật
Vô số Bồ tát hiện ở trong
Bốn mươi tám nguyện độ chúng sanh
Chín phẩm sen vàng lên giải thoát
Quy mạng lễ A Di Đà Phật
Ở phương Tây thế giới an lành
Con nay xin phát nguyện vãng sanh
Cúi xin Đức Từ Bi tiếp độ.

Nam Mô Tây-phương Cực-lạc thế-giới, đại-từ đại-bi, A-Di-Đà Phật.

Nam Mô A-Di-Đà Phật. (3 lần) (o)

Nam Mô Đại-bi Quán-Thế-Âm Bồ-tát. (3 lần) (o)

Nam Mô Đại-Thế-Chí Bồ-tát. (3 lần) (o)

Nam Mô Địa-Tạng Vương Bồ-tát. (3 lần) (o)

Nam Mô Thanh-tịnh Đại-Hải chúng Bồ-tát.
(3 lần) (ooo)

SÁM DI ĐÀ

Muốn đi có một đường nầy
Nhứt tâm niệm Phật khó gì thoát ra
Vậy khuyên phải niệm Di Đà
Hồng danh sáu chữ thật là rất cao.
Hay trừ tám vạn trần lao
Tham thiền quán tưởng pháp nào cũng thua
Di Đà xưa cũng làm vua. (o)
Bỏ ngôi bỏ nước vô chùa mà tu
Xét ra từ kiếp đã lâu
Hiệu là Pháp Tạng tỳ kheo đó mà.
Trong khi Ngài mới xuất gia
Bốn mươi tám nguyện phát ra một lần.
Nguyện nào cũng lắm oai thần
Nguyện nào cũng trọng về phần độ sanh
Vì thương thế giới bất bình
Nên chi đầu Phật mà đành bỏ ngôi
Thầy là Bảo Tạng Như Lai
Bạn là Bảo Hải tức ngài Thích Ca.
Thích Ca nguyện độ Ta bà. (o)
Di Đà nguyện mở cửa nhà Lạc Bang
Mở ao chín phẩm sen vàng
Xây Thành Bá Bửu đồ đàng thất trân.
Lưu ly quả đất sáng ngần
Lầu châu cát ngọc mười phần trang nghiêm.
Hoa trời rưới cả ngày đêm

Có cây rất báu có chim rất kỳ
Lạ lùng cái cảnh Phương Tây
Mười phương cõi Phật cảnh nào cũng thua. (o)
Phong quang vui vẻ bốn mùa
Nước reo Pháp Phật gió khua nhạc trời.
Di Đà có thệ một lời
Mở ra cõi ấy tiếp người vãng sanh
Mười phương ai phát lòng lành
Nhất tâm mà niệm hồng danh của Ngài.
Hằng ngày trong lúc hôm mai
Niệm từ mười tiếng đến vài ba trăm
Khi đi, khi đứng, khi nằm
Chuyên trì niệm Phật, lòng chăm phát nguyền.
(o)
Nguyện sanh về chín phẩm liên
Là nơi Cực Lạc ở miền Tây Phương
Đến khi thọ mạng vô thường
Thì Ngài phóng ngọn hào quang rước liền.
Biết bao phước đức nhơn duyên
Đã về Cực Lạc còn phiền não chi
Sự vui trời cũng chẳng bì
Đêm đêm thong thả ngày ngày vui chơi.
Sống lâu kiếp kiếp đời đời
Không già không chết không dời đi đâu. (o)

CHÚ VÃNG SANH QUYẾT ĐỊNH CHÂN NGÔN

Nam mô a di đa bà dạ,
Đa tha dà đa dạ,
Đa địa dạ tha,
A di rị đô bà tì,
A di rị đa tất đam bà tì,
A di rị đa tì ca lan đế,
A di rị đa tì ca lan đa,
Dà di nị dà dà na,
Chỉ đa ca lệ ta bà ha. (3 lần) (o)

TIẾN ĐƯA HƯƠNG LINH

Chủ lễ xướng:
Hồn về Cực Lạc Tây Phương
Ngát hương sen nở, hào quang sáng ngời
Chắp tay, vĩnh biệt cõi đời
Quán Âm, Thế Chí đón mời hồn đi.

PHỤC NGUYỆN

(Chủ lễ nguyện)

Hồn siêu nơi cõi Tịnh
Nghiệp dứt chốn trần ai
Hoa sen chín phẩm vừa khai
Phật bèn thọ ký cho ngay nhứt thừa
Cầu xin chư Phật tiếp đưa
Hồn về Cực Lạc say sưa Pháp mầu

Nguyện cho hương linh.......

Sớm về cõi Phật
Hưởng cảnh thanh bình
Pháp giới chúng sanh
Trọn thành Phật quả. (o)

Đại chúng đồng niệm: **Nam Mô A Di Đà Phật.** (o)

Chủ lễ: **Tang chủ đại vì hương linh lễ tạ bốn lạy.** (oooo)

(Lạy bốn lạy).

LỄ PHÁT TANG, XẢ TANG và TIẾP TRIỆU HƯƠNG LINH

(Tang quyến quỳ trước bàn thờ Linh. Vị chủ lễ đốt ba nén hương thư chữ "Linh Giác" và bắt ấn "Án Lam")

TÁN DƯƠNG CHI

Cành dương nước tịnh nhiệm mầu
Rưới tắt muôn vàn cảnh khổ đau
Chư Thiên mát mẻ, tâm thanh tịnh
Nhân thế vui tươi, cảnh an nhàn
Cam lồ rưới khắp trần gian
Lửa sân dứt sạch, sen vàng nở hoa.

Nam Mô Thanh Lương Địa Bồ Tát Ma Ha Tát. (3 lần) (o)

VĂN PHÁT TANG

Hỡi ôi!
Ơn cha mẹ muôn trùng cao lớn
Đạo làm con hiếu hạnh ghi sâu
Âm dương chia cách nhịp cầu
Hôm nay thân quyến cúi đầu chịu tang. (o)

(Chủ lễ cột khăn tang cho hiếu quyến, trong lúc cột thì đại chúng tụng chú vãng sanh cho đến khi xong)

CHÚ VÃNG SANH
QUYẾT ĐỊNH CHÂN NGÔN

Nam mô a di đa bà dạ,
Đa tha dà đa dạ,
Đa địa dạ tha,
A di rị đô bà tì,
A di rị đa tất đam bà tì,
A di rị đa tì ca lan đế,
A di rị đa tì ca lan đa,
Dà di nị dà dà na,
Chỉ đa ca lệ ta bà ha. (3 lần) (o)

Chủ lễ xướng tiếp:
Cháu chắt trước linh sàng tang trắng
Gái trai dâu rể áo gai sô
Cúi đầu hai tiếng ô hô!
Lễ xuống bốn lạy xin cho báo đền
Tuần phát tang ơn trên mong trả

Lễ thành-phục nghĩa cả tri ân
Họ hàng bạn hữu xa gần
Dâng hương cầu nguyện một lần tiễn đưa. (o)
(Hiếu chủ lễ 4 lạy, oooo)

VĂN XẢ TANG

(49 hoặc 100 ngày, 1 năm hay 3 năm)

Thương ôi!
Phép tang chế ba năm (49, 100 ngày) **hiếu trả**
Trước bàn thờ con cháu xả tang
Bà con thân quyến họ hàng
Cúi đầu bốn lạy hóa vàng hôm nay
Chốn Tổ Đình quý thầy ban phép
Nơi Phật đài thiện tín cầu kinh
Chúc hồn tịnh độ siêu sinh
Phù hộ dương quyến khang ninh thọ trường. (o)
(Chủ lễ lấy kéo cắt 3 lọn tóc và cắt 1 mép khăn tang và tháo khăn tang của tang quyến ra, trong lúc đó đại chúng tụng chú tiêu tai cát tường thần chú cho đến khi xong)

TIÊU TAI CÁT TƯỜNG THẦN CHÚ

Nam mô tam mãn đa mẫu đà nẫm, a bát ra để hạ đa xá, ta nản nẫm, đát điệt tha. Án khư khư, khư hê, khư hê, hồng hồng, nhập phạ ra, nhập phạ ra, bát ra nhập phạ ra, bát ra nhập phạ ra, để sắc sá, để sắc sá, sắc trí rị, sắc trí rị, ta phấn tra, ta phấn tra, phiến để ca, thất rị duệ ta phạ

ha. (3 lần) (o)

Chủ lễ đọc tiếp văn thỉnh:
Cửa từ mở rộng thật khôn lường
Phật độ quần sinh khắp mười phương
Cứu người chìm đắm trong biển khổ
Vớt kẻ trầm luân chốn lạc đường. (o)

Ta bà khổ não đoạn trường
Âm dương ly biệt sầu vấn vương
Luân hồi sinh tử ai nào khỏi
Trước bàn thờ thân quyến nhớ thương. (o)

Nay hiếu chủ đốt nén tâm nhang
Lễ nghi trai soạn hiến cúng dàng
Chính tiến chân linh tuần húy nhật
Thất tổ cửu huyền khắp họ hàng. (o)
Đức Di Đà Giáo Chủ Tây Phương
Cầm tràng phang tiếp triệu chư hương
Địa Tạng Đại sư mang tích trượng
Đưa linh giác về chốn Từ Quang. (o)

Giờ đây thân quyến họ hàng
Thỉnh mời Tăng chúng lập đàn triệu linh. (ooo)

Kính thỉnh chính tiến hương linh...... pháp danh ...... sinh năm......, mất ngày........, hưởng thọ/dương...... tuổi, **cùng Cửu Huyền Thất Tổ,**

Phụ Mẫu quá vãng, các hương linh nhiều đời nhiều kiếp, nay quay về chốn linh quang nghe kinh Diệu Pháp. (o)

Hiện tiền hiếu chủ kính lạy Gia Tiên 4 lạy. (oooo)

Chủ lễ đọc tiếp:

Nguyện cầu chư hương linh……

Trượng pháp màu tựa nương chư Phật,

Nhờ chân ngôn bí mật tối linh,

Về đây thụ hưởng đan thành

Nén hương chén nước cơm canh cúng dường. (o)

Nam mô Sinh Tịnh Độ Bồ Tát Ma Ha Tát. (3 lần) (ooo)

(Chủ lễ và hiếu quyến hành lễ theo nghi thức cầu siêu. Và sau phần cầu siêu là khóa lễ cúng vong và cúng gia tiên).

LỄ CÚNG GIA TIÊN
LỄ CHÚC THỰC

Chủ lễ xướng:

Nam Mô Đại Thánh Cứu Bạt Minh Đồ Bổn Tôn Địa Tạng Vương Bồ Tát. (3 lần) (o)

Nam Mô A Di Đà Phật. (3 lần) (o)

Than:

Về đây, triệu thỉnh hồn về

Thân nương cõi tịnh, hồn quy sen vàng

Phật Di Đà tiếp dẫn sang

Nghe tên triệu thỉnh tìm đàng về ngay. (o)

Đồng tụng: **Nam mô bộ đế, ly già, ly da, ly đát, dá tha nga đá da.** (3 lần) (o)

Thỉnh:

Hiểu đạo nghĩa mới thành gần gũi
Rõ nguồn cơn sẽ chẳng cách xa
Dù âm dương, u hiển khác nhau
Nhưng phép Phật đều huề tất ứng. (ooo)

Duyên nay tại chùa Hương Sen/ đàn tràng/tư gia ...... Tín chủ...... pháp danh .... **sửa soạn trai nghi thành tâm kính thỉnh chính tiến chân linh**...... pháp danh .... **cùng phụ tiến hương linh** ...... pháp danh ...... **liệt vị chân linh.**

Thỉnh:

BÀI CÚNG TỔ TIÊN

Công Tổ Tiên non cao biển rộng
Phận cháu con phải cúng phải thờ
Nén hương nghi ngút khói đưa
Chư linh phảng phất như vừa đâu đây
Xin triệu thỉnh về ngay thụ hưởng
Chút tâm thành nhất hướng kính dâng
Trượng thừa Tam Bảo gia ân
Hộ trì tiếp dẫn dự phần trai nghi. (ooo)

BÀI CÚNG CHA MẸ

Nhờ công đức cha sinh mẹ dưỡng
Khác nào như biển rộng sông sâu

Nền nhân cõi phúc là đâu
Phận con cháu phải nghĩ câu báo đền
Nay thời tiết nhân duyên vừa đến
Trước linh sang thân quyến tề quy
Tụng kinh niệm Phật gia trì
Nghe câu triệu thỉnh hồn về phó trai. (ooo)

BÀI VỢ CHỒNG CÚNG CHO NHAU

Đốt nén hương thơm
Nhất tâm triệu thỉnh
Tình như loan phụng
Nghĩa tựa keo sơn.
Bao tháng năm khăng khít bên nhau
Nay bỗng chốc phân chia đội ngã
Đau xót nhẽ kẻ đi người ở!
Buồn thương thay đấy khuất đây còn.
Báo đáp nhau chút nghĩa sắt son
Cầu Phật độ cho hồn sang tịnh cảnh
Chim loan phụng từ xưa hòa hợp
Đàn sắt cầm bỗng đứt giây tơ.
Âm dương đôi ngã cách xa
Bóng kia hình nọ bây giờ là đâu?
Lòng thành kính nguyện cầu chư Phật
Phóng từ quang cứu vớt chân linh.
Thỉnh về an dưỡng vô sinh. (ooo)

BÀI ANH EM CÚNG CHO NHAU

Nhớ linh giác cùng chung huyết thống
Thương chân vong tình nghĩa đệ huynh
Mời về đây thính pháp văn kinh,
Nương nhờ Phật độ vãng sanh Liên Trì.
Nay húy nhật lễ nghi kính cẩn
Trước trai đàn thân quyến tề quy
Tụng kinh siêu độ gia trì
Nhất tâm triệu thỉnh hồn về phó trai. (ooo)

BÀI CHA MẸ CÚNG CHO CON

Ân thâm nghĩa trọng
Con nỡ sao dứt bỏ cho đành?
Gan héo ruột rầu!
Cha mẹ muốn quên đi chẳng được.
Hẳn duyên nghiệp không từ kiếp trước?
Nên giờ đây con cướp công lao
Để mẹ cha sống cảnh quạnh hiu
Nhìn ngó lại con đã theo tuyền lộ.
Nay triệu thỉnh hồn nhờ Phật độ
Về đây cùng hưởng thụ chút dư ân
Thôi không duyên nợ cũng tình thâm
Con phù hộ cho mẹ cha an lạc.
Mối tình phụ/mẫu tử
Chút nghĩa cháu con
Nuôi bao năm mong được lớn khôn
Nay bỗng chóc lá xanh sớm rụng.

Đau xót nhẽ, thần hồn cô quạnh!
Ngậm ngùi thay, ngày tháng đìu hiu
Nghĩ đến con, thương nhớ trăm chiều
Cầu Phật độ cho hồn siêu cõi lạc. (ooo)

Xin nguyện chư linh:
Trượng pháp mầu tựa nương chư Phật
Nhờ chân ngôn bí mật tối linh
Về đây thụ hưởng đan thành
Nén hương bát nước cơm canh cúng dàng. (o)

Thỉnh:

Nhất tâm kính thỉnh chính tiến chân linh………, pháp danh … **Cùng phụ tiến…. hương linh**……, pháp danh…… **liệt vị chơn linh an bảo tọa.** (o)

Nam Mô An Bảo Tọa Bồ Tát Ma Ha Tát. (3 lần) (ooo)

TIẾN CÚNG

(Gia chủ dâng cơm rót nước)

Nén hương thơm ngát mười phương
Ngọn đèn trí huệ soi đường chúng sanh
Hoa tươi quả tốt thơm lành
Ly trà đạo vị cơm canh cúng dàng
Chư linh về chốn kim quang
Dương môn hiếu tử trai đàn kính dâng. (ooo)

Tụng:

Nam mô tát đa nẫm tam miệu tam bồ đề, câu tri nẫm đát điệt tha, Án chiết lệ chủ lễ chuẩn đề sa bà ha. (7 lần) (ooo)

Nam mô Thanh Lương Địa Bồ Tát Ma Ha Tát. (*3 lần*) (ooo)

Xướng:

Nay các chân linh nhờ có chân ngôn Gia giới, yết hầu tự khai, không bị nghẹn ngào, thụ hưởng ngon lành các món pháp thực.

Hiện tiền hiếu chủ (tên)... pháp danh...... **kính dâng các món trai nghi thanh tịnh, xin đọc chân ngôn biến thực hiến cúng.** (o)

Tụng:

Biến Thực Chân Ngôn

Nam mô tát phạ đát tha nga đa phạ lồ chỉ đế. Án tam bạt ra, tam bạt ra hồng. (3 lần) (o)

Cam Lộ Thủy Chân Ngôn

Nam mô tô rô bà ra, đát tha nga đa da, đát điệt tha. Án tô rô, tô rô, bát ra tô rô, bát ra tô rô ta bà ha. (3 lần) (o)

Nhất Tự Thủy Luân Chân Ngôn

Án tông tông tông tông tông. (3 lần) (o)

Nhũ Hải Chân Ngôn

Nam mô tam mãn đa mẫu đà nẫm án noan. (3 lần) (o)

Phổ Cúng Dường Chân Ngôn

Án nga nga nẫm tam bà phạt phiệt nhật ra

hồng. (3 lần) (o)

Nam Mô Phổ Cúng Dường Bồ Tát Ma Ha Tát. (3 lần) (ooo)

TUYÊN ĐIỆP

Xướng:

Đến đây Lễ chúc thực đã xong, xin có điệp văn, hợp thời tuyên đọc:

TU THIẾT (xuân/hạ/thu/đông) **THIÊN PHÁP ĐÀN CẤP PHÓ CHÂN LINH**

Nay tại chùa Hương Sen/đàn tràng......(tên nhà quàn)/tư gia……(hiếu chủ)……… **Hiện tiền hiếu chủ**……… pháp danh...... **sửa lễ trai diên, hiến cúng chân linh**………, pháp danh..........

Thiết nghĩ chân linh:

Sinh trong trần thế, dễ hay đâu tội phúc mà lường. Chết xuống âm cung, thật khó biết đắm chìm để cứu.

Tuân lời Phật dạy:

"Muốn cho siêu thoát, phải nhờ phúc lực mới nên."

Vì vậy hôm nay, nhân lễ cầu siêu (cúng tuần thất) Hiếu chủ ……… kiền cầu Tăng chúng thiết lập Pháp đàn, sửa soạn trai diên, hành khoa chúc thực, niệm Phật Di Đà, đọc câu sái tịnh, tụng chú vãng sanh.

Nay theo đúng phép, cấp bản điệp văn để

chân linh..., pháp danh .... giữ lấy.

Chúc Chân Linh:
Nhờ diệu pháp thẳng về nơi Tịnh độ,
Đài sen chín bậc tiêu dao.
Trương điệp văn mau thoát chốn u đồ
Đức Phật chí tôn thụ ký.
Hết điều sinh, diệt,
Không có lại, qua.

Điệp văn này cấp cho phó chân linh......, pháp danh .... **giữ.**

Lập tại chùa Hương Sen /đàn tràng...... (tên nhà quàn)/tư gia........ (hiếu chủ) ngày.............

Đương Đàn Pháp Sư (chủ lễ) ...... phụng hành.

Xướng:

Đến đây, văn điệp tuyên đọc đã xong, đối trước trai đàn, lửa trần thiêu hóa. (ooo)

LỄ DI QUAN

1. TRÌNH BẠCH

(Ba hồi chuông, Vị chủ lễ có đôi lời như sau)

Thưa quý vị, cùng tang quyến.

Được tin phật tử tên......pháp danh.....**vừa qua đời, chúng tôi là**......(chủ lễ) **cùng Ban Hộ Niệm chùa Hương Sen tới đây, trước là chia buồn cùng tang quyến đã mất đi một người....... trong gia đình, sau là hộ niệm cho hương linh được vãng sanh lạc quốc.**

Thưa quý vị,

Còn trong cõi người, đã có sinh tất có hóa, sinh có hạn, hóa không cùng, lý vô thường là thế. Đức Phật dạy: "Trần gian chỉ là nơi giả tạm, nhất thời. Dù ở nước Hoa Kỳ, Việt Nam hay Ấn Độ đều là tạm. Cực lạc mới là quê hương muôn thuở". Hiểu được điều đó, thân nhân tin Phật, nên dốc lòng cầu nguyện cho hương linh nương nhờ Phật Lực, sớm được siêu sinh tịnh độ và xin hương linh phù hộ cho thân quyến được vô lượng phúc lành. Vậy xin quý vị cùng tang quyến hướng về bàn thờ Phật nhất tâm cầu nguyện hồng ân chư Phật, Chư Bồ Tát Thánh Chúng gia hộ cho hương linh cùng dương quyến được thù thắng công đức.

Nam Mô Tây Phương Cực Thế Giới Đại Từ Đại Bi A Di Đà Phật tác đại chứng minh. (o)

2. NIỆM HƯƠNG VÀ SÁI TỊNH

(Đốt 3 nén hương, vị chủ lễ bắt ấn "Án Lam")

Cành dương nước tịnh nhiệm mầu
Rưới tắt muôn vàn cảnh khổ đau
Chư Thiên mát mẻ, tâm thanh tịnh
Nhân thế vui tươi, cảnh an nhàn
Cam lồ rưới khắp trần gian
Lửa sân dứt sạch, sen vàng nở hoa.

Nam Mô Thanh Lương Địa Bồ Tát Ma Ha Tát. (3 lần) (o)

3. LỄ TAM BẢO

(Chủ lễ xướng)

Chủ lễ: **Dốc lòng**

Đại Chúng: **Kính lạy Đức Phật Thích Ca, Giáo Chủ Thế Giới Ta Bà hiện nay.** (1 lạy) (o)

Chủ lễ: **Dốc lòng**

Đại Chúng: **Kính lạy Đức Phật Di Đà, Giáo Chủ Cực Lạc pháp tòa Tây Phương.** (1 lạy) (o)

Chủ lễ: **Dốc lòng**

Đại Chúng: **Kính lạy Chư Phật chứng minh, Chư Tôn Bồ Tát oai linh hộ trì.** (1 lạy) (o)

4. LỄ TẠ MƯỜI ƠN

(trước khi di quan)

Thay Người Bịnh/Người Chết Lạy Mười Ơn

Tang gia hiếu quyến đại vì hương linh tên... xin khấu đầu đảnh lễ tạ 10 ơn....

Gia chủ đại vì người bịnh tên.... xin khấu đầu đảnh lễ tạ 10 ơn....

Hương linh xin tạ ơn:

Chư Phật Tổ, Chư Bồ Tát, Chư Hiền Thánh Tăng; Tổ Tiên, Ông Bà Cha Mẹ; Cửu Huyền Thất Tổ; Các ân Sư, các thiện trí thức, các ân nhơn, giòng họ hàng nội, ngoại; các bạn bè thân và sơ; tất cả kẻ ơn và người oán.

Cùng chư vị đã quá vãng: các oan hồn, không phâ n biệt tôn giáo, chủng tộc, hay nòi giống. Các vị anh hùng liệt sĩ, các vị anh thư vô danh, hữu danh.

Hương linh cũng xin tạ ơn toàn thể các chư vị hiện tiền, và muôn loài, muôn vật, hữu tình, vô tình, hữu hình, vô hình ooo)

1) Lễ Tạ Ơn thứ nhất:

Hương linh / người bịnh mang ơn Tam Bảo, Chư Phật Tổ, Chư Bồ Tát, Chư Hiền Thánh từ vô thỉ đến nay, đã chỉ dạy cho hương linh đường lối giải thoát khỏi sự vô minh dày đặc, cũng là giải thoát mọi phiền não, khổ đau, tức là giải thoát sinh tử luân hồi!

Tang gia hiếu quyến đại vì hương linh tên... xin khấu đầu đảnh lễ Tam bảo mười phương để tạ ơn. (1 lạy) (o)

Gia chủ đại vì người bịnh tên.... xin khấu đầu đảnh lễ Tam bảo mười phương để tạ ơn. (1 lạy) (o)

(Đó là lễ Tạ Ơn đối với Chư Phật Tổ, Chư Bồ Tát và Chư Hiền Thánh Tăng)

2) Lễ Tạ Ơn thứ hai:

Hương linh / người bịnh mang ơn Quí Ơn Sư, từ vô thỉ đến nay, đã giáo huấn, khai ngộ cho hương linh đi đúng đường lối chính pháp, để trở thành những Thiện Nhơn đạo đức, biết tu hành theo chính pháp hầu được ra ngoài mọi phiền não và sanh tử.

Tang gia hiếu quyến đại vì hương linh tên... xin khấu đầu đảnh lễ quí ân sư từ vô thỉ đến nay để tạ ơn. (1 lạy) (o)

Gia chủ đại vì người bịnh tên.... xin khấu đầu

đảnh lễ quí ân sư từ vô thỉ đến nay để tạ ơn. (1 lạy) (o)

(Đó là Lễ Tạ Ơn đối với Quí Ơn Sư của hương linh)

3) Lễ Tạ Ơn thứ ba:

Hương linh / người bịnh mang ơn Tổ Tiên, Cửu Huyền Thất Tổ, cũng như cha mẹ từ vô thỉ đến nay. Quí ngài đã sanh thành, dưỡng dục hương linh, đã cho thân mạng này với đầy đủ sáu căn thật hữu dụng, vô cùng đẹp đẽ để học hỏi và thực hành đường lối giác ngộ, giải thoát của Đức Từ Phụ Thích Ca Mâu Ni. Tang gia hiếu quyến đại vì hương linh tên... xin khấu đầu đảnh lễ.

Tổ Tiên, Cửu Huyền Thất Tổ, cũng như cha mẹ từ vô thỉ đến nay để tạ ơn. (1 lạy) (o)

Gia chủ đại vì người bịnh tên.... xin khấu đầu đảnh lễ Tổ Tiên, Cửu Huyền Thất Tổ, cũng như cha mẹ từ vô thỉ đến nay để tạ ơn. (1 lạy) (o)

(Đó là Lễ Tạ Ơn đối với Tổ Tiên, Cửu Huyền Thất Tổ cũng như cha mẹ từ vô thỉ đến nay của hương linh)

4) Lễ Tạ Ơn thứ tư:

Hương linh / người bịnh mang ơn các thiện trí thức đã dạy bảo, các bạn bè thân sơ đã khuyên nhủ cùng những ân nhân, những người oán thù từ vô thỉ đến nay, đều là những nhơn duyên, đều là những phương tiện tốt, đã giúp đỡ hương linh trên đường Đời cũng như đường Đạo. Hương linh xin khấu đầu đỉnh lễ để tạ ơn.

Tang gia hiếu quyến đại vì hương linh tên... xin khấu đầu đảnh lễ các thiện trí thức để tạ ơn. (1 lạy) (o)

Gia chủ đại vì người bịnh tên.... xin khấu đầu đảnh lễ các thiện trí thức để tạ ơn. (1 lạy) (o)

(Đó là Lễ Tạ Ơn đối với các Thiện Trí Thức, bạn bè thơn sơ và kẻ ơn, người oán của hương linh)

5) Lễ Tạ ơn thứ năm:

Hương linh / người bịnh mang ơn họ hàng, nội, ngoại xa gần từ vô thỉ đến nay đã giúp đỡ, và khuyên dạy hương linh về đủ mọi mặt trong cuộc đời vô cùng phúc tạp này.

Tang gia hiếu quyến đại vì hương linh tên... xin khấu đầu đảnh lễ các họ hàng, nội, ngoại xa gần từ vô thỉ đến nay để tạ ơn. (1 lạy)(o)

Gia chủ đại vì người bịnh tên.... xin khấu đầu đảnh lễ các họ hàng, nội, ngoại xa gần từ vô thỉ đến nay để tạ ơn. (1 lạy) (o)

(Đó là Lễ Tạ ơn đối với họ hàng nội ngoại gần xa của hương linh)

6) Lễ tạ Ơn thứ sáu:

Hương linh / người bịnh mang ơn tất cả các vợ chồng, chồng vợ, và các con cái, trong đó có những kẻ ơn, và cũng có những người oán từ vô thỉ đến nay. Các ngài đã cho hương linh có chỗ gá vào, để có nhiều cơ hội trả vay, vay trả mọi ân oán, nợ nần và mới có hòan cảnh, có môi trường học hỏi về Đời, về Đạo, hầu tiến đến chơn lý giải

thoát sinh tử, khổ đau.

Tang gia hiếu quyến đại vì hương linh tên... xin khấu đầu đảnh lễ các vợ chồng, chồng vợ, và các con cái từ vô thủy đến nay để tạ ơn. (1 lạy) (o)

Gia chủ đại vì người bịnh tên.... xin khấu đầu đảnh lễ các vợ chồng, chồng vợ, và các con cái từ vô thủy đến nay để tạ ơn. (1 lạy) (o)

(Đó Là Lễ Tạ Ơn đối với tất cả vợ chồng, chồng vợ và con cái của hương linh)

7) Lễ tạ ơn thứ bảy:

Hương linh/người bịnh mang ơn muôn loài, muôn vật, chúng sinh, hữu tình, vô tình: đất, nước, gió, lửa, hoa, trái, cỏ cây từ vô thỉ đến nay. Đã cho hương linh có đầy đủ vật dụng trong cuộc sống hàng ngày, để duy trì thơn mạng này mà tu học về cả hai mặt Đời và Đạo.

Tang gia hiếu quyến đại vì hương linh tên... xin khấu đầu đảnh lễ muôn loài, muôn vật, chúng sinh, hữu tình, vô tình để tạ ơn. (1 lạy) (o)

Gia chủ đại vì người bịnh tên.... xin khấu đầu đảnh lễ muôn loài, muôn vật, chúng sinh, hữu tình, vô tình để tạ ơn. (1 lạy) (o)

(Đó là Lễ Tạ Ơn đối với muôn loài muôn vật hương linh sinh, hữu tình cũng như vô tình của hương linh)

8) Lễ Tạ ơn thứ tám:

Hương linh / người bịnh mang ơn tất cả các Quốc Gia, Xã Hội, Toàn Thế Giới, và Đại Vũ trụ.

Tất cả các chư vị hiện tiền cũng như các chư vị đã quá vãng, các oan hồn không phân biệt tôn giáo, chủng tộc, hay nòi giống, các vị Anh hùng Liệt sĩ, các vị Anh Thư hữu danh, vô danh, muôn loài, muôn vật: hữu tình vô tình, hữu hình vô hình, từ vô thỉ đến nay. Các Ngài đã cho hương linh một cuộc sống thanh bình, trật tự, một sự tương trợ hài hòa với lòng bác ái, can đảm, hy sinh đầy trách nhiệm.

Tang gia hiếu quyến đại vì hương linh tên... xin khấu đầu đảnh lễ các Quốc Gia, Xã Hội, Toàn Thế Giới, và Đại Vũ trụ để tạ ơn. (1 lạy) (o)

Gia chủ đại vì người bịnh tên.... xin khấu đầu đảnh lễ các Quốc Gia, Xã Hội, Toàn Thế Giới, và Đại Vũ trụ để tạ ơn. (1 lạy) (o)

(Đó là Lễ Tạ Ơn đối với Quốc Gia, Xã Hội, Toàn Thế Giới, Đại Vũ Trụ, các anh hùng liệt sĩ và muôn loài muôn vật)

9) Lễ Tạ ơn thứ chín:

Hương linh/người bịnh mang ơn sự vi diệu của Pháp Giới dung thông, các quý vị thuộc thế giới vô hình, hữu hình từ vô thỉ đến nay, đã cho hương linh có một đức tin vững chắc về Tâm Linh, về sự nhiệm mầu trong cuộc sống! Để hương linh có được lòng tự tin, là nơi chính mình cũng có khả năng tự giác về Chân Lý ấy.

Tang gia hiếu quyến đại vì hương linh tên... xin khấu đầu đảnh lễ sự vi diệu của Pháp Giới dung thông để tạ ơn. (1 lạy) (o)

Gia chủ đại vì người bịnh tên.... xin khấu đầu

đảnh lễ sự vi diệu của Pháp Giới dung thông để tạ ơn. (1 lạy) (o)

(Đó là Lễ tạ Ơn đối với sự vi diệu của Pháp Giới dung thông)

10) Lễ Tạ Ơn thứ mười:

Hương linh / người bịnh mang ơn chính thân mạng của hương linh, vì nhờ phúc báu của thân mạng đang hiện hữu này, mà hương linh có muôn vàn cơ hội: để sám hối, để tu sửa, để học hỏi về Đời, về Đạo mà tinh tấn, tiến hóa đến tận cùng, là cứu cánh Chân, Thiện, Mỹ hầu giải thoát chính mình và giải thoát chúng sinh.

Tang gia hiếu quyến đại vì hương linh tên... xin khấu đầu đảnh lễ chính thân mạng của hương linh để tạ ơn. (1 lạy) (o)

Gia chủ đại vì người bịnh tên.... xin khấu đầu đảnh lễ chính thân mạng của bịnh nhơn để tạ ơn. (1 lạy) (o)

(Đó là lễ Tạ Ơn đối với chính thân mạng của hương linh)

5. ĐI NHIỄU QUANH QUAN TÀI NIỆM PHẬT

(phát chuỗi niệm Phật mỗi người 1 xâu)

6. KỆ DI QUAN

(Chủ lễ đọc)

Nhân sinh trong cõi hữu tình

Luân hồi sinh tử, tử sinh vô thường
Nhớ lời Phật dạy tỏ tường
Thế gian giả tạm, con đường khổ đa
Niết Bàn cảnh giới nhiệm mầu
Cực Lạc an-dưỡng mong cầu hóa sanh
Duyên nay thiện hữu đăng trình
Muốn về Tịnh Độ, vãng sanh Liên Trì
Nguyện cầu Đức Phật Từ Bi
Ra tay tế độ hồn quy sen vàng
Phật Di Đà tiếp dẫn sang
Chư tôn sứ giả hai hàng tiếp nghinh.
Hỡi ôi! Tưởng niệm chân linh
Sinh tiền cõi thế, hiển vinh một thời
Vô thường vận hạn tới nơi
Giàu sang phú quý buông xuôi cõi trần.
Giờ đây thân quyến quây quần
Cùng nhau niệm Phật một lần tiễn đưa. (ooo)

7. THẤT PHẬT DIỆT TỘI CHƠN NGÔN

Ly bà ly bà đế, cầu ha cầu ha đế, đà ra ni đế, ni ha ra đế, tỳ lê nễ đế, ma ha dà đế, chơn lăng càng đế, ta bà ha. (3 lần) (o)

8. QUI VONG

Hỡi chân linh (tên)..., **pháp danh**.......
Duyên lành nương tựa Như Lai
Về đây dưới bóng Phật đài quy y

Quy Phật trí giác từ bi
Xa cảnh địa ngục, được đi lên trời
Quy Pháp giáo lý tuyệt vời
Ra khỏi ngạ quỷ về nơi an lành
Quy Tăng ngủ chúng tu hành
Dẫn đường ra khỏi súc sinh thoát vòng
Thiện hữu chí thiết một lòng
Quy kính Tam Bảo, gieo trồng phúc duyên
Từ nay phát nguyện tu hiền
Nương nhờ Ánh đạo cửa thiền Như Lai. (o)

Chủ lễ: **Chân linh** (tên)..., **pháp danh... quy y Phật,**

Đại Chúng: **Quy y Phật**

Chủ lễ: **Chân linh** (tên)..., **pháp danh... quy y Pháp,**

Đại Chúng: **Quy y Pháp**

Chủ lễ: **Chân linh** (tên)..., **pháp danh... quy y Tăng,**

Đại Chúng: **Quy y Tăng.** (o)

Chủ lễ: **Chân linh** (tên)..., **pháp danh... quy y Phật khỏi đọa vào địa ngục.**

Đại chúng: **Quy y Phật không đọa vào địa ngục.**

Chủ lễ: **Chân linh** (tên)..., **pháp danh... quy y Pháp khỏi đọa vào ngạ quỷ.**

Đại chúng: **Quy y Pháp khỏi đọa vào ngạ quỷ.**

Chủ lễ: **Chân linh** (tên)..., **pháp danh... quy y Tăng khỏi đọa làm súc sanh.**

Đại chúng: **Quy y Tăng khỏi đọa làm súc sanh.** (o)

Chủ lễ: **Chân linh** (tên)..., **pháp danh... quy y Phật lưỡng túc tôn.**

Đại chúng: **Quy y Phật lưỡng túc tôn.**

Chủ lễ: **Chân linh** (tên)..., **pháp danh...quy y Pháp ly dục tôn.**

Đại chúng: **Quy y Pháp ly dục tôn.**

Chủ lễ: **Chân linh** (tên)..., **pháp danh... quy y Tăng chúng trung tôn.**

Đại chúng: **Quy y Tăng chúng trung tôn.** (o)

Chủ lễ: **Chân linh** (tên)..., **pháp danh... quy y Phật kính, quy y Pháp kính, quy y Tăng kính.**

Đại chúng: **Quy y Phật kính, quy y Pháp kính, quy y Tăng kính.**

Chủ lễ: **Chân linh đã quy y Tam Bảo để khỏi gây nhân hữu lậu, từ nay trở đi về nương nhờ nơi Phật cảnh.** (o)

9. KINH BÁT NHÃ BA LA MẬT

Khi Ngài Quán Tự Tại Bồ Tát thực hành sâu xa pháp Bát Nhã Ba La Mật Đa, Ngài soi thấy năm uẩn đều không, qua hết thảy khổ ách.

"Này Xá Lợi Phất, sắc chẳng khác không, không chẳng khác sắc, sắc tức là không, không tức là sắc. Thọ, Tưởng, Hành, Thức cũng đều như thế".

"Này Xá Lợi Phất, 'tướng không của mọi

pháp' không sanh, không diệt, không dơ, không sạch, không thêm, không bớt, nên trong 'chân không', không có sắc, không có thọ, tưởng, hành, thức, không có mắt, tai, mũi, lưỡi, thân, ý, không có sắc, thinh, hương, vị, xúc, pháp, không có nhãn giới, cho đến không có ý thức giới, không có vô minh, cũng không có cái hết vô minh, cho đến không có già chết, cũng không có cái hết già chết, không có khổ, tập, diệt, đạo, không có trí huệ, cũng không có chứng đắc.

Vì không có chỗ chứng đắc, nên Bồ Tát y theo Bát Nhã Ba La Mật Đa, tâm không ngăn ngại. Vì không ngăn ngại, nên không sợ hãi, xa hẳn điên đảo, mộng tưởng, đạt tới cứu cánh Niết Bàn.

Chư Phật trong ba đời cũng y theo Bát Nhã Ba La Mật Đa, được đạo quả vô thượng chánh đẳng chánh giác.

Nên biết Bát Nhã Ba La Mật Đa là Đại Thần Chú, là Đại Minh Chú, là Vô Thượng Chú, là Vô Đẳng Đẳng Chú, trừ được hết thảy khổ, chân thật không hư".

Vì vậy, liền nói Chú Bát Nhã Ba La Mật Đa:

"Yết đế, yết đế, ba la yết đế, ba la tăng yết đế, bồ đề tát bà ha". (3 lần) (o)

10. CHÚ VÃNG SANH QUYẾT ĐỊNH CHÂN NGÔN

Nam mô a di đa bà dạ,
đa tha dà đa dạ,
đa địa dạ tha,

a di rị đô bà tì,
a di rị đa tất đam bà tì,
a di rị đa tì ca lăn đế,
a di rị đa tì ca lăn đa,
dà di nị dà dà na,
chỉ đa ca lệ ta bà ha. (3 lần) (o)

11. NIỆM PHẬT

A Di Đà Phật thân sắc vàng
Tướng tốt quang minh tự trang nghiêm
Năm Tu Di uyển chuyển bạch hào
Bốn biển lớn trong ngần mắt biếc
Trong hào quang hóa vô số Phật
Vô số Bồ tát hiện ở trong
Bốn mươi tám nguyện độ chúng sanh
Chín phẩm sen vàng lên giải thoát
Quy mạng lễ A Di Đà Phật
Ở phương Tây thế giới an lành
Con nay xin phát nguyện vãng sanh
Cúi xin Đức Từ Bi tiếp độ.
Nam Mô Tây-phương Cực-lạc thế-giới,
đại-từ đại-bi, A-Di-Đà Phật.

Nam Mô A-Di-Đà Phật. *(phát chuỗi niệm Phật mỗi người 1 xâu đi nhiễu quanh quan tài và bên trong nhà quàn, niệm nhiều càng tốt)* (o)

Nam Mô Đại-bi Quán-Thế-Âm Bồ-tát.(3 lần) (o)

Nam Mô Đại-Thế-Chí Bồ-tát. (3 lần) (o)

Nam Mô Địa-Tạng Vương Bồ-tát. (3 lần) (o)

Nam Mô Thanh-tịnh Đại-Hải chúng Bồ-tát. (3 lần) (ooo)

12. ĐƯA KIM QUAN RA XE TANG

(Vừa đi vừa niệm Phật và rước kim quan ra xe tang về nơi an táng hay hỏa táng)

- Hình Phật đi trước
- Chư Tôn Thiền Đức Tăng Ni
- Hình hương linh, lư nhang, đèn, bông và trái cây.
- Kim Quan.
- Tang quyến, phật tử và quan khách.

LỄ AN TÁNG và HỎA TÁNG

(Ba hồi chuông. Vị chủ lễ đốt 3 nén nhang thư chữ "An Phần Chân Linh" trước kim quan và đọc bài kệ)

1. KỆ AN TÁNG

Kiếp người trong cảnh vô thường
Có sinh có hóa âm dương luân hồi
Hôm nay tiễn biệt một người
Gia đình thân quyến lệ rơi tuôn trào.
Hỡi ơi! nhớ tưởng khi nào
Sinh tiền nết hạnh công lao ở đời
Ngờ đâu vận hạn tới nơi
Nguồn vui thế sự buông xuôi lìa trần.

Sinh tử ai cũng một lần
Người nằm xuống được yên phần từ đây
Nhục thân an táng (hỏa táng) giờ này
Ngày lành tháng tốt lập ngay Linh Sàng.
Bạn Bè nội ngoại họ hàng
Cùng nhau đứng trước Kim Quan nguyện cầu
Xin Phật ban phép nhiệm mầu
Hồn về Cựu Lạc ở lầu Liên Hoa. (ooo)
(Đồng niệm Phật càng nhiều càng tốt)

2. NIỆM PHẬT

A Di Đà Phật thân sắc vàng
Tướng tốt quang minh tự trang nghiêm
Năm Tu Di uyển chuyển bạch hào
Bốn biển lớn trong ngần mắt biếc
Trong hào quang hóa vô số Phật
Vô số Bồ tát hiện ở trong
Bốn mươi tám nguyện độ chúng sanh
Chín phẩm sen vàng lên giải thoát
Quy mạng lễ A Di Đà Phật
Ở phương Tây thế giới an lành
Con nay xin phát nguyện vãng sanh
Cúi xin Đức Từ Bi tiếp độ.
Nam Mô Tây-phương Cực-lạc thế-giới,
đại-từ đại-bi, A-Di-Đà Phật.
Nam Mô A-Di-Đà Phật. (3 lần) (o)
Nam Mô Đại-bi Quán-Thế-Âm Bồ-tát. (3 lần) (o)
Nam Mô Đại-Thế-Chí Bồ-tát. (3 lần) (o)

Nam Mô Địa-Tạng Vương Bồ-tát. (3 lần) (o)

Nam Mô Thanh-tịnh Đại-Hải chúng Bồ-tát. (3 lần) (ooo)

3. HỒI HƯỚNG

Cầu siêu (An táng, Hỏa táng) **công đức, hạnh nhiệm mầu**
Thắng phước bao nhiêu con nguyện cầu
Tất cả chúng sanh trong pháp giới
Hướng về Phật Pháp tỏ đạo mầu.
Nguyện cho ba chướng tiêu tan
Phiền não dứt sạch, huệ căn sang ngời
Cầu cho con được đời đời
Hành Bồ Tát Đạo, cứu đời lầm than.
Nguyện sanh Tây Phương, cõi Lạc Bang
Cha mẹ, sen vàng chín phẩm sanh
Hoa nở, thấy Phật, quả viên thành
Các vị Bồ Tát bạn lành với ta. (o)

4. PHỤC NGUYỆN

(Chủ Lễ)

Chúc nguyện Chân Linh (tên)…, pháp danh….
Qua khỏi cảnh nhân gian sinh tử
Kíp tới nơi không hải Như Lai
Đức Quán Âm nhậm tình bầu bạn
Ngài Thế Chí niệm nghĩa trúc mai.
Ao Bát Đức mặt tình tắm mát
Đài Cửu Liên thỏa gót dong chơi

Hồn phách nương về nơi cõi tịnh
Nghiệp duyên bỏ lại chốn trần ai
Sen nở bông hoa thượng phẩm
Chư Phật thụ ký kim giai. (o)
Đại chúng đồng tụng:

5. TAM QUY

Con nương theo Phật, cầu cho chúng sanh
Tin chắc Đạo cả, phát lòng vô thượng. (o) (1 lạy)

Con nương theo Pháp, cầu cho chúng sanh
Thấu rõ kinh tạng, trí huệ như biển. (o) (1 lạy)

Con nương theo Tăng, cầu cho chúng sanh
Kính tín hòa hợp, tất cả không ngại. (ooo) (1 lạy)

Nguyện đem công đức tụng kinh này,
Xin hồi hướng chính tiến hương linh
Cùng gia đình họ hàng thân quyến
Và tất cả pháp giới chúng sanh
Chung hưởng phúc an lành
Đều thành Phật đạo. (ooo)
Chủ Lễ nói:

Thưa quý vị cùng Tang quyến,

Phần lễ cầu nguyện tiễn đưa nhục thân của……………., pháp danh……… **về nơi an dưỡng, tới đây đã hòan mãn. Xin quý vị cùng tang quyến, mỗi người ngắt một bông hoa rải**

trên kim quan trước khi nhà quàn đổ đất (chôn), để tiễn đưa chân linh về nơi an nghỉ cuối cùng.

(Chư Tôn Đức Tăng Ni và Ban Hộ Niệm lui ra)

BÀI SÁM TỐNG TÁNG

Cuộc hồng trần xoay vần quá ngán
Kiếp phù sanh tụ tán mấy lâm hồi
Người đời có biết chăng ôi!
Thân người tuy có, có rồi hòan không
Chiêm bao khéo khuấy lạ lùng
Mơ màng trong một giấc nồng mà chi
Làm cho buồn bả thế ni
Hình-dung mới đó bữa nay đâu rồi
Khi nào đứng đứng ngồi ngồi
Bây giờ thiêm thiếp như chồi cây khô. (o)
Khi nào du lịch giang hồ
Bây giờ nhắm mắt mà vô quan tài
Khi nào lược giắt trâm cài
Bây giờ gởi xác ra ngoài gò hoang:
Khi nào trao ngọc chuốt vàng
Bây giờ một nắm xương tàn lạnh tanh
Khi nào mắt đẹp mày thanh
Bây giờ thấy dạng thấy hình là đâu
Khi nào lên các xuống lầu
Bây giờ một nắm cỏ sầu xanh xanh
Khi nào liệt liệt oanh oanh
Bây giờ một trận tan tành gió mưa. (o)

Khi nào ngựa lọc xe lừa
Bây giờ mây rước trăng đưa mơ màng
Khi nào ra trướng vào màn
Bây giờ nhà cửa xóm làng cách xa
Khi nào mẹ mẹ cha cha
Bây giờ bóng núi cách xa muôn trùng
Khi nào vợ vợ chồng chồng
Bây giờ trăng khuyết còn mong chi tròn. (o)
Khi nào cháu cháu con con
Bây giờ hai ngã nước non xa vời
Khi nào cốt nhục vẹn mười
Bây giờ lá héo nhành tươi vui gì
Khi nào bạn hữu sum vầy
Bây giờ chén rượu cuộc kỳ vắng thiu
Cái thân như tất bóng chiều
Như chùm bọt nước phạp phiều ngoài khơi
Xưa ông Bành Tổ sống đời
Tám trăm tuổi thọ nay thời còn đâu
Sang mà đến bực Công Hầu
Giàu mà đến bực bấy lâu Thạch Sùng
Nghèo mà đói khát lạnh lùng. (o)
Khổ mà tóc cháy da phồng trần ai
Phù du sớm tối một mai
Giàu sang cũng thác xạt xài cũng vong
Thông minh tài trí anh hùng
Si mê dại dột cũng chung một gò
Biển trần nhiều nỗi gay go
Mau mau nhẹ gót qua đò sông mê

Sự đời nên chán nên chê
Tầm nơi giải thoát mà về mới khôn
Vong hồn ơi, hỡi vong hồn
Cuộc đời nay biển mai cồn tỉnh chưa. (o)
Tỉnh rồi một giấc say sưa,
Sẽ xin niệm Phật mà đưa hồn về
Hồn về Cực Lạc nước kia
Cho xa hang quỷ mà lìa kiếp ma
Nhờ ơn đức Phật Di Đà
Phóng ra một ngón chói lòa hào-quang
Trong khi tiếp dẫn rõ ràng
Dắt hồn ra khỏi sáu đàng nghiệp nhơn
Quan Âm Bồ Tát vui mừng
Tay cầm nhành liễu tay bưng kim đài
Với cùng Thế Chí các ngài
Cũng đều khuyến thỉnh lên ngai sen vàng
Có bảo cái, có tràng phan
Có mùi hương lạ, có đàn ngọc xây. (o)
Có Trời các cõi truy tùy
Có đờn, có trống, rước đi một đường
Rước về đến cảnh Tây Phương
Có ao thất bảo có hương ngũ phần
Lưu ly có đất sáng ngần
Ma ni có nước trong tần chảy quanh
Thất trân có bảy lớp thành
Bảy hàng cây báu, bảy vành lưới châu
Có ngân các, có kim lầu
Có chim nói pháp diệu mầu dễ nghe

Nghe rồi tỏ đạo Bồ Đề
Bao nhiêu nghiệp chướng hồn mê dứt liền. (o)
Đã sanh về chín phẩm sen
Mấy tai cũng xảy, mấy duyên cũng tròn
Phật như thể mẹ tìm con
Con mà gặp mẹ lại còn lo chi
Lầu vàng đài các thiếu gì
Ăn thì cơm ngọc, mặc thì áo châu
Không ơn, không oán, không sầu
Không già, không chết, có đâu luân-hồi
Tánh xưa nay đã tỏ rồi
Gương xưa rày đã lau chùi trần ô
Tu hành phải đợi kiếp mô. (o)
Nguồn tình biển ái đã khô bao giờ
Lựa là phải lựa thiền cơ
Mà đèn trí huệ để lờ đi đâu
Mấy lời hộ niện trước sau
Nguyện cho thành Phật mau mau nữa mà
Phân thân ra khỏi Ta Bà
Từ bi tiếp độ những là chúng sanh. (o)

5

NGHI THỨC THỈNH 12 LOẠI CÔ HỒN

(Dành cho những lễ rằm lớn cúng đại bố thí cho quỷ đói)

1. Tụng Kinh A Di Đà
2. Nghi Thỉnh 12 Loại Cô Hồn
3. Mông Sơn Thí Thực

THỈNH MƯỜI HAI LOẠI CÔ HỒN

Dấu linh thập loại biết là đâu?
Phách quế mơ màng đã mấy thu?
Nay biển mai cồn là thế giới
Hồn thiêng vờ vật nghĩ mà đau.
Hương thành vừa đốt, lời pháp phụng cung.
Khói thơm lan tỏa khắp vùng,
Núi song đồng nội, suối rừng u linh.
Sơ phiên hoa ngọc chén quỳnh,
Thỉnh hồn các nẻo, mau mau giáng về.

Nam Mô bộ bộ đế rị già rị đa rị đát đa nga đa da. (3 lần) (o)

-1-

Chủ lễ: ***Thỉnh lần thứ hai:*** **Dấu linh mười hai loại cô hồn giáng về.** (o)

Thỉnh lần thứ ba: **Dấu linh mười hai loại cô hồn giáng về.** (o)

Chủ lễ: **Hương hoa nghinh, hương hoa thỉnh**

Đại chúng: **Cao tăng thượng sĩ xuất trần, Tăng Ni phạm hạnh thanh cao, thiện tín giới quy toàn vẹn… Hoa vàng trúc biếc, còn đâu bí mật chân ngôn. Mây trắng trời xanh, kinh kệ vô thường vô ngã.**

Thương thay! Cửa thiền thấm lạnh ba canh trăng sáng, tịnh thất đèn soi bóng vắng lạnh lùng. Như thế những hàng Thích tử một loại cô hồn. Cẩ nguyện nương oai Tam-bảo thần lực mật ngôn, phút giây tới hưởng trai đàn, pháp diên lễ mọn long thành kính dâng.

Nam Mô bộ bộ đế rị già rị đa rị đát đa nga đa da. (3 lần) (o)

-2-

Chủ lễ: **Hương hoa nghinh, hương hoa thỉnh**

Đại chúng: **Tiên nhân áo nhẹ, đạo sĩ mũ vàng, vườn hoa an tĩnh tu chân, trong động đào nguyên dưỡng tánh Đạo pháp chưa toàn, thiên tào chưa kịp ghi tên thì bốn đại vô thường, địa phủ đành ôm mối hận.**

Thương thay! Lò đan quán ngọc in sương lạnh, đàn hoa vườn đạo gió hiu buồn, Như thế những hàng Đạo sĩ huyền môn một loại cô hồn. Cần nguyện nương oai Tam-bảo thần lực mật ngôn, phút giây tới hưởng trai đàn, pháp diên lễ mọn long thành kính dân.

Nam Mô bộ bộ đế rị già rị đa rị đát đa nga đa da. (3 lần) (o)

-3-

Chủ lễ: **Hương hoa nghinh, hương hoa thỉnh**

Đại chúng: **Các triều đế chúa hầu vương, chín trùng điệ các cao ngôi, muôn dặm sơn hà riêng cõi. Từ Tây thuyền chiến đến, ngànnăm vương khí bỗng tàn. Xe loan vừa quay về Bắc, tiếng oan bao nước chưa tan.**

Thương thay! Chim quyên thắc thỏm hoa đào rụng, máu đỏ nhuộm tâm mối hận dài. Như thế những hàng Vương bá một loại cô hồn. Cần nguyện nương oai Tam-bảo thần lực mật ngôn, phút giây tới hưởng trai đàn, pháp diên lễ mọn long thành kính dâng.

Nam Mô bộ bộ đế rị già rị đa rị đát đa nga đa da. (3 lần) (o)

-4-

Chủ lễ: **Hương hoa nghinh, hương hoa thỉnh**

Đại chúng: **Lập đàn bái tướng dựng tiết phong hầu. Sức dời đỉnh nặng ngàn cân, thân sánh thành dài vạn dặm. Trướng hùm nay sương lạnh, uống**

bao binh mã công lao. Giặc sói hôi tanh đã phũ phàng rồng thiêng nguyện lớn.

Thương thay! Tướng quân ngựa chiến nay đâu vắng, than vùi dưới đất cỏ hoa sầu. Như thế những hàng Tướng soái anh hùng một loại cô hồn. Cẩn nguyện nương oai Tam-bảo thần lực mật ngôn, phút giây tới hưởng trai đàn, pháp diên lễ mọn lòng thành kính dâng.

Nam Mô bộ bộ đế rị già rị đa rị đát đa nga đa da. (3 lần) (o)

-5-

Chủ lễ: **Hương hoa nghinh, hương hoa thỉnh**

Đại chúng: **Năm châu tài tuấn, trăm quận hiền lương, bao năm tiết sang văn quan, một tấm lòng son thờ chúa. Nay châu hương nam, mai huyện bắc, từ biệt quê hương đi gánh vác việc nhân dân. Gốc biển chân trời không may bỏ mạng.**

Thương thay! Lá rụng nổi trôi theo dòng nước. Âm dương cách biệt, hồn thiêng vơ vẩn biết nương đâu ? Như thế những hàng Đại thần Tể phụ một loại cô hồn. Cẩn nguyện nương oai Tam-bảo thần lực mật ngôn, phút giây tới hưởng trai đàn, pháp diên lễ mọn lòng thành kính dâng.

Nam Mô bộ bộ đế rị già rị đa rị đát đa nga đa da. (3 lần) (o)

-6-

Chủ lễ: **Hương hoa nghinh, hương hoa thỉnh**

Đại chúng: **Thư sinh mặt trắng, sĩ tử cửa**

vàng. Tìm hoa chân đến rừng văn, tranh tài thân chơi trường thí. Không mai đèn quỳnh vụt tắt luống uổng công phu bao năm đọc sách mài nghiêng mực.

Thương thay! Lụa đỏ vài dòng ghi tên tuổi, đất vàng một nấm lấp đời văn chương. Như thế những hàng cử sĩ văn nhân một loại cô hồn. Cẩn nguyện nương oai Tam-bảo thần lực mật ngôn, phút giây tới hưởng trai đàn, pháp diên lễ mọn lòng thành kính dâng.

Nam Mô bộ bộ đế rị già rị đa rị đát đa nga đa da. (3 lần) (o)

-7-

Chủ lễ: **Hương hoa nghinh, hương hoa thỉnh**

Đại chúng: **Bán buôn Nam Bắc lữ khách giang hồ, doanh thương muôn dặm đi về, chứa chử ngàn vàng muôn bạc không ngờ sóng gió đến nỗi mồi ngon bụng cá hiến thân. Chẳng biết đường về đành mất mạng nơi hẻm quanh lối hiểm.**

Thương thay! Mù mịt phách theo mây Bắc cuốn, vời vợi hồn theo suối Đông trôi. Như thế những hàng lữ khách tha hương một loại cô hồn. Cẩn nguyện nương oai Tam-bảo thần lực mật ngôn, phút giây tới trai đàn, pháp diên lễ mọn lòng thành kính dâng.

Nam Mô bộ bộ đế rị già rị đa rị đát đa nga đa da. (3 lần) (o)

-8-

Chủ lễ: **Hương hoa nghinh, hương hoa thỉnh**

Đại chúng: **Anh hùng chiến sĩ vì nước vì dân. Dưới cờ trống đánh tranh hùng, trước trận giặc rừng gươm đổi mạng. Tiếng kèn thúc giục, phút giây đầu vỡ thân tan. Thắng bại chưa phân, đất đã đầy xương rơi thịt nát.**

Thương thay! Bát ngát sa trường oan quỷ khóc, ngổn ngang hài cốt chẳng ai thâu. Như thế những hàng chiến sĩ trận vong một loại cô hồn. Cẩn nguyện nương oai Tam-bảo thần lực mật ngôn, phút giây tới hưởng trai đàn, pháp diên lễ mọn lòng thàng kính dâng.

Nam Mô bộ bộ đế rị già rị đa rị đát đa nga đa da. (3 lần) (o)

-9-

Chủ lễ: **Hương hoa nghinh, hương hoa thỉnh**

Đại chúng: **Chín tháng mang thai, ba hôm nằm chỗ. Những tưởng hòa minh loan phụng, ước mong hợp mộng hùng bi. Tin lành sắp báo, cát hung trong một phút giây. Ngọc đá chưa phân, mẹ con đã về chín suối.**

Thương thay! Hoa đang tươi đẹp, mưa gió phũ phàng. Trăng đang tròn sáng, mây kéo mịt mù. Như thế những hàng sản phụ nạn nhi một loại cô hồn. Cẩn nguyện nương oai Tam-bảo thần lực mật ngôn, phút giây tới hưởng trai đàn, pháp diên lễ mọn lòng thành kính dâng.

Nam Mô bộ bộ đế rị già rị đa rị đát đa nga đa da. (3 lần) (o)

-10-

Chủ lễ: **Hương hoa nghinh, hương hoa thỉnh**

Đại chúng: **Mọi, mường, thổ, mán, đui, điếc, ngọng, câm, thiếp tỳ ganh ghét thiệt thân, tôi tớ nhọc nhằn mất mạng. Khinh khi Tam-bảo, tội ác chứa tợ hà sa. Bội nghịch mẹ cha, hung dữ đầy tràn vũ trụ.**

Thương thay! Đêm dài tối mịt bao giờ sáng, cảnh khổ âm u kiếp đọa đày. Như thế những hàng báo chướng nghiệp oan một loại cô hồn. Cần nguyện nương oai Tam-bảo thần lực mật ngôn, phút giây tới hưởng trai đàn, pháp diên lễ mọn lòng thành kính dâng.

Nam Mô bộ bộ đế rị già rị đa rị đát đa nga đa da. (3 lần) (o)

-11-

Chủ lễ: **Hương hoa nghinh, hương hoa thỉnh**

Đại chúng: **Giai nhân mỹ nử mặt phấn phòng khuê, hương xông xạ ướp. Ngày nay trăng khuyết hoa tàn.**

Thương thay! Trâm cài lược giắt liễu biếc hoa thơm, phong lưu ngày trước nay để lại đây nắm xương tàn. Như thế những hàng phụ nữ quần thoa một loại cô hồn. Cần nguyện nương oai Tam-bảo thần lực mật ngôn, phút giây tới hưởng trai đàn, pháp diên lễ mọn lòng thành kính dâng.

Nam Mô bộ bộ đế rị già rị đa rị đát đa nga đa da. (3 lần) (o)

-12-

Chủ lễ: **Hương hoa nghinh, hương hoa thỉnh**

Đại chúng: **Tù nhân hình ngục, hành khất cơ hàn, nước lửa mất thân, cọp beo cướp mạng, vòng dây thuốc độc, ngàn năm chưa tỉnh hồn oan. Sét đánh núi băng vật vờ phách quỷ,**

Thương thay! Khói biếc mai chiều gió lạnh lá vàng. Như thế những hàng hoạnh tử thương vong một loại cô hồn. Cẩn nguyện nương oai Tam-bảo thần lực mật ngôn, phút giây tới hưởng trai đàn, pháp diên lễ mọn lòng thành kính dâng.

Nam Mô bộ bộ đế rị già rị đa rị đát đa nga đa da. (3 lần) (ooo)

Khắp thỉnh pháp giới 12 loại cô hồn, Diệm Nhiên đại sĩ thống lãnh tất cả. Nương cỏ gá cây, ly my võng lượng, trệ phách cô hồn, hằng sa chủng loại cùng gia thân quyến thuộc. Cẩn nguyện nương oai Tam-bảo thần lực mật ngôn, phút giây tới hưởng trai đàn, pháp diên lễ mọn lòng thành kính dâng. (ooo)

Lòng thành phụng thỉnh đã phân minh
Xin nguyện quang lâm chứng thịnh tình.
Sơ lễ kính mừng đôi chén ngọc
Đàn hoa ngồi tạm lắng nghe kinh.

Nam Mô Đại Thánh Cứu Bạt Minh Đồ
Bổn Tôn Đại Nguyện Địa tạng Vương Bồ Tát
Ma Ha Tát. (3 lần) (o)

(tiếp theo mời khai chuông mõ tụng
MÔNG SƠN THÍ THỰC)

PHẦN IV

CÁC BÀI KỆ SÁM

1

ĐẢNH LỄ 25 DANH HIỆU CHƯ PHẬT, BỒ TÁT & HIỀN THÁNH TĂNG

Nhất tâm đảnh lễ:

1. **Nam mô tận hư không biến pháp giới, quá, hiện, vị lai thập phương nhất thiết chư Phật Thế Tôn.** (o) (1 lạy)
2. **Nam mô tận hư không biến pháp giới, quá, hiện, vị lai thập phương nhất thiết chư Tôn Pháp.** (o) (1 lạy)
3. **Nam mô tận hư không biến pháp giới, quá, hiện, vị lai thập phương nhất thiết chư Hiền Thánh Tăng.** (o) (1 lạy)
4. **Nam mô Thường Tịch Quang Tịnh Độ Thanh tịnh diệu pháp than Tỳ Lô Giá Na Phật.** (o) (1 lạy)
5. **Nam mô Thật báo trang nghiêm độ viên mãn báo than Lô Xá Na Phật.** (o) (1 lạy)
6. **Nam mô Phương Tiện Thánh Cư Độ thiên bá ức hóa thân, bổn sư Thích Ca Mâu Ni Phật.** (o) (1 lạy)
7. **Nam mô Ta Bà giáo chủ thị hiện, ngũ trược ác thế, bổn sư Thích Ca Mâu Ni Phật.** (o) (1 lạy)

8. **Nam mô Hiện tọa đạo tràng, Liên hoa đài thượng, vạn đức tôn dung, bổn sư Thích Ca Mâu Ni Phật.** (o) (1 lạy)
9. **Nam mô Tây Phương Lạc Bang giáo chủ, đại từ đại bi A Di Đà Phật.** (o) (1 lạy)
10. **Nam mô Đông Phương giáo chủ, mãn nguyện từ dung tịnh tiêu tai diên thọ Dược Sư Phật.** (o) (1 lạy)
11. **Nam mô Long Hoa giáo chủ, đương lai hạ sanh Từ Thị Di Lặc Tôn Phật.** (o) (1 lạy)
12. **Nam mô Ngũ Đài Sơn đại trí Văn Thù Sư Lợi Bồ Tát.** (o) (1 lạy)
13. **Nam mô Nga Mi Sơn đại hạnh Phổ Hiền Vương Bồ Tát.** (o) (1 lạy)
14. **Nam mô Phổ Đà Sơn đại bi Quán Thế Âm Bồ Tát.** (o) (1 lạy)
15. **Nam mô Tu Di Sơn đại hùng đại lực Đại Thế Chí Bồ Tát.** (o) (1 lạy)
16. **Nam mô Cửu Hoa Sơn đại nguyện Địa Tạng Vương Bồ Tát.** (o) (1 lạy)
17. **Nam mô Đại Thánh Hư Không Tạng Bồ Tát.** (o) (1 lạy)
18. **Nam mô Thất Cư Chi Phật Mẫu Chuẩn Đề Vương Bồ Tát.** (o) (1 lạy)
19. **Nam mô Niêm hoa ngộ chỉ, đệ nhất thủ truyền Ma Ha Ca Diếp Tôn Giả.** (o) (1 lạy)
20. **Nam mô Đa văn đệ nhất, kết tập Kinh Tạng, khải giáo A Nan Đà Tôn Giả.** (o) (1 lạy)
21. **Nam mô Trì giới đệ nhất, kết tập Luận**

Tạng, Ưu Ba Ly Tôn Giả. (o) (1 lạy)

22. **Nam mô Biện Luận đệ nhất kết tập Luận Tạng Phú Lâu Na Tôn Giả.** (o) (1 lạy)

23. **Nam mô Thanh Tịnh Đại Hải Chúng Bồ Tát.** (o) (1 lạy)

24. **Nam mô Hộ Pháp Chư Tôn Bồ Tát, Hộ Giáo, Hộ Giới Liệt Vị Thiện Thần.** (o) (1 lạy)

25. **Nam mô Linh Sơn Hội Thượng Phật Bồ Tát Ma Ha Tát.** (o) (1 lạy)

2

ĐẢNH LỄ 18 VỊ A-LA-HÁN

Chí Tâm Đảnh Lễ:

Nam Mô Thập phương tam thế nhất thiết chư Phật. (o) (1 lạy)

Nam Mô Bổn Sư Thích Ca Mâu Ni Phật. (o) (1 lạy)

Nam Mô Ca-hi-na tôn pháp. (o) (1 lạy)

1. **Nam Mô Đệ nhất trí tuệ XÁ LỢI PHẤT tôn giả.** (o) (1 lạy)
2. **Nam Mô Đệ nhất thần thông MỤC KIỀN LIÊN tôn giả.** (o) (1 lạy)
3. **Nam Mô Đệ nhất đầu đà MA-HA CA DIẾP tôn giả.** (o) (1 lạy)
4. **Nam Mô Đệ nhất nghị luận MA-HA CA CHIÊN DIÊN tôn giả.** (o) (1 lạy)
5. **Nam Mô Đệ nhất vấn đáp MA-HA CÂU HY LA tôn giả.** (o) (1 lạy)
6. **Nam Mô Đệ nhất chánh định LY BÀ ĐA tôn giả.** (o) (1 lạy)
7. **Nam Mô Đệ nhất khéo tr. pháp Phật CHÂU LỢI BÀN ĐÀ tôn giả.** (o) (1 lạy)
8. **Nam Mô Đệ nhất đa văn ANANĐÀ tôn giả.** (o) (1 lạy)
9. **Nam Mô Đệ nhất nghiêm hộ sáu căn NAN ĐÀ tôn giả.** (o) (1 lạy)
10. **Nam Mô Đệ nhất mật hạnh LA HẦU LA**

tôn giả. (o) (1 lạy)

11. **Nam Mô Đệ nhất phước điền c.i trời KIỀU PHẠM BA ĐỀ tôn giả.** (o) (1 lạy)
12. **Nam Mô Đệ nhất khéo giáo hóa CA LƯU ĐÀ DI tôn giả.** (o) (1 lạy)
13. **Nam Mô Đệ nhất phước điền nhân gian TÂN ĐẦU LƯ PHẢ LA ĐỌA tôn giả.** (o) (1 lạy)
14. **Nam Mô Đệ nhất thọ mạng BẠC CÂU LA tôn giả.** (o) (1 lạy)
15. **Nam Mô Đệ nhất giỏi thiên văn MA-HA KIẾP TÂN NA tôn giả.** (o) (1 lạy)
16. **Nam Mô Đệ nhất nghĩa không TU BỒ ĐỀ tôn giả.** (o) (1 lạy)
17. **Nam Mô Đệ nhất nói pháp PHÚ LÂU NA tôn giả.** (o) (1 lạy)
18. **Nam Mô Đệ nhất thiên nhân, Ca-hi-na đàn tràng đường chủ, đại thánh A NA LUẬT**

Nam Mô Đạo tràng hội thượng Phật Bồ-tát nhất thiết chư Hiền Thánh Tăng. (o) (1 lạy)

3

TÁN LỄ 17 VỤ TỔ LIÊN TÔNG TRUNG HOA & VIỆT NAM

Chí Tâm Đảnh Lễ:

1. **Nam Mô Tây Thiên Đông Độ Trung Hoa, Việt Nam, lịch đại Tổ Sư cập hoằng dương Phật pháp chư đại Tông Sư.** (o) (1 lạy)
2. **Nam Mô Liên Tông Sơ Tổ, Lô Sơn, Đông Lâm, Bạch liên đạo tràng HUỆ VIỄN ĐẠI SƯ.** (o) (1 lạy)
3. **Nam Mô Liên Tông Nhị Tổ, Trường Minh đạo tràng, THIỆN ĐẠO ĐẠI SƯ.** (o) (1 lạy)
4. **Nam Mô Liên Tông Tam Tổ, Nam Nhạc, Bát Chu Đạo Tràng, THỪA VIỄN ĐẠI SƯ.** (o) (1 lạy)
5. **Nam Mô Liên Tông Tứ Tổ, Trường An, Ngũ Hội Đạo Tràng, PHÁP CHIẾU ĐẠI SƯ.** (o) (1 lạy)
6. **Nam Mô Liên Tông Ngũ Tổ, Tân Định, Đài Nham Đạo Tràng, THIẾU KHANG ĐẠI SƯ.** (o) (1 lạy)
7. **Nam Mô Liên Tông Lục Tổ, Hàng Châu, Vĩnh Minh Đạo Tràng, DIÊN THỌ ĐẠI SƯ.** (o) (1 lạy)
8. **Liên Tông Thất Tổ, Chiêu Khánh, Tịnh**

Hạnh Đạo Tràng, TỈNH THƯỜNG ĐẠI SƯ. (o) (1 lạy)

9. **Nam Mô Liên Tông Bát Tổ, Hàng Châu, Vân Thê Đạo Tràng, LIÊN TRÌ ĐẠI SƯ.** (o) (1 lạy)

10. **Nam Mô Liên Tông Cửu Tổ, Bắc Thiên Mục, Linh Phong Đạo Tràng, NGẪU ÍCH tức TRÍ HÚC ĐẠI SƯ.** (o) (1 lạy)

11. **Nam Mô Liên Tông Thập Tổ, Ngư Sơn, Phổ Nhân Đạo Tràng, HÀNH SÁCH ĐẠI SƯ.** (o) (1 lạy)

12. **Nam Mô Liên Tông Thập Nhất Tổ, Hàng Châu, Phạm Thiên Đạo Tràng, THẬT HIỀN ĐẠI SƯ.** (o) (1 lạy)

13. **Nam Mô Liên Tông Thập Nhị Tổ, Hồng Loa, Tư Phước Đạo Tràng, TẾ TỈNH ĐẠI SƯ.** (o) (1 lạy)

14. **Nam Mô Liên Tông Thập Tam Tổ, Tô Châu, Linh Nham đạo tràng, ẤN QUANG ĐẠI SƯ.** (o) (1 lạy)

15. **Nam Mô Hoằng Dương môn Tịnh Độ, Việt Nam Liên Tông Sơ Tổ, Thủ Đức, Vạn Đức đạo tràng, TRÍ TỊNH ĐẠI SƯ.** (o) (1 lạy)

16. **Nam Mô Hoằng Dương môn Tịnh Độ, Việt Nam Liên Tông Tổ, Đại Ninh, Phú An, Vĩnh Minh cập Phương Liên tịnh xá mật tịnh đạo tràng, VÔ NHẤT ĐẠI SƯ.** (o) (1 lạy)

17. **Nam Mô Hoằng Dương môn Tịnh Độ, Việt Nam Liên Tông Tổ, Đại Ninh, Phú An, Ni Liên, Linh Quang, Liên Hoa, Viên Thông,**

Hương Sen, Dược Sư, Lăng Nghiêm, và Bát Nhã Thiền Tịnh đạo tràng, HẢI TRIỀU ÂM ĐẠI SƯ. (o) (1 lạy)

4

NGHI HÔ CHUÔNG BÁT NHÃ

(Công phu khuya lúc 6g và công phu chiều lúc 4g)

KHAI CHUÔNG

oooooooooooooo o oo o (1 hồi và vô tứ)

1

Nghe tiếng chuông phiền não nhẹ,
Trí tuệ lớn Bồ-đề sanh,
Lìa địa ngục thoát hầm lửa,
Nguyện thành Phật độ chúng sanh.
Nam mô U minh Giáo chủ cứu khổ bổn tôn, cứu bạt minh đồ, đại nguyện Địa Tạng Vương Bồ tát. (o)

2

Ba nghiệp lắng thanh tịnh
Gởi lòng theo tiếng chuông
Nguyện người nghe tỉnh thức
Vượt thoát nẻo đau buồn.
Nam mô Thanh Tịnh pháp thân Tỳ Lô Giá Na Phật. (o)

3

Lắng lòng nghe, lắng lòng nghe
Tiếng chuông huyền diệu đưa về nhất tâm.

Nam mô Viên mãn Báo thân Lô Giá Na Phật. (o)

4

Nguyện tiếng chuông này vang pháp giới
Khắp nơi u tối mọi loài nghe
Siêu nhiên vượt thoát vòng sanh tử
Giác ngộ tâm tư một hướng về.
Nam mô Thiên Bá ức Hóa thân
Bổn Sư Thích Ca Mâu Ni Phật. (o)

5

Nguyện tiếng chuông này vang pháp giới
Xa xôi tăm tối cũng đều nghe
Những ai lạc bước mau dừng lại
Tỉnh giấc hôn mê thấy nẻo về.
Nam mô Long hoa giáo chủ
Đương lai hạ sanh Di Lặc Tôn Phật. (o)

6

Nghe chuông phiền não tan mây khói
Ý lặng, thân an, miệng mỉm cười
Hơi thở nương chuông về chánh niệm
Vườn tâm hoa tuệ nở xinh tươi.
Nam mô Tây phương giáo chủ tiếp dẫn
Đạo Sư A Di Đà Phật. (o)

7

Nghe tiếng chuông

Lòng nhẹ buông
Tâm tĩnh lặng
Hết sầu thương
Tập buông thả
Thôi vấn vương
Lắng nghe thấu
Tận nguồn cơn
Học nhìn lại
Hiểu và thương.
Nam mô Thập phương tam thế Nhứt thiết chư Phật. (o)

8

Chuông đại hồng mới vọng
Tiếng kệ xướng đã vang
Trên vọng tới thiên đường
Dưới thông về địa phủ.
Nam mô Ngũ Đài Sơn Đại Trí
Văn Thù Sư Lợi Bồ tát. (o)

9

Nguyện ngày an lành, đêm an lành
Ngày đêm sáu thời đều an lành
Tất cả mọi thời đều an lành
Nguyện ơn Tam Bảo thường gia hộ.
Nam mô Nga Mi Sơn Đại Hạnh Phổ Hiền Bồ tát. (o)

10

Bốn loài sanh lên đất tịnh
Ba cõi thác hóa liên đài
Hằng sa ngạ quỷ chứng Tam Hiền
Vạn loại hữu tình lên Thập Địa.
Nam mô Phổ Đà Sơn Đại bi
Quán Thế Âm Bồ tát. (o)

11

Tám nạn ba đường đều thoát khỏi
Bốn ân ba cõi thấm hồng ân
Thế giới khắp nơi không chiến tranh
Mưa thuận gió hòa dân an lạc.
Nam mô Tu Di Sơn Đại hùng
Đại lực Đại Thế Chí Bồ tát. (o)

12

Đại chúng chuyên tu càng tinh tấn
Mười địa đi lên không khó khăn
Tăng thân an lạc sống an vui
Mọi giới quy y thêm phước tuệ.
Nam mô Cửu Hoa Sơn Đại nguyện
Địa Tạng Vương Bồ tát. (o)

13

Nguyện chúc Phật nhật tăng huy
Pháp luân thường chuyển
Mưa thuận gió hòa
Quốc thới dân an.

Nam mô Đại phương Quảng Phật Hoa Nghiêm Kinh, Hoa Nghiêm hải hội Thượng Phật Bồ tát. (o)

14

Xin thổi gió từ bi thanh lương vào thế gian nóng bức
Xin mặt trời trí tuệ rạng rỡ giữa không gian u ám.
Nam mô Đại thừa Diệu Pháp Liên Hoa Kinh, Pháp Hoa hội thượng Phật Bồ tát. (o)

15

Khắp nơi đạo giải thoát được tuyên dương
Mưa pháp thấm nhuần chúng sanh đều lợi lạc.
Nam mô Tồi tà phụ chánh ủng hộ đạo tràng Hộ pháp chư tôn Bồ tát. (o)

16

Hiện tiền đại chúng tu tập tinh chuyên
Biết thương yêu nhau như ruột thịt
Chuyển hóa nội tâm trang nghiêm Tịnh Độ.
Nam mô đương sơn bổ xứ hộ giáo già lam thánh chúng Bồ tát. (ooo)

THÂU CHUÔNG

Hồi chuông đã mãn
Nguyện cho chúng sanh
Ra khỏi biển mê

Lần lên bờ giác.
Nam mô U minh Giáo chủ, cứu khổ bổn tôn, cứu bạt minh đồ, đại nguyện Địa Tạng Vương Bồ tát. (ooo)
ooooooooooooooo o o o (1 hồi và dứt tứ)
(Nguồn: Làng Mai + Thường Chiếu)

CẦU NGUYỆN

Chuông trống Bát Nhã Chùa Hương Sen
Tiếng ngân vang khắp Miền Tây Hoa Kỳ
Trên cầu Phật tổ độ trì
Toàn dân nước Việt viễn ly khổ nàn.

Sống đời hạnh phúc bình an
Cơm no áo ấm vẽ vang giống nòi
Đồng bào hải ngoại khắp nơi
Nhà nhà an lạc người người thành công.

Phật tử tất cả một lòng
Gắng tu định huệ để mong giúp đời
Cầu xin thế giới nơi nơi
Quốc gia giàu mạnh biển khơi an toàn.
Dưới xin bạt độ giải oan
Bảy đời cha mẹ bà con xa gần
Chiến tranh vị quốc vong thân
Oan hồn uổng tử vong nhân suối vàng
Đường về Cực Lạc tịnh bang
Tu hành chứng quả Niết bàn an vui.

5

CÁC BÀI CẢNH SÁCH

(Hô kệ bằng chuông treo nhỏ để thông báo chúng đến giờ công phu)

1. **THỨC CHÚNG KHUYA** (5g sáng)
Muôn tiếng chìm lặng rồi
Canh ba trống đổ hồi. (o)
Chim kêu tiếng tha thiết
Mộng bướm còn miệt mài. (o)
Kiến đục trong cây hòe
Cá ngoi mặt nước bơi. (o)
Không hay xem trăng thật
Chỉ ngắm đóa hoa cười. (o)
Lạc nhà xa vạn dặm
Còn ham giấc ngủ hòai. (o)
Không biết thân này ảo
Mê man trọn một đời. (o)
Nam Mô Bổn Sư Thích Ca Mâu Ni Phật. (3 lần) (o)
Nam Mô A Di Đà Phật. (3 lần) (o)

2. **ĂN SÁNG** (7 giờ sáng)
Đời mộng ảo chuông chùa cảnh tỉnh
Chuông chí tôn vang khắp nhà nhà. (o)
Còn ham giấc ngủ ngon mài miệt

Chẳng quản vầng đông ánh chói lòa. (o)
Dằng dặc đêm dài còn có sáng
Mịt mời lối quỷ khó lần ra. (o)
Nay không gắng gỏi tu hành đạo
Ngày khác làm sao thấy Phật đà. (o)
Nam Mô Đại Trí Văn Thù Sư Lợi Bồ Tát Ma Ha Tát. (3 lần) (o)
Nam Mô A Di Đà Phật. (3 lần) (o)

3. **GIỜ HỌC SÁNG** (8 giờ sáng)
Đêm tối vừa lui sáng
Mặt trời dần chiếu ra. (o)
Âm thầm tóc xanh bạc
Má hồng đổi dần dà. (o)
Chẳng biết tuổi xuân ngắn
Còn tranh quả nghiệp mà. (o)
Thân như băng gặp nắng
Mệnh đèn trước gió to. (o)
Chớ làm khách trọ mãi
Sớm lo trở về nha. (o)
Nam Mô Đại Hạnh Phổ Hiền Bồ Tát Ma Ha Tát. (3 lần) (o)
Nam Mô A Di Đà Phật. (3 lần) (o)

4. **GIỜ THỌ TRAI** (11:30g trưa)
Chớp mắt mặt trời đã rạng đông
Quay đầu vầng nhật tại không trung. (o)

Chỉ ham giấc điệp say sưa mãi
Nào biết hòe cao bóng chuyển vòng. (o)
Phút chốc hoa tươi đã rủ úa
Quẩn quanh mệnh nấm thịnh liền vong. (o)
Ai ơi! Sao chẳng hồi tâm lại
Tự khổ đường mê mãi ruỗi rong. (o)
Nam Mô Hộ Pháp Chư Tôn Bồ Tát Ma Ha Tát. (3 lần) (o)
Nam Mô A Di Đà Phật. (3 lần) (o)

5. **THỨC CHÚNG TRƯA** (2 giờ trưa)
Sanh ra làm tớ cho hình thể
Già đến tám mươi trí hôn mê. (o)
Bệnh xâm tứ đại đau khôn nhẫn
Chết xuống ba đường nghiệp nặng nề. (o)
Gặp gỡ ghét hờn vô cùng tận
Ái ân khôn xiết khổ biệt ly. (o)
Muốn cầu chẳng được thêm phiền muộn
Ngũ ấm lẫy lừng cháy thật ghê. (o)
Nam Mô Đại Bi Quan Thế Âm Bồ Tát Ma Ha Tát. (3 lần) (o)
Nam Mô A Di Đà Phật. (3 lần) (o)

6. **HỌC CHIỀU** (2:30g chiều)
Bóng ngả vườn dâu tối
Non tây trời đã chìm. (o)

Ngày tháng khó cầm lại
Già bịnh dễ đến tìm. (o)
Giờ chết luyến chẳng được
Kỳ hẹn ai thể ghìm. (o)
Các người mở to mắt
Mê tan chớ để tâm. (o)
Nam Mô Đại Thế Chí Bồ Tát Ma Ha Tát. (3 lần) (o)
Nam Mô A Di Đà Phật. (3 lần) (o)

7. **NGỒI THIỀN TỐI** (6:30 giờ chiều)
Mặt trời vừa lặn tối nhá nhem
Bối rối đường đi lại tối thêm. (o)
Đốt đuốc chăm lo nhà người rạng
Đèn nhà mình sao chẳng tự xem. (o)
Quả lửa non tây đã chìm hẳn
Biển đông lấp lánh ánh cung thiềm. (o)
Sanh tử thay đổi tuần hòan mãi
Tam bảo quay về hết cảnh đêm. (o)
Nam Mô Đại Nguyện Địa Tạng Vương Bồ Tát Ma Ha Tát. (3 lần) (o)
Nam Mô A Di Đà Phật. (3 lần) (o)

8. **CHỈ TỊNH (ĐI NGỦ)** (9:30g tối)
Cảnh thế tối mịt mờ
Ai người tiếc ngày giờ. (o)
Chỉ hay theo ý ngựa

Đã dừng tâm vượn chưa? (o)
Mặt trời mọc rồi lặn
Thân nổi chìm đấy mà. (o)
Già đến khôn với ngu
Chết đi nay như xưa. (o)
Tránh sao được vô thường
Trốn đâu đại hạnh kia. (o)
Ai nấy làm đạo chánh
Chớ lạc lối tà tâm. (o)

Nam Mô Thanh Tịnh Đại Hải Chúng Bồ Tát Ma Ha Tát. (3 lần) (o)

Nam Mô A Di Đà Phật. (3 lần) (o)

6

CÁC BÀI HÔ THIỀN

HÔ THIỀN SÁNG

(Canh năm, sáng sớm 3-6g)

Canh Năm Bát nhã chiếu vô biên. (1 hồi chuông)

Chẳng khởi một niệm khắp tam thiên. (1 hồi chuông)

Muốn thấy chân như tánh bình đẳng. (1 hồi chuông)

Dè dặt sanh tâm trước mắt liền.

Lý diệu ảo huyền không lường được

Dụng công đuổi bắt càng nhọc lòng

Nếu không một niệm mới thật tìm

Còn có tâm tìm còn chẳng biết. (o)

Nam Mô Bổn sư Thích Ca Mâu Ni Phật. (o)

Đại chúng đáp lại: **Nam Mô Bổn sư Thích Ca Mâu Ni Phật.** (3 lần) (o)

HÔ THIỀN TRƯA HOẶC TỐI

(Canh một, tối 6-7g)

Canh một (Ngày nay) nghiêm trang ngồi tĩnh tu. (1 hồi chuông)

Tinh thần tịch chiếu đồng thái hư. (1 hồi chuông)

Muôn kiếp đến nay chẳng sanh diệt. (1 hồi chuông)

Đâu cần sanh diệt diệt gì ư

Gẫm xem các pháp đều như huyễn

Bản tánh tự không đâu dụng trừ

Nếu biết tâm tánh không tướng mạo

Lặng yên chẳng động tự như như.

Nam Mô Bổn sư Thích Ca Mâu Ni Phật. (o)

Đại chúng đáp lại: **Nam Mô Bổn sư Thích Ca Mâu Ni Phật.** (3 lần) (o)

HÔ CANH SÁNG

(Trước khi ngồi thiền)

Pháp thân tỏa sáng buổi ban mai. (1 hồi chuông)

Tĩnh tọa lòng an miệng mỉm cười. (1 hồi chuông)

Ngày mới nguyện đi trong tỉnh thức.

Mặt trời trí tuệ rạng muôn nơi. (1 hồi chuông)

Nam Mô Bổn sư Thích Ca Mâu Ni Phật. (o)

Đại chúng đáp lại: **Nam Mô Bổn sư Thích Ca Mâu Ni Phật.** (3 lần) (o)

HÔ CANH TỐI

Vững thân ngồi dưới cội bồ đề. (1 hồi chuông)

Ba nghiệp lắng rồi hết thị phi. (1 hồi chuông)

Thâu nhiếp thân tâm vào chánh niệm

Rõ soi diện mục thoát bờ mê. (1 hồi chuông)

Nam Mô Bổn sư Thích Ca Mâu Ni Phật. (o)

Đại chúng đáp lại: **Nam Mô Bổn sư Thích Ca Mâu Ni Phật.** (3 lần) (o)

HÔ CANH 1

(*Canh một, tối 6-7g)*

Canh một lại ngồi tịnh dưới trăng. (1 hồi chuông)

Tín nguyện trì danh niệm thiết thần. (1 hồi chuông)

A Di Đà Phật nghe rành rõ

Từng câu đánh thức bổn lai nhân. (1 hồi chuông)

Nam Mô A Di Đà Phật. (o)

Đại chúng đáp lại: **Nam Mô A Di Đà Phật (3 lần)** (o)

HÔ CANH 5

(*Canh năm, sáng sớm 3-6g)*

Canh năm ngồi tịnh trước thềm hoa. (1 hồi chuông)

Phật A Di Đà niệm thiết tha. (1 hồi chuông)

Từng niệm đụng nhằm Vô Đảnh Tướng.

Hóa thân ngồi giữa Bảo Liên toà. (1 hồi chuông)

Chủ lễ xướng: **Nam Mô A Di Đà Phật.** (o)

Đại chúng đáp lại: **Nam Mô A Di Đà Phật.** (3 lần) (o)

KỆ HÔ TRỐNG

Ngày nay đã qua
Mạng sống giảm dần
Như cá cạn nước
Có gì là vui.
Đại chúng!
Phải siêng tinh tấn
Cứu lửa cháy đầu
Chỉ nhớ vô thường
Chớ có buông lung.

Nam Mô Thường Tinh Tấn Bồ Tát Ma Ha Tát. (3 lần) (o)

7

MƯỜI BÀI PHỤC NGUYỆN

1. Quán Âm thị hiện thuyết pháp độ sanh. Lâm nạn xưng danh, tầm thanh cứu khổ. Hiện tiền Ni chúng khác miệng đồng lời, thành tâm phúng tụng đại thừa pháp bảo tôn kinh. Hồi hướng chuyên vì cầu an các Phật tử... Nguyện cầu thân thể khang an, mạng vị lâu dài. Bốn mùa không chút tai ương, quanh năm thêm lành cát khánh.

Khắp nguyện gia đình hưng thạnh, con cháu vui hòa, vạn tội băng tiêu, lên xe nhất thừa, sâu vào Phật đạo.

Cầu siêu các hương linh... cùng các anh hùng chiến sĩ vì nước hy sinh, đồng bào tử nạn, 12 loại cô hồn, nương công đức này sớm bỏ đường mê siêu về Tịnh-độ.

Sau cùng, nguyện chúng con cùng tất cả chúng sanh đều sớm trọn thành Phật đạo.

2. Cửa thiền hưng thịnh, biển chúng an hòa, mặt trời tuệ giáùc rực rỡ ánh quang, pháp luân thường chuyển đạo pháp chứa chan. Gió thuận mưa đều, nước thịnh dân an. Nơi nơi sống đất Thuấn thái bình, nhà nhà hưởng trời Nghiêu sung túc.

Sau cùng, nguyện chúng con cùng tất cả chúng sanh đều sớm trọn thành Phật đạo.

3. Phục nguyện: Chân tâm tự tại, bản tánh

viên minh, ra khỏi luân hồi cùng lên bờ giác.

Khắp nguyện: Thầy Tổ giáo dục, cha mẹ sanh thành, đàn na tín thí tăng trưởng phước duyên, phước tuệ song tu, mai sau được Di Đà thọ ký.

Sau cùng, nguyện chúng con cùng tất cả chúng sanh đều sớm trọn thành Phật đạo.

4. Thân mặc áo, mỗi sợi chỉ thường nhớ ơn thợ dệt. Ngày hai bữa, mỗi nuốt thương nỗi khổ kẻ nông phu.

Khắp nguyện: Hiện tiền bốn chúng, phước tuệ song tu, mai sau được Di Đà thọ ký. Sau cùng, nguyện chúng con cùng tất cả chúng sanh đều sớm trọn thành Phật đạo.

5. Tín tâm kiên cố, ngoại chướng không xâm. Đạo nghiệp tinh thành, nội ma không phá. Hết nghiệp cõi diêm phù Tịnh-độ sen tươi nở.

Khắp nguyện : Thầy Tổ giáo dục, cha mẹ sanh thành, đàn na tín thí tăng trưởng phước duyên, phước tuệ song tu, mai sau được Di Đà thọ ký.

Sau cùng, nguyện chúng con cùng tất cả chúng sanh đều sớm trọn thành Phật đạo.

6. Đạo hoằng dương một cõi Việt Nam, pháp ấn trùm đại thiên thế giới. Văn tư tu ba học hiện tiền, giới định tuệ sen vàng chín phẩm. Thọ tín thí, xa trần lìa cấu, bốn tất đàn nghiêm tịnh tự tha. Kinh luật luận ngày đêm vâng học. Tám kính pháp trọn thành công quả.

Sau cùng, nguyện chúng con cùng tất cả chúng sanh đều sớm trọn thành Phật đạo.

7. Một đời hành thiện nghiệp, thoát ly sanh tử hiểm nguy. Trăm họ cùng quy y, thọ hưởng hòa

bình an lạc.

Sau cùng, nguyện chúng con cùng tất cả chúng sanh đều sớm trọn thành Phật đạo.

8. Tỳ Ni tạng còn, Phật pháp thế thế thường còn. Giới luật nghiêm trì, tùng lâm thời thời hưng thịnh.

Khắp nguyện mười phương đàn tín, chung hưởng thái bình. Tình với vô tình đồng thành Phật đạo.

9. Từ trên đến nay, hiện tiền Ni chúng khác miệng đồng lời, thành tâm phúng tụng đại thừa pháp bảo tôn kinh chuyên vì siêu độ hương linh...

Nguyện các hương linh đến trước Phật đài dự pháp nghe kinh, sớm xả đường mê, siêu về Tịnh-độ. Nguyện các hương linh đời đời thường nghe chánh pháp, kiếp kiếp đốn ngộ chân thừa.

Sau cùng, nguyện chúng con cùng tất cả chúng sanh đều sớm trọn thành Phật đạo.

10. Nguyện cầu Sư Tăng cha mẹ đời này đời trước, tri thức lành dữ, đàn việt lập chùa, mười phương tín thí, bà con quyến thuộc hoặc còn hoặc mất, sáu đạo chúng sanh hoặc oán hoặc thân. Nguyện giải tất cả những oan khiên, tiêu tất cả bao tội nghiệp, đồng chứng đạo Bồ-đề, đồng sanh cõi An Lạc.

Nam mô Tây phương An Lạc thế giới đại từ đại bi tiếp dẫn đạo sư A Di Đà Phật. (3 lần) (o)

Nam mô Tây thiên Đông độ Việt Nam lịch đại nhất thiết chư vị Tổ sư. (3 lần) (o)

8

CẦU NGUYỆN GIẢI TRỪ OÁN THÙ OAN GIA TRÁI CHỦ TỪ NHIỀU KIẾP

(tụng lớn trước khi vô kệ Khai kinh và tụng kinh)

Tôi tên...., pháp danh...., tại địa chỉ....

Hởi những oan gia trái chủ trên mình tôi (tức nghiệp lực, của một bộ phận nào trên thân thể), xin quý vị hãy nghe rõ, từ vô thủy kiếp đến nay, vì tôi bị mê hoặc trong thế giới Ta Bà, trong nhiều kiếp luân hồi, trong lúc vô ý hay cố ý đã làm tổn hại đến quý vị, khiến cho quý vị phải thọ vô lượng tội nghiệp trong lục đạo luân hồi, hứng chịu biết bao đau khổ, tăng thêm biết bao phiền não, tôi thường cảm thấy tội chướng sâu nặng hối hận vô cùng. Tất cả đều do vô minh, tham sân dẫn dắt. Đời này nhờ nguyện lực từ bi gia hộ của Phật, tôi được kết pháp duyên với Phật, tôi không quên quý vị, tha thiết ước mong quý vị cùng nhau học pháp, niệm Phật tu hành, tinh tấn tu tập chóng thành chánh quả. (o)

Đồng thời hy vọng quý vị tha thứ, đừng trả thù tôi. Nếu quý vị nhất định muốn báo thù, tôi cũng không có cách nào lẩn tránh, bởi lẽ nhân xấu quá khứ là do tôi tạo ra và tôi phải chấp nhận sự trả thù của quý vị.

Nhưng nếu trả thù như vậy, đối với quý vị cũng không có lợi ích gì, chỉ khiến quý vị cảm thấy thỏa mãn nhất thời. Xét rốt cùng, quý vị cũng không giải quyết được vấn đề căn bản, vì quý vị không những không tránh được sanh tử, cùng thoát ra khỏi lục đạo luân hồi hay nhân xấu đọa lạc. (o)

Tôi nhận thấy cách này vừa tổn hại người, lại không lợi ích gì cho chính mình và hai bên chúng ta. Vì vậy, thành khẩn tha thiết mong quý vị hãy mở lòng tha thứ và cùng tôi đồng tu tập, niệm Phật hiệu A Di Đà Phật. Xin ghi nhớ trng tâm rằng:

Chỉ cần quý vị thâu nhiếp thân tâm lại và niệm thánh hiệu A Di Đà Phật, một niệm tương ứng liền siêu ba cõi, vượt thoát sáu đạo tức thành Phật đạo, chỉ cần tinh tấn tu hành sẽ được thành Phật. (o)

Chỉ cần quý vị quay lại, nhất tâm niệm thánh hiệu A Di Đà Phật, một niệm tương ứng, phước thọ tăng trưởng, tiêu tai diệt chướng. (o)

Chỉ cần thâu lại thân tâm lại, niệm thánh hiệu A Di Đà Phật, một niệm tương ứng, tu gì được nấy. (o)

Nhưng xin quý vị đừng cầu hưởng quả phước báu cõi nhân thiên mà hãy phát tâm Bồ Đề, hướng thượng, chuyên niệm A Di Đà Phật thánh hiệu, chỉ cần tu hành đúng pháp, tất nhiên đắc đạo, sanh về Cảnh giới Cực Lạc. (o)

Nay xin quý vị hãy thọ nhận lễ Quy y, nương về Phật pháp tăng.

Quy y Tam Bảo cho Oan Gia Trái Chủ:

Tôi tên...., pháp danh...., tại địa chỉ....

Oan gia trái chủ trên thân tôi (tức nghiệp lực), quý vị hãy nghe rõ: do từ lâu quý vị không nghe, không biết đến Tam Bảo, không hiểu ý nghĩa nương tựa ba ngôi báu quý trên đời, cho nên quý vị thọ khổ luân hồi. (o)

Nay tôi truyền thọ pháp Quy Y Tam Bảo, quý vị phải lắng nghe. Tôi đọc lớn một lần, quý vị hãy hướng tâm đọc theo tôi:

Con xin nương theo Phật, Pháp, Tăng. (o)

Con nương theo Phật, bậc tối thắng vô thượng.

Con nương theo Pháp, đạo thoát ly tham dục.

Con nương theo Tăng, chúng thanh tịnh trong đời. (o)

Con nương theo Phật, không đọa địa ngục.

Con nương theo Pháp, không đọa ngạ quỷ.

Con nương theo Tăng, không đọa súc sanh. (3 lần) (ooo)

(Chùa Hương Sen, Perris, California
– trích lời của Đại Lão Hòa Thượng Tịnh Không)

9a

SỚ CẦU SIÊU 1

Nam mô Bổn Sư Thích Ca Mâu Ni Phật.

Chúng con cung kính nghe rằng:

Chư Phật mười phương, vốn thương đời phóng quang tiếp dẫn

Đạo mầu ba tạng, thường dạy chúng thoát khỏi trầm luân.

Nhờ vậy hôm nay chúng con:

Kính vâng lời thề sông biển, xin tỏ ý nguyện nguồn cơn.

Sớ rằng: **Nay có tang chủ__________________**

Cung kính về chùa Hương Sen, thành phố Perris, California, lễ phật, hiến cúng hoa đăng; thành tâm phúng tụng kinh văn, độ vong siêu thoát. Ngưỡng mong chư Phật xót thương, dủ lòng từ bi cứu độ.

Nay tang chủ và cả gia quyến rất thành tâm cầu nguyện:

Vong linh____________________________

Pháp danh______________, một vị hương linh.

Nguyên sanh ngày____tháng____năm_____; từ trần lúc _____ giờ, vào ngày___tháng____ năm____tại_____________, hưởng thọ____tuổi. (o)

Than ôi vong linh! Từ xa trần thế, vào chốn U minh. Luống khóc kiếp phù du tụ tán, vang bóng ngỡ ngàng. Những thương đời hồ điệp biệt

ly, mơ màng hồn mộng. Thăng trầm chưa rõ, hiếu sự ân cần, hầu báo đền dưỡng dục thâm ân. Ngõ thù đáp sanh thành dưỡng dục. Đến đây, đạo tràng khai diễn, pháp sự tuyên hành, đầu đội sớ văn, dâng lên bái bạch. (o)

Nam mô Tận hư không biến pháp giới, quá hiện vị lai chư Phật, Tôn Pháp, Hiền Thánh Tăng, thường trụ Tam Bảo, tác đại chứng minh. (o)

Nam mô Ta Bà Giáo Chủ, Đại Từ Đại Bi Bổn Sư Thích Ca Mâu Ni Phật, tác đại chứng minh. (o)

Nam mô Tây Phương Giáo Chủ, Đại Từ Đại Bi Tiếp Dẫn Đạo Sư A Di Đà Phật, tác đại chứng minh. (o)

Nam mô U Minh Giáo Chủ Đại Từ Đại Bi Đại Nguyện Địa Tạng Vương Bồ Tát, tác đại chứng minh. (o)

Phổ cập: **Ba Hiền, mười thánh, bốn phủ, muôn linh, tất cả Thiên thần, đồng thùy chiếu giám.**

Phục nguyện: **Hào quang soi sáng, đường tối mở mang, vong linh nhờ đó, đi về lạc bang.**

Và từ đó: **Tiêu tội khiên nhiều đời nhiều kiếp, hưởng phúc lợi cả họ cả nhà. Còn mất an vui, trẻ già hạnh phúc.** (ooo)

Sớ tuyên ngày… tại chùa Hương Sen, nhân lễ...

Chủ lễ.... chí thành dâng sớ.

9b

SỚ CẦU SIÊU 2

Tánh hải bích ba trừng trạm trạm
Giác Viên tâm ấn thể như như
Đại thừa Bồ tát khai phương tiện
Nhứt điểm linh quang chiếu thái hư
Thế Tôn đức tướng nan tận tán dương. (o)

Hôm nay đệ tử chúng con vâng lời Phật dạy thiết lễ cầu siêu, hương hoa cúng dường, phát nguyện trì tụng kinh ______________ cùng niệm Phật công đức. Ngưỡng nguyện Tam Bảo từ bi phủ thùy minh chứng.

Thiết nghĩ, cửa thiền rộng mở, tế độ hết thảy quần sanh. Pháp Phật nhiệm mầu, ai nấy đều về bến giác. Nhứt niệm chí thành muôn thiêng cảm ứng. (o)

Nay chúng con là______________ và thân bằng quyến thuộc tại Hoa Kỳ. Nhất tâm cầu nguyện Chư Phật chứng minh, Chư Bồ Tát soi xét. Chúng con chân thành cầu nguyện hương linh__________ Pháp danh__________ nguyên sanh ngày____tháng____năm_____; từ trần lúc _____ giờ, vào ngày___tháng____ năm____tại__________, hưởng thọ____tuổi, được siêu sanh về Tịnh Độ. Thiển nghĩ hương linh sống trong trần hoàn, phần tội báo không ai tránh khỏi, chạnh niệm bình sinh dương thế, nghiệp chướng nặng nề: nền phúc đức biếng lười xây đắp, nghiệp phàm trầm mài miệt truy hoan, tham giận kiêu căng si mê lầm lạc. Cây tội lỗi ngày càng xanh tốt, nhành Từ Bi luống những héo khô. Phúc quả mỏng manh tội căn dầy đặc. Hồn kia vơ vẩn, phách nọ mơ màng. Bởi tối tăm không biết đường về, nên cầu Phật ra tay tế độ. (o)

Vậy hôm nay, nhân ngày____________ Dưới bóng đài sen, chúng con thay mặt hương linh một dạ xót xa, tấc lòng thành khẩn, kính mời Chư Tôn Đức Tăng Ni và Ban Hộ Niệm chúng con trì chú tụng kinh cầu nguyện, đồng thời, nghi lễ hương hoa kính dâng Bảo Tọa.

Nhất tâm đảnh lễ, Phật Pháp Tăng thường ở khắp mười phương. Đức Phật Thích Ca, Phật A Di Đà, Phật Dược Sư Lưu Ly Quang Vương cùng các Bồ Tát Quán Âm, Thế Chí, Văn Thù Sư Lợi, Đại Hạnh Phổ Hiền, Nhật Quang Biến Chiếu, Nguyệt Quang Biến Chiếu, Địa Tạng Vương, Mục Kiền Liên và hết thảy tăng chúng lịch Đại Tổ Sư, Hộ Pháp, Thiện Thần, Từ Bi chứng giám.

Muôn trông, Phật từ tiếp dẫn, Bồ Tát độ sanh. Giơ đuốc sáng soi đường kẻ tối tăm, chèo thuyền báu đón người về nước Phật. Tế độ hương linh______________________ tội báo tiêu trừ, chướng duyên rủ sạch. Vòng luân hồi cởi mở từ đây, sông tham ái không còn đắm đuối, tâm mê bừng tỉnh, ý thức sáng trong. Cây bát Nhã nở chồi, nụ Bồ Đề kết quả. Nơi Thượng phẩm đài sen, tiêu dao tự tại, cùng các hàng Bồ Tát bầu bạn chung vui. Pháp Phật thâm huyền, thường hành phổ độ. (o)

Lại xin, Chư Phật lân mẫn gia ơn: người còn sống, bốn mùa không hề lo tai nạn, quanh năm hưởng phúc lộc dồi dào, non nước thanh bình, nhân dân an lạc. Sau hết, cầu cho hết thảy Pháp Giới chúng sanh đều hưởng phúc lành, sớm thành Phật quả. (ooo)

Sớ tuyên ngày… tại chùa Hương Sen, nhân lễ...

Chủ lễ... chí thành khẩn sớ.

10

SỚ CẦU AN

Nam mô Bổn Sư Thích Ca Mâu Ni Phật.

Chúng con cung kính nghe rằng:

Đức Giác Hoàng ứng thân hóa độ,

mở nhiều phương tiện pháp môn.

Nhờ đó, cả pháp giới, kẻ trí người ngu, nhận được từ bi ân đức. (o)

Bởi vậy,

Không ai chẳng (được) độ,

Có nguyện đều thành.

Sớ rằng:

Nay có trai chủ tên, ... pháp danh ... và cả gia quyến ở địa chỉ....

Cung kính kiến đàn phụng Phật,

Chí thành hiến cúng phúng kinh,

Hoàng nguyện kỳ an, thù ân cầu phước. (o)

Trai chủ .... tự nghĩ rằng:

Nhân vì việc nhà ngày trước

Nên lòng lo ngại nguyện cầu

May nhờ Phật lực nhiệm mầu

Mọi việc khó khăn qua cả.

Hôm nay kính dâng lễ tạ,

Nhờ Tăng làm lễ cúng dường,

Ngửa mong Tam Bảo đoái thương,

Dủ lòng từ bi chứng giám! (o)

Nay thời:

Pháp sự quang dương, đạo tràng khai diễn,
Hương hoa phụng hiếu, lễ nhạc ca dương
Và, cung duy văn sớ một chương,
Mạo muội tỏ bày tấc dạ
Mong rằng từ bi bất xả,
Nguyện được hoan hỷ xin nghe. (o)

Nam mô Tận hư không biến pháp giới, quá hiện vị lai Chư Phật, Tôn Pháp, Hiền Thánh Tăng thường trụTam Bảo, tác đại chứng minh. (o)

Nam mô Ta Bà Giáo Chủ Đại Từ Đại Bi Bổn Sư Thích Ca Mâu Ni Phật, tác đại chứng minh. (o)

Nam mô Tây phương Giáo Chủ Đại Từ Đại Bi Tiếp Dẫn Đạo Sư A Di Đà Phật, tác đại chứng minh. (o)

Nam mô Đông Phương Giáo Chủ Lưu Ly Quang Vương Phật, tác đại chứng minh. (o)

Nam mô Đại Từ Đại Bi Tầm Thanh Cứu Khổ Quan Thế Âm Bồ Tát, tác đại chứng minh. (o)

Nam mô Đạo Tràng Hội Thượng Vô Lượng Thánh Hiền, tác đại chứng minh. (o)

Phổ cập:

Ba Hiền, mười Thánh, bốn phủ muôn linh,
Cả thảy Thiên thần, đồng thùy chiếu giám.

Phục nguyện:

Mưa pháp thấm nhuần, cây Bồ đề tăng trưởng;

Mây lành che mát, lửa phiền não tiêu tan.
Nguyện tiêu tội nghiệp đã qua, mất còn đều lợi;
Xin làm phước lành sắp tới, già trẻ đồng nhờ.
Ba ngôi báu tôn thờ, năm điều răn giữ trọn,
Ơn nhiều, lễ mọn, mong được chứng minh.

(ooo)

Nay ngày ... tháng ... năm ... tại Chùa...., Phật lịch. 25 ...

Chủ lễ (...) thành tâm dâng sớ.

PHẦN V

PHỤ LỤC

1

CÁCH ĐÁNH CHUÔNG-MÕ-KHÁNH

.. Nhấp Chuông - 2 lần

O Chuông

X Mõ

CÁCH 1: Vô Thất Dứt Tứ (vô bảy, ra bốn)

.. OOOXXXX XX XO XO X XX X

CÁCH 2: Vô Tam Dứt Tứ (vô ba, ra bốn)

.. OOOX OX OX XX X

Cuối bài kinh hay chuyển qua tiêu đề kinh khác đều phải dứt tứ để chuyển hay dừng.

Chú ý đoạn nào dứt tứ và đoạn nào không dứt tứ trong kinh.

Lạy / lễ Phật là khánh (như lễ Tổ, Tán Phật, Quy Y)

Mõ: tụng kinh

CÁCH ĐÁNH CHUÔNG-MÕ-KHÁNH KHI KINH HÀNH NIỆM PHẬT

X Mõ

K Khánh

O Chuông

Nam Mô A Di Đà Phật: **KK X KK X**

Khánh là chữ **Nam Mô** và **Di Đà**

Mõ là chữ **A** và **Phật**

Mỗi 3 lần danh hiệu Phật là một tiếng chuông **O.**

2

CHUÔNG TRỐNG BÁT NHÃ

(Trước và sau các đại lễ lớn hay trước hai thời Công phu khuya và chiều)

Khai Chuông
O: Chuông
X: Trống
O O O
XOXXOX
OXOXOXOXOXOXOXOXOXOXOXOXO
XOXOXOXO (từ lớn tới nhỏ)

Giộng Chuông (đọc thầm)
O
X XX Bát Nhã hội
O
X XX Bát Nhã hội
O
X XX Bát Nhã hội
O
X X XX Thỉnh Phật thượng đường
O
X X XX Đại chúng đồng văn
O
X XX Bát nhã âm

O	
X X XX	**Phổ nguyện pháp giới**
O	
X XX	**Đẳng hữu tình**
O	
X XX	**Nhập Bát nhã**
O	
X X XX	**Ba la mật đa**
O	
X X XX	**Ma ha bát nhã**
O	
X X XX	**Ba la mật môn** (3 lần hay 9 lần)

Thâu chuông
O O O
X O XX O X
O X O cc XX O X O

Cắc cắc (đánh vào thành thiếc của trống)

3

THỂ DỤC HÔ THEO PHÁP QUÁN TỪ BI

— Động tác theo hơi thở thật chậm và dài.

1. Động tác vươn thở:
Mười phương Sư Tăng
Sống không hiềm hận
An vui mãi mãi.

2. Động tác tay:
Nguyện cho Thầy tôi
Sống không hiềm hận,
An vui mãi mãi.

3. Động tác chân:
Nguyện cha mẹ tôi
Sống không hiềm hận,
An vui mãi mãi.

4. Động tác đầu gối:
Mười phương tín thí
Sống không hiềm hận
An vui mãi mãi.

5. Động tác vặn mình:
Nguyện khắp cõi trời
Sống không hiềm hận,
An vui mãi mãi.

6. Động tác lườn:
Nguyện khắp cõi người
Sống không hiềm hận
An vui mãi mãi.

7. Động tác bụng:
Nguyện A-tu-la
Sớm mau giải thoát
An vui mãi mãi.

8. Động tác lưng:
Nguyện cõi địa ngục
Sớm mau giải thoát,
An vui mãi mãi.

9. Động tác toàn thân:
Nguyện khắp quỷ thần
Sớm mau giải thoát
An vui mãi mãi.

10. Động tác chạy tại chỗ:
Nam mô A Di Đà Phật. (10 lần)

11. Động tác điều hòa thở ra, thở vào:
Nguyện loài bàng sanh
Sớm mau giải thoát
An vui mãi mãi.

12. Động tác thư giãn:
Mười phương chúng sanh
Sớm mau giải thoát
An vui mãi mãi.
(Tùy nhu cầu, mỗi động tác làm từ 4 đến 8 lần).

LỢI ÍCH THỂ DỤC THEO TỪ BI QUÁN

— Thân tập từng động tác, tâm duyên theo âm thanh rải từ bi quán. Đây là phương pháp diệt dần thói hờn giận, huân tập tâm từ bi, đồng thời giải oan gỡ kết với hết thảy chúng sanh. Tâm vốn ở khắp pháp giới nên mỗi niệm từ bi rải đến mười phương khổ não chúng sanh, phước báo vô tận. Trái lại mỗi mống nghĩ xấu ác ảnh hưởng cũng cả pháp giới nên tổn đức không cùng.

— Theo từng động tác, chúng ta hít vào thở ra, điều hòa hơi thở. Hơi thở điều hòa theo tim đập điều hòa, thần kinh hệ cũng điều hòa theo. Do đó, tâm an định, thân khỏe mạnh, tinh thần thanh sáng an vui. Đây là một phương pháp tiêu tai giải nạn, bảo đảm đắc lực trong hiện tại và là điều kiện thiết yếu cho sự giác ngộ ngày mai.

4

LỢI ÍCH TỤNG KINH NIỆM PHẬT

Tụng Kinh niệm Phật (Tụng là đọc, niệm là nhớ) là miệng đọc tâm nhớ, tâm và miệng hợp nhất, nhất tâm đọc và nhớ lời Kinh và danh hiệu của Phật.

Tụng Kinh niệm Phật của hàng xuất gia hay tại gia để tỉnh thức tâm linh, kiến tạo cho chính mình một cuộc sống an hòa. Lợi ích của sự tụng Kinh niệm Phật - ngoài công đức cho kẻ còn người mất - còn nói lên nếp sống đạo. Nếp sống cố hữu của tổ tiên chúng ta là tụng Kinh niệm Phật để tích phước cho con cháu. Hơn nữa, sự tụng Kinh niệm Phật còn đem lại nhiều lợi ích thiết thực như sau:

1. Tụng Kinh niệm Phật giữ cho tâm được an lành, để dễ cảm ứng với Chư Phật và Bồ Tát thiêng liêng. Tụng Niệm rất dễ dàng huân tập các điều suy nghĩ tốt vào tâm thức.
2. Tụng Kinh niệm Phật để ôn lại những lời dạy của Phật. Lấy đó làm kim chỉ nam cho nếp sống đạo.
3. Tụng Kinh niệm Phật để giữ cho thân, miệng, ý được thanh tịnh, trang nghiêm và chân chính.
4. Tụng Kinh niệm Phật để cầu an, thì nghiệp chướng tích lũy trong nhiều đời nhiều kiếp sẽ dứt trừ va tránh được những tai ương hạn ách có thể xảy ra trong bất cứ lúc nào.
5. Tụng Kinh niệm Phật để cầu siêu, nhờ sức chú nguyện thanh tịnh, hoán đổi tâm niệm xấu của người chết đã tạo, giúp họ xa lìa cảnh giới tối

tăm và được sanh về thế giới an lạc.

6. Tụng Kinh niệm Phật để tỏ lòng ăn năn sám hối trước Phật đài và kể từ nay, tâm niệm của mình được thanh tịnh, nghiệp chướng khổ đau không còn nữa.
7. Tụng Kinh niệm Phật để pháp âm ngân vang, để cảnh tỉnh trần thế mê hoặc và cảm hóa mọi người đang sống trong cảnh u tối lầm than.

Vì những lợi ích trên, người đã tin Phật phải tụng Kinh niệm Phật và tụng niệm cho đúng cách. Khi tụng niệm nên giữ cho trang nghiêm, tránh mọi sự ồn ào, phức tạp, tránh mọi điều làm kích động tâm ý, đắm lợi mê danh, tham luyến trần tục. Chỉ tụng niệm trước Tam Bảo, trong Đạo tràng thanh tịnh, hoặc nơi trang nghiêm, hoặc nơi thích hợp chính đáng, không nên tụng niệm trước chỗ thờ quỷ thần, cúng cá thịt, đốt vàng mã theo thủ tục lệ mê tín dị đoan, không thích hợp với Phật pháp.

Nam Mô A Di Đà Phật.

5

LỊCH NHỮNG NGÀY LỄ VÍA TRONG NĂM

THE CALENDAR OF BUDDHIST CELEBRATIONS

(Tính theo ngày Âm lịch
Floowing the lunar calendar)

1. **Ngày 1 tháng 1 âm lịch** – Vía Đức Di Lặc (The Laughing Maitreya Buddha Day)
2. **Ngày 8 tháng 2 âm lịch** – Vía Phật Thích Ca xuất gia (The Sakyamuni Buddha's Renunciation Day)
3. **Ngày 15 tháng 2 âm lịch** – Vía Phật Thích Ca nhập diệt (The Sakyamuni Buddha Entering Nirvana Day)
4. **Ngày 19 tháng 2 âm lịch** – Vía Đức Quán Thế Âm (đản sanh) (The Avalokiteshvara Bodhisattva's Birthday)
5. **Ngày 21 tháng 2 âm lịch** – Vía Đức Phổ Hiền Bồ Tát (The Samantabhadra Bodhisattva Day)
6. **Ngày 16 tháng 3 âm lịch** – Vía Đức Chuẩn Đề Bồ Tát (The Cundi Bodhisattva Day)
7. **Ngày 4 tháng 4 âm lịch** – Vía Đức Văn Thù Bồ Tát (The Manjusri Bodhisattva Day)
8. **Ngày 15 tháng 4 âm lịch** – Vía Phật Thích Ca giáng sanh (The Shakyamuni Buddha's

Birthday / Vesak)

9. **Ngày 19 tháng 6 âm lịch** – Vía Đức Quán Thế Âm (thành đạo) (The Avalokiteshvara Bodhisattva's Enlightened Day)
10. **Ngày 13 tháng 7 âm lịch** – Vía Đức Đại Thế Chí Bồ Tát (The Mahasthamaprapta Bodhisattva Day)
11. **Ngày 15 tháng 7 âm lịch** – Lễ Vu Lan Bồn (The Ullambana Festival)
12. **Ngày 30 tháng 7 âm lịch** – Vía Đức Địa Tạng Bồ Tát (Ksitigarbha Bodhisattva Day)
13. **Ngày 19 tháng 9 âm lịch** – Vía Đức Quán Thế Âm (xuất gia) (The Avalokiteshvara Bodhisattva's Renunciation Day)
14. **Ngày 30 tháng 9 âm lịch** – Vía Phật Dược Sư (The Bhaisajyaguru Buddha Day)
15. **Ngày 17 tháng 11 âm lịch** – Vía Phật A Di Đà (The Amitabha Buddha Day)
16. **Ngày 8 tháng 12 âm lịch** – Vía Phật Thích Ca thành đạo (The Shakyamuni Buddha's Enlightened Day).

NGUỒN THAM KHẢO

1. Nghi Thức Tụng Niệm Hàng Ngày, Hòa thượng Thích Thiện Thanh soạn và dịch. Pl 2557. Chùa Phật Tổ California.
2. Kinh Tụng của Chùa Dược Sư do sư bà Hải Triều Âm biên soạn. https://chuaduocsu.org/kinh-sach/
3. Nhật Tụng Thiền Môn. Thích Nhất Hạnh. 2020. NXB Tôn Giáo.
4. Kinh Tụng Hằng Ngày. Thích Nhật Từ. 2005. Sài Gòn: NXB Tôn Giáo
5. Tổng hợp nhiều nguồn trên Google online.

TỦ SÁCH BẢO ANH LẠC

do Ni Sư Tiến Sĩ TN Giới Hương biên soạn

A. SÁCH TIẾNG VIỆT

1. *Bồ-tát và Tánh Không Trong Kinh Tạng Pali và Đại Thừa* (Boddhisattva and Sunyata in the Early and Developed Buddhist Traditions).
2. *Ban Mai Xứ Ấn* (The Dawn in India), (3 tập).
3. *Vườn Nai – Chiếc Nôi* (Phật Giáo Deer Park–The Cradle of Buddhism).
4. *Quy Y Tam Bảo và Năm Giới* (Take Refuge in Three Gems and Keep the Five Precepts).
5. *Vòng Luân Hồi* (The Cycle of Life).
6. *Hoa Tuyết Milwaukee* (Snowflake in Milwaukee).
7. *Luân Hồi trong Lăng Kính Lăng Nghiêm* (The Rebirth in *Śūrangama* Sūtra).
8. *Nghi Thức Hộ Niệm, Cầu Siêu* (The Ritual for the Deceased).
9. *Quan Âm Quảng Trần* (The Commentary of Avalokiteśvara Bodhisattva).
10. *Nữ Tu và Tù Nhân Hoa Kỳ* (A Nun and American Inmates).
11. *Nếp Sống Tỉnh Thức của Đức Đạt Lai Lạt Ma Thứ XIV* (The Awakened Mind of the 14th Dalai Lama).
12. *A-Hàm: Mưa pháp chuyển hóa phiền não* (*Agama – A Dharma Rain transforms the Defilement*), 2 tập.
13. *Góp Từng Hạt Nắng Perris* (Collection of Sunlight in Perris).
14. *Pháp Ngữ của Kinh Kim Cang* (The Key Words of

Vajracchedikā-Prajñāpāramitā-Sūtra).

15. *Tập Thơ Nhạc Nắng Lăng Nghiêm* (Songs and Poems of Śūraṅgama Sunlight).
16. *Nét Bút Bên Song Cửa* (Reflections at the Temple Window).
17. *Máy Nghe MP3 Hương Sen* (Hương Sen Digital Mp3 Radio Speaker): Các Bài Giảng, Sách, Bài viết và Thơ Nhạc của Thích Nữ Giới Hương (383/201 bài).
18. *DVD Giới Thiệu về Chùa Hương Sen,* USA (Introduction on Huong Sen Temple).
19. *Ni Giới Việt Nam Hoằng Pháp tại Hoa Kỳ* (Sharing the Dharma - Vietnamese Buddhist Nuns in the United States).
20. *Tuyển Tập 40 Năm Tu Học & Hoằng Pháp của Ni sư Giới Hương* (Forty Years in the Dharma: A Life of Study and Service—Venerable Bhikkhuni Giới Hương), Thích Nữ Viên Quang, TN Viên Nhuận, TN Viên Tiến, and TN Viên Khuông.
21. *Tập Thơ Nhạc Lối Về Sen Nở (Songs and Poems of Lotus Blooming on the Way).*
22. *Nghi Thức Công Phu Khuya – Thần Chú Thủ Lăng Nghiêm* (Śūraṅgama Mantra).
23. *Nghi Thức Cầu An – Kinh Phổ Môn* (The Universal Door Sūtra).
24. *Nghi Thức Cầu An – Kinh Dược Sư* (The Medicine Buddha Sūtra).
25. *Nghi Thức Sám Hối Hồng Danh* (The Sūtra of Confession at many Buddha Titles).
26. *Nghi Thức Công Phu Chiều – Mông Sơn Thí Thực* (The Ritual Donating Food to Hungry Ghosts).

27. *Khóa Tịnh Độ – Kinh A Di Đà* (The Amitabha Buddha Sūtra).
28. *Nghi Thức Cúng Linh và Cầu Siêu* (The Rite for Deceased and Funeral Home).
29. *Nghi Lễ Hàng Ngày - 50 Kinh Tụng và các Lễ Vía trong Năm* (The Daily Chanting Rituals and Annual Ceremonies).
30. *Hương Đạo Trong Đời 2022* (Tuyển tập 60 Bài Thi trong Cuộc Thi Viết Văn Ứng Dụng Phật Pháp 2022 - A Collection of Writings on the Practicing of Buddhism in Daily Life in the Writing Contest 2022).
31. *Hương Pháp 2022* (Tuyển Tập Các Bài Thi Trúng Giải Cuộc Thi Viết Văn Ứng Dụng Phật Pháp 2022 - A Collection of the Winning Writings on the Practicing of Buddhism in Daily Life in the Writing Contest 2022).
32. Giới Hương - Thơm Ngược Gió Ngàn, Nguyên Hà.
33. *Pháp Ngữ Kinh Hoa Nghiêm* (2 tập). Thích Nữ Giới Hương.
34. *Tinh Hoa Kinh Hoa Nghiêm*. Thích Nữ Giới Hương. NXB Hương Sen.
35. *Phật Giáo và Đại Dịch Coronavirus Covid-19*. Thích Nữ Giới Hương.
36. *Phật Giáo – Tầm Nhìn Lịch Sử Và Thực Hành*. Hiệu đính: Thích Hạnh Chánh và Thích Nữ Giới Hương.

B. SÁCH TIẾNG ANH

1. Boddhisattva and Sunyata in the Early and Developed Buddhist Traditions.
2. *Rebirth Views in the Śūraṅgama Sūtra.*

3. *Commentary of Avalokiteśvara Bodhisattva.*
4. *The Key Words in Vajracchedikā Sūtra.*
5. *Sārnātha-The Cradle of Buddhism in the Archeological View.*
6. *Take Refuge in the Three Gems and Keep the Five Precepts.*
7. *Cycle of Life.*
8. *Forty Years in the Dharma: A Life of Study and Service—Venerable Bhikkhuni Giới Hương.*
9. *Sharing the Dharma -Vietnamese Buddhist Nuns in the United States.*
10. *A Vietnamese Buddhist Nun and American Inmates.*
11. *Daily Monastic Chanting.*
12. *Weekly Buddhist Discourse Chanting.*
13. *Practice Meditation and Pure Land.*
14. *The Ceremony for Peace.*
15. *The Lunch Offering Ritual.*
16. *The Ritual Offering Food to Hungry Ghosts.*
17. *The Pureland Course of Amitabha Sutra.*
18. *The Medicine Buddha Sutra.*
19. *The New Year Ceremony.*
20. *The Great Parinirvana Ceremony.*
21. *The Buddha's Birthday Ceremony.*
22. *The Ullambana Festival (Parents' Day).*
23. *The Marriage Ceremony.*
24. *The Blessing Ceremony for The Deceased.*
25. *The Ceremony Praising Ancestral Masters.*
26. *The Enlightened Buddha Ceremony.*
27. *The Uposatha Ceremony (Reciting Precepts)*

28. *Buddhism: A Historical and Practical Vision.* Edited by Ven. Dr. Thich Hanh Chanh and Ven. Dr. Bhikṣuṇī TN Gioi Huong.
29. *Contribution of Buddhism For World Peace & Social Harmony.* Edited by Ven. Dr. Buddha Priya Mahathero and Ven. Dr. Bhikṣuṇī TN Gioi Huong.
30. *Global Spread of Buddhism with Special Reference to Sri Lanka.* Buddhist Studies Seminar in Kandy University. Edited by Dr. Ven. Kahawatte Siri Sumedha Thero and Dr. Bhikṣuṇī TN Gioi Huong.
31. *Buddhism In Sri Lanka During The Period of 19th to 21st Centuries.* Buddhist Studies Seminar in Colombo. Edited by Prof. Ven. Medagama Nandawansa and Dr. Bhikṣuṇī TN Gioi Huong.

C. SÁCH SONG NGỮ (VIETNAMESE-ENGLISH)

1. *Bản Tin Hương Sen: Xuân, Phật Đản, Vu Lan (*Hương Sen Newsletter: Spring, Buddha Birthday and Vu Lan, annual/ Mỗi Năm).
2. *Danh Ngôn Nuôi Dưỡng Nhân Cách - Good Sentences Nurture a Good Manner.*
3. *Văn Hóa Đặc Sắc của Nước Nhật Bản-Exploring the Unique Culture of Japan.*
4. *Sống An Lạc dù Đời không Đẹp như Mơ - Live Peacefully though Life is not Beautiful as a Dream.*
5. *Hãy Nói Lời Yêu Thương-Words of Love and Understanding.*
6. Văn Hóa Cổ Kim qua Hành Hương Chiêm Bái -The Ancient- Present Culture in Pilgrim.
7. *Nghệ Thuật Biết Sống - Art of Living.*

D. SÁCH CHUYỂN NGỮ

1. *Xá Lợi Của Đức Phật* (Relics of the Buddha), Tham Weng Yew.
2. *Sen Nở Nơi Chốn Tử Tù* (Lotus in Prison), many authors.
3. *Chùa Việt Nam Hải Ngoại* (Overseas Vietnamese Buddhist Temples).
4. *Việt Nam Danh Lam Cổ Tự* (The Famous Ancient Buddhist Temples in Vietnam).
5. *Hương Sen, Thơ và Nhạc* - (Lotus Fragrance, Poem and Music).
6. *Phật Giáo-Một Bậc Đạo Sư, Nhiều Truyền Thống* (Buddhism: One Teacher – Many Traditions), Đức Đạt Lai Lạt Ma 14th & Ni Sư Thubten Chodren.
7. *Cách Chuẩn Bị Chết và Giúp Người Sắp Chết-Quan Điểm Phật Giáo* (Preparing for Death and Helping the Dying – A Buddhist Perspective).

ALBUMS NHẠC

Từ Thơ Thích Nữ Giới Hương

1. Đào *Xuân Lộng Ý Kinh* (The Buddha's Teachings Reflected in Cherry Flowers).
2. *Niềm Tin Tam Bảo* (Trust in the Three Gems).
3. *Trăng Tròn Nghìn Năm* Đón *Chờ Ai* (Who Is the Full Moon Waiting for for Over a Thousand Years?).
4. Ánh *Trăng Phật Pháp* (Moonlight of Dharma-Buddha).
5. *Bình Minh Tỉnh Thức* (Awakened Mind at the Dawn) (*Piano Variations for Meditation*).
6. *Tiếng Hát Già Lam* (Song from Temple).
7. *Cảnh* Đẹp *Chùa Xưa* (The Magnificent, Ancient Buddhist Temple).
8. Karaoke *Hoa* Ưu Đàm Đã *Nở* (An Udumbara Flower Is Blooming).
9. *Hương Sen Ca* (Hương Sen's Songs).
10. *Về Chùa Vui Tu* (Happily Go to Temple for Spiritual Practices).
11. *Gọi Nắng Xuân Về* (Call the Spring Sunlight).
12. *Đệ Tử Phật* (The Buddha's Disciples).

Mời xem đầy đủ Tủ sách Bảo Anh Lạc ở website:

http://huongsentemple.com/index.php/en/about-us/b-o-anh-l-c-bookshelf

NGHI LỄ HẰNG NGÀY

Tác giả: Tủ Sách Bảo Anh Lạc 53 - Huong Sen Buddhist Temple

Nhà Xuất Bản Hồng Đức

ĐT.: 024.39260024 - Fax : 024.39260031

Email: nhanxuatbanhongduc65@gmail.com

Trách nhiệm xuất bản

Giám đốc: **Bùi Việt Bắc**

Trách nhiệm nội dung

Tổng biên tập: **Lý Bá Toàn**

Biên tập: **Phan Thị Ngọc Minh**

Trình bày: **Vũ Đình Trọng**

Sửa bản in: **Vũ Đình Trọng**

Số lượng: 1,000 bản, Khổ: 14.5 x 20.5 cm

In tại: Nhà in Trâm Anh,

159/57 Bạch Đằng, Phường 2, Quận Tân Bình, TP.HCM

ĐKXB: 3322-2023/CXBIPH/15-96/HĐ

ISBN: 978-604-482-039-2

GPXB: 331/QD-NXBHD ngày 29 tháng 9, 2023

In xong và nộp lưu chiểu trong quý 3, 2023

www.ingramcontent.com/pod-product-compliance
Lightning Source LLC
LaVergne TN
LVHW021738071126
851857LV00039B/538
979886914O425